न्यूबेरी पुरस्कारप्राप्त 'कालपटलावरील सुरकुती (A Wrinkle in Time)' या पुस्तकाच्या कथानकातील मरी कुटुंबातील मधली जुळी मुलं सँडी आणि डेनीस अचानक भूतकाळात जाऊन पोचतात. खूप प्राचीन किंवा पौराणिक काळ असतो तो. महापुराच्या थोडासा आधीचा काळ.

हे पुस्तक त्याच्या इतर गुणांसोबतच, कथानकातील रहस्य आणि नर्मविनोदामुळे वाचकांना खूप आवडेल.

—कर्कस रिव्ह्यूज

'THE TIME QUINTET' या पंचकडीतील इतर पुस्तके

A Wrinkle in Time : मराठी अनुवाद - कालपटलावरील सुरकुती
A Wind in the Door : मराठी अनुवाद - दारातील वादळ
A Swiftly Tilting Planet : मराठी अनुवाद - वेगाने कलणारा ग्रह
An Acceptable Time : मराठी अनुवाद - अनुकूल काळ

'THE TIME QUINTET' या पंचकडीतील चौथे पुस्तक

'MANY WATERS' या इंग्रजी पुस्तकाचा अनुवाद

अमाप पाणी

मॅडेलिन लेन्गल

अनुवाद

मुग्धा गोखले

मेहता पब्लिशिंग हाऊस

Email : production@mehtapublishinghouse.com
Website : www.mehtapublishinghouse.com

- *या पुस्तकातील लेखकाची मते, घटना, वर्णने ही त्या लेखकाची असून, त्याच्याशी प्रकाशक सहमत असतीलच असे नाही.*

MANY WATERS by MADELEINE L'ENGLE

Translated into Marathi Language by Mugdha Gokhale

अमाप पाणी / अनुवादित कादंबरी

अनुवाद : मुग्धा गोखले

Email : author@mehtapublishinghouse.com

मराठी अनुवादाचे व प्रकाशनाचे हक्क : मेहता पब्लिशिंग हाऊस, पुणे.

प्रकाशक : सुनील अनिल मेहता, मेहता पब्लिशिंग हाऊस,
१९४१, सदाशिव पेठ, माडीवाले कॉलनी, पुणे - ३०.

मुद्रक : ट्रिनिटी अ‍ॅकॅडमी फॉर कॉर्पोरेट ट्रेनिंग लिमिटेड, सर्व्हे नं. २६/५,
नऱ्हे इंडस्ट्रिअल एरिया, झील कॉलेज रोड, नऱ्हे, पुणे - ४१.

मुखपृष्ठ : चंद्रमोहन कुलकर्णी

प्रथमावृत्ती : एप्रिल, २०२१

किंमत : ₹ ३६०

P Book ISBN 9789353175412
E Book ISBN 9789353175429
E Books available on : play.google.com/store/books
www.amazon.in
books.apple.com

स्टीव्हन रॉक्सबरसाठी...

अनुक्रमणिका

१

आभासी कण आणि आभासी एकशिंगी घोडे

अचानक हिमवर्षाव सुरू झाल्याने आइस हॉकीचा, म्हणजेच बर्फावर खेळल्या जाणाऱ्या हॉकीचा, सराव बंद पडला.

"आपल्याला तर पक दिसतही नाहीये. ए... चला रे, घरी जाऊया सगळे," सँडी मरी ओरडला. थंडगार वारे वाहू लागले होते. बर्फाने गोठून गेलेल्या तळ्यावरून स्केटिंग करत तो तळ्याच्या काठाकडे गेला. किनाऱ्यावर असलेल्या एका खडकावर बसून तो पायातले स्केट्स काढू लागला. तो तिथे पोचेपर्यंत त्या खडकावर बर्फाचा पातळ थर जमला होता.

बाकीच्या मुलांनाही ते पटलं आणि सगळ्यांनीच ओरडून होकार भरला. सँडीचा जुळा भाऊ डेनीस त्याच्या मागोमाग आला. डेनीसच्या पापण्यांवरही बर्फाचे कण जमा होत होते. त्यामुळे नीट दिसण्यासाठी, तो सारखा पापण्यांची फडफड करत होता. "या राज्यातल्या सगळ्यात उंच, सगळ्यात थंड, आणि जास्तीतजास्त जोराचे वारे वाहणाऱ्या ठिकाणी आपल्याला का राहावं लागतंय?"

मोठ्यानं खिदळत इतर सगळी मुलं निरोपादाखल गुडबाय म्हणू लागली. त्यातल्या एका मुलानं डेनीसला विचारलं, "मग, तुला दुसरीकडे कुठे रहायचंय?"

बर्फाळ हिमकण घरंगळत डेनीसच्या कॉलरमधून आतमध्ये शिरत होते. तो म्हणाला, "बाली नाहीतर फिजी. कुठेतरी उबदार ठिकाणी रे बाबा."

एका मुलानं आपल्या स्केट्सच्या लेसेस बांधून स्केट्स खांद्यावर टाकले, आणि डेनीसला विचारलं, "अच्छा? खरंच? तिथे येणाऱ्या सगळ्या पर्यटकांसोबत राहशील?"

"हो...आणि शिवाय मौजमजा करत समुद्रकिनाऱ्यावर गर्दी करणाऱ्या त्या धनाढ्य लोकांबरोबरही."

"आणि सुंदर दिसणारे, छानछान लोक."

"आणि इकडेतिकडे कचरा फेकणारे, कागद, प्लॅस्टिक कुठेही बेजबाबदारपणे भिरकावून देणारे लोकही."

एकएक करत बाकीची सगळी मुलं निघून गेली. सँडी म्हणाला, "तुला तर हिवाळा आवडतो ना? मला तरी असंच वाटलं होतं."

"मार्च महिन्याच्या अर्ध्यापर्यंतच. मग मला त्याचा कंटाळा यायला लागतो."

"तुला खरंच एखाद्या अतिप्रसिद्ध आणि गर्दीच्या पर्यटनस्थळी जावंसं वाटतंय? नाही ना?"

"अं... नाही बहुतेक. पूर्वी, म्हणजे लोकसंख्येचा स्फोट होण्याआधी कदाचित वाटलं असतं तसं; पण आता नाही. भुकेनं पोटात खड्डा पडलाय माझ्या. ए चल, आपण पळतपळत घरी जाण्याची शर्यत लावूया..."

त्या खेड्यातल्या वस्तीपासून त्यांचं घर सुमारे मैलभर लांब होतं. पांढऱ्या रंगाचं जुनं फार्महाउस होतं ते घर. ते घरी पोचेतोवर हिमवर्षाव कमी होत आला होता, पण वारे मात्र अजूनही चांगलेच जोरात वाहत होते. गॅरेजमधून, त्यांच्या आईची प्रयोगशाळा ओलांडून, ते दोघे घरात आले. वाऱ्यापासून संरक्षण व्हावं म्हणून त्या दोघांनी बंद गळ्याची, लांब बाह्यांची जाडजूड जॅकेट्स घातली होती. ती जॅकेट्स काढून त्यांनी खुंटीला टांगली आणि ते धाडकन स्वयंपाकघरात शिरले.

"अरेच्या, कुठे गेले सगळे?" सँडी म्हणाला.

"ए...ते बघ," डेनीसनं फ्रीजकडे बोट दाखवलं. फ्रीजच्या दारावर चुंबकाखाली एक चिठ्ठी अडकवली होती. ते दोघे फ्रीजजवळ जाऊन ती चिठ्ठी वाचू लागले :

'प्रिय जुळ्यांनो,

मी, मेग आणि चार्ल्स वॉलेसबरोबर, आमच्या दातांच्या तपासणीसाठी गावात जाते आहे. तुमची तपासणी पुढच्या आठवड्यात आहे. त्यातून तुमची सुटका होईल, असा विचारही मनात आणू नका. या वर्षी तुम्हा दोघांची चांगलीच वाढ झालीय, त्यामुळे तुमच्या दातांची तपासणी गरजेची आहे.

– तुमची आई'

सँडी दात दाखवत म्हणाला, "आपल्या दातांत साधा खड्डाही कधीच पडला नाहीये."

डेनीसही दात विचकत म्हणाला, "हो...पण आता आपली वाढ झालीय.

आपली उंची सहा फुटांपेक्षा अगदी किंचितच कमी असेल.''

''अरे मी तर पैजेवर सांगतो, आपली उंची आज मोजली असती ना, तर ती नक्कीच सहा फुटांच्या वर गेली असती.''

डेनीसनं फ्रीजचं दार उघडलं. एका मातीच्या भांड्यात चिकन होतं, आणि त्या भांड्यावरही चिठ्ठी लावली होती :

'खाण्याची सक्त मनाई. हे रात्रीच्या जेवणासाठी आहे.'

सँडीनं फ्रीजमधला मांस ठेवायचा डबा बाहेर काढला. ''हॅम (डुकराच्या मागील पायाचं खारवलेलं किंवा भाजलेलं मांस) चालेल ना?''

''हो, चालेल की. आणि चीजसुद्धा.''

''आणि मोहरीपूड.''

''आणि ऑलिव्हचे काप.''

''अन् केचपही काढ रे.''

''हो. लोणचंदेखील.''

''टोमॅटो दिसत नाहीयेत. मेगनं नक्कीच स्वत:साठी बीएलटी करून घेतलं असणार.''

''बीएलटी म्हणजे?''

''अरे बेकन, लेट्यूस आणि टोमॅटो घालून सँडविच...हाहाहा!''

''लिव्हरचं (यकृत) सॉसेज खूप दिसतंय फ्रीजमध्ये. आईला आवडतं.''

''छी...मला नाही आवडत.''

''क्रीम, चीज आणि कांद्याबरोबर चांगलं लागतं ते.''

त्या दोघांनी भराभर सगळ्या वस्तू स्वयंपाकघरातल्या ओट्यावर मांडल्या. ओव्हनमधून ताजा पाव बाहेर काढून त्याचे काप केले. मंद भाजत ठेवलेल्या सफरचंदांचा वास घेण्यासाठी डेनीसनं ओव्हनमध्ये डोकावून वास घेतला. सँडीनं जेवणाच्या टेबलाकडे नजर टाकली. त्या टेबलावर मेगची पुस्तकं, कागद पसरले होते. तो म्हणाला, ''किती जास्त जागा अडवली आहे हिनं.''

तिची बाजू घेत डेनीस म्हणाला, ''अरे, ती कॉलेजात शिकते. आपल्याला तिच्याएवढा जास्त अभ्यास नसतो ना.''

''हो, बरोबर आहे रे. शिवाय रोज किती दूर जावं लागतं तिला. मला मुळीच आवडत नाही ते.''

''तिला गाडी चालवायला आवडतंच. त्यामुळे निदान ती लवकर घरी येते.'' त्या भल्यामोठ्या टेबलावर, त्याची पुस्तकं धपकन टाकत डेनीस म्हणाला.

सँडी, मेगच्या एका उघड्या पडलेल्या वहीचं पान वाचत उभा होता. तो म्हणाला, ''ए... हे बघ काय लिहिलंय. आपण कॉलेजमध्ये गेल्यावर

आपल्यालासुद्धा हे असलं काहीतरी फालतू शिकावं लागेल का रे? ऐक हं... सजीवांची निर्मिती होण्याआधी पॉलिमर्सचे प्रथिनरूपी पूर्वज अस्तित्वात होते हे तर अगदी स्पष्टच आहे, आणि म्हणूनच अगदी सुरुवातीस निर्माण झालेले सजीव अमिनो-अम्ल विरहित नव्हते, हेदेखील स्पष्ट होते... ती काय लिहिते, ते तिला तरी कळत असेल का रे? मला तर काहीच कळलं नाहीये.''

डेनीस मागचं पान उलटून म्हणाला, ''अरे, त्या लेखाचं शीर्षक तर बघ... 'बहुमूल्य प्रश्न : कोंबडी की अंडं, अमिनो आम्ले की त्यांचे पॉलिमर्स'... ती गणितात अत्यंत हुशार असेलही, पण अजूनही तिला नीट लिहिता येत नाहीये.''

''म्हणजे? ती कशाबद्दल लिहिते आहे, हे तुला कळलंय?'' सँडीनं विचारलं.

''अं... म्हणजे बऱ्यापैकी कल्पना आलीय मला. आई आणि बाबा रात्री जेवताना या अशाच गोष्टींबद्दल वाद घालत असतात ... पॉलिमर्स, आभासी कणांबद्दल, क्वेझर्सबद्दल...आणि तसलं बरंच काही.''

आपल्या जुळ्या भावाकडे बघत सँडीनं विचारलं, ''म्हणजे? तू ऐकतोस त्यांचं बोलणं?''

''हो...त्यात काय? का नाही ऐकायचं? अगदी निरुपयोगी वाटणारी बारीकशी माहिती केव्हा आपल्याच उपयोगी पडेल, काही सांगता येत नाही. ए...हे कसलं पुस्तक आहे? अरेच्या, हे तर प्लेगबद्दलचं पुस्तक आहे की. या घरातल्यांपैकी मला डॉक्टर बनायचं आहे.''

सँडीनं त्या पुस्तकावर नजर फिरवली. ''अरे बावळटा, ते वैद्यकीय माहितीचं पुस्तक नाहीये, त्यात ऐतिहासिक माहिती आहे.''

''ए... ऐक ना... साप कधीही वकिलांना का चावत नाहीत?'' डेनीसनं प्रश्न विचारला.

''मला नाही माहीत, आणि मला त्याची पर्वाही नाहीये.''

''बरं ... तुला वकील बनायचं आहे ना... मग सांग ना. साप कधीही वकिलांना का चावत नाहीत?''

''ए जाऊ दे रे... तूच सांग बरं, साप कधीही वकिलांना का चावत नाहीत?''

''व्यावसायिक सौजन्य म्हणून.''

वैतागानं सँडी म्हणाला, ''मोठाच विनोद केलास...हा हा.''

हॅमच्या एका जाडसर कापावर, मोहरीपूड फेसून त्यात व्हिनिगर घालून केलेली चटणी पसरत डेनीस म्हणाला, ''आपल्याला अजून कितीतरी शिक्षण घ्यायचं आहे, हा विचार मनात आला ना, की माझी तर जवळजवळ सगळी

भूकच गायब होते.''

''जवळजवळ सगळीच ना?''

''अं... म्हणजे अगदी तसंच काही नाही म्हणा...''

सँडविचसाठी आणखी काय वापरता येईल, ते बघायला सँडीनं फ्रीजचं दार उघडलं. तो म्हणाला, ''आपले सगळे कुटुंबीय मिळून जेवढं खातात ना, आपण दोघं त्यापेक्षाही जास्तच खात असतो. चार्ल्स वॉलेस तर काय...एखाद्या पक्ष्यानं दाणे टिपावे, तसं जेवतो. अर्थात... पक्ष्यांवरून आठवलं, आपण पक्ष्यांच्या टिकाऊ खाण्यावर जेवढा खर्च करतो ना, त्यावरून तरी पक्षी चांगलेच खादाड असतील, असंच वाटतं. मला काय म्हणायचंय, तुला कळतंय बहुधा.''

''अरे, निदान आता तो शाळेत व्यवस्थित जुळवून घेतोय, आणि इतर मुलं त्याला आधीसारखा त्रास तरी देत नाहीयेत.''

''अजूनही तो सहा वर्षांहून अधिक मोठा वाटत नाही, पण त्याला आपल्यापेक्षा कितीतरी जास्त माहिती आहे. आपण आपल्या कुटुंबीयांच्या मानानं अगदीच मामुली आहोत.''

''आपल्या कुटुंबात आपल्यासारखी सामान्य मामुली मुलं असायला हवीत, आणि आपण काही मठ्ठ मुलं नाही आहोत. जर मी डॉक्टर, आणि तू वकील होणार असू, तर मग ते शिक्षण घेऊ शकण्याइतपत हुशारी आपल्यात नक्कीच आहे. मला काहीतरी छान पेय प्यायचंय, तहान लागलीय.''

सँडीनं स्वयंपाकघराच्या दाराच्या वर असलेलं कपाट उघडलं. मागच्या वर्षी त्यांना हे कपाट स्टुलावर चढून उघडावं लागायचं, आता मात्र अगदी सहजगत्या ते उघडता येत होतं. कपाटातले डाळी, बार्ली, राजमा असं वेगवेगळं धान्य भरलेले डबे, ट्युना आणि सामन माशांचे हवाबंद डबे इकडेतिकडे हलवत सँडी म्हणाला, ''ए, तो डच कोको कुठे आहे? मला तो हवाय.''

''अरे, तो नक्कीच आईच्या प्रयोगशाळेत असणार. चल बघूया,'' डेनीस हॅमचे पातळ काप करत म्हणाला.

शेपूची पानं घातलेल्या काकडीच्या लोणच्याचा एक मोठा तुकडा सँडीनं तोंडात टाकला. तो म्हणाला, ''आधी सँडविचेस बनवायचं काम पूर्ण करूया.''

''चालेल. आधी खाऊया.''

साधारण इंचभर जाड सँडविचेस हातात घेऊन खातखात ते दोघे कोठीघरातून प्रयोगशाळेत गेले. खूप जुनं घर होतं ते. आधी, शतकाच्या सुरुवातीच्या काळात, ते एक दुग्धव्यवसाय केंद्र होतं. त्या काळी आईच्या प्रयोगशाळेच्या जागी दूध, लोणी, अंडी अशा पदार्थांची साठवण केली जाई. तिथे एका कोपऱ्यात ताक घुसळून लोणी काढायचा एक मोठा डेरा होता. आता तो डेरा

दिवा ठेवण्यासाठी वापरला जात होता. तिथला दगडी सिंक असलेला ओटा आता प्रयोगशाळेतील उपकरणे ठेवायला उपयोगी पडत होता. आता त्या ओट्यावर एक प्रचंड मोठा सूक्ष्मदर्शक होता, एक विचित्र दिसणारं उपकरण होतं... त्याच्याबद्दल फक्त आईलाच माहीत होतं, आणि एक जुन्या प्रकारचा बन्सेन बर्नर होता. त्या बन्सेन बर्नरवर एक घरी बनवलेली तिवई ठेवलेली होती आणि त्या तिवईवर एका काळ्या किटलीत काहीतरी संथपणे उकळत होतं.

सँडी खूश होऊन त्याचा वास घेत म्हणाला, ''मिश्र भाज्या आणि मांसाचे तुकडे घातलेला रस्सा आहे.''

''आपण त्याला फ्रेंच भाषेत 'बुफ बरगीन्यॉन' असं म्हणायला हवं.'' डेनीसनं हात उंचावून सिंकवरच्या शेल्फमधून एक चौकोनी डबा काढला आणि म्हणाला, ''हा बघ कोको. आई-बाबांना रात्री झोपण्याआधी कोको प्यायला आवडतं.''

''बाबा घरी कधी येणार आहेत रे?'' डेनीसनं विचारलं.

''बहुतेक उद्या रात्री, आई सांगत होती.''

तोंडात सँडविचचा घास भरून सँडीनं आपले हात चुलीपाशी धरले, आणि म्हणाला, ''आपल्याकडे गाडी चालवायचा परवाना असता ना, तर आपण त्यांना भेटायला विमानतळावर गेलो असतो.'' ती चूल खोली गरम ठेवण्यासाठी वापरली जात असे.

''आपल्याला चांगल्या प्रकारे गाडी चालवता येतेच.'' डेनीसला मान्य झालं.

सँडीनं सँडविचचा एक मोठा तुकडा तोंडात कोंबला, आणि तो प्रयोगशाळेच्या दुसऱ्या बाजूला असलेल्या कोपऱ्यात चालत गेला. तिथे एक वेगळाच, अजिबात सामान्य न दिसणारा अनोखा संगणक ठेवला होता. त्यानं विचारलं, ''बाबांनी हे यंत्र इथे केव्हा ठेवलं रे?''

''मागच्या आठवड्यात. आईला फारसं आवडलं नाही म्हणा.''

''हो...ही तिची प्रयोगशाळा आहे ना,'' सँडी म्हणाला.

''बाबा काय काम करतायत त्याच्यावर?'' डेनीसनं प्रश्न केला.

''बाबा नेहमीच छान समजावून सांगतात, अगदी मला त्यातलं फारसं काही कळलं नाही, तरीही. काहीतरी टेसरिंग, रेड-शिफ्टिंग, स्पेस/टाइम कन्टिन्युअम असलंच काहीबाही.'' सँडी त्या संगणकाच्या कीबोर्डकडे एकटक बघत होता. या संगणकाच्या कीबोर्डवर, सामान्यपणे असतात, तशा वेगवेगळ्या कीजच्या चार ओळी नसून आठ ओळी होत्या. तो म्हणाला, ''यातल्या निम्म्या

कीजवर ग्रीक चिन्हं आहेत. म्हणजे अक्षरशः ग्रीक भाषेतली.''

हातातल्या सँडविचचा शेवटचा तुकडा तोंडात कोंबत डेनीस त्याच्या भावाच्या खांद्यावरून डोकावून बघू लागला. तो म्हणाला, ''अं... आपण विज्ञान शिकताना शिकलो ती चिन्हं मला साधारणपणे ओळखू येतायत. ए... तिथे हिब्रू भाषेतलं दिसतंय, आणि हे... हे सीरिलिक दिसतंय. या कीज कशासाठी आहेत, मला तर काहीच कळत नाहीये.''

सँडीनं खाली, जमिनीकडे नजर टाकली. मोठमोठ्या दगडी फरशा जमिनीवर लावल्या होत्या. सिंकजवळ आणि चामड्याच्या जुनाट खुर्चीच्या पायाशी एक एक लहानसंच, पण जाड जाजम टाकलं होतं. सँडी म्हणाला, ''हिवाळ्यात आई इथे कशी काम करते रे?''

थंडीनं डेनीसच्या अंगावर शहारा आला. तो म्हणाला, ''ती एस्किमो लोक घालतात तसे कपडे घालते आणि इथे काम करते.'' त्यानं संगणकाचा कीबोर्ड वापरून, खटाखट वेगवेगळ्या कीज दाबून टाइप केलं : ''मला कुठेतरी उबदार ठिकाणी घेऊन जा.''

''ए... अरे, त्याच्याशी नसता कारभार करायला नको हं आपण,'' सँडीनं बजावलं.

''अच्छा? काय होईल रे? तुला काय वाटतंय, त्या अल्लादिनच्या जादूच्या दिव्यातल्या राक्षसासारखा, या संगणकातून राक्षस येईल? अरे बाबा, हा फक्त एक संगणक आहे. त्यासाठी योग्य ती आज्ञावली तयार करावी लागते, त्याशिवाय तो संगणक काहीही करू शकत नाही.''

''बरं तर मग,'' सँडी त्याची बोटं कीबोर्डवर ठेवत म्हणाला. ''पण खूप लोकांना वाटतं हं... की संगणकातदेखील जीव असतो असं... म्हणजे खरंच... त्या अल्लादिनच्या राक्षसासारखं.'' त्यानंही कीबोर्डवरच्या कीज दाबत डेनीसच्याच वाक्यात भर घालून पुढे टाइप केलं : ''कुठेतरी उबदार आणि अतिशय तुरळक लोकवस्ती असलेल्या ठिकाणी.''

त्याला बाजूला सारत डेनीसनं त्यात आणखी भर घालत टाइप केलं : ''दमटपणा खूप कमी असलेल्या ठिकाणी.''

संगणकापासून दूर होत सँडी म्हणाला, ''ए, ते जाऊ दे, चल आपण कोको बनवू.''

''हो, चालेल,'' डेनीस ओट्यावर ठेवलेला कोकोचा लाल डबा उचलत म्हणाला. ''बन्सेन बर्नरवर आईनं रस्सा शिजत ठेवलाय. आपण स्वयंपाकघरात जाऊन कोको बनवू.''

''हो, चालेल. आणि स्वयंपाकघर इथल्यापेक्षा उबदारही आहे.''

"मला आणखी एक सँडविच चालेल. ते सगळे इथून लांब, गावात गेलेत. त्यांना घरी यायला उशीर होऊ शकतो, आणि मग जेवायलाही उशीरच होईल बहुदा."

बाहेर येऊन त्यांनी प्रयोगशाळेचं दार बंद केलं. सँडीचं लक्ष दाराकडे गेलं, आणि दाराकडे बोट दाखवत तो म्हणाला, "ए... अरे, हे बघ काय...हे आपल्याला दिसलंच नाही की!" दारावर एक चिठ्ठी चिकटवली होती : प्रयोग सुरू आहे. प्लीज दूरच राहा, आत येऊ नका.

"अरे बापरे... आपल्या उचापतींमुळे चालू प्रयोगात बिघाड झाला नसेल, तर बरं होईल."

"आई आली की तिला सगळं सांगून टाकू. तेच बरं."

"ती चिठ्ठी आपल्याला कशी दिसली नाही?"

"आपण सँडविचेस खाण्यात मग्न झालो होतो ना, लक्षच गेलं नाही."

हॉल ओलांडून डेनीसनं स्वयंपाकघराचं दार उघडलं, आणि त्या क्षणी अतिप्रचंड उष्ण हवेचा झोत त्याच्या अंगावर आला. "ए... अरे काय हे!" त्यानं मागे सरायचा प्रयत्न केला, पण सँडी त्याच्या अगदी मागेच, जवळ उभा होता.

सँडी ओरडला, "आग!... आग!... ते आग विझवण्याचं अग्निशामक कुठे आहे? ते आण!"

"अरे, खूप उशीर झालाय त्याला! आणि आधी आपण बाहेर पडायला हवं..." स्वयंपाकघराचं दार त्यांच्या मागे खाडकन बंद झालं. "ए... अरे, बाहेर पडायलाच हवं..."

"मला आपल्या घरातला अग्निशामक सापडत नाहीये!" सँडी ओरडला.

धुराच्या लोटांमुळे सगळीकडे दाट धुकं पसरल्यागत झालं होतं. हातांनी चाचपडत डेनीस ओरडला, "अरे, मला तर भिंतसुद्धा सापडत नाहीये." तो त्या धुक्यात इकडेतिकडे चाचपडून बघत होता, पण त्याच्या हाताला काहीही लागलं नाही.

आणि मग अतिप्रचंड स्फोट झाल्यासारखा कानठळ्या बसवणारा आवाज आला.

मग अगदी पूर्ण, नीरव शांतता.

हळूहळू ते धुकं विरळ होऊ लागलं.

सँडीचा, वयानुसार बदलू लागलेला आवाज ओरडल्यामुळे चिरकत होता. "ए...अरे, काय चाललंय हे?" तो जोरात ओरडला.

डेनीसचाही आवाज बदलू लागला होता. त्याचंही तसंच चिरकत्या आवाजातलं

ओरडणं ऐकू आलं, "अरे... कुठे आहे ... काय झालंय..."

"तो कसला स्फोट झाला होता?"

"ए, काय हे!"

त्यांनी इकडेतिकडे पाहिलं, पण त्यांना ओळखीचं काहीच दिसेना. स्वयंपाकघराचं दार, स्वयंपाकघर, अगदी काहीही नव्हतं तिथे. शेकोटी नाही, त्यात जळणारी लाकडं नाहीत, टेबल नाही, त्यावरची छानशा तजेलदार रंगांची जिरॅनियमची फुलं असलेली फुलदाणीही नाही. छत किंवा छतावर टांगलेल्या लाल मिरच्या, पांढराशुभ्र लसूण यांच्या रांगाही नाहीत. जमीन नाही, त्यावरचं रंगीबेरंगी विणलेलं जाजमही नाही... अगदी काहीही नाही. आता ते दोघे तापत्या वाळूत उभे होते. त्या पांढऱ्या वाळूचे पायाला चटके बसत होते. आकाशात सूर्य प्रचंड तेजानं तळपत होता. त्यामुळे आकाशाला निळ्या रंगाऐवजी तांबूस छटा आलेली होती. अगदी या क्षितिजापासून त्या क्षितिजापर्यंत फक्त आणि फक्त वाळू आणि तळपतं आकाश दिसत होतं, दुसरंतिसरं काहीही नाही.

"आपलं घर ठीक आहे ना?" सँडीनं कापत्या आवाजात विचारलं.

"मला वाटतंय, आपण नीट घराच्या आत गेलोच नव्हतो..."

"घराला आग लागली होती का रे?"

"नाही. मला वाटतंय... आपण दार उघडलं, आणि क्षणार्धात इथे येऊन पोचलो."

"आणि त्या धुक्याचं काय? ते कुठून आलं?"

"आणि तो स्फोटाचा आवाज?"

"आणि बाबांच्या संगणकाचं काय?"

"अरे बापरे... आपण काय करायचं आता?". डेनीसचा खर्जातला आवाज हळूहळू चढत जाऊन चिरकला.

"घाबरून जाऊ नकोस," सँडीनं बजावलं. पण त्याचाही आवाज कापत होता.

दोन्ही मुलं घाबरून इकडेतिकडे पाहू लागली. सूर्य जणू निगरगट्ट होऊन आग ओकत होता. घराकडे असलेल्या बर्फाळ थंडीनंतर अचानक एवढा प्रचंड उष्मा त्रासदायक वाटत होता. वाळूत अभ्रकाचे कणदेखील होते. सूर्यप्रकाश पडून ते प्रखरतेनं चमकत होते. "ए...अरे, आपण काय करणार आहोत रे आता?" डेनीसचा आवाज पुन्हा चिरकला.

शांत राहण्याचा प्रयत्न करत सँडी म्हणाला, "आपणच काहीबाही उद्योग करत असतो, आठवतंय?"

कडवटपणे डेनीस म्हणाला, ''हो ना, आत्ता तेच केलं की आपण. आपण स्वत:लाच उडवून लावलं, आणि इथे आणलं ... म्हणजे ही जी कुठली जागा असेल, तिथे.''

ते कबूल करत सँडी म्हणाला, ''खरंच रे, मूर्ख आहोत आपण. फारच मोठा मूर्खपणा केला आपण. चालू प्रयोगात ढवळाढवळ करून बिघडवून टाकलं सगळं.''

''आपल्याला तो प्रयोग सुरू असल्याचं माहीत नव्हतं, एवढंच.''

''अरे, पण बाबांच्या संगणकाला हात लावण्याआधी आपण थोडा तरी विचार करायला हवा होता ना.''

डेनीस आजूबाजूला, आकाशाकडे, खालच्या वाळूकडे भिरभिरत्या नजरेनं पाहू लागला. कडाक्याच्या उन्हामुळे वाळू आणि आकाश, दोन्ही चांगलंच चमकत होतं. ''बाबा कसला प्रयोग करत होते? तुला काही कल्पना आहे का? खरंच, आपल्याला जर माहीत असतं ना...''

''अंतराळ-प्रवास. टेसरिंग, प्रकाशाच्या वेगापेक्षाही जास्त वेगानं प्रवास करणं... तुला तर माहितीये की,'' चिंतेत पडल्यामुळे तो चिडचिडा झाला होता.

डोक्यावर कडक ऊन पडलं होतं. घामाघूम झालेल्या सँडीनं डोळ्यांभोवती जमा झालेला घाम पुसत म्हटलं, ''आपण तो डच कोको बनवायचा विचारच केला नसता, तर किती बरं झालं असतं.''

डेनीसनं पिळाची वीण असलेला जाड स्वेटर अंगात घातला होता. तो स्वेटर काढून टाकत त्यानं कोरड्या पडलेल्या ओठांवरून जीभ फिरवली, आणि कुरकुरत म्हणाला, ''हो ना. त्याऐवजी लिंबूसरबत चाललं असतं.''

सँडीनंही अंगातला स्वेटर काढून टाकला. ''आपण जे मागितलं होतं, तेच मिळालं, हो की नाही? ऊब, अगदी कमी आर्द्रता, तुरळक लोकवस्ती... हेच टाइप केलं की आपण.''

तळपत्या उन्हामुळे डोळे बारीक करून इकडेतिकडे बघत डेनीस म्हणाला, ''अरे, 'तुरळक लोकवस्ती' या शब्दाचा अर्थ म्हणजे 'अगदी कुणीच नाही' असा नसतो.''

सँडी त्याच्या चौकडीच्या फ्लॅनेलच्या शर्टाची बटनं काढत म्हणाला, ''मला वाटलं होतं, की एखाद्या समुद्रकिनाऱ्याचं वर्णन आपण टाइप केलं.''

''नाही रे! आपण बाबांच्या संगणकावर तसं टाइप केलं नव्हतं. आपण फक्त 'तुरळक लोकवस्ती' एवढंच टाइप केलं. आपण एखाद्या मृत ग्रहावर तर येऊन पडलो नसू ना? तुला काय वाटतं? म्हणजे असा ग्रह, की ज्याचा

सूर्य स्फोट पावण्याआधीच्या 'रेड-जायंट' या अवस्थेत असेल?''

रणरणतं ऊन असूनही सँडीच्या अंगावर काटा आला. त्यानं सूर्याकडे कशीबशी नजर टाकली, आणि लगेच खाली वळवली. तो म्हणाला, ''अं...नाही, तसं नसेल. 'रेड-जायंट' या अवस्थेत असलेला सूर्य यापेक्षा कितीतरी मोठा असेल. हा सूर्य आपल्या सूर्यापेक्षा मोठा वाटत नाहीये. वाळवंटात चित्रीकरण केलेल्या अनेक चित्रपटांमध्ये हा असाच सूर्य दिसतो. आपण पाहिलंय की!''

''म्हणजे हा आपला सूर्य असेल का रे? तुला काय वाटतंय?'' डेनीसनं आशेनं विचारलं.

खांदे उडवत सँडी म्हणाला, ''अरे, कुठेही असू शकतो आपण, अंतराळात अगदी कुठेही. आपल्याला जर त्या संगणकाच्या कीबोर्डशी खेळच करायचा होता, तर आपण तशा नीट, स्पष्ट सूचना टाइप करायला हव्या होत्या. म्हणजे ठिकाणाचं नाव वगैरे स्पष्टपणे द्यायला हवं होतं, नुसतं बाली किंवा फिजी एवढंच पुरलं असतं. बाली, किंवा फिजी आणि सुंदर लोक, किंवा तेही नाही. बस, एवढंच.''

''मला तर आत्ता, अगदी लगेचच एखादी सुंदर व्यक्ती दिसायला हवी आहे. आपण जे काय केलं ते केलं नसतं, तर फार बरं झालं असतं.'' डेनीसनं त्याचा बंद गळ्याचा सुती शर्टही काढून टाकला. आता तो फक्त बनियन आणि पांढऱ्या अर्ध्या चड्डीवर उभा होता.

सँडी एक पाय उचलून त्याची लोकरी पँट काढू लागला. मधेच त्याची नजर तळपत्या सूर्याकडे गेली, आणि त्यानं लगेच डोळे बंद केले. तो म्हणाला, ''दात तपासून घरी आल्यावर सगळे शोधतील आपल्याला.''

''पण कुठे शोधावं, हे त्यांना कळणारच नाही. खरंच, आईला आपल्यापेक्षा जास्त समज आहे. ती बाबांच्या कोणत्याही गोष्टीला न सांगता, न विचारता कधीही हात लावत नाही. अगदी बाबा तिच्या शेजारीच असले, तरच फक्त हात लावते ती.''

''अरे, आईला खगोलविज्ञानात रस नाहीये. तिचं आभासी कण, आणि तसल्याच गोष्टींबद्दल संशोधन चालू आहे.''

''हो, पण तिला आपली आठवण येईल रे.''

''उद्या बाबा घरी येतीलच'' सँडी म्हणाला. तोही आता नुसतंच बनियन आणि अर्धी चड्डी घालून उभा होता.

डेनीसनं त्याचे कपडे उचलून त्या कपड्यांची गुंडाळी केली. तो म्हणाला, ''आपल्याला लगेचच सावली सापडली नाही ना, तर आपल्याला अर्ध्या तासांत यांतले काही कपडे अंगावर घालावे लागतील, नाहीतर या कडाक्याच्या उन्हामुळे

आपली त्वचा होरपळून निघेल.''

''सावली...'' वैतागलेला सँडी दूर क्षितिजाकडे बघत म्हणाला, ''ए डेन! तिथे दूरवर पाम वृक्ष दिसतोय का रे?''

कपाळावर भुवयांपाशी आडवा हात ठेवत डेनीस बघू लागला. ''कुठे आहे रे?''

''ते बघ ना... तिथे... लांब आहे.''

''अं... वाटतंय खरं, पण नाही. अरे, हो की... आहे तिथे.''

''चल, तिकडे जाऊया.''

''बरं झालं रे बाबा. निदान काहीतरी करायला मिळालं.'' कष्टानं पाय ओढत तो चालू लागला. तो म्हणाला, ''आपण घराबाहेर पडलो, तेव्हाचीच वेळ आत्ता इथे असली ...''

''आपल्या घराकडे तेव्हा हिवाळा सुरू होता. सूर्य मावळायला लागला होता.'' प्रचंड उन्हाची तिरीप येत असल्यामुळे सँडीला डोळे बारीक करावे लागत होते.

त्यांच्या सावल्यांकडे डेनीसनं बोट दाखवलं. सावल्या लांबलचक आणि सडपातळ दिसत होत्या. डेनीस म्हणाला, ''सूर्य आपल्या जराशा मागच्या बाजूला आहे ... आपण बहुधा पूर्वेच्या दिशेनं चालत असू... अर्थात जर हा सूर्य, आपल्या सूर्यासारखाच असला तरच हं.''

सँडीनं विचारलं, ''तू घाबरला आहेस का रे? मला तर भीती वाटतेय बाबा. आपण खरंच स्वतःच संकट ओढवून घेतलं आहे हं.''

डेनीस काहीही बोलला नाही. दोघेही कसेबसे पाय ओढत चालत राहिले. त्यांच्या पायात बूट-मोजे तसेच राहिले होते. डेनीसनं सुचवलं, ''अनवाणी चालणं बहुतेक सोपं जाईल.''

सँडीनं खाली वाकून वाळूला हात लावून पाहिला, आणि मान हलवत म्हणाला, ''हात लावून बघ. अनवाणी चाललो तर पायाला चटके बसतील. किती गरम आहे.''

''ते पामचं झाड अजून दिसतंय का रे?''

''हो, वाटतंय तरी.''

काहीही न बोलता ते वाळूतून चालत राहिले. काही मिनिटांनंतर पायांना वाळूखाली टणक जमीन जाणवू लागली. वाळूखाली दगडी जमीन होती.

''हे जरा तरी बरंय,'' सँडी म्हणाला.

''ए... अरे, हे काय?''

पायांखालची जमीन थरथरायला लागली होती. तोल सांभाळण्यासाठी डेनीस

हवेत हात पसरून वेडेवाकडे हलवायला लागला, पण तरी जमिनीवर पडलाच. "काय आहे हे? भूकंप? का दुसरं काही?"

सँडीही जमिनीवर आपटला. त्यांच्या अंगाखालचे, खडक एकमेकांवर आपटून घासले गेल्याचा, आणि गडगडाटी गर्जनेसारखा खोल आवाज ऐकू येऊ लागला. अचानक थोड्याच वेळात सगळं अगदी पूर्ण शांत झालं. पायाखालची जमीन स्थिर झाली. एखादा मिनिटभरच तो भूकंप टिकला, पण त्यामुळे खडकाळ जमिनीचा एक चांगलाच मोठा सुळका वर ढकलला गेला. त्यामुळे जमिनीवर साधारण सहा फूट उंचीचा डोंगरकडा तयार झाला. त्याच्यावर पट्टे होते आणि नुकताच वर आल्याने तो अगदी पूर्णपणे प्राकृतिक दिसत होता. पण तरीही त्यामुळे या मुलांना सावली मिळाली.

दोघांनी उठून त्या सावलीकडे धाव घेतली. सँडीनं नुकत्याच वर आलेल्या त्या खडकाळ कड्याला हात लावला, छान गार होता तो कडा. "आपल्याला मिनिटभर बसता येईल इथे..." तो म्हणाला.

अजूनही ऊन चांगलंच तळपत होतं, पण जमिनीतून वर आलेला कड्याचा पायथा थंड होता. या सावलीचा गारवा इतका सुखद वाटत होता, की ते दोघे एक शब्दही न बोलता शांतपणे बसून राहिले. दोघं अत्यंत घामाघूम झाले होते, घाम डोक्यावरून ओघळून डोळ्यांत जात होता. ते मात्र अगदी स्थिर बसून, त्या सावलीचा जास्तीतजास्त लाभ मिळवत राहिले.

सरतेशेवटी सँडी बोलू लागला, "आता पुढे काय होईल, मला माहीत नाही; पण आता काहीही झालं तरी मला त्याचं फारसं नवल वाटणार नाही. आपण नक्की बाबांच्याच प्रयोगात ढवळाढवळ केली ना? तुला खात्री आहे? का तो प्रयोग आईचा असू शकेल?"

"नाही रे! आई काहीतरी सबअ‍ॅटॉमिक पार्टिकल्सबद्दल संशोधन करतेय," डेनीस म्हणाला. "काल रात्री जेवताना आई जवळपास सगळा वेळ त्या आभासी कणांबद्दलच बोलत होती."

"मला तर वेड्यासारखंच वाटलं ते. जिवंतपणाची प्रवृत्ती असलेले सूक्ष्म कण," सँडी म्हणाला.

मान डोलावत डेनीस म्हणाला, "हो रे, बरोबर आहे. आभासी कण. तू म्हणालास तसं...अस्तित्वात असण्याची प्रवृत्ती असलेले सूक्ष्म कण."

सँडी मान हलवत म्हणाला, "आईचे जवळजवळ सगळे सबअ‍ॅटॉमिक प्रयोग ना इतके ... अं... काय म्हणायचं... इतके अतिसूक्ष्म प्रकारचे असतात, की आपण प्रयोगशाळेत गेल्यानं काही फरक पडला नसेल."

"पण कदाचित जर ती आभासी कण शोधत असेल तर..." डेनीसला

जरा आशा वाटली.

"नाही रे! हा प्रयोग बाबांचाच वाटतोय. तो आईचा प्रयोग असावा ... असं वाटल्यामुळे मी विचारलं. अरे, पण दारावर चिकटवलेली ती चिठ्ठी आपल्याला का दिसली नाही?"

"हो ना. का नाही दिसली?"

"आपले आई-बाबा सर्वसामान्य माणसांसारखी कामं करणारे असते तर बरं झालं असतं ना," सँडी तक्रारीच्या सुरात बोलत होता. "म्हणजे बाबा प्लंबर असते, किंवा साधे इलेक्ट्रिशियन असते, आणि आई एखाद्या कार्यालयात कुणाचीतरी सेक्रेटरी असती, तर आपल्यासाठी बरंचसं सोपं झालं असतं."

डेनीसला ते मान्य झालं. "हो ना. आणि आपल्यालाही इतके उत्तम खेळाडू, शाळेतले उत्तम विद्यार्थी बनणं भाग पडलं नसतं. आणि..." जमीन पुन्हा थरथरायला लागल्यानं त्याचं वाक्य अर्धवटच राहिलं. अगदी हलकासा थरथराट होता तो, दगडांची हालचालही झाली नाही, पण दोन्ही मुलं मात्र टुणकन उठली.

"ए... अरे..." सँडीची उडी डेनीसच्या अंगावर गेल्यामुळे डेनीस आडवा पडला.

त्या खडकाळ कड्याच्या मागून, एक अगदी लहानखुरा माणूस बाहेर आला. साधारणपणे चार फूट उंचीचा असेल तो. लहान मूल नव्हता तो. त्याचे स्नायू चांगले पिळदार होते, उन्हात रापल्याने त्याचा रंग काळसर झाला होता, आणि त्याला चांगल्याच लांबलचक दाढी-मिश्या होत्या. त्यानं कमरेभोवती एक फडकं गुंडाळलं होतं, आणि कमरेला एक लहानसा बटवा अडकवलेला होता. त्याला जेव्हा ही दोन्ही मुलं दिसली, तेव्हा त्याचा हात सजगतेनं पटकन कमरेच्या बटव्याकडे गेला.

"ए... थांब," सँडी आपले दोन्ही हात वर करत म्हणाला.

डेनीसही हात वर करून म्हणाला, "आम्ही तुला इजा करणार नाही काही."

"तू कोण आहेस?" सँडीनं विचारलं.

"आणि आम्ही कुठे आहोत?" डेनीसनं प्रश्नात भर टाकली.

तो लहानखुरा माणूस दोघांकडे भयमिश्रित कुतूहलानं बघतच राहिला, आणि एकदम ओरडला, "राक्षस! अवाढव्य राक्षस!" त्याचा आवाज पूर्ण वाढ झालेल्या तरुण माणसाच्या आवाजासारखा होता. सँडी आणि डेनीसच्या आवाजापेक्षा भरदार आवाज होता त्याचा.

डोकं हलवत सँडी म्हणाला, "आम्ही राक्षस नाही आहोत."

"आम्ही तर मुलं आहोत," डेनीसनं त्याला दुजोरा दिला. "तू कोण आहेस?"

आपल्या कपाळाला हलकेच हात लावून तो तरुण म्हणाला, "जॅफेथ."

"हे तुझं नाव आहे?" सँडीनं विचारलं.

त्यानं पुन्हा कपाळाला हात लावून म्हटलं, "जॅफेथ."

"ही बहुतेक त्यांच्या देशाची प्रथा असेल... म्हणजे या ब्रह्मांडात जिथे कुठे असेल तिथली प्रथा." सँडीच्या मनात आलं. त्यानंदेखील आपल्या कपाळाला हात लावत म्हटलं, "अलेक्झांडर. सँडी म्हणतात मला."

कपाळाला हात लावून डेनीसही म्हणाला, "डेनीस."

त्या तरुणानं म्हटलं, "महाकाय राक्षस."

"नाही," सँडीनं चुकीची दुरुस्ती केली आणि म्हणाला, "मुलगे."

त्या तरुणानं आपलं डोकं चोळलं. तिथे एक जांभळट टेंगूळ आलं होतं. तो म्हणाला, "दगड लागला. म्हणूनच मला दोन दोन दिसतंय."

"जॅफेथ?" सँडीनं विचारलं.

त्या तरुणानं मान डोलावली. तो म्हणाला, "तुम्ही दोन आहात? का एकच?" गोंधळून गेल्यामुळे त्यानं डोळे चोळून पाहिलं.

सँडीनं सांगितलं, "दोन. आम्ही जुळे भाऊ आहोत. मी सँडी, आणि हा डेनीस."

"जुळे भाऊ?" जॅफेथनं विचारलं. त्याचा हात पुन्हा एकदा कमरेच्या बटव्याकडे गेला. त्या बटव्यात साधारण दोन इंच लांबीचे, छोटेछोटे बाण होते.

डेनीसनं हाताचे पंजे पसरत सांगितलं, "जुळे भाऊ म्हणजे...अं..." तो शास्त्रीय माहिती सांगायचा प्रयत्न करू लागला, पण मधेच थांबला...तो शांतपणे म्हणाला, "म्हणजे जेव्हा आईला, एका वेळी एक मूल होण्याऐवजी दोन मुलं होतात ना, त्या मुलांना जुळे असं म्हणतात."

"म्हणजे तुम्ही प्राणी आहात का?"

डोकं हलवत सँडी म्हणाला, "अरे, आम्ही मुलगे आहोत." त्याला पुढे "तू कोण आहेस?" हा प्रश्न विचारायचा होता, पण तेवढ्यात त्याला जॅफेथच्या त्या बटव्याजवळ एक छोटंसं धनुष्य अडकवलेलं दिसलं.

त्या दोघांकडे शंकेखोर नजरेनं बघत जॅफेथ म्हणाला, "नाही, नाही. फक्त राक्षसच तुमच्याएवढे उंच असतात, आणि सेराफिम आणि नेफिलिमसुद्धा. पण तुम्हाला तर पंख नाहीयेत."

'आता हे पंखांचं काय नवीन?' डेनीसच्या मनात आलं. त्यानं विचारलं,

"प्लीज ज... अं... जे ... सांग ना रे... आम्ही कुठे आहोत? ही जागा कोणती आहे?"

"हे वाळवंट आहे. मी राहत असलेल्या मरुवनापासून, म्हणजेच वैराण वाळवंटातील जलाशय आणि हिरवळीच्या भागापासून, साधारण एक तासाच्या अंतरावर आहे ही जागा. तो खाली वाकला आणि त्यानं खाली पडलेली लाकडाची एक लवचिक काठी उचलली. तो म्हणाला, "हे गोफर लाकूड आहे. हे जमिनीखालचं पाणी शोधण्यासाठी फार उत्तम असतं, आणि माझ्यापाशी माझ्या आजोबांचा..." बोलताबोलता तो मधेच थांबला, आणि त्यानं हाक मारली, "हिगेयॉन! हिग! तू कुठे आहेस?" दोघे जुळे भाऊ त्यांच्या कुत्र्याला जशी हाक मारायचे, जॅफेथनं आत्ता तशीच हाक मारली होती. "त्याला जर काही झालं ना... तर माझे आजोबा तर... आता तसे प्राणी किती कमी शिल्लक राहिले आहेत..." त्यानं पुन्हा हाक मारली, "हिगेयॉन!"

वर आलेल्या खडकाच्या मागून एक राखाडी रंगाचं, नळीसारखं काहीतरी नागमोडी चालीनं बाहेर आलं. दोन्ही मुलांना तो आधी साप वाटला, पण मग त्याच्यामागोमाग एक डोकं बाहेर आलं. चमकदार, काळेभोर लहानसे डोळे होते त्याला, आणि भलेमोठे पंख्यासारखे कान. जाडजूड शरीरावर राखी रंगाच्या केसांचं आवरण होतं, आणि बारीकशी दोरीसारखी शेपूट होती.

"हिगेयॉन!" त्या तरुणाला आनंद झाला. तो म्हणाला, "मी बोलावल्यावर लगेच का नाही आलास रे?"

त्या प्राण्यानं आपली लवचिक सोंड या मुलांच्या दिशेनं रोखली. लहानशा कुत्र्याएवढा किंवा मोठ्या मांजराएवढा होता तो प्राणी.

जॅफेथनं त्याच्या डोक्यावर थोपटलं. तोही इतका बुटका होता, की त्याला थोपटण्यासाठी वाकावं लागतच नव्हतं. जॅफेथ म्हणाला, "तू ठीक आहेस... एल देवाचे आभारच मानायला हवेत." जुळ्या मुलांकडे बोट दाखवून त्यानं सांगितलं, "ते मित्रासारखे वाटतायत. ते राक्षस नाहीयेत, असं त्यांनी सांगितलं आहे, आणि जरी ते सेराफिम किंवा नेफिलिमएवढे उंच असले, तरी ते त्यांच्यापैकी वाटत नाहीत."

जरासं बिचकत तो प्राणी सँडीजवळ गेला. सँडी गुडघा टेकवून खाली बसला. त्यानं आपला हात, त्या प्राण्याला वास घेता यावा म्हणून, पुढे केला. मग अगदी हळूच तो त्या प्राण्याची केसाळ छाती खाजवल्यासारखी कुरवाळू लागला. घरी तो त्यांच्या कुत्र्याची छाती अशीच कुरवाळत असे. त्याच्या या कृतीमुळे तो प्राणी जरा शांत झाला. सँडीनं जॅफेथला विचारलं, "सेराफिम म्हणजे काय?"

“आणि नेफिलिम?” डेनीसनं विचारलं. त्याच्या मनात आलं, “जर हे सेराफिम आणि नेफिलिम लोक आपल्याएवढे उंच असतील तर त्यांच्याबद्दल माहिती घेतल्यामुळे, कदाचित आपण दोघे कुठे येऊन पडलो आहोत, याची जरा तरी कल्पना येऊ शकेल.”

“अरे, ते खूप उंच असतात. तुमच्यासारखे उंच असतात, पण वेगळे असतात. त्यांना छानदार मजबूत पंख असतात. बरेच लांबसडक केस असतात. आणि त्यांची शरीरं...केसाळ नसतात. तुमच्यासारखीच असतात. सेराफिम सोनेरी रंगाचे असतात आणि नेफिलिम शुभ्र, चंदेरी... अगदी वाळूपेक्षाही पांढरेशुभ्र. तुमची त्वचा ... वेगळीच आहे हं. निस्तेज, गुळगुळीत, जणू कधी उन्हात न गेल्यासारखी...किंवा कधीही सूर्य न पाहिल्यासारखी.”

“आमच्या घराकडे अजून हिवाळा सुरू आहे. उन्हाळ्यात आम्ही जेव्हा उन्हात जाऊन काम करतो, तेव्हा आमची त्वचाही उन्हाने काळवंडते,” सँडीनं समजावून सांगितलं.

डेनीसनं प्रश्न केला, “हा जो तुमचा लहानसा प्राणी आहे ना, तो साधारणपणे हत्तीसारखा दिसतोय, पण नक्की काय आहे तो?”

त्या प्राण्याच्या पाठीवर एक लाडिक चापट मारत जॅफेथ म्हणाला, “तो मॅमथ आहे.”

हिगेयॉनला कुरवाळणारा सँडीचा हात एकदम मागे झाला. त्यानं विचारलं, “अरे, पण मॅमथ तर अगडबंब आकाराचे असतात ना!”

घरी पुस्तकात पाहिलेलं मॅमथचं चित्र डेनीसच्या डोळ्यांसमोर आलं. चित्रातला मॅमथ तर त्या जॅफेथच्या प्राण्यासारखाच दिसत होता. जॅफेथ हाच मुळी एका पूर्ण वाढलेल्या ताकदवान आणि देखण्या तरुणाची छोटीशी आवृत्ती होता. वयानं त्या दोघांपेक्षा जास्त मोठा नव्हता तो. कदाचित त्यांच्या बहिणीच्या मित्राच्या, म्हणजेच कॅल्विनच्याच वयाचा असेल तो. कॅल्विन आता कॉलेजात पदवीचं शिक्षण घेत होता. ‘कदाचित या प्रदेशात सगळंच अगदी छोटंछोटं असेल,’ डेनीसच्या मनात आलं.

“आता जास्त मॅमथ शिल्लक राहिले नाहीयेत,” जॅफेथ बोलू लागला. “मला जमिनीखालच्या पाण्याचा चांगल्या प्रकारे शोध घेता येतो, पण मॅमथना ते जास्त चांगलं कळतं, आणि हिगेयॉन तर त्यात अगदी तरबेज आहे” त्या प्राण्याच्या डोक्यावर थोपटून तो पुढे म्हणाला, “म्हणूनच मी त्याला माझ्या लेमेकआजोबांकडून थोड्या वेळाकरता मागून आणलंय. आम्ही दोघांनी मिळून भूजलाचा एक मोठा स्रोत शोधून काढलाय, पण तो आमच्या मरुवनापासून चांगलाच लांब आहे.”

“हे सगळं नीट समजावून सांगितल्याबद्दल आभार हं,” सँडी म्हणाला. डेनीसकडे वळून त्यानं विचारलं, “आपण स्वप्न पाहतोय का रे?”

“नाही रे! हे बघ, आपण आइस हॉकी खेळून घरी आलो, मग आपण सँडविचेस बनवली. आपण डच कोकोचा डबा शोधायला प्रयोगशाळेत गेलो. आपण बाबांच्या चालू प्रयोगात कारभार केले, आणि त्यात व्यत्यय आणला. आपण निःसंशय प्रचंड मूर्खपणा केलाय. मान्य. पण तरीही हे स्वप्न नाहीये.”

“हे ऐकून बरं वाटलं. त्या भूकंपामुळे एक दगड माझ्या डोक्यावर आदळला ना, त्यामुळे मलाही आपण स्वप्न पाहतोय, असंच वाटू लागलं होतं.” जॅफेथ म्हणाला.

“तो भूकंप होता?” सँडीनं विचारलं.

मान डोलावत जॅफेथ म्हणाला, “बऱ्याच वेळा होतात भूकंप. अजून सगळ्या गोष्टी स्थिरस्थावर झालेल्या नाहीयेत, असं सेराफिम आम्हाला सांगतात.”

“अच्छा... म्हणजे हा नुकताच तयार झालेला ग्रह असेल बहुधा,” डेनीस म्हणाला.

जॅफेथनं विचारलं, “तुम्ही कुठून आलात? आणि कुठे जाताय?”

“मला तुमच्या प्रमुखांकडे घेऊन चल,” सँडी पुटपुटला.

त्याला ढोसत डेनीस म्हणाला, “ए... गप्प बस.”

सँडीनं सांगितलं, “आम्ही विसाव्या शतकाच्या उत्तरार्धातल्या पृथ्वी या ग्रहावरून आलो आहोत. आम्ही इथे एका अपघातामुळे येऊन पोचलो, आणि आता कुठे जायचं, ते काही आम्हाला माहीत नाहीये.”

“खरंतर आम्हाला घरी जायचं आहे; पण कसं जायचं, तेच माहीत नाहीये,” डेनीस म्हणाला.

“तुमचं घर कुठे आहे?” जॅफेथनं विचारलं.

एक मोठा सुस्कारा टाकून सँडी म्हणाला, “ते तर आता खूपखूप दूर राहिलंय.”

जॅफेथनं दोघांकडे नीट निरखून पाहिलं. तो म्हणाला, “तुम्ही लालबुंद झालाय, आणि ओले आहात.” जणू त्याला हा प्रचंड उष्मा जाणवतच नव्हता.

डेनीस म्हणाला, “अरे, आम्हाला खूप घाम आलाय. आता जर लगेच सावली सापडली नाही ना, तर आम्हाला उष्माघाताचा त्रास होईल.”

मान तुकवून जॅफेथ म्हणाला, “इथून लेमेकआजोबांचा तंबू सगळ्यात जवळ आहे. माझी बायको आणि मी...” ‘बायको’ हा शब्द म्हणताना तो लाजून लाल झाला, आणि मग म्हणाला, “...आम्ही मरुवनाच्या मध्यावर राहतो, माझ्या बाबांच्या तंबूशेजारीच. तसंही मला हिगेयॉनला आजोबांकडे

परत पोचवायचं आहेच. ते फार आतिथ्यशील आहेत. मी तुम्हाला त्यांच्याकडे घेऊन जातो, चालेल ना?''

''धन्यवाद!'' सँडी म्हणाला.

''आम्हाला आवडेल तुझ्यासोबत यायला,'' डेनीस म्हणाला.

''आत्ता या क्षणाला, आम्हाला दुसरा पर्यायच नाहीये,'' सँडी पुटपुटला.

डेनीसनं त्याला कोपरखळी मारली, आणि मग कपड्यांच्या गाठोड्यातून त्याचा बंद गळ्याचा शर्ट काढून अंगात घातला. शर्ट डोक्यातून घातल्यामुळे त्याचे पिंगे केस विस्कटले आणि केसांची एक मोठी बट पॅराकीट पक्ष्याच्या तुऱ्यासारखी उभी राहिली. ''आपण अंग झाकणारे कपडे घालूया. बहुतेक आत्तापर्यंत माझी कातडी उन्हामुळे होरपळलीच असेल,'' तो म्हणाला.

''चला मग, जाऊया,'' जॅफेथ म्हणाला. ''अंधार पडायच्या आधी घरी पोचलेलं बरं.''

एकाएकी सँडी म्हणाला, ''ए...अरे आत्ता लक्षात आलं...आपण एकच भाषा बोलतोय की! आत्तापर्यंत सगळंच इतकं विचित्र आणि कल्पनेपलीकडचं घडतंय ना... ही गोष्ट माझ्या लक्षातच आली नव्हती...''

जॅफेथ त्याच्याकडे अचंब्याने बघत म्हणाला, ''तुझं बोलणं खूप विचित्र वाटतंय मला, पण नीट लक्ष देऊन ऐकलं तर मला ते समजतंय. तू थोडाथोडा सेराफिम आणि नेफिलिमसारखा बोलतोस. तुला माझं बोलणं कळतंय का?''

दोन्ही भावांनी एकमेकांकडे बघितलं. सँडी म्हणाला, ''आत्तापर्यंत मी विचारच केला नव्हता. पण आत्ता विचार करायचा झाला तर... तुझं बोलणं वेगळंच वाटतं खरं, पण मला ते समजतंय. बरोबर ना डेन?''

''हो, अगदी बरोबर,'' डेनीसनं दुजोरा दिला. ''पण आम्ही जेव्हा त्याबद्दल विचार करत नव्हतो, तेव्हा ते जास्त सोपं वाटत होतं.''

''बरं, चला, जाऊया,'' जॅफेथ म्हणाला. सँडीकडे बघत तो म्हणाला, ''तूसुद्धा अंग झाकून घे.''

सँडीनंही बंद गळ्याचा शर्ट घातला.

डेनीसनं त्याचा फ्लॅनेलचा शर्ट फेट्यासारखा डोक्याभोवती गुंडाळून घेतला. ''उष्माघातापासून बचाव करण्यासाठी अरब लोक बरनूस घालतात ना, साधारण तसं वापरता येईल.''

''छान कल्पना,'' सँडीनंदेखील तसंच केलं.

उद्विग्न होऊन डेनीस म्हणाला, ''फक्त हे करायला उशीर झालेला नसला तरच उपयोगी पडेल,'' तो जॅफेथला म्हणाला. 'ए...जफ...अं...'' त्याचं नाव नीटसं न आठवल्यामुळे तो अडखळला, ''ए... जे... ए ते काय आहे रे?''

डावीकडे दूर क्षितिजावर एक लुकलुकता प्राणी त्यांच्या दिशेनं येताना दिसत होता. तो सारखा लुकलुकत होता, एकदा दिसायचा आणि लगेच नाहीसा व्हायचा. तो चंदेरी रंगाचा प्राणी एखाद्या मोठ्या बोकडाएवढा किंवा अगदी लहानशा घोड्याएवढा होता. त्याच्या कपाळावर प्रकाश मिणमिणत होता.

सँडीनंही जॅफेथचं नाव आणखी छोटं केलं आणि विचारलं, "ते काय आहे 'जे'?" त्या मॅमथनं आपलं डोकं सँडीच्या हाताखाली घुसवलं, तो त्याचं डोकं कुरवाळू लागला.

त्या अधूनमधून अदृश्य होणाऱ्या प्राण्याकडे जॅफेथनं पाहिलं, आणि तो ओळख पटून हसला. तो म्हणाला, "अरे तो एकशिंगी घोडा आहे रे! ते फार विचित्र असतात हं. कधीकधी ते असतात, आणि कधीकधी नसतातच. आम्हाला गरज भासली की आम्ही त्यांना बोलावतो, आणि ते बऱ्याच वेळा येतात."

"आत्ता तू बोलावलं होतंस का?" सँडीचा प्रश्न.

"हिगेयॉननं तसा विचार मनात आणला असेल, पण त्यानं खरोखर बोलावलं नाही त्यांना. म्हणूनच तो मूर्त रूपात नाहीये. मॅमथपेक्षाही एकशिंगी घोड्यांना भूजलाचा सुगावा फार पटकन लागतो. फक्त दर वेळेला त्यांच्यावर अवलंबून राहता येत नाही. आम्हाला जमिनीखाली जो पाण्याचा स्रोत सापडला आहे, त्याबद्दल खात्री करून घेण्यासाठी कदाचित हिगेयॉननं त्यांना बोलावण्याचा विचार केला असेल." शरमून हसत तो म्हणाला. "हिगच्या मनातले विचार आजोबांना अचूक ओळखता येतात, मी मात्र फक्त अंदाज बांधतो."

दोघा भावांनी थांबून एकमेकांकडे पाहिलं. मॅमथनं आता सँडीची साथ सोडली होती आणि तो जॅफेथच्या मागोमाग चालत होता. जॅफेथ मरुवनाच्या दिशेनं चालला होता, ते दोघेही त्याच्या मागोमाग चालू लागले. वाळवंटातल्या त्या कडाक्याच्या उष्णतेमुळे त्यांचे हात-पाय अगदी गळून गेले होते आणि जड झाले होते. त्यांनी एकशिंगी घोड्याच्या दिशेला नजर टाकल्यावर तो तिथे नसल्याचं त्यांच्या लक्षात आलं. त्या जागी मृगजळासारखी चमचम मात्र उरली होती.

धापा टाकत सँडी म्हणाला, "माझा विश्वासच बसत नाहीये यावर."

त्याच्या शेजारून धावत असलेला डेनीस ते कबूल करून म्हणाला, "आपण कधीही आपली तर्कशुद्ध विवेकबुद्धी बाजूला सारून, कुठल्याही काल्पनिक किंवा अतिरंजित गोष्टींवर विश्वास ठेवला नाही. आपल्या कुटुंबात व्यावहारिक दृष्टिकोन असणारे फक्त आपण दोघंच आहोत."

"तरीही माझा अजूनही विश्वास बसत नाहीये. असं वाटतंय की... जर

मी डोळ्यांची खूप वेळा सारखी उघडझाप केली, तर कोण जाणे, पण कदाचित आपण परत आपल्या घराच्या स्वयंपाकघरातच आहोत असं लक्षात येईल,'' सँडी म्हणाला.

डेनीसनं डोक्यावर गुंडाळलेल्या शर्टाची फडफडणारी बाही हातात घेऊन डोळे पुसले. तो म्हणाला, ''माझा तर आत्ता एकाच गोष्टीवर विश्वास बसलाय... आणि ते म्हणजे मला फार गरम वाटतंय. भाजून निघतोय मी... अगदी गरम.''

जॅफेथनं मान वळवून मागे पाहिलं. त्यानं हाक दिली, ''राक्षसांनो! ... चला भरभर. गप्पा मारू नका.''

पाय चांगलेच लांब असल्यामुळे जॅफेथला गाठणं जुळ्यांसाठी सोपं होतं. ''आम्ही राक्षस नाही आहोत,'' डेनीसनं पुन्हा एकदा सांगितलं. ''माझं नाव डेनीस आहे.''

''डेनीसिम.''

डेनीसनं कपाळाला हात लावून सांगितलं, ''एक डेनीस. म्हणजे मी.''

सँडीनंदेखील कपाळाला हात लावून म्हटलं, ''माझं नाव सँडी आहे.''

''सँड,'' जॅफेथ आजूबाजूला बघत म्हणाला, ''म्हणजे वाळू. आमच्या इथे खूप वाळू आहे.''

''अरे तसं नाही 'जे','' सँडी त्याला समजावू लागला. ''अलेक्झांडर या नावाचा शॉर्टफॉर्म आहे तो. सँडी.''

मान हलवत जॅफेथ म्हणाला, ''तू मला 'जे' अशी हाक मार. मी तुला सँड म्हणीन. सँड हा शब्द मला माहीत आहे.''

''अनोळखी, विचित्र नावांबद्दल बोलायचं झालं तर...'' डेनीस त्या मॅमथकडे बघू लागला. तो सँडीच्या अंगाशी लाड करून घेण्यासाठी लगट करत होता. ''...तो .. अं... हिग...''

''हिगेयॉन,'' जॅफेथनं त्याचं नाव सांगितलं.

''अं... म्हणजे सगळे मॅमथ याच आकाराचे आहेत का? का अवाढव्य आकाराचेही काही मॅमथ आहेत?''

जॅफेथनं नवल वाटून विचारलं, ''जे शिल्लक राहिले आहेत, ते सगळे हिगेयॉनसारखेच आहेत.''

डेनीसकडे बघत सँडीनं विचारलं, ''खूप पूर्वी, म्हणजे प्रागैतिहासिक काळात, घोडेसुद्धा लहानसेच असायचे ना?''

डेनीसचं लक्ष मात्र क्षितिजाकडे होतं. तो म्हणाला, ''ए, बघ ना... आता पामची बरीच झाडं दिसायला लागली आहेत.''

त्यांना बरीच झाडं दिसत असली, तरी मरुवन मात्र अजूनही खूप लांब

होतं. लांबलांब पाय असूनही ही मुलं मात्र जॅफेथ आणि तो मॅमथ या दोघांच्या मागे पडत होती. जॅफेथ आणि मॅमथ मात्र वाळूतून अगदी सहजगत्या धावत होते.

डेनीस कण्हत म्हणाला, ‘‘मी तिथपर्यंत जाऊ शकेन की नाही... मलाच खात्री वाटत नाहीये.’’

सँडीची पावलंदेखील हळूहळू पडत होती. तो धापा टाकत म्हणाला, ‘‘आपण दोघे उत्कृष्ट धावपटू आहोत, असं मला आत्तापर्यंत वाटत होतं.’’

‘‘असल्या रणरणत्या उन्हाचा अनुभव नाहीये ना आपल्याला.’’

ती दोघं आपल्या मागे नाहीयेत, हे जॅफेथच्या लक्षात आलं. तो मागे वळला आणि धावत त्यांच्याजवळ आला. एवढ्या उन्हाचा त्याच्यावर काही परिणाम झालेला दिसत नव्हता. तो म्हणाला, ‘‘काय झालं? तुम्ही दोघं किती लालबुंद झालाय. अगदी एकसमान लाल रंग. तुम्ही खरंच दोन वेगवेगळी माणसं आहात ना?’’

‘‘अरे बाबा, आम्ही जुळे भाऊ आहोत,’’ दगदगीनं, वैतागानं सँडीचा आवाज चिरकला.

डेनीसला फारच धाप लागली होती. तो कसाबसा म्हणाला, ‘‘मला वाटतंय...आम्हाला...ऊन... उन्हाचा...उष्माघात ...’’

काळजीत पडून जॅफेथ त्यांच्याकडे बघत म्हणाला, ‘‘उन्हाचा आजार फार धोकादायक असू शकतो.’’ त्यानं हात लांबवून डेनीसच्या गालाला हात लावून पाहिलं आणि म्हणाला, ‘‘तू गार पडलायस, आणि ओलसरही. हे चांगलं लक्षण नाहीये.’’ मग त्यानं त्याच्या कपाळावर हात ठेवला. त्यानं खूप वेळ विचार केला, आणि मग म्हणाला, ‘‘अं... एकशिंगी घोड्याचं काय?’’

‘‘आता त्याचं काय रे बाबा?’’ सँडीनं विचारलं. तोही दमल्यामुळे वैतागला होता.

‘‘आपण जर दोन एकशिंगी घोड्यांना खरं, मूर्त किंवा घनरूप देऊ शकलो, तर ते तुम्हाला त्यांच्या पाठीवरून मरुवनापर्यंत घेऊन जातील.’’

जुळ्या भावांनी एकमेकांकडे पाहिलं. त्यांना वाटलं, जणू ते स्वत:चीच आरशातली लालबुंद प्रतिमा बघतायत. ‘‘आम्ही कधीही पौराणिक दंतकथांमधल्या पशूंवर विश्वास ठेवला नाहीये,’’ डेनीस म्हणाला.

सँडीनं म्हटलं, ‘‘अत्याधिक लोकप्रियतेमुळे एकशिंगी घोड्यांचा ऱ्हास झाला, असं मेग म्हणते.’’

जॅफेथनं कपाळाला आठ्या घालून म्हटलं, ‘तुम्ही काय बोलताय... मला काहीच समजत नाहीये.’’

डेनीसही कपाळाला आठ्या घालून विचार करू लागला. मग म्हणाला, ''जॅफेथचे एकशिंगी घोडे पुराणकथेतल्या पशूंपेक्षा, आईच्या त्या आभासी कणांसारखे वाटतायत मला.''

सँडी वैतागून म्हणाला, ''अरे...आभासी कण हे दंतकथेतले नसतात. ते सैद्धांतिक असतात.''

डेनीसनं प्रत्युत्तर दिलं, ''जर आई तिच्या कुठल्याशा भन्नाट वैचारिक सिद्धांतावर विश्वास ठेवू शकते, तर आपणही आभासी एकशिंगी घोड्यांवर विश्वास ठेवायला हवा की!''

''कुठल्या प्रकारचे एकशिंगी घोडे?'' गोंधळून जॅफेथनं विचारलं. ''तुम्ही जरासे वेगळ्याच प्रकारचे राक्षस आहात म्हणून हा सगळा गोंधळ होतोय का?''

''आपण याआधी एकशिंगी घोड्यांना एवढं महत्त्व आजपर्यंत कधीही दिलं नव्हतं.'' सँडीनं चेहऱ्यावरून हात फिरवले. घामाचे थेंब चांगले गार असल्याचं त्याच्या लक्षात आलं.

''पण आता ते महत्त्वाचे आहेत'' डेनीस गुरकावून म्हणाला. ''आईचा आभासी कणांच्या अस्तित्वावर विश्वास आहे, मग आभासी एकशिंगी घोडे अस्तित्वात नसण्याचं काहीच कारण नाहीये.''

''हिग...'' जॅफेथ हिगला विनवू लागला.

त्या मॅमथनं वळून क्षितिजाकडे तोंड केलं. त्यांच्या पुढ्यात वाळूवर अगदी हलकीशी मिणमिणती चमक दिसू लागली. अगदी हळूहळू ती चमक एकशिंगी घोड्याचा आकार धारण करू लागली. तो घोडा पारदर्शक होता, पण ओळखू येत होता. त्याच्या शेजारी दुसरा एकशिंगी घोडा चमचमू लागला.

''एकशिंगी घोड्यांनो, प्लीज खरेखुरे बना,'' डेनीसनं विनवणी केली.

अगदी हळूहळू दोन्ही घोड्यांचं पारदर्शक रूप पालटून ते घोडे मूर्त रूपात प्रकट होऊ लागले. सरतेशेवटी दोन खरेखुरे एकशिंगी घोडे वाळूवर उभे राहिले. चंदेरी-राखाडी कंबर, रुपेरी आयाळ आणि दाढी होती त्यांना. चांदीच्या रंगाचे खूर आणि अत्यंत तेजस्वी प्रकाश असलेलं चंदेरी शिंग सुरेख दिसत होतं. त्या घोड्यांनी जुळ्या मुलांकडे पाहिलं, आणि ते अगदी विनम्रपणे पाय दुमडून खाली बसले.

''अरे वा!'' जॅफेथ उद्गारला. ''तुम्ही दोघं वयानं लहान आहात हे बरंच आहे. एकशिंगी घोडे लग्न झालेल्या लोकांना स्पर्शही करू देत नाहीत, हे मी क्षणभर विसरलोच होतो.''

दोघा भावांनी एकमेकांकडे पाहिलं. डेनीस म्हणाला, ''अरे, आम्हाला तर

अजून वाहन चालवण्याचा परवानासुद्धा मिळालेला नाहीये.''

''पटकन चढून बसा त्यांच्या पाठीवर. नाहीतर त्यांना वाटेल की, आपल्याला त्यांची गरज नाहीये. त्याआधी बसा पाठीवर.''

दोघे त्या चंदेरी घोड्यांवर बसले. दोघांनाही हे सगळं न संपणारं स्वप्नच वाटत होतं. मात्र एकशिंगी घोड्यांशिवाय मरुवनापर्यंत पोचणं त्यांना शक्य झालं नसतं, हेदेखील तितकंच खरं होतं.

वाळवंटावरून ते एकशिंगी घोडे उडायला लागले. जमिनीलगत उडत होते ते. त्यांचे खूर जमिनीवर कसेबसे टेकत होते. अधूनमधून एखादा खडक आला की चंदेरी खूर त्यावर आपटून ठिणग्या उडायच्या आणि खणकन घंटा वाजल्यासारखा आवाज यायचा. वाळवंटातले लहानलहान प्राणी ते उडत जाताना बघत होते. उन्हामुळे पांढरी पडलेली काही हाडं वाळवंटात विखुरली होती. सँडीनं ते पाहिलं, पण तो बोलला नाही.

''ए...नीट घट्ट धरून बसा! पडू नका हं!'' जॅफेथनं बजावलं.

पण या एकशिंगी घोड्यांच्या पाठीवर बसणं अवास्तव वाटत होतं; हे सगळं कितपत खरं आहे, याची शंका यावी तसं काहीसं. त्यांच्या आईच्या कण-भौतिकी (Particle Physics) या भौतिकशास्त्राच्या विश्वाएवढंच हे विश्वही अनोळखी, विचित्र वाटत होतं.

''अरे, घट्ट धरा ना!'' जॅफेथ पुन्हा ओरडला.

डेनीसला आपण त्या घोड्याच्या गुळगुळीत कमरेवरून घसरतोय, हे जाणवलं. त्यानं त्याची आयाळ पकडण्याचा प्रयत्न केला, पण वाळू निसटावी तशी ती आयाळ डेनीसच्या बोटांमधून निसटली. 'आता एकशिंगी घोडा आपलं मूर्त रूप सोडून द्यायला लागलाय, की रणरणत्या उन्हामुळे माझ्यावर परिणाम होऊन मला भास होतोय?' डेनीसच्या मनात आलं.

''डेनीस! पडू नको रे!'' सँडी ओरडला.

आपण घसरतोय, असं डेनीसला जाणवत होतं. तो स्वत: घसरत होता, का तो एकशिंगी घोडा सतत मूर्त रूपातून अमूर्त रूपात, किंवा अस्तित्वहीन रूपात ये-जा करत होता? त्याला काही कळेचना.

मग त्याला काहीतरी ठोस, भरीव स्पर्श जाणवला. घसरणाऱ्या डेनीसला सँडी त्याच्या एकशिंगी घोड्याच्या पाठीवर ढकलत होता, आभासी कण अचानक पुन्हा खरेखुरे बनले, अगदी खरेखुरे... ठोस... फक्त प्रयोगशाळेतलंच काहीतरी नव्हतं ते. त्याचं डोकं दुखायला लागलं.

जॅफेथ आणि तो मॅमथ त्यांच्या मागोमाग पळत होते. इतक्या लहान आकाराचे असूनही ते चांगलेच चपळ होते. जॅफेथनं त्या एकशिंगी घोड्यांना

विनवलं, "चला पटापट... घाई करा."

सँडीनं त्याचा फ्लॅनेलचा शर्ट अजूनही डोक्याला गुंडाळून ठेवलेला होता. आपण डेनीसला धरून ठेवल्याची त्याला आता जाणीवदेखील होत नव्हती. त्याच्या हातात जोर उरला नव्हता, हातपाय लुळे पडल्याचं जाणवत होतं. तो जोरजोरात श्वास घेत होता. गरम हवा त्याचा घसा भाजत आत जात होती. आपलं डोकं फुगत चाललंय असं त्याला वाटलं... जणू डोक्यात गरम हवा भरली जात होती. गरम हवा भरलेल्या मोठ्या फुग्यागत आपण आकाशात उडून जाऊ की काय, अशी भीती त्याला वाटली.

तो मॅमथ धावत जॅफेथ आणि एकशिंगी घोड्यांच्या पुढे गेला. त्याला मरुवनाचा रस्ता दाखवायचा होता. तो एवढा वेगानं धावत होता, की त्याचे जाडजूड पाय त्या वेगामुळे स्पष्ट दिसत नव्हते. खूप वेगानं फिरणाऱ्या पंख्याची पाती जशी स्पष्टपणे वेगवेगळी दिसत नाहीत, त्याप्रमाणे; किंवा हमिंगबर्ड या छोट्याशा पक्ष्याचे पंख वेगानं भिरभिरताना स्पष्ट दिसत नाहीत, त्याप्रमाणे. अधूनमधून तो मॅमथ आपली सोंड उंचावून तुतारीसारखा आवाज काढत होता, जणू एकशिंगी घोड्यांना वेगानं धावण्याचा संदेश देत होता. जॅफेथ त्याच्या बाजूने पळत होता. आता त्यालाही दम लागला होता. उघड्या तोंडानं कष्टपूर्वक श्वास घेत होता तो.

हा वेगदेखील डेनीससाठी कमीच पडत होता. तो आता हळूहळू बेशुद्ध होऊ लागला होता, डोळ्यांसमोर अंधारी येऊन सगळं जग काळोखात बुडत चाललं होतं. डेनीसला दिसेनासं झालं, ऐकू येईना, आणि विचारही करता येईना. मग त्याच्या घोड्याच्या शिंगातला प्रकाशही मंद होऊ लागला, आणि तो चंदेरी प्राणी हळूहळू हवेत विरून जायला लागला. त्याच्या पाठीवर बसलेला डेनीसदेखील त्याच्यासोबत अस्तित्व आणि अस्तित्वहीन अवस्थांमध्ये हेलकावे खाऊ लागला... हळूहळू हवेत विरून जाऊ लागला.

सँडीदेखील कसाबसा शुद्धीवर राहण्याचा प्रयत्न करत होता. आपण ज्या हातानं डेनीसला धरून ठेवलं होतं, त्या हातात आता काहीच नाहीये, हे त्याला जाणवलंच नाही. त्याला फक्त तो जमिनीवर पडल्याची जाणीव झाली. आता मात्र तो त्या चटके देणाऱ्या वाळूत पडला नव्हता, तर मऊ हिरवळीवर खाली पडलेला होता. उन्हानं तप्त झालेलं त्याचं शरीर आता सावलीत होतं, आणि पाम वृक्षाच्या मोठमोठ्या हिरव्यागार झावळ्यांमुळे त्याला थंड वाटत होतं.

त्याचा एकशिंगी घोडा त्याला मरुवनापर्यंत घेऊन येऊ शकला होता.

२

ओसाड भूभागातील पेलिकन पक्षी

अगदी हळूहळू सँडी शुद्धीवर येऊ लागला. त्याचे डोळे घट्ट मिटलेले होते. "घड्याळाचा गजर वाजत नाहीये... म्हणजे आज नक्की शनिवार असणार." त्याच्या डोक्यात विचार आले. त्यांच्या घरी ते दोघे बंक बेडवर झोपत असत. डेनीस वरच्या पलंगावर झोपत असे. सँडीनं अर्धवट ग्लानीत, डेनीसच्या पलंगावर चुळबुळ ऐकू येतीये का, याचा कानोसा घेतला. त्याला त्याच्या शरीरावर काहीतरी थंडगार आणि ओलं फवारलं जातंय, असं वाटलं. ते खूप छान वाटत होतं. त्याला जागं व्हायचंच नव्हतं. शनिवारी त्यांना घरी खूप कामं असायची. दर शनिवारी ते आईच्या प्रयोगशाळेची जमीन, बाथरूम्स स्वच्छ धुऊन काढत. "आज जर पुन्हा बर्फ पडला असेल, तर वाटेतला बर्फ फावड्यानं बाजूला सारावा लागेल," त्याच्या मनात आलं.

"सँड..."

हा वेगळाच, जरासा परका आवाज त्याला ओळखू आला नाही. अवतीभोवती पसरलेला वासही ओळखू आला नाही. खूप तीव्र, उग्र वास होता तो. पुन्हा एकदा त्याच्या अंगावर पाण्याचा शिडकावा झाला.

"सँड?"

अगदी हळूहळू त्यानं डोळे उघडले. त्याच्या थेट वरच्या बाजूकडून उजेड येत होता. त्या उजेडात त्याला दोन सावळे चिंतातुर चेहरे त्याच्याकडे वाकून बघताना दिसले. त्यांतला एक चेहरा तरुण वयाचा वाटत होता. दुसऱ्या चेहऱ्यावर असंख्य सुरकुत्यांचं जाळं होतं, चांगला प्रौढवयीन चेहरा होता तो, आणि त्याला कुरळ्या पांढऱ्या केसांची लांबसडक दाढी होती.

हे स्वप्न नाहीये, यावर त्याचा विश्वासच बसेना. त्यानं हात उंचावून डेनीसच्या बेडला हात लावायचा प्रयत्न केला. काहीच नव्हतं वरती. आता

त्यानं आपले डोळे विस्फारले.

तो एका तंबूत झोपला होता. बऱ्यापैकी मोठा होता तो तंबू, आणि वासावरून तरी तो बकऱ्याच्या कातडीचा वाटत होता. तंबूच्या छपराला एक मोठंसं भोक होतं, त्यातून उजेड आत येत होता. संधिप्रकाशाचा लालिमा असलेला उजेड. एक मजेदार लहानसा प्राणी त्याच्याजवळ आला आणि त्यानं सँडीच्या अंगावर पाणी शिंपडलं. आत्ता सँडीच्या लक्षात आलं, त्याला उष्माघाताचा त्रास झाल्याने फार गरम वाटतंय. तो प्राणी एका मोठ्या माठातून पाणी आणून त्याच्या अंगावर शिंपडत त्याला थंडावा देत होता.

"सँड?" त्या तरुणानं विचारलं, "जागा झालास का रे?"

"जे?" सँडी उठून बसायची धडपड करत म्हणाला. त्याच्या उन्हात भाजल्या गेलेल्या त्वचेवर अंगाखाली असलेल्या चामड्यामुळे ओरखडे उमटले.

"सँड, तू ठीक आहेस ना?" जॅफेथचा आवाज काळजीमुळे कापत होता.

"हो, मी ठीक आहे. उन्हात होरपळून निघालोय एवढंच."

त्या म्हाताऱ्या माणसानं सँडीच्या कपाळावर हात ठेवला, आणि म्हटलं, "तुला चांगलाच जास्त ताप आलाय रे. वाळवंटात राहण्याची सवय नसणाऱ्या लोकांना उन्हाच्या आजाराचा फार जास्त त्रास होतो. तू त्या डोंगरापलीकडून आला आहेस का?"

सँडी त्या वृद्ध माणसाकडे निरखून पाहू लागला. तो माणूस जॅफेथपेक्षाही बुटका होता, पण त्यालाही जॅफेथसारखेच तेजस्वी निळे डोळे होते. उन्हानं रापलेल्या त्याच्या काळ्यासावळ्या चेहऱ्यावर ते निळे डोळे चमत्कारिक वाटत होते. पहिल्या भेटीत जॅफेथनं केलं होतं, त्याप्रमाणे आपल्या कपाळाला हात लावून सँडी म्हणाला, "मी सँडी आहे."

"सँड. हो, जॅफेथनं मला सांगितलं," त्या म्हाताऱ्यानं आपल्या कपाळाला हात लावत म्हटलं. "लेमेक. लेमेकआजोबा. जॅफेथ तुला माझ्या तंबूत घेऊन आला."

सँडी पूर्ण भानावर येऊन इकडेतिकडे बघू लागला. त्यानं विचारलं, "पण डेनीस...डेनीस कुठे आहे?" आता तो अगदी पूर्ण जागा झाला होता, आणि आपण घरी, आपल्या बंक बेडवर नसून कुठल्यातरी विचित्र वाळवंटात आहोत, हे वाळवंट कुठल्यातरी ग्रहावर, कुठल्याशा सूर्यमालेत, कुठल्याही आकाशगंगेत... अगदी या ब्रह्मांडात कुठेही असू शकतं, हेसुद्धा त्याच्या अगदी नीट लक्षात आलं. त्याचं अंग शहारलं. त्यानं विचारलं, "डेनीस?"

"तो त्या एकशिंगी घोड्यासोबत गायब झाला."

"काय?"

"हे बघ सँड," जॅफेथ शांतपणे समजावून सांगू लागला. "डेनीस नक्कीच चक्कर येऊन बेशुद्ध झाला असणार. मी तुला एकशिंगी घोड्यांबद्दल सांगितलं होतं ना. कधीकधी ते अस्तित्वात असतात, तर कधीकधी नसतात. जेव्हा डेन बेशुद्ध झाला, तेव्हा तो एकशिंगी घोडा गायब झाला आणि डेनला त्याच्यासोबत घेऊन गेला."

"अरे, पण आपण त्याला शोधून परत आणायला हवं की!" धडपडत उठून उभं राहण्याचा प्रयास करत सँडी म्हणाला.

लेमेकआजोबांनी त्याला पुन्हा तो झोपलेल्या कातड्यावर ढकलून बसवलं. ते इतके लहानसे दिसत असूनही त्यांच्या अंगात चांगलीच ताकद होती. ते म्हणाले, "श्श्श...सँड. काळजी करू नकोस. तुझा भाऊ अगदी ठीक असेल."

"अहो पण..."

"एकशिंगी घोडे फार जबाबदारीनं वागणारे असतात," लेमेकआजोबांनी सांगितलं.

"पण..."

"हां...आता हे खरंय की ते असतील, या गोष्टीवर आपण विसंबू शकत नाही. पण ते खरंच फार जबाबदार असतात."

"तुम्हाला वेड लागलंय," सँडी म्हणाला.

"श्श्श... सँड," लेमेकआजोबा पुन्हा म्हणाले. त्यांनी पुढे सांगितलं, "एकशिंगी घोडे जेव्हा गायब होतात, तेव्हा ते कुठे जातात हे आम्हाला माहीत नाहीये; पण जर एखाद्यानं त्या एकशिंगी घोड्याला पुन्हा बोलावलं, आणि तोही बोलावल्यानुसार आला तर त्याच्यासोबत डेनसुद्धा येईल."

"खरंच? तुम्हाला नक्की खात्री आहे?"

"हो. अगदी नक्की खात्री आहे तशी," आजोबा म्हणाले. त्यांच्या आवाजातल्या ठामपणामुळे क्षणभर सँडीलाही हायसं वाटलं.

मग तो म्हणाला, "ठीक आहे तर मग. बोलवा त्या एकशिंगी घोड्याला, अगदी आत्ताच्या आत्ता!"

आजोबा आणि जॅफेथ दोघांनी हिगेयॉनकडे पाहिलं. हिगेयॉननं त्याची सोंड छतावर असलेल्या भोकाच्या दिशेनं उंचावली. आता उजेड कमी झाला होता. आजोबा, जॅफेथ आणि हिगेयॉन यांच्या आकृत्या सावलीसारख्या काळसर दिसत होत्या. अचानक काहीतरी लखलखलं आणि सँडीला तो चमचमता चंदेरी एकशिंगी घोडा दिसला. डेनीस मात्र नव्हता तिथे.

"डेनीस!" तो ओरडला.

जॅफेथही ओरडला, "डेन!"

हिगेयॉन त्या घोड्याशी सल्ला-मसलत करतोय, असं वाटलं. मग जॅफेथ आणि आजोबांकडे बघत त्यानं तुतारीसारखा आवाज काढला.

पुन्हा एकदा लखलखाट झाला आणि मग मंद चमकून तो एकशिंगी घोडा नाहीसा झाला.

लेमेकआजोबा म्हणाले, ''ज्या एकशिंगी घोड्याच्या पाठीवर डेन बसला होता ना, त्या घोड्याला आधीच दुसऱ्या कुणीतरी बोलावून घेतलं आहे, असं वाटतंय.''

सँडी ताडकन उठला; पण त्याचे पाय इतके अशक्त झाले होते, की तो पुन्हा कातड्यावर पडला. ''अहो, पण म्हणजे तो कुठेही असू शकेल... अगदी कुठेही...'' तो मोठ्यानं ओरडला.

''श्शश...''आजोबांनी त्याला पुन्हा गप्प केलं. ते म्हणाले, ''तो मरुवनातच आहे. आम्ही शोधू त्याला.''

''कसं शोधणार?'' सँडीचा आवाज एखाद्या घाबरून ओरडणाऱ्या लहान मुलासारखा वाटत होता.

जॅफेथ म्हणाला, ''मी त्याला शोधायला जाईन. तो मला सापडला की, त्याला तुझ्याकडे घेऊन येईन हं.''

''ओ...जे... मलाही तुझ्याबरोबर यायचंय.''

''नाही हं,'' ठामपणे लेमेकआजोबा म्हणाले. त्यांनी सांगितलं, ''तुला उन्हाचा आजार झालाय. तू पूर्ण बरा होईपर्यंत इथेच राहायला हवंस.'' त्यांनी छताच्या भोकाकडे नजर टाकली. आता सूर्यास्त झाला होता. चंद्र पूर्ण गोलाकार नसला तरी छान तेजानं चमकत होता. आजोबांनी सँडीच्या हाता-पायांना स्पर्श केला. ते म्हणाले, ''उद्या खूप फोड येतील. सगळं अंग फोडांनी भरून जाईल.''

सँडीचं डोकं गरगरायला लागलं. त्याच्या लक्षात आलं, हे असं तापामुळे होतंय. आजोबा बरोबरच सांगत होते हे पटलं त्याला. ''पण डेनीस...'' तो म्हणाला.

''अरे, मी त्याला शोधून तुझ्याजवळ घेऊन येईन हं,'' जॅफेथनं त्याला शब्द दिला.

''ए... धन्यवाद हं जे.''

जॅफेथ आजोबांकडे वळून त्यांना म्हणाला, ''कोणीतरी ... म्हणजे माझी बायको, किंवा माझ्या बहिणींपैकी कुणीतरी, तुम्हाला रात्रीसाठी दिवा आणून देईल हं आजोबा.''

आजोबांनी चंद्राकडे पाहिलं. तंबूत चांदणं पडलं होतं. ते म्हणाले, ''तुला खूप धन्यवाद हं माझ्या लाडक्या नातवा. माझी सगळीच नातवंडं माझ्याशी

प्रेमानं वागतात, अगदी खूपखूप प्रेमानं...'' त्यांचा आवाज कापू लागला. ''माझा मुलगा मात्र...''

आता जॅफेथ शरमला आणि म्हणाला, ''बाबांबद्दल मी काहीही करू शकत नाही. तुम्हाला माहिती आहे ना. मी तुमच्या तंबूत येतो तेव्हा मी तेदेखील बाबांना सांगत नाही.''

''तेच बरं,'' आजोबा उदास होऊन म्हणाले. ''तेच बरं रे बाळा. अरे, पण एक दिवस...''

''हो. अर्थातच आजोबा, एक दिवस. बरं, मी शक्य तितक्या लवकर त्या डेनला घेऊन परत येतो हं,'' तंबूच्या दारावरचा कातडी पडदा बाजूला सारून तो तंबूबाहेर पडला.

हिगेयॉननं आपल्या सोंडेतून, माठातलं थंडगार पाणी सँडीच्या तापलेल्या कपाळावर ठेवलेल्या कापडी पट्टीवर शिंपडलं.

आजोबांनी त्याच्यावर झुकून विचारलं, ''बरं राक्षसा, आता मला सांग, तू कुठून आला आहेस?''

''अहो, मी राक्षस नाहीये... खरंच... मी फक्त एक मुलगा आहे. डेनीसची आणि माझी अजून पूर्ण वाढसुद्धा झालेली नाहीये. अजून वाढतोय आम्ही. पण आम्ही राक्षस नाही हो...आम्ही इतर सर्वसामान्य मुलांएवढेच उंच आहोत,'' सँडी म्हणाला.

डोकं हलवत आजोबा म्हणाले, ''आमच्या देशात तर तुम्हाला राक्षसच मानलं जाईल. बरं, तू कुठून आला आहेस हे सांगू शकशील का?''

'घर'... सँडीला अंगातला ताप जाणवत होता. 'घर तर कुठल्यातरी दूरच्या आकाशगंगेतही असू शकेल,' त्याच्या मनात आलं; पण त्यानं आजोबांना सांगितलं, ''न्यू इंग्लंड. युनायटेड स्टेट्स ऑफ अमेरिका. पृथ्वी या ग्रहावरून.''

आजोबांनी कपाळाला आठ्या घातल्या, त्यामुळे त्यांच्या कपाळावरच्या सुरकुत्यांचं जाळं आणखी वाढलं. ते म्हणाले, ''तू इथल्या आसपासच्या प्रदेशातून आलेला नाहीयेस. नॉडहून आलेलादेखील वाटत नाहीस तू. तिथले लोकही आमच्यापेक्षा उंच नसतात.'' त्यांनी सँडीच्या कपाळावर हात ठेवला. त्यांचा हात छान गार लागत होता, आणि एखाद्या वाळक्या पानासारखा कोरडाही. ''तुझा ताप उतरेल हं, पण तुला बरं वाटेपर्यंत तू इथेच, माझ्या तंबूतल्या सावलीत राहिलं पाहिजे. मी सेराफिमपैकी एखाद्याला तुझी देखभाल करण्यासाठी बोलावतो. सेराफिम उन्हामुळे होरपळत नाहीत. ते माझ्यापेक्षाही चांगले उपचार करतात.'' लेमेकआजोबांच्या प्रेमळ, दयाळू स्वभावामुळे सँडी निश्चिंत झाला.

तो मॅमथ पुन्हा माठाकडे जाऊ लागला, पण मधेच एकदम आपला पार्श्वभाग

टेकून खाली बसला आणि खूप भीती वाटल्यागत किरकिर करायला लागला. त्याच वेळी, एखादं नियंत्रण सुटलेलं विमान भरधाव वेगानं जावं, तसं काहीतरी तंबूजवळून किंचाळत गेलं.

आजोबा वयाच्या मानानं चांगल्याच चपळाईनं टुणकन उडी मारून उभे राहिले, आणि त्यांनी एक भक्कम लाकडी दंडुका हातात घेतला.

ती हिडीस किंचाळी पुन्हा ऐकू आली, कुणा माणसाची किंवा पक्ष्याची नव्हती ती. तो किंचाळण्याचा आवाज आता जवळ आला, आणि मग तंबूच्या दाराचा पडदा ढकलून एक अक्राळविक्राळ चेहरा आत डोकावला. एवढा मोठा चेहरा सँडीनं कधीही पाहिला नव्हता. तो एका माणसाचा चेहरा होता. घाणेरडे अस्ताव्यस्त केस आणि दाढी होती त्याला. दाढीच्या केसांचा चांगलाच गुंता झाला होता. त्याच्या लहानशा डोळ्यांवर वेड्यावाकड्या जाडजूड भुवया होत्या, आणि एक फताडं नाक होतं. केसांच्या जटांमधून दोन शिंगं बाहेर आली होती. ती शिंगं खालच्या बाजूला वळलेली होती, आणि एखाद्या रानडुकराच्या सुळ्यांसारखी अणकुचीदार होती. तोंड उघडून तो प्राणी ओरडला, ‘‘भूक लागली!’’

आता तो अख्खा प्राणी तंबूत घुसला. त्याचं डोकं माणसाचं असलं, तरी बाकी शरीर मात्र माणसाचं नसून ते सिंहाचं शरीर होतं. सँडीला दिसलं, त्या सिंहाला, सिंहासारखी शेपूट नसून एखाद्या विंचवासारखी शेपूट होती. सँडी खूप घाबरला.

आजोबांनी हातातल्या दांडक्यानं त्याला मारायचा प्रयत्न केला, पण त्यात त्यांना यश आलं नाही. तो माणूस / सिंह / विंचू... जो कोणी होता...त्यानं आजोबांच्या हातातला दांडका उडवून लावला आणि त्यांनाही जोरात उडवलं. ते बिचारे तंबूतल्या कातड्यांच्या ढिगावर जाऊन पडले. तो मॅमथ सँडीशेजारी, झोपायच्या कातड्यावर आडवा पडला होता, भीतीनं थरथरत होता.

‘‘भूक लागली!’’ त्या प्राण्याच्या गर्जनेमुळे सगळा तंबू हादरला.

एका अंत:प्रेरणेनं सँडीनं मॅमथला आपल्या पाठीमागे सारलं. स्वत:ची उरलीसुरली ताकद गोळा करून तो उठून उभा राहिला, आणि त्यानं त्या भयंकर प्राण्याच्या दिशेनं एक पाऊल टाकलं.

‘‘राक्षस!’’ तो प्राणी किंचाळला. ‘‘राक्षस!’’ आणि किंचाळत मागे सरून तंबूबाहेर निघून गेला. तंबूचं कातडी पडद्यासारखं दार पुन्हा बंद झालं.

आजोबा एका कोपऱ्यात फेकले गेले होते, ते उठून पुढे आले. ‘‘बेअक्कल मँटिकोर, माझ्या मॅमथला खाऊन टाकणार होता तो,’’ ते गुरकावून म्हणाले.

हिगेयॉन लटपटत उभा राहिला, आणि आपली सोंड उंचावून तुतारीसारखा

आवाज काढू लागला, पण तो आवाज नुसत्या शिट्टीसारखाच आला, विजयी तुतारी नव्हती ती. त्यानं सँडीच्या अंगाला आपलं अंग घासलं.

आजोबा आपला दंडुका उचलून म्हणाले, "धन्यवाद हं. तू माझ्या मॅमथचा जीव वाचवलास. नाहीतर त्याला आज मँटिकोरनं खाऊन टाकलं असतं."

सँडीचे पाय लटपटत होते, तो पुन्हा त्याच्या कातड्यावर पडत म्हणाला, "मी काहीच केलं नाही. आज पहिल्यांदाच कुणालातरी माझी भीती वाटली... आणि तेही फक्त मी उंच आहे आणि उन्हामुळे माझी त्वचा भाजून निघालीय त्यामुळे."

"नम्र आणि दयाळू राक्षस," आजोबा म्हणाले.

आता त्यांची चूक सुधारायची ताकद सँडीत नव्हती. तो म्हणाला, "बरं, ते जाऊ दे. पण मँटिकोर हे तर पौराणिक दंतकथांमध्ये असतात."

लेमेकआजोबा डोकं हलवत म्हणाले, "तुला काय म्हणायचं आहे, मला कळलं नाही."

"अहो, मँटिकोरसारख्या गोष्टी फक्त दंतकथांमध्ये असतात. ते खरे नाहीत, असंच मानलं जातं," सँडी म्हणाला.

लेमेकआजोबांच्या सुरकुतलेल्या चेहऱ्यावर हसू उमललं. ते म्हणाले, "या सगळ्या गोष्टी तुला सेराफिमना विचाराव्या लागतील. तेच समजावतील तुला. इथे, या काळात बऱ्याच गोष्टी खऱ्या आहेत, तुला कळेलच." इकडेतिकडे बघत त्यांनी प्रश्न केला, "तो स्कॅरब किडा कुठे आहे?"

त्यांचा मॅमथही इकडेतिकडे शोधू लागला. एकाएकी तंबूच्या कातडी पडद्यासारख्या दारावर खरखर ऐकू आली, आणि त्या दोघांनी आपला शोध थांबवला. ही खरखर म्हणजे कसलासा इशारा होता, कारण आजोबांचा चेहरा आनंदानं खुलला. त्यांनी हाक मारली, "आत ये गं बाळा" मग सँडीकडे वळून ते म्हणाले, "यलिथ, माझी सगळ्यात धाकटी नात."

दाराचा पडदा आत येण्यापुरता उघडून एक मुलगी आत आली. आजोबांच्याच चणीची, जेमतेम चार फूट उंच होती ती. तिच्या हातात एक मोठी दगडाची पणती होती. त्या पणतीत तेल घातलेलं होतं, आणि त्यातली वात मंद तेवत होती. चंद्र तंबूच्या छतावर असलेल्या भोकाच्या पलीकडे गेल्यानं, या पणतीचा उजेड चंद्रप्रकाशापेक्षा जास्त पडत होता. पणतीच्या उजेडात सँडीला ती मुलगी नीट दिसली. तिनंदेखील जॅफेथ आणि लेमेकआजोबांसारखं फक्त कमरेला वस्त्र गुंडाळलं होतं. छान सुडौल बांध्याचं, गुलाबाच्या गेंदांसारखे लहानसे उरोज असलेलं, वळणदार शरीर होतं तिचं. तिचा रंग गव्हाळ किंवा पिकलेल्या जर्दाळूसारखा होता, आणि गडद तांबूस रंगाचे किंचित कुरळे केस तिच्या

खांद्यांवर रुळत होते. पणतीच्या उजेडामुळे त्या केसांवर चमक आली होती. साधारण सँडीच्याच वयाची असेल ती, असं त्याला वाटलं. त्याच्या भाजून निघालेल्या त्वचेची आग तिला पाहून अचानक कमी झाली, आणि हातापायांत ताकद आल्यासारखं त्याला वाटलं! तो उठून उभा राहिला आणि त्यानं तिला गडबडीनं वाकून अभिवादन केलं.

तिला तो दिसला, तिच्या हातातून तो दगडी दिवा खाली पडतापडता कसाबसा वाचला. ती मोठ्यानं म्हणाली, "राक्षस!"

मॅमथनं आपली सोंड उंचावून सँडीला स्पर्श केला, आणि लेमेकआजोबा म्हणाले, "यलिथ, बाळा, अगं तो राक्षस नाहीये, असं त्यानं सांगितलं आहे गं. जॅफेथ त्याला इथे घेऊन आला, आणि अगदी याच्यासारखाच दिसणारा आणखी एकसुद्धा आहे. तो मात्र एकशिंगी घोड्यासोबत गायब झालाय. जॅफेथ त्याला शोधायला गेलाय." त्याच्याकडे प्रसन्न मुद्रेनं बघत आजोबा पुढे म्हणाले, "हा आहे ना...हा माणूसच वाटतोय. त्यानं आत्ताच हिगेयॉनला मँटिकोरपासून वाचवलं."

यलिथ शहारली. ती म्हणाली, "मी त्याचं किंचाळणं ऐकलं आणि त्याला एका उंदरासोबत जाताना पाहिलंदेखील." हातातली पणती तिथल्या एका लहानशा लाकडी पिंपावर ठेवून ती म्हणाली, "आजोबा, मी तुमच्यासाठी रात्रीचा दिवा आणलाय."

आजोबांच्या आवाजात कोवळीक दाटून आली, "धन्यवाद हं बाळा!"

सँडी तिच्या पुढ्यात वाकून म्हणाला, "हॅलो, माझं नाव सँडी मरी आहे." चेहऱ्यावरचं, बावळटासारखं हसू त्याला आवरता येत नव्हतं.

तिनं त्याच्याकडे साशंकतेनं पाहिलं, आणि ती जराशी मागे सरकत म्हणाली, "तू आमच्यासारखा बोलत नाहीस. तू नक्की राक्षस नाहीयेस ना? खरं सांग."

"मी एक मुलगा आहे. मी फारच वाईट दिसतोय, माफ कर हं. मला उष्माघाताचा फार जास्त त्रास झालाय."

आता तिनं अंग चोरून मागे सरकणं थांबवलं, आणि त्याच्याकडे निरखून पाहिलं. ती म्हणाली, "हो, खरंच. तुला चांगलाच त्रास झालाय. आम्ही तुला कशा प्रकारे मदत करू?"

हिगेयॉननं तिथल्या माठात सोंड बुडवली आणि सँडीच्या अंगावर पाण्याचा वर्षाव केला.

लेमेकआजोबा म्हणाले, "हिगेयॉन त्याला ओला ठेवण्याचं काम करतोय; पण मला वाटतंय की, सेराफिमपैकी एखाद्याला याची देखभाल करायला बोलवायलाच हवं."

"हो, ते चांगलं होईल. तू काय म्हणालास रे राक्षसा...अं... सँड,... कुठून आलायस तू?"

"युनायटेड स्टेट्स ऑफ अमेरिका." त्या अनोळखी सुंदर मुलीला या शब्दांचा अर्थ मुळीच समजणार नाहीये हे सँडीला कळत होतं, तरीही त्यानं सांगितलं.

ती त्याच्याकडे बघून हसली. तिच्या हास्यातल्या आपुलकीच्या उबेनं त्याला घेरून टाकलं.

"युनायटेड स्टेट्स...अं... हे एक ठिकाण आहे," तो समजावून सांगायचा प्रयत्न करू लागला. "मी आणि माझा भाऊ तिथले प्रतिनिधी आहोत, असं तू म्हणू शकतेस"... 'अनवधानानं, किंवा... निष्काळजीपणामुळे झालो असलो तरी...' तो मनात म्हणाला.

"तुला एक भाऊ आहे ना, आणि तो काय एकशिंगी घोड्यासोबत गायब झालाय?"

या प्रश्नाचा अर्थ तर असाच निघत होता, की जणू डेनीस आणि तो घोडा एकमेकांशी दंगामस्ती करत कुठेतरी निघून गेलेत.

सँडीनं सांगितलं, "माझा भाऊ डेनीस. आम्ही जुळे भाऊ आहोत. एकसमान जुळे भाऊ. जे लोक आम्हाला नीट ओळखत नाहीत ना, त्यांना आम्ही अगदी एकमेकांसारखे वाटतो. तुझा भाऊ जॅफेथ त्याला शोधायचा प्रयत्न करतोय."

"ठीक आहे मग. तो शोधेल त्याला. लेमेकआजोबा, तुम्हाला आणखी काही हवंय?"

"नाही गं यलिथ बेटा."

"बरं. मग आता मी घरी गेलेलंच बरं. माझ्या भावांच्या बायका सगळ्या जमल्या आहेत तिथे, आणि मी त्या सगळ्यांना भांडणं करण्यापासून दूर ठेवायचा प्रयत्न करते. आईला माझी अशी मदत आवडते."

तिनं हसून आजोबांकडे आणि मग सँडीकडे पाहिलं. त्याचं डोकं तापामुळे, आणि... यलिथच्या उपस्थितीमुळेदेखील गरगरत होतं. ती गुडनाइट म्हणत असताना तो तिच्याकडे टक लावून पाहत होता. अगदी क्षणभर त्याला आयुष्यात पहिल्यांदाच डेनीस गैरहजर असल्याबद्दल हायसं वाटलं.

मग डेनीसच्या चिंतेनं पुन्हा डोकं वर काढलं. "डेनीस..." तो म्हणाला.

आजोबा म्हणाले, "जॅफेथ त्याला शोधून काढेल. बरं... हिगेयॉन, तोपर्यंत तू आपला मित्र स्कॅरब कुठे सापडतोय का ते बघ रे."

हिगेयॉननं हळूच तुतारी वाजवली आणि तो तंबूबाहेर गेला.

यलिथ आणि हिगेयॉन निघून गेल्यानंतर सँडीला तापामुळे खूप ग्लानी

आली, जणू झोपेनं हल्लाच चढवला त्याच्यावर. आता अंधार झाला होता. तंबूच्या छतातल्या भोकातून चंद्रप्रकाश आत येत नव्हता. ती दगडी पणती मंद तेवत होती. डोळे बंद करून, तो कुशीवर वळला. फार रिक्तपणा जाणवत होता त्याला.

डेनीस. एकीकडे डेनीसनं यलिथला न पाहिल्याचा सँडीला आनंद होत असला, तरीही आत्तापर्यंत तो कधीही डेनीसशिवाय एकटा झोपला नव्हता. घरी बंक बेडवर झोपल्यावर, वरती झोपलेल्या डेनीसचं लक्ष वेधून घेण्यासाठी, तो हात उंचावून त्याच्या पलंगाला खालून ठोसे मारायचा. स्काउटच्या निवासी शिबिराला गेल्यावर ते नेहमी एकाच खोलीत राहायचे. त्यांचे आई-बाबा, त्या दोघांची व्यक्तिमत्त्वं स्वतंत्रपणे फुलावीत म्हणून सतत प्रयत्न करायचे. ते त्यांना कधीही एकसारखे कपडेसुद्धा आणत नसत; पण तरीही ते दोघे जुळे भाऊ होते, हे सत्य मात्र तसंच अबाधित राहिलं होतं. डेनीसशिवाय झोपणं काय असतं, हे त्याला माहीतच नव्हतं.

हिगेयॉन आत आला आणि आजोबांजवळ गेला. त्यानं आपल्या सोंडेनं कानावरून काहीतरी काढून ते आजोबांच्या पुढ्यात धरलं. लेमेकआजोबांनी ते त्यांच्या हातात घेतलं. तो स्कॅरब किडा होता, दिव्याच्या उजेडात तो तपकिरी किडा चमकत होता. आजोबांनी त्यांच्या थरथरत्या बोटानं त्याच्या अंगावरून हात फिरवला आणि हाताची मूठ बंद करून घेतली.

मग स्पष्टपणे प्रकाश लखलखला, त्या एकशिंगी घोड्याच्या शिंगातील प्रकाशासारखाच; आणि मग एकदम एक खूप उंच व्यक्ती तंबूत अवतरली. आजोबांकडे बघून हसत होती ती व्यक्ती. मग त्या व्यक्तीनं शांतपणे सँडीकडे निरखून पाहिलं. ती व्यक्ती, यलिथसारख्याच जर्दाळूगत तजेलदार गव्हाळ वर्णाची होती. उन्हात पसरलेल्या गव्हाच्या रंगाचे चमकदार लांबसडक सोनेरी केस पाठीमागे बांधले होते. त्या लांबसडक दाट केसांमुळे त्याचे घट्ट गुंडाळून घेतलेले पंख बऱ्यापैकी झाकले जात होते. ते पंखही केसांसारखेच चमकदार सोनेरी रंगाचे होते. डोळे विलक्षण तेजस्वी निळ्या रंगाचे होते. जणू निळ्याशार समुद्राच्या लाटांवर सूर्यप्रकाश चमकावा, अगदी तसे.

लेमेकआजोबांनी त्याचं आदरानं स्वागत केलं. ते म्हणाले, "ॲडनारेल, आम्ही तुझे आभार मानतो." मग सँडीकडे वळून ते म्हणाले, "हा सेराफ तुला बरं करू शकेल. सेराफिमना उपचारांची खूप चांगली माहिती असते."

'अच्छा... म्हणजे एक सेराफ, आणि अनेक सेराफिम. म्हणजे हा एक सेराफ आहे तर!' सँडीच्या मनात आलं. तो सेराफ या जुळ्या मुलांपेक्षाही उंच होता, अर्थात... फक्त उंचीबाबतच थोडंफार साम्य होतं, बाकी तो सेराफ

जुळ्यांपेक्षा पूर्णपणे वेगळा होता. फार देखणा होता तो, पण परका. त्या सेराफनं लेमेकआजोबांना विचारलं, ‘‘मग? काय आहे इथे?’’

लेमेकआजोबा त्या उंच, पंखवाल्या सेराफच्या तुलनेत जणू लहानशा तांबूस सुपारीसारखे दिसत होते. या अनोख्या ठिकाणचे सगळेच लोक जर आकारानं लेमेक, जॅफेथ आणि यलिथएवढेच असतील, तर त्या लोकांना सॅंडी आणि डेनीस राक्षस वाटले यात फारसं नवल नव्हतं. लेमेकआजोबा कमरेत झुकून म्हणाले, ‘‘इथे एक अनोळखी, विचित्र माणूस आहे...’’

सॅंडी धडपडत उभा राहू लागला. ॲडनारेलनं सॅंडीच्या खांद्यावर हात ठेवून त्याला पुन्हा कातड्यावर बसवलं.

लेमेकआजोबा पुढे बोलू लागले, ‘‘तो जवळजवळ तुझ्याएवढा उंच आहे, तुला दिसतंच आहे ते; पण त्याचा मात्र अं... तुझ्यासारखा पूर्णपणे विकास झालेला नाहीये.’’

तो ॲडनारेल नावाचा सेराफ म्हणाला, ‘‘तो अजूनही खूप लहान आहे, जणू नुकताच अंड्यातून बाहेर आल्यासारखा; पण तुम्ही सांगत होतात, ते बरोबरच आहे. तो आमच्यापैकी नाहीये, किंवा नेफिलिम लोकांपैकीसुद्धा नाहीये.’’

‘‘तो आमच्यापैकीही नाहीये, पण त्याची भीती बाळगावी, असं आम्हाला वाटत नाही,’’ लेमेकआजोबा म्हणाले.

ॲडनारेलनं हात लांबवून सॅंडीच्या पाठीला स्पर्श केला, त्याची लांबसडक बोटं हळुवारपणे त्याच्या खांद्यांचा मागचा भाग तपासत होती. तो म्हणाला, ‘‘पंख नाहीयेत, अगदी प्राथमिक अवस्थेतलेसुद्धा नाहीत, किंवा त्यांच्या खुणादेखील नाहीयेत.’’

हिगेयॉन सेराफजवळ गेला आणि लक्ष वेधून घेण्यासाठी त्याला ढुशी मारली. मग हिगेयॉननं पाण्याच्या माठाकडे निर्देश केला.

ॲडनारेलनं खाली वाकून हिगेयॉनच्या डोक्यावर खाजवल्यागत कुरवाळलं. ‘‘पेलिकनला बोलवा,’’ तो म्हणाला.

हिगेयन तंबूबाहेर गेला. मान चांगलीच मागे टाकून, ॲडनारेलच्या विलक्षण निळ्या डोळ्यांत बघत लेमेकआजोबांनी विचारलं, ‘‘त्याचा ताप उतरवण्यासाठी, आणि त्याच्या अंगाची होणारी आग कमी करण्यासाठी आम्ही त्याला सतत थंड आणि ओलं ठेवतोय, ते बरोबर आहे ना? आम्ही योग्य तेच करतोय ना?’’

होकार देत ॲडनारेलनं मान डोलावली. तंबूच्या दाराचा पडदा उघडून हिगेयॉन आत आला, आणि आश्चर्य म्हणजे त्याच्या मागोमाग एक भलामोठा, पांढराशुभ्र पेलिकन पक्षीही आत आला. तो बदकासारख्या फेंगड्या चालीनं

चालत माठापाशी गेला, आणि त्यानं आपली भलीमोठी चोच उघडून त्यातलं पाणी माठात ओतलं.

लेमेकआजोबांनी काळजीनं विचारलं, "आम्हाला भरपूर पाणी मिळण्याची व्यवस्था हा पेलिकन करणार आहे? पण त्यासाठी त्याला विहिरीपाशी कितीतरी हेलपाटे घालावे लागतील. मलातर फारच जास्त होतील ते. मी आता म्हातारा झालोय आणि..."

"घाबरू नका. ॲलारिड करील ते काम," ॲडनारेलनं आश्वासन दिलं.

"वाळवंटात पेलिकन पक्षी?" सँडीनं विचारलं. हा पक्षी त्याला तापाच्या ग्लानीत पडणाऱ्या स्वप्नाचा भाग वाटत होता.

"हो. ओसाड भूभागातला पेलिकन पक्षी," ॲडनारेल म्हणाला. तो गुडघा टेकून खाली बसला आणि त्यानं सँडीच्या लाल झालेल्या गालावर हात ठेवला. त्याच्या बोटांमधून जणू गुणकारी ऊब प्रवाहित झाली आणि सँडीला जरा बरं वाटलं. अर्थात... या उबेचा बाहेरच्या उकाड्याशी काहीही संबंध नव्हता. आतापर्यंत सँडीला तंबूमधल्या कातड्यांच्या उग्र वासाची सवय झाली होती; पण त्या सेराफच्या उपस्थितीमुळे हवेत जणू ताजेपणा आल्याचं त्याला भासलं.

"छोट्याशा मुला, तू कुठून आला आहेस?" ॲडनारेलनं विचारलं.

सुस्कारा टाकून सँडी म्हणाला, "पृथ्वी ग्रह, मी आत्ताही तिथेच असण्याची आशा आहे ना?"

उत्तर न देता तो सेराफ नुसताच हसला. त्यानं हळुवारपणे सँडीच्या कपाळावर हात ठेवला. त्या स्पर्शामुळे त्याच्या डोक्यातला गोंधळ कमी होऊन विचार स्पष्ट होऊ लागले. सेराफनं विचारलं, "आणि पृथ्वी ग्रहावरच्या कोणत्या भागातून आलायस तू?"

"युनायटेड स्टेट्स ऑफ अमेरिका. ईशान्येकडील भाग. न्यू इंग्लंड."

"तू इथे कसा आलास?"

"मला नक्की माहीत नाही... अं... सर" ॲडनारेलच्या व्यक्तिमत्त्वात असं काही होतं, ज्यामुळे सँडी त्याच्याशी जुन्या काळच्या प्रथेनुसार अदबीनं बोलायला लागला. "आमचे बाबा पाचवी मिती आणि टेसरॅक्टबद्दल संशोधन करतायत..."

"हं... त्यांनी तुला पाठवलं का?" ॲडनारेलनं मान डोलवत विचारलं.

"नाही... अं ...म्हणजे... तसं नाही, आम्ही ना..."

"आम्ही?"

"डेनीस, माझा जुळा भाऊ आणि मी. सगळी आमचीच चूक होती. म्हणजे... आम्ही एवढा प्रचंड मूर्खपणा कधीही केला नव्हता. बाबांच्या चालू

प्रयोगात आम्ही ढवळाढवळ करून गोंधळ घातला. पण आम्हाला त्यांचा प्रयोग चालू असल्याचं माहीत नव्हतं हो.''

''डेनीस कुठे आहे?''

''अहो, प्लीज हं...'' सँडी आता रडवेला होऊन विनवायला लागला.

लेमेकआजोबांनी सांगितलं, ''भाऊ, डेनीस. तो एकशिंगी घोड्यासोबत गायब झालाय. त्या घोड्याला दुसऱ्या कुणीतरी बोलावून घेतलंय. जॅफेथ त्याला शोधायला गेला आहे.''

त्या सेराफनं सगळं गंभीरपणे ऐकून घेतलं. सँडीला मात्र हे स्पष्टीकरण अपुरं वाटत होतं. ॲडनारेल त्याला म्हणाला, ''घाबरू नकोस. तुझा भाऊ तुला परत मिळेल. तोपर्यंत लेमेकआजोबा आणि हिगेयॉन तुझी त्वचा ओली ठेवून तुझी उत्तम काळजी घेतायत.'' आपल्या पायघोळ अंगरख्याच्या खिशातून त्यानं मूठभर जडीबुटीसारखं काहीतरी बाहेर काढलं आणि ते माठातल्या पाण्यात टाकलं. तो हसून म्हणाला, ''यामुळे लवकर बरं वाटेल. तुला ती प्राचीन भाषा थोडीतरी कळते, ही गोष्ट चांगलीच आहे.''

''पण मला नाही येत...''

''तू तर जॅफेथशी आणि आता लेमेकआजोबांशीही बोलू शकतो आहेस, त्यांचं बोलणंही तुला समजतंय... हो ना?''

''अं... हो म्हणजे... तसं वाटतंय तरी.''

''तुला विचार करायलाही वेळ मिळाला नाही; कदाचित त्यामुळे तुझ्यातली ती दैवी देणगी जागृत झाली असावी.'' त्या सेराफच्या स्मितहास्यामुळे तंबू उजळून निघाला. ॲडनारेल लेमेकआजोबांकडे वळून म्हणाला, ''रात्रीचा गारठा पडला की, त्याला ह्याच्यात गुंडाळा.'' असं म्हणून त्यानं स्वत:चा पांढराशुभ्र पायघोळ अंगरखा काढला. त्याचे पंख आता नीट दिसू लागले, त्याच्या लांबसडक केसांसारखेच चमकदार सोनेरी पंख होते ते. त्याच्यामुळे अंधाऱ्या तंबूत छान सूर्यप्रकाशाचा भास निर्माण होत होता. तो म्हणाला, ''त्याची त्वचा होरपळल्यामुळे नाजूक झाली आहे, प्राण्यांची कातडी फार खरबरीत असते. त्यामुळे त्याला कातड्यावर झोपताना त्रास होईल. मी सकाळी त्याची विचारपूस करायला येईन. तोपर्यंत मी जॅफेथशी बोलून त्याला भाऊ सापडला की नाही, हे बघतो.''

ॲडनारेलचं बोलणं सुरू असतानाच सँडीचे डोळे मिटू लागले होते. 'जॅफेथ डेनीसला शोधायला गेला होता. ॲडनारेल त्याला मदत करणार होता. आता सेराफ या प्रकारात सहभागी झाल्याने सगळं ठीक होईल.'

त्याच्या मनातले विचार भरकटत गाढ झोपेच्या मऊशार अंधारात विरून गेले.

३

जॅफेथची बहीण यलिथ

आजोबांच्या तंबूतून बाहेर पडल्यावर यलिथ घाईघाईनं घरी जाऊ लागली. त्या मरुवनाच्या साधारण मध्यावर होतं तिचं घर. जॅफेथसारखाच तिच्याही कमरेला एक छोट्याछोट्या बाणांनी भरलेला बटवा अडकवलेला होता, पण छोट्याशा धनुष्याऐवजी तिच्या कमरेला एक लहानशी फुंकणी अडकवलेली होती. बाणांच्या टोकांवर एक विशिष्ट द्रव लावला होता. त्यामुळे बाण लागल्यास हल्लेखोर तात्पुरता बेहोश नक्कीच व्हायचा; तो हल्लेखोर मॅंटिकोरएवढा मोठा असला तरीही. मॅंटिकोर चांगलेच बलवान होते आणि चिडकेदेखील; मात्र ते बुद्धिमान किंवा धीट नव्हते. तिला मॅंटिकोरपेक्षाही गावातल्या काही तरुणांची भीती वाटत असे. त्यामुळे गरज पडल्यास असावा, म्हणून ती नेहमीच एक बाण हातातच धरून ठेवत असे.

लेमेकआजोबांच्या तंबूच्या आसपास असलेलं चराऊ कुरण पार करून ती झाडांच्या एका छोट्याशा राईतून चालू लागली. ही राई पार केल्यावर पांढऱ्याशुभ्र वाळूचं वाळवंट लागे. त्यात अधेमध्ये तपकिरी गवतदेखील पसरलं होतं. जिथेजिथे सिंचनासाठी पुरेशा विहिरी नव्हत्या, तिथेतिथे नुसतंच वाळवंट होतं. मरुवनातील धूळभरल्या, घाणेरड्या वाटांपेक्षा वाळवंटातून चालायला तिला जास्त आवडायचं. मखमली काळ्याभोर आकाशात चांदण्या चमचमत होत्या. तिच्या पायाशी, एक किडा सकाळ होईपर्यंत वाळूतल्या बिळात गडप होण्याच्या गडबडीत तुरुतुरु चालत होता. तिच्या उजवीकडे असलेल्या लेमेकआजोबांच्या वनराईतल्या झाडांवर बसलेली बबून जातीची माकडं झोपाळूपणे चिरके आवाज काढत होती.

तिनं क्षितिजाकडे पाहिलं. सॅंडी आणि डेनीस, घरातून थेट या वाळवंटात पोचल्या पोचल्या भूकंप होऊन त्यामुळे एक खडक निर्माण झाला होता. तेव्हाच

त्या दोघांना जॅफेथ भेटला होता. अगदी तसाच एक उंच खडक होता तिथे. त्या खडकावर तिला एक आडव्या झोपलेल्या आकृतीची सावली दिसली. तो सिंहच असल्याची खात्री करून घेण्यासाठी तिनं नीट लक्ष देऊन पाहिलं. तिनं हळूच हाक मारली, "एरियल!"

तो प्राणी सावकाश, अगदी सुस्तपणे उठला आणि खडकावरून उडी मारून सावकाश लांब ढांगा टाकत तिच्याकडे येऊ लागला. मग मात्र, नुसत्या ताऱ्यांच्या उजेडात नीटसं दिसलं नसल्याचं तिच्या लक्षात आलं. तो सिंह नसून भलामोठा वाळवंटातला सरडा होता. बरेच लोक अशा सरड्यांना ड्रॅगन्स असं म्हणत असत, पण त्यांचे पंख आक्रसून गेल्याने त्यांना उडता मात्र येत नसे.

घाबरून ती अगदी गोठल्यागत स्तब्ध झाली. तिनं हातात एक छोटासा बाण घट्ट पकडून ठेवला होता. तो सरडा तिच्याजवळ आला, आणि अगदी सरळसोट उंच उभा झाला... उंचच उंच... जवळपास सहा फूट उंच...आणि अचानक डोक्यावर उंच उभारलेले हात प्रकट झाले; शेपटीचे दोन भाग होऊन त्यांचे दोन पाय बनले... मनुष्यरूप दिसू लागलं. तो माणूस तिच्याकडे धावत आला. अतिशय देखणा होता तो. संगमरवरी पांढराशुभ्र वर्ण, चमकदार जांभळे पंख, लांबसडक काळ्या केसांवर जांभळट चमक होती. त्याचे डोळे जांभळ्या रंगाच्या अमेथिस्ट या स्फटिकासारखे होते.

"सुंदर मुली, तू मला बोलावलंस?" तो अगदी हळूच वाकून तिला म्हणाला. त्याच्या गोऱ्यापान चेहऱ्यावर उठून दिसणाऱ्या गडद गुलाबी ओठांवर प्रश्नार्थक हसू खेळत होतं.

ती गडबडली आणि चाचरत म्हणाली, "नाही, नाही...तुम्हाला नाही. मला वाटलं...मला वाटलं...अं... तुम्ही एरियल आहात."

"नाही. मी एरियल नाहीये, मी एब्लिस आहे. तू बोलावलंस, म्हणून मी आलो." त्याचा आवाज सुखद होता. तो पुढे म्हणाला, "तुझ्या सेवेसाठी आलोय. तुला काही हवंय का?"

"नाही नाही, धन्यवाद! पण खरंच काही नको."

"कानातले डूल, किंवा तुझ्या छोट्याशा नाजूक गळ्यात घालायला काहीतरी? काहीच नको?"

ती पुन्हा म्हणाली, "नाही नाही, धन्यवाद! पण खरंच काही नको." अशी संधी गमावल्याबद्दल तिच्या बहिणींनी तिला वेड्यातच काढलं असतं. तसे सगळेच नेफिलिम उदार असतात. हा नेफिलसुद्धा बोलतोय ते सगळं तर तिला देऊ शकेलच, पण त्याशिवाय जास्तदेखील देईल.

“तू अचानक किती बदलली आहेस गं. तू तर एक छोटीशी मुलगी होतीस, आणि आता मात्र तू ती छोटीशी मुलगी राहिलेली नाहीयेस,” तो म्हणाला.

एका वेगळ्याच अंत:प्रेरणेनं तिनं छातीवर हातांची घडी घालून उरोज झाकून घेतले. ती अडखळत म्हणाली, “प...पण, मी तर लहान मुलगीच आहे. मी तर अजून शंभर वर्षांचीदेखील झालेली नाहीये...”

त्यानं आपला लांबसडक पांढुरका हात लांबवून तिच्या कपाळावरचे केस मागे सारले. तो म्हणाला, “मोठी व्हायला घाबरू नकोस. तुला अजून खूप सुखं उपभोगायची आहेत, आणि त्या सगळ्यांचा आनंद लुटायला मी तुला मदत करीन.”

“तुम्ही?” तिनं आश्चर्यचकित होऊन त्याच्याकडे पाहिलं. त्याच्या जांभळ्या पंखांवरून चंद्रप्रकाश पाण्यासारखा चमकत होता.

“हो गं, मी. छोटूश्शा गोड मुली... मीच. एब्लिस. नेफिलिम लोकांपैकी एक नेफिल.”

याआधी कुठल्याही नेफिलनं तिच्याकडे लक्ष दिलं नव्हतं. ती खूपच लहान होती. आजोबांच्या तंबूत पाहिलेला तो विचित्र छोटा राक्षस तिला आठवला. खरंच, ती आता लहान मुलगी राहिली नव्हती. ती त्या राक्षसाशी छोट्या मुलीसारखी वागली नव्हती.

एब्लिस म्हणाला, “अजून खूप बदल होणार आहेत. तुला मदतीची गरज भासेल.”

डोळे विस्फारून तिनं विचारलं, “बदल? कशा प्रकारचे बदल?”

“लोक खूप जास्त काळ जगतायत. एल हा देव मानवाचं आयुष्य कमी करणार आहे. तुझे बाबा किती वर्षांचे आहेत?”

“ते तर मध्यमवयीन आहेत, अंदाजे अं... सहाशे वर्षांच्या आसपास असतील.” तिनं आपल्या बोटांकडे पाहिलं. दहा बोटं. तिला अचूकपणे तेवढंच मोजता येत होतं.

“आणि तुझे लेमेकआजोबा?”

“अं... बघूया हं... माझ्या वडिलांच्या जन्माच्या वेळी लेमेकआजोबा अगदीच तरुण होते, दोनशे वर्षांचेसुद्धा नव्हते ते. खरंच, खूप मोठं आयुष्य आहे त्यांचं. आजोबांचे वडील मथूझला, म्हणजे माझे पणजोबा. ते नऊशे एकोणसत्तर वर्षं जगले. त्यांचे वडील म्हणजे ईनॉक. एलची साथ न सोडता ते देवाच्या मार्गावरून चालत राहिले. ते तीनशे पासष्ट वर्षे जगले, आणि मग एल त्यांना आपल्यासोबत घेऊन गेला...” तिच्या पूर्वजांच्या महान इतिहासात ती अगदी

गुंग झाली होती. त्यानं त्याचे भव्य पंख पसरून तिला आपल्या पंखात केव्हा लपेटून घेतलं, तिला कळलंच नाही. चमकत्या जांभळ्या रंगानं तिला वेढा घातला... तिच्या लक्षात आलं तेव्हा आश्चर्यानं तिचा श्वासच अडकला. मग तिनं मोठ्यानं श्वास घेतला.

तो हळूच हसला, आणि म्हणाला, "अगं छोटुली... अगदी निरागस छोटुकली आहेस तू. तुला कितीतरी शिकायचं आहे अजून, माणसांच्या स्वभावाविषयी, एलबद्दल आणि त्याच्या कामाबद्दल... त्याच्या पद्धती माणसांसारख्या नसतात. तू मला हे सगळं शिकवू देशील का?"

एका नेफिलकडून शिकायला मिळणं हा फार मोठा सन्मान होता, तिला याची अपेक्षाच नव्हती. तरीही तिची द्विधा मनस्थिती का होतीये, तिला कळतच नव्हतं. तिनं मोठा श्वास घेतला, तिला त्याच्या पंखांचा अनोखा वास आला. त्या पंखांना दगडाचा, थंडीचा, हिवाळ्यातील वादळी वाऱ्यांचा वास येत होता.

एब्लिसच्या पंखांमध्ये गुरफटलेली असल्याने, वाळवंटातून एक भव्य सिंह त्यांच्याकडे दौडत येत असल्याचा आवाज तिला ऐकूच आला नाही. त्यांच्या जवळ आल्यावर त्या सिंहानं गर्जना केली. यलिथ आणि एब्लिस, दोघांनी वळून पाहिलं. त्या सरड्यासारखाच तो सिंहदेखील मागच्या पायांवर सरळ उभा राहिला. त्यानं आकाशाकडे झेप घेतली, आणि मनुष्यरूप धारण केलं. एक पिवळसर गव्हाळ वर्णाचा, सोनेरी किनार असलेले भलेमोठे पांढरेशुभ्र पंख असलेला माणूस समोर उभा ठाकला. त्याचे पिवळसर मधाळ डोळे पेटत्या निखाऱ्यासारखे धगधगत होते.

एब्लिसनं यलिथभोवती वेढून घेतलेले पंख बाजूला घेऊन आपल्या पाठीमागे नेले. तो म्हणाला, "काय रे एरियल? हा असा विनाकारण आणि नकोसा व्यत्यय कशासाठी?"

"मी तुला सांगतोय... यलिथला एकटं सोड."

"त्याच्याशी तुला काय करायचं आहे रे? सेराफिमसाठी माणसांच्या मुलींना काहीच महत्त्व नसतं."

"नाही?" एरियल खालच्या पट्टीत बोलला.

"नाही सेराफ. एखादा नेफिल माणसाच्या मुलीकडे जाऊ शकतो. नेफिलला आनंद समजतो." आपलं बोट यलिथच्या ओठांवर टेकवून तो म्हणाला, "गोडुली, मी शिकवीन हं तुला. मी जे देईन ते तुला आवडेल. आता मी तुला या एरियलच्या प्रेमळ धार्मिक शिस्तीत सोडून जातो. पण मी तुला पुन्हा भेटेन हं." तो त्यांच्याकडे पाठ फिरवून वाळवंटाकडे वळला, आणि त्या नेफिलचा पुन्हा तो ड्रॅगन नावाचा भलामोठा सरडा बनला. मग तो सरडा काळोखात

सरसरत निघून गेला.

यलिथ म्हणाली, "एरियल, मला एक गोष्ट कळलीच नाहीये... तू त्या खडकावर आहेस, असं मला वाटलं होतं. तो तूच आहेस, अशी माझी खात्रीच झाली होती, म्हणून मी हाक मारली. तो तू नव्हतासच, तो तर एब्लिस होता."

"अगं, नेफिलिम नकला करण्यात पटाईत असतात. खडकावर मी आहे, असं तुला वाटावं हीच इच्छा होती त्याची. मी तुला विनंती करतो गं... सावध राहत जा."

तिच्या डोळ्यांत खेद उमटला. ती म्हणाली, "तो माझ्याशी फार प्रेमानं वागत होता."

एरियलनं तिची हनुवटी उचलून तिच्या डोळ्यात पाहिलं. स्वच्छ, आणि अजूनही लहान मुलीसारखे निरागस होते तिचे डोळे. तो म्हणाला, "अगं, तुझ्याशी कोण प्रेमानं वागणार नाही गं? बरं, तू कुठे निघालीयस का?"

"घरी जातेय. मी लेमेकआजोबांसाठी रात्रीचा दिवा घेऊन गेले होते. हां... आणि एरियल, लेमेकआजोबांच्या तंबूत एक विचित्र राक्षस आहे. जॅफेथ त्याला तिथे घेऊन आला. त्याला उष्माघाताचा फारच त्रास झालाय. तो आसपासच्या भागातला असूच शकत नाही. तो राक्षस नाहीये, असं तो सांगतोय. मी आत्तापर्यंत अशा कुणालाच पाहिलं नव्हतं. तो सुमारे तुझ्याएवढा उंच आहे, आणि त्याच्या अंगावर केस नाहीयेत, तुझ्यासारखी, आणि नेफिलिमसारखी अगदी गुळगुळीत त्वचा आहे त्याची, आणि उन्हामुळे जिथली त्वचा लाल पडली नाहीये, तिथली त्वचा फिकुटलेली आहे. नेफिलिमसारखी त्याची पांढरीशुभ्र त्वचा नाहीये, पण फिक्कट आहे, आणि अगदी कोमल त्वचा आहे हं त्याची...एखाद्या लहान बाळासारखी."

"तू फारच बारकाईनं निरीक्षण केलेलं दिसतंय," एरियल म्हणाला.

ती लाजून लाल झाली. त्याची नजर चुकवत म्हणाली, "याआधी मरुवनात त्याच्यासारखं कुणीच आलेलं नाही ना."

एरियलनं विचारलं, "मग, त्याच्या उष्माघातासाठी काय केलं जातंय? त्याला ताप आहे का?"

"हो. हिगेयॉन त्याला ओलं ठेवण्यासाठी त्याच्यावर थंड पाण्याचा शिडकावा सतत करतो आहे. त्याला बरं करण्यासाठी ते एका सेराफचा सल्लाही घेणार आहेत."

"ॲडनारेल?"

"हो. स्कॅरब किडा."

"छान."

"तो राक्षस तुम्हा लोकांपैकी नाहीये, आणि नेफिलिमपैकीसुद्धा नाहीये. त्यांची त्वचा उन्हात भाजली गेली की, अधिकच पांढरी होते. हिवाळ्यात पेटवलेल्या शेकोटीत राख उरते ना, तशा भस्माच्या रंगाची."

त्याचे शुभ्र पंख थरथरले, चांदण्यात त्या पंखांची सोनेरी किनार चमचमली. तो म्हणाला, "त्याची त्वचा होरपळली असेल, तर तो नक्कीच नेफिलिमपैकी नाहीये."

"तुमच्यापैकीसुद्धा नाहीये तो."

"त्याला पंख आहेत का?"

"नाही. त्या बाबतीत मात्र तो माणसांसारखा वाटतो. तो खूप लहान वाटतो, पण तरीही तुमच्याएवढा उंच आहे, आणि बारीकही आहे."

"त्याच्या डोळ्यांचं निरीक्षण केलंस तू?"

त्याच्या डोळ्यांतली मिस्कील चमक तिच्या लक्षातच आली नाही. ती म्हणाली, "एरियल, राखाडी रंगाचे छान डोळे आहेत त्याचे. स्थिर. तुझ्या डोळ्यांसारखे, पेटत्या निखाऱ्यागत उजेड फेकत नाहीत त्याचे डोळे. बरेचसे मानवी डोळ्यांसारखे... माझ्यासारखे, आई-बाबांसारखे, माझ्या भावंडांसारखे."

एरियल हळूच तिच्या खांद्यावर हात ठेवून म्हणाला, "घरी जा बाळा. मरुवन ओलांडण्याची भीती बाळगू नकोस. तुला कसलीही इजा होणार नाही, याची मी काळजी घेईन."

"तू आणि एब्लिस. धन्यवाद हं!" लहान मुलीसारखी पापी घ्यावी म्हणून तिनं आपला चेहरा पुढे केला. एरियलनं खाली वाकून अगदी हळुवारपणे तिच्या ओठांवर ओठ टेकले. "तू आता फार काळ लहान मुलगी राहणार नाहीयेस," तो म्हणाला.

"मला माहितीये..."

त्यानं पुन्हा तिच्या ओठांना हळुवार स्पर्श केला, आणि क्षणभरात तो भलामोठा सिंह बनून वाळवंटातून पळत निघून गेला.

यलिथ एका बार्लीच्या शेतातून जाणाऱ्या वाळूच्या पायवाटेवरून चालू लागली. त्या पायवाटेच्या शेवटाशी एक दगडी रस्ता होता. त्या रस्त्याच्या आजूबाजूला उन्हात वाळवलेल्या मातीच्या पांढऱ्या इमारती होत्या. भूकंपात टिकून राहण्यासाठी त्या सगळ्या इमारती कमी उंचीच्या बांधल्या होत्या. त्यांतल्या काही बुटक्या इमारतींमध्ये लहानलहान दुकानं होती. भाजलेल्या पदार्थांची, दगडी दिव्यांची, तेलाची अशी वेगवेगळी दुकानं थाटलेली होती. काही दुकानांमध्ये मांस टांगून ठेवलेलं होतं. काही दुकानांत धनुष्य-बाणांची विक्री होत होती, तर

काही दुकानं गोफर लाकडाच्या भाल्यांचीही होती. काही दुकानांच्या प्रवेशद्वारांवर रंगीबेरंगी मण्यांच्या माळांचा पडदा टांगला होता, आणि वाऱ्याची झुळूक आली की, त्या मण्यांचा किणकिणाट कानी पडत होता.

एका इमारतीतून एक नेफिल बाहेर आला. त्यानं एका तरुणीच्या खांद्याभोवती आपला हात वेढून घेतला होता. ती तरुणी त्याच्याकडे अत्यंत प्रेमानं बघत होती. ती त्याला एवढी चिकटून चालत होती की, तिच्या उरोजांचा स्पर्श त्याला होत होता. नितंबांच्याही खालपर्यंत पोचणारे लांबसडक चमकते काळेभोर केस तिनं पाठीवर मोकळे सोडले होते. तिचे डोळे अगदी गडद निळे, जणू नीलमण्याच्या रंगाचे होते.

त्या दोघांना बघून यलिथ थबकली. ती तरुणी म्हणजे तिची बहीण माह्‌ला होती. त्यांच्या कुटुंबाच्या तंबूवजा घरात यलिथ सोडून ही एकच मुलगी राहात असे. त्यांच्याहून मोठ्या दोन बहिणींची लग्नं झाली होती, आणि त्या आपापल्या नवऱ्यांसोबत मरुवनाच्या दुसऱ्या एका भागात राहात असत. माह्‌ला आजकाल जास्त वेळ घराबाहेरच असायची. ती कुठे जात होती, हे आता यलिथला नीट कळलं.

माह्‌ला तिच्या छोट्या बहिणीकडे पाहून हसली.

यलिथला अगदी उदारपणे ओळख दाखवून तो नेफिलसुद्धा हसला.

ते दोघे सावलीतून उजेडात येईपर्यंत यलिथला तो नेफिल एब्लिसच वाटला होता. तिला फार धक्का बसला होता त्याला बघून, आणि विश्वासघात झाल्यागतसुद्धा वाटलं. ते जेव्हा लख्ख चंद्रप्रकाशात आले, तेव्हा त्याचे पंख चांगलेच फिक्कट जांभळ्या रंगाचे असल्याचं तिच्या लक्षात आलं. केसांचा अचूक रंग सांगता आला नसता, पण तेही फिक्या रंगाचेच होते, आणि जराशी नारिंगी चमक होती त्याच्या केसांवर. त्याची मान जराशी वळणदार होती, आणि त्याचे डोळे अर्धमिटले दिसत होते.

तो पुन्हा हळूच हसला आणि म्हणाला, ‘‘माह्‌ला आज रात्री माझ्यासोबतच राहील. तू तुझ्या आईला तसं सांग.''

यलिथ एकदम बोलून गेली, ‘‘ओ... पण तिला काळजी वाटेल ना. आम्हाला रात्री घराबाहेर राहण्याची परवानगी नाहीये...''

माह्‌ला आनंदानं हसत म्हणाली, ‘‘अगं, युजिएलनं मला निवडलंय! मी त्याची भावी बायको आहे!''

एक मोठा आवंढा गिळून यलिथनं विचारलं, ‘‘अगं, पण हे आईला माहीत आहे का?''

‘‘अं, अजून तरी नाही. तू सांग ना तिला, माझी छोटी बहीण ना तू...''

"अगं, पण हे तूच तिला सांगायला नको का? तू आणि तो अं..."

"युजिएल."

"पण तूच..."

माह्ला खळखळून हसली, छोट्याशा घंटांच्या किणकिणाटासारखं हसू होतं तिचं. ती म्हणाली, "आता जुन्या चालीरीती बदलत चालल्या आहेत गं. आज रात्री मी युजिएलच्या भाऊबंदांना भेटणार आहे."

त्या नेफिलनं माह्लाभोवती हळूच पंख वेढून घेतला. तो म्हणाला, "हो गं बहिणाबाई, खरंच. जुन्या चालीरीती बदलत चालल्या आहेत. घरी जा, आणि तुझ्या आईला सांग."

यलिथ वळून चालू लागली. ते दोघे ती दिसेनाशी होईतो तिच्याकडे बघत, निरोपादाखल हात हलवत उभे राहिले. रस्त्याच्या शेवटापाशी आल्यावर यलिथला पावलांचा आवाज आला. तिनं वळून मागे पाहिलं, एक तरुण तिच्या मागोमाग येत होता. तिनं एक बाण काढून तिच्या फुंकणीत घातला, पण तो तिथल्याच एका इमारतीपाशी येऊन दिसेनासा झाला.

या बुटक्याशा पांढऱ्या इमारती संपल्यावर लोकांचे तंबू सुरू झाले. प्रत्येक तंबूभोवती तंबूच्या मालकाचं आवार होतं. सगळ्यात आधी दुकानदारांच्या लहानशा जमिनी होत्या, मग शेतं, राई... काही ठिकाणी तर अगदी अनेक एकरसुद्धा. तिला रस्त्यावरून चालताना शेळ्या, मेंढ्या, उंट चरताना दिसले. बाजूच्या बागेतल्या वेलींवर पिकलेल्या द्राक्षांचे घोस लटकत होते.

तिच्या बाबांचा तंबू चांगलाच मोठा होता. त्या तंबूच्या आसपास अनेक लहानलहान तंबू होते. ती आईला हाक मारत घाईघाईनं त्या मोठ्या, मुख्य तंबूत शिरली.

• • •

अत्यंत उग्र वासामुळे डेनीस शुद्धीवर आला. त्यानं नाक वाकडं केलं. त्याच्या पोटात ढवळत होतं. काहीतरी शिजत असल्याचा धुरकट, खवट वास येत होता. अतिशय घाणेरडा वास होता तो. सडक्या चीजच्या वासापेक्षाही वाईट, किंवा साठवून ठेवलेल्या ओल्या चाऱ्यापेक्षाही वाईट वास. हा ओल्या चाऱ्याचा वास त्यांच्या घराजवळच्या शेतमजुरांच्या अंगाला चिकटलेला असायचा. वसंत ऋतूत शेतांमध्ये खत घातलं जातं, त्यापेक्षाही जास्त उग्र वास होता तो. ताज्या खताचा वास जरातरी सौम्य असतो. हा वास सडक्या खताच्या वासासारखा होता. हा वास इतका घाणेरडा होता, की शाळेच्या शौचालयातला वासही

यापुढे सौम्य वाटावा. त्यातच भर म्हणून अत्तराचा आणि घामाचा अत्यंत उग्र आणि संमिश्र वासही येत होता, आणि तो घामट वासही कधीही अंघोळ न केलेल्या व्यक्तीच्या घामाचा वास होता.

त्यानं डोळे उघडले.

तो एका बंदिस्त जागेत होता. गोलसर छताला असलेल्या एका भोकातून चंद्राचा प्रकाश येत होता, आणि तिथेच उभ्या असलेल्या एका एकशिंगी घोड्याच्या शिंगातूनही तसाच तेजस्वी प्रकाश बाहेर पडत होता. त्यामुळे ती जागा चांगली उजळून निघाली होती. तो चंदेरी घोडा इकडेतिकडे बघत, तिथली मातीची घाणेरडी जमीन हुंगत, त्यावर खूर आपटत उभा होता. त्याच्या पायाशी एक मॅमथ भीतीनं दबकून, अंग चोरून बसला होता.

डेनीस "हॅगयॉन," असं ओरडणारच होता, पण तेवढ्यात त्याच्या लक्षात आलं, हा तर जॅफेथसोबत असणारा मॅमथ नाहीये. या मॅमथच्या कमरेवर गुंता झालेले केस होते, आणि तो इतका हडकुळा होता की, त्याची हाडं दिसत होती. त्याचे डोळेही निस्तेज होते. जणू तो एकशिंगी घोड्याची माफी मागतोय, असंच त्याच्याकडे बघून वाटत होतं.

तिथेच त्या एकशिंगी घोड्याकडे एकटक बघत अनेक बुटकेसे लोक उभे होते. त्या लोकांचं डेनीसकडे अजूनही लक्ष गेलंच नव्हतं. तो मॅमथ जसा हिगेयॉनसारखा नव्हता, तसेच ते लोकही जॅफेथसारखे नव्हते. त्यांच्या अंगांना दुर्गंधी येत होती. त्यातल्या पुरुषांची शरीरं माकडांसारखी केसाळ होती. त्या सगळ्यांनी बकरीचं चामडं कमरेला गुंडाळलं होतं, ते चामडंही खूप अस्वच्छ दिसत होतं. तिथे दाढीवाले दोन पुरुष आणि दोन स्त्रिया होत्या. त्या पुरुषांच्या दाढ्या अगदी पूर्ण वाढल्या होत्या. सगळ्यांच्या अंगावर फक्त कमरेचं कातडं तेवढं होतं. दोन्ही स्त्रियांचे केस लालसर रंगाचे होते, आणि त्यातल्या तरुण बाईचे केस तर अगदीच लालभडक होते. अग्निज्वालांचा भास होत होता त्या केसांत, आणि त्यांची जरा तरी निगा राखली जात असावी, असं वाटत होतं.

त्या तरुणीचे हिरवे डोळे, एकशिंगी घोड्याच्या शिंगातल्या प्रकाशात, पाचूसारखे चमकत होते. ती विजयाच्या खुशीत ओरडली, "बघा, बघा! आपला मॅमथ आपल्यासाठी एकशिंगी घोड्याला बोलावू शकतो... मी सांगत होते ना तुम्हाला, बघा आता!"

घोड्याच्या शिंगातला उजेड मंद झाला.

त्या दोन पुरुषांमधल्या तरुणाला एकमेकांत गुंतून जटा झालेले तपकिरी रंगाचे केस आणि नीट निगा न राखलेली लाल दाढी होती. त्या दाढीच्या केसांत अन्नाचे कण अडकलेले होते. तो दात-ओठ खाऊन गुरगुरत म्हणाला,

"बरं. मग टिग्ला, माझ्या लहान बहिणी, आता आलाय तो एकशिंगी घोडा तंबूमध्ये. आता काय हवंय तुला?"

एकशिंगी घोड्याला थोपटण्यासाठी ती तरुणी त्याच्याजवळ गेली. शिंगातून अत्यंत तेजस्वी, डोळे दिपवणारा धगधगता प्रकाशझोत बाहेर पडला, आणि मग ध्यानीमनी नसताना अचानक बंद झाला. सगळा तंबू अंधारला. डेनीसच्या डोळ्यांना छपराच्या भोकातून येणाऱ्या चंद्रप्रकाशाशी जुळवून घ्यायला जरासा वेळ लागला.

सगळे लोक खदाखदा हसले. "हा, हा, ...टिग्ला... तुला वाटलं, तू आम्हाला सहज उल्लू बनवू शकशील, हो ना?"

ती जराशी म्हातारी बाईदेखील हसत होती. मग उठायची धडपड करणाऱ्या डेनीसकडे तिचं लक्ष गेलं. ती एकदम ओरडली, "ए... अरे बापरे... अरे, हे काय आहे इथे?"

लाल केसवाल्या तरुणीचा श्वासच अडकला, मोठा श्वास घेत ती म्हणाली, "राक्षस!"

धनुष्यागत वाकडे पाय असलेला म्हातारा डेनीसजवळ आला. त्या घाणेरड्या वासामुळे डेनीसला मळमळत असल्यानं त्यानं तोंडावर हात दाबून धरला होता. त्याला अत्यंत भीती वाटली. त्या म्हाताऱ्यानं डेनीसला भाल्याने ढोसलं, आणि त्यामुळे तो गलिच्छ कातड्यांच्या एका ढिगावर पडला.

त्या म्हाताऱ्यानं त्याला भाल्याने पालथं केलं. भाल्यामुळे त्याला जरासं खरचटलं, पण कापलं गेलं नाही. भाल्याचं टोक त्याच्या खांद्यांच्या मागच्या बाजूंवरून हलकेच फिरत असल्याचं त्याला जाणवलं.

"हा तुझा आहे का गं टिग्ला?" तिथल्या तरुणानं विचारलं. तो पुढे म्हणाला, "तू एका नेफिलसोबत फिरत असतेस, असं मला वाटतंय."

टिग्लानं डेनीसकडे कुतूहलानं पाहिलं. ती म्हणाली, 'तो काही नेफिल नाहीये."

त्याच्याकडे एकटक बघत म्हातारी बाई म्हणाली, "समजा, राक्षस असलाच तरी तो राक्षसाचं लहानसं बाळ आहे. तो आपल्याला काहीही इजा करू शकत नाही."

"पण आता आपण याचं करायचं तरी काय?" टिग्लानं विचारलं.

तपकिरी केसांच्या म्हाताऱ्यानं त्याचा भाला मागे घेतला. "बाहेर फेकून द्या त्याला," तो म्हणाला. त्याच्या आवाजात राग किंवा दुष्टपणा जाणवत नव्हता. त्याच्यासाठी डेनीस म्हणजे फेकण्यालायक असलेली फक्त एक वस्तू होती. दोन हात त्याला उचलू लागल्याचं डेनीसला जाणवलं. तो तरुण वडिलांना

मदत म्हणून डेनीसला उचलू लागला होता. तो मॅमथ रडवेले आवाज काढू लागला, आणि त्या म्हातारीनं त्याला लाथ मारली. 'या भयंकर घाणेरडा वास येणाऱ्या, आणि तितक्याच भयानक, लहानशा लोकांनी भरलेल्या जागेपेक्षा दुसरी कुठलीही जागा नक्कीच चांगली असेल', डेनीसच्या मनात आलं.

ताज्या हवेची झुळूक जाणवली. ताऱ्यांनी खच्चून भरलेल्या रात्रीच्या आकाशाची एक झलक दिसली. क्षितिजावर धुरकट लालिमा होता, एखाद्या शहरी उद्योगनगरीत असावा तसा. मग त्याला उडवून फेकून दिल्याचं जाणवलं, कचरा फेकावा तसं फेकून दिलं त्याला. उतारावरून घरंगळत गेल्याचंही जाणवलं त्याला. त्याला प्रचंड मळमळून उलटी झाली. त्याला सरळ कचऱ्याच्या ढिगावर फेकून देण्यात आलं होतं. आधीच्या जागेपेक्षा हे आणखीनच वाईट होतं.

कसाबसा तो गुडघे टेकून उठला. तो एका मोठ्या खड्ड्यात पडला होता. विष्ठेची, सडक्या मांसाची, भयानक दुर्गंधी सुटली होती. त्या खड्ड्यात आणखी कायकाय कचरा आहे, त्याला माहीतच नव्हतं, आणि त्याला ते माहीत करून घ्यायचंही नव्हतं. बेचैन होऊन तो त्या खड्ड्याच्या एका बाजूनं वर चढायचा शर्थीनं खटाटोप करू लागला. थोडासा चढला की, तो घसरून पडायचा. पुन्हा चढायचा...घसरायचा... पुन्हापुन्हा चालूच राहिलं. सरतेशेवटी तो कसाबसा धडपडत खड्ड्यातून वर आला, आणि तिथेच लटपटत उभा राहिला. सगळ्या अंगाला घाण लागली होती, आणि प्रचंड घाबरला होता तो.

सँडीची साधी खूणही कुठेच दिसत नव्हती. सँडी नाही, एकशिंगी घोडा नाही, किंवा जॅफेथ आणि हिगेयॉनसुद्धा नाही... अगदी कुणीही दिसत नव्हतं. आपण कुठे आहोत याची काहीही कल्पना त्याला येईना. त्यानं आजूबाजूला नजर टाकली. तो त्या खड्ड्याच्या कडेला असलेल्या एका पायवाटेवर उभा होता. तिथेच बाजूला त्याच्या कपड्यांचं गाठोडं पडलं होतं. पायवाटेच्या दुसऱ्या बाजूला बरेच तंबू होते. शाळेत सामाजिक-शास्त्रांच्या पुस्तकांमध्ये बेडुइन लोकांच्या तंबूंची चित्रं पाहिली होती. हे तंबू साधारण तसेच होते, पण जरा लहान होते आणि खूप जवळजवळ उभारलेले होते. या तंबूंच्या घोळक्यापलीकडे अनेक पाम वृक्षांची राई होती. तो लटपटत्या पायांनी कसाबसा त्या झाडांच्या दिशेनं चालू लागला.

त्याला स्वच्छ अंघोळ करावीशी वाटत होती. अंघोळीची इतकी निकडीची गरज त्याला याआधी कधीच भासली नव्हती! त्याच्या अंगाला तो घाणेरडा खड्ड्यातला वास चिकटला होता. धड सरळ उभंसुद्धा राहता येत नव्हतं त्याला, पण तरीही तो तसाच पामच्या राईकडे जमेल तसं पळत सुटला. पामच्या झाडांमागे त्याला शुभ्र वाळू दिसली. वाळवंट. 'जर त्या वाळवंटापर्यंत

पोचता आलं, तर चांदण्यात न्हायलेल्या पांढऱ्याशुभ्र वाळूत लोळून जरा तरी स्वच्छ होता येईल,' त्याच्या मनात आलं.

"सँडी!" त्यानं हाक मारली, पण तिथे सँडी नव्हताच. त्यानं पुन्हा हाक मारली, "जे! जे!" पण कुणीही आलं नाही. मग त्यानं हाक मारली, "हिगेयॉन!" तो शहारला. आता अगदी कुणीच मनुष्यप्राणी दिसला नाही, तरीसुद्धा तो परत त्या तंबूकडे जाणार नव्हता. त्या तंबूत त्याला भाल्याच्या टोकानं ढोसलं होतं, आणि त्याच तंबूतून कचरा फेकावा तसं त्याला फेकून दिलं होतं.

कसाबसा धावत तो अचानक त्या पामच्या राईतून बाहेर आला, आणि वाळूत घसरून पडला. तो गडबडा लोळू लागला, आणि मग त्यानं मूठभर वाळू घेऊन स्वत:च्या अंगावर चोळली. अंगाला चिकटलेली खड्ड्यातली सगळी घाण वाळूने पुसून टाकायला लागला. त्यानं अंगातला शर्ट काढून लांब फेकून दिला, आणि पुन्हा वाळूत लोळला. खड्ड्यातल्या घाणीमुळे त्याचे आतले कपडेही खराब झाले होते, तेही त्यानं काढून फेकून दिले. आपलं शरीर स्वच्छ करण्यासाठी तो इतका उतावीळ झाला होता की, खरखरीत वाळूमुळे उन्हात होरपळलेली त्वचा सोलवटून जातीये, ही गोष्ट वाळू चोळताना त्याच्या लक्षातच आली नाही. लखख चांदण्यातली ती शुभ्र वाळू छान थंड होती. त्यानं पायातले बूट आणि मोजेही काढून फेकून दिले. त्यानं पावलांवर, घोट्यांवर, पूर्ण पायांवर आणखी वाळू चोळली. एखाद्या छोट्या मुलासारखा तो हुंदके देत रडत होता, पण तेदेखील त्याच्या लक्षात आलं नाही.

थोड्या वेळानं अतिशय दमून तो जरासा शांत झाला. परिस्थितीचा अंदाज घेऊ लागला. तो उन्हात चांगलाच भाजून निघाला होता. त्यात भर म्हणजे वाळू चोळल्यामुळे त्वचा सोलवटली होती. अंगात ताप असल्याने तो थरथरत होता, थंडीमुळे नव्हे.

तो त्या वैराण वाळवंटात तसाच बसून राहिला, आदिमानव ॲडमसारखा वस्त्रहीन अवस्थेत. पल्याडच्या मरुवनाकडे त्यानं पाठ केली होती. पूर्ण गोलाकार नसलेला चंद्र क्षितिजाकडे झुकत चालला होता. डोक्यावरच्या आकाशात अगणित तारे चमचमत होते. आत्तापर्यंत त्यानं एवढे तारे कधीही पहिले नव्हते. त्याला समोरच एक अनोखा तेज:पुंज लालिमा दिसला, आणि मग त्याच्या लक्षात आलं, हा लालसर उजेड एका डोंगरातून येतोय. दूर क्षितिजरेषेवर दिसणाऱ्या डोंगररांगांमधला हा सगळ्यात उंच डोंगर होता. अर्थात, सँडी आणि डेनीस जर कुठल्याशा आकाशगंगेतल्या नुकत्याच जन्माला आलेल्या ग्रहावर येऊन पोचले असतील, तर तिथले ज्वालामुखी अजून नक्कीच सक्रिय असणार.

'पण म्हणजे किती प्रमाणात सक्रिय?' त्याला प्रश्न पडला, आणि ते

कळूही नये, असं त्याच्या मनात आलं. त्यांच्या घराजवळच्या टेकड्या कमी उंचीच्या होत्या; जुन्या झाल्या होत्या त्या टेकड्या. वाऱ्यामुळे, पावसामुळे, हिमनदीच्या प्रवाहामुळे, युगानुयुगे त्यांची झीज झाली होती. घर...घराची आठवण येऊन तो पुन्हा हुंदके देत रडायला लागला.

मोठ्या कष्टानं त्यानं स्वत:ला शांत केलं. सँडी आणि डेनीस हे दोघेच फक्त त्यांच्या कुटुंबातले रोखठोक, व्यवहार्य विचार करणारे होते. सगळ्या समस्यांची उत्तरं शोधून काढायचे ते. नळदुरुस्तीसारख्या बारीकसारीक दुरुस्त्या ते लीलया करायचे. जुनापुराण्या दिव्याच्या वायरी बदलून तो दिवा पुन्हा चालू करू शकायचे. प्रयोगशाळेतला आईचा वाचायचा दिवा त्यांनीच एका चर्च-बाजारातून आणला होता, आणि तिला तो किरकोळ बदल करून नीट बसवून दिला होता. त्यांचा भाज्यांचा बगीचा त्यांच्यासाठी आनंदाचा, अभिमानाचा विषय होता. त्या बगीच्यात पिकवलेल्या भाज्या विकून ते दोघे बऱ्यापैकी पैसे मिळवत असत, आणि आईबाबांकडून मिळणाऱ्या पॉकेटमनीच्या पैशात चांगलीच भर घालत असत. ते दोघे काहीही करू शकत असत. अगदी काहीही.

'अगदी एकशिंगी घोड्यांवर विश्वाससुद्धा ठेवू शकत.' त्याच्या मनात एकशिंगी घोड्याचे विचार येऊ लागले. तो घोडा त्याला आभासी वाटला होता, आणि कसं कोण जाणे, पण तोच घोडा त्याला त्या भीषण, आदिमानवांसारख्या दिसणाऱ्या बुटक्या लोकांकडे घेऊन गेला होता. त्या लोकांनी त्याला त्या घाणेरड्या खड्ड्यात फेकून दिलं होतं. त्या हडकुळ्या कुपोषित मॅमथनंच एकशिंगी घोड्याला बोलावलं असणार, हे तर स्पष्टच होतं. त्याच्यासोबत डेनीसही तिथे प्रकट झाला होता. एक लखलखता प्रकाश फेकून तो घोडा गायब झाला होता. आभासी असला तरीसुद्धा त्या घोड्यालाही तो घाणेरडा वास सहन झाला नव्हता.

ठीक आहे. घोडा ती दुर्गंधी सहन करू शकला नव्हता, याचाच अर्थ त्याचा एकशिंगी घोड्यांवर विश्वास बसू लागला होता. आभासी.

अर्थात, एकशिंगी घोडे अस्तित्वात नसतातच मुळी. पण बाबांच्या चालू प्रयोगाशी खेळ करताकरता तो आणि सँडी या ब्रह्मांडात कुठेतरी, एखाद्या मागासलेल्या, अविकसित जीव रहात असणाऱ्या ग्रहावर फेकले गेले असतील, ही गोष्टसुद्धा अशक्यच होती. त्यानं पुन्हा सभोवार नजर टाकली. तारे इतके स्पष्ट दिसत होते, की त्यांची किणकिण ऐकू येत असल्याचा त्याला भास झाला. त्या दूरच्या डोंगरातून हलकेच थोडासा धूर बाहेर निघाला, आणि आगीची लहानशी ज्वालाही.

"ए... ए आभासी घोड्या... मला तुझ्यावर विश्वास ठेवायचा आहे रे...

ये ना... तू जर आला नाहीस, तर मी मरून जाईन रे,'' तो रडवेला होऊन ओरडला. त्याच्या उघड्या अंगाला कसलासा थंड आणि मऊ स्पर्श जाणवला. तोच हडकुळा मॅमथ होता. आपल्या राखाडी रंगाच्या लांब सोंडेच्या गुलबट टोकानं डेनीसला स्पर्श करत होता. आणि अचानक चंदेरी प्रकाश स्फोट झाल्यागत लखलखला, मग मंद चमकू लागला. एकशिंगी घोडा त्याच्यासमोर गुडघे टेकून बसला. त्याच्या पाठीवर चढून बसायचीदेखील ताकद डेनीसच्या अंगात उरली नव्हती. त्यानं त्या मॅमथचे मूकपणे डोळ्यांनीच आभार मानले, आणि तो कसाबसा एकशिंगी घोड्याच्या पाठीवर पालथा पडला. त्यानं डोळे मिटून घेतले. तापानं फणफणत होता बिचारा. 'घोड्याला माझ्या तापामुळे चटके बसतील,' त्याच्या मनात आलं. ज्वालामुखीसारखा त्यांचाही स्फोट होत असल्याचा भास त्याला झाला.

•••

यलिथची बहीण, युजिएल नावाच्या नेफिलची वाग्दत्त वधू माह्ला, एका खडकातून बाहेर आलेल्या, लहानशा कट्ट्यासारख्या दगडावर आडवी पहुडली होती. घरापासून ही जागा दहा मिनिटांच्या अंतरावर असलेल्या वाळवंटात होती. उत्तेजित झाल्यामुळे तिचं हृदय धडधडत होतं. युजिएल तिला या खडकापाशी घेऊन आला होता. त्यानं तिच्यावर चुंबनांचा वर्षाव केला, आणि तिला तिथेच थांबायला सांगून तो त्याच्या भाऊबंदांना आणायला गेला. आपल्या लोकांच्या साक्षीनं त्याला त्या दोघांचं लग्न ठरल्याच्या गोष्टीवर शिक्कामोर्तब करायचं होतं.

तिला पंखांची फडफड ऐकू आल्याने तिनं दचकून वर बघितलं. रात्रीच्या काळ्याभोर आकाशात एक पांढराशुभ्र पेलिकन पक्षी घिरट्या घालत होता. तो जसजसा खाली येऊ लागला, तसतशी त्याच्या घिरट्यांची वर्तुळं लहान लहान होत गेली. तो जमिनीवर आला आणि त्यानं आपले विशाल पंख उंच उभारले, जणू चांदण्यांना स्पर्श करत होते ते पंख. आता माह्लासमोर पेलिकन नव्हता, तर चंदेरी केस हवेवर उडत असलेला, पंखवाला सेराफ तिच्या पुढ्यात उभा ठाकला होता. त्याचे डोळे ताऱ्यांसारखे तेजस्वी होते.

माह्ला धडपडत उठून उभी राहिली, तिचे लांबसडक काळे केस तिच्याभोवती लहरले. "ॲलारिड..."

तिचा हात हातात घेऊन, तिच्या डोळ्यांत बघत त्या सेराफनं विचारलं, "आम्ही तुला खरंच गमावून बसणार आहोत का गं?"

हात सोडवून घेत तिनं नजर झुकवली. शरमल्यागत हळूच हसून तिनं विचारलं, "मला गमावून बसणार? म्हणजे काय? मला कळलं नाही."

"मी ऐकलंय ते खरं आहे का? तू आणि युजिएल..."

"हो हो, ते अगदी खरं आहे," ती अभिमानानं बोलू लागली. "तुला आनंद वाटायला हवा ॲलारिड. युजिएल अजूनही तुझा भाऊच आहे, खरं ना?"

ॲलारिड गुडघा टेकून खाली बसला, आता त्याला तिच्याकडे बघताना खूप खाली बघावं लागत नव्हतं. तो म्हणाला, "हो, आम्ही दोघे अजूनही भाऊच आहोत, पण आम्ही वेगवेगळे मार्ग निवडलेत."

तुच्छतेनं ती म्हणाली, "अच्छा... आणि तुझाच मार्ग चांगला असल्याची खात्री आहे तुझी?"

खेदानं मान हलवत ॲलारिड म्हणाला, "आम्ही कशालाही भलं-बुरं असं म्हणत नाही. सगळ्या सेराफिमनं देवाच्या सोबत राहण्याचा मार्ग निवडला आहे."

"अरे, पण तुम्ही त्याच्या एवढे जास्त जवळ असता, की तुम्हाला ते दिसतच नाही! नेफिलिम योग्य अंतरावर असतात आणि ते वस्तुनिष्ठ आहेत." त्यानं तिच्याकडे पाहिलं, तिनं मात्र क्षणभर नजर चुकवली. "हो. युजिएलनं ते मला सांगितलंय."

ॲलारिड उठून उभा राहिला. चंदेरी पंख पसरून त्यानं थोडा वेळ तिला जवळ घेतलं, चांदण्याचा सुगंध येत होता तिला. मग त्यानं तिला सोडून दिलं, आणि विचारलं, "तू आम्हाला विसरणार नाहीस ना?"

"अरे, तुला असं कसं विसरेन मी!" ती उद्गारली. पुढे म्हणाली, "यलिथ मला पहाटेचं स्वागत करण्यासाठी बाहेर घेऊन गेली होती, आपली मैत्री तेव्हापासूनची आहे ना... तेव्हाच तर मी तुला आणि एरियलला पहिल्यांदा भेटले होते."

"बरेच दिवस झाले, तू पहाटेचं स्वागत केलेलं नाहीयेस."

"ओह... पण आता मी रात्रीबाबत शिकते आहे."

ॲलारिडनं खाली वाकून तिच्या डोक्याचं चुंबन घेतलं. मग हळूहळू चालत तो वाळवंटातून निघून गेला. अश्रू मूकपणे वाळूवर सांडत होते.

मान खाली घालून माहला तशीच उभी राहिली. तिनं डोकं वर करून पाहिल्यावर तिला एक पेलिकन उडत जाताना दिसला... उंच, आणखी उंच, उडत गेला तो... उडतउडत ताऱ्यांमध्ये लुप्त झाला.

• • •

यलिथ घाईघाईनं तिच्या कुटुंबाच्या तंबूत शिरली. आत आल्याआल्या तिनं जाहीर करून टाकलं, "माह्लानं नेफिलिमपैकी एकाशी लग्न ठरवलंय!"

तिच्याकडे कुणीही लक्ष दिलं नाही. तिचे आई-बाबा, भाऊ, त्यांच्या बायका, सगळेच बकरीच्या कातड्यावर अर्धवट लोळत खात होते, आणि तिच्या बाबांनी पहिल्या बहराच्या द्राक्षांपासून बनवलेली वाइन पीत होते. तंबूत बरेच दगडी दिवे तेवत होते, त्यांचा छान उबदार उजेड पसरला होता. 'फारच जास्त उबदार आहे,' यलिथ मनात म्हणाली. तंबूच्या दाराचा पडदा उघडाच ठेवलेला होता. पण त्यातून, किंवा छताच्या भोकातून, हवेची हलकीशी झुळूकदेखील येत नव्हती. चंद्र आता मावळतीकडे झुकू लागला होता. फक्त तारेच तेवढे दिसत होते. तिची नजर जॅफेथला शोधू लागली, पण तो तिला दिसला नाही. तिचा आवडता भाऊ होता तो. 'बहुतेक तो अजूनही आजोबांच्या तंबूतल्या त्या छोट्या राक्षसाच्या भावाला शोधतोय,' तिच्या मनात आलं.

तिची आई अतिशय काळजीपूर्वक एका मोठ्या लाकडी वाडग्यातलं काहीतरी ढवळत होती. एक गोंडस मॅमथ तिच्या पायाशी झोपला होता. त्याच्या कमरेवर चमकदार लांब केस होते.

'कुणीतरी आजारी पडून त्याला उलटी झालीय, बहुधा हॅमलाच.' तिनं मनात म्हटलं. त्याचं पोट फारच नाजूक होतं, सारखं बिघडायचं. त्याच्या उलटीचा, वाइनचा, भांड्यात शिजत असलेल्या रश्श्याचा, कातडी तंबूचा वास... हे सगळे वास एकमेकांत मिसळले गेले होते. यलिथला या सगळ्या वासांची सवय होती. तिच्या फक्त एवढंच लक्षात आलं की, निस्तेज झालेला हॅम एका कातड्यांच्या गठ्ठ्यावर आडवा पडलाय. त्यांच्या कुटुंबात हॅम सगळ्यात गोरा होता, आणि सगळ्यात लहानखुरासुद्धा. त्यांच्या आईच्या, मॅट्रेडच्या, सांगण्यानुसार तो वेळेआधीच, म्हणजे एक पौर्णिमा आधीच, जन्माला आला होता. त्याची लाल केसांची बायको, ॲना, त्याच्या शेजारी बसून त्याला वाइन देत होती. त्यानं ती वाइन दूर सारली, आणि ॲनाला खाली ओढून तिच्या मादक ओठांचं चुंबन घेतलं.

यलिथ तिच्या आईजवळ, मॅट्रेडजवळ, जाऊन पुन्हा म्हणाली, "माह्लानं लग्न ठरवलंय."

मान वर करून तिच्याकडे क्षणभर बघत मॅट्रेड म्हणाली, "ती तेवढी मोठी झालेली नाहीये अजून."

"अगं आई, अर्थातच आहे गं ती. आणि खरंच आहे."

"काय? तेवढी मोठी?" मॅट्रेडनं आपलं काम पुन्हा सुरू केलं.

"अगं, म्हणजे तिनं खरंच लग्न ठरवलं आहे."

"या वेळी कोण आता?"

"आपल्यापैकी नाहीये. तो नेफिलिमपैकी आहे गं."

मॅट्रेडचा थरकाप उडाला, पण ती पुन्हा ढवळू लागली. आता मात्र तिचं लक्ष नव्हतं कामात. ती म्हणाली, "माह्‌ला बदललीय. आता ती माझी नेहमी आनंदी असणारी छोटीशी मुलगी राहिली नाहीये. आधीतर ती नुसतं फुलपाखरू पाहिलं, किंवा कोळ्याच्या जाळ्यावर पडलेला दवाचा थेंब पाहिला तरी खूश व्हायची. आता तिला आपल्या तंबूत आपल्यासोबत राहण्याचं समाधान वाटेनासं झालंय." तिच्या डोळ्यातून एक अश्रू हातातल्या वाडग्यात पडला.

यलिथ आईच्या दंडावर थोपटत म्हणाली, "ती मोठी झालीये गं आई."

"तूसुद्धा मोठी झालीयेस की! पण म्हणून काही तू मरुवनातून कुणाच्या पाठी धावत सुटत नाहीस. तू नेफिलिम लोकांच्या मागे धावत नाहीस."

"अगं, कदाचित तो नेफिलच तिच्या मागे लागला असेल ना?"

"ती तशी चांगलीच सुंदर आहे. पण ही गोष्ट मला दुसऱ्याकडून कळावी, हे मात्र चुकीचंच आहे गं. असं नाही करत कोणी. माझी मुलगी असं नाही वागू शकत."

अस्वस्थ होऊन यलिथ म्हणाली, "मलादेखील वाईट वाटतंय गं. माफ कर हं. मी लेमेकआजोबांकडून घरी येत होते, आणि मला ती दोघं दिसली. माह्‌ला आणि तो नेफिल. त्याचं नाव युजिएल आहे. तू काळजी करू नये म्हणून त्यानंच मला तुला हे सगळं सांगायला सांगितलं."

"काळजी!" मॅट्रेड उद्‌गारली. ती म्हणाली, "आता फक्त तुझ्या बाबांना हे काहीच सांगू नकोस, म्हणजे झालं. आता कसं थोपवायचं या उज..."

"युजिएल."

"हां... तोच. नेफिल. या नेफिलला प्रथेनुसार माह्‌लासोबत तुझ्या बाबांना आणि मला लग्नाचं सांगायला येण्यापासून थोपवायला हवं."

काळजीनं कपाळाला आठ्या घालत यलिथ म्हणाली, "तो म्हणाला की, आता काळ बदलत चाललाय." एब्लिसदेखील तिला हेच म्हणाला होता, ही गोष्ट लक्षात आल्यावर तिच्या पोटात असुरक्षेच्या भावनेनं खड्डा पडला. तिनं आईला एब्लिसबद्दल काहीच सांगितलं नाही.

हातातला लाकडी चमचा खाडकन खाली आपटून मॅट्रेड म्हणाली, "एका नेफिलचं लक्ष वेधलं जाणं हा सन्मान आहे, असं मानणारे अनेक लोक असतात, आणि ते त्यांच्या पद्धतीही स्वीकारतात. ॲना..." मॅट्रेडनं हॅमच्या लाल केसांच्या बायकोकडे पाहिलं. अजून चांगली उफाड्याची होती ती, पण आता मात्र जराशी फुगायला लागली होती... "हं, तर ॲना मला टिग्लाबद्दल,

तिच्या धाकट्या बहिणीबद्दल, सांगत होती. तिची एका नेफिलनं लग्नासाठी निवड केलीय. ॲना खुशीनं अत्यंत उत्तेजित झालीय.''

''पण तू झाली नाहीयेस.''

''अगं टिग्ला काही माझी मुलगी नाहीये, पण माह्ला आहे गं,'' पाठ फिरवून मॅट्रेड म्हणाली, ''हे बघ बाळा, मला काही त्या नेफिलिमचं उगाचच नसतं कौतुक नाहीये. ते लोक आपल्यापेक्षा खूप वेगळे असतात गं.''

''ते फार देखणे असतात ...''

''हो, देखणे असतात, हे बरोबरच आहे. अगं पण ते सगळं बदलून टाकतील, आणि सगळेच बदल चांगले नसतात गं.''

'...मलाही बदल झालेला नाही आवडणार,' यलिथच्या मनात आलं. मनातच तिला तो लेमेकआजोबांच्या तंबूतला छोटा राक्षस आठवला; जणू अगदी तिच्या मनाच्या डोळ्यांसमोर उभाच राहिला तो. त्यानं तिला लवून अभिवादन केलं होतं. तिनं आत्तापर्यंत असं कुणीच पाहिलं नव्हतं.

मॅट्रेड म्हणाली, ''माझ्या मते, बदल हा अनिवार्य असतो आणि त्यामुळे कधीकधी चांगल्या गोष्टीही घडतात.'' तिनं तंबूत बसलेल्या आपल्या सगळ्यात मोठ्या मुलाकडे नजर टाकली. तिचा मोठा मुलगा, शेम, त्याच्या बायकोसह तंबूत बसला होता. त्याच्या बायकोचं नाव होतं, इलिशेबा. दोघं मिळून बागेतली, खाण्यासाठी वेगळी काढलेली द्राक्षं खात होते. शेम घोसातलं एक द्राक्ष तोडून ते इलिशेबाकडे फेकत होता, आणि ती ते द्राक्ष तोंड उघडून तोंडातच झेलत होती. प्रत्येक वेळी द्राक्ष झेललं की, दोघे आनंदानं हसत होते. दोघे मिळून या साध्याशा खेळातून आनंद लुटत होते. त्या बुटक्याशा, पण चांगल्याच बलदंड जोडप्याच्या मानानं हा खेळ खूपच अल्लड आणि तरीही प्रणयरम्य वाटत होता. त्यांच्याकडे बघत मॅट्रेड म्हणाली, ''इलिशेबा मला खूप मदत करते, आणि जॅफेथची बायको...''

यलिथनं त्या तरुणीकडे पाहिलं. किंचित कुरळे काळेभोर केस, नितळ गोरीपान त्वचा असलेली जॅफेथची बायको एक लाकडी वाडगा वाळूने घासत होती. तिनं मान वर केली, आणि यलिथला बघून हात हलवला.

मॅट्रेड म्हणाली, ''ती दुसऱ्याच एका मरुवनातली आहे. नावदेखील जरा वेगळंच आहे तिचं.''

''ओ-होलि-बामा,'' यलिथनं तिचं नाव नीट उलगडून म्हणून दाखवलं.

''बघ तिच्याकडे,'' मॅट्रेडनं फर्मावलं.

यलिथ पुन्हा एकदा तिच्या वहिनीकडे नीट निरखून पाहू लागली. ओहोलिबामा यलिथपेक्षा किंवा कुटुंबातल्या इतर कोणाहीपेक्षा जास्त गोरी होती, अगदी

हॅमपेक्षाही जास्त. तिचे केस आणि भुवया रात्रीच्या काळ्याभोर आकाशापेक्षा जास्त काळे होत्या. छान लहरदार, दाट केस होते तिचे, आणि त्या केसांवर जांभळट छटा होती. इतर बायकांपेक्षा तिची उंची थोडीशी जास्त होती. इतर सगळ्या बायकांची डोकी तिच्या खांद्यांपर्यंत येत असत. अतिशय सुंदर होती ती. 'ती नेहमीच चांदण्यात न्हाऊन निघाल्यासारखी दिसते,' यलिथ मनात म्हणाली. तिनं आईला विचारलं, "अगं तिचं काय?"

"अगं बेटा, बघ ना तिच्याकडे. नीट बघ."

यलिथला धक्काच बसला. तिनं विचारलं, "म्हणजे, तुला काय म्हणायचंय? ती..."

मॅट्रेड कळत-नकळत खांदे उडवून म्हणाली, "ती एका खूप म्हाताऱ्या माणसाची सगळ्यात धाकटी मुलगी आहे." आपली बोटं पसरून त्यांच्याकडे बघत ती पुढे म्हणाली, "तिच्या बहीण-भावांच्या आणि तिच्या वयात, दहा वर्षांपेक्षाही जास्त अंतर आहे. माझं ओहोलिबामावर अगदी स्वतःच्या मुलीसारखं प्रेम आहे. जर तिला खरंच एखाद्या नेफिलनं वाढवलं, सांभाळलं असेल, तर आपल्या आयुष्यात खूप छान व्यक्तीचा समावेश झालाय, असंच म्हणावं लागेल."

पहिल्यांदाच पाहत असल्यागत यलिथनं पुन्हा ओहोलिबामाकडे निरखून पाहिलं. ओहोलिबामा त्यांच्या कुटुंबातली सगळ्यात लहान वयाची विवाहित स्त्री होती. शेमची बायको इलिशेबा किंवा हॅमची ॲना यांच्यापेक्षा ती बऱ्याच वर्षांनी लहान होती. यलिथच्या तिन्ही भावांची अगदी लहान वयातच लग्नं झाली होती. कुटुंबाची जबाबदारी उचलण्यासाठी मात्र तिघेही नाखूश होते. शेमनं तर विरोधही केला होता. तो म्हणाला होता, "पण आम्ही तर लग्न करण्यासाठी खूपच लहान आहोत. मी सगळ्यांत मोठा असलो, तरी मी तर अजून माझी पहिली शंभरीसुद्धा गाठलेली नाहीये."

त्यांच्या वडिलांनी उत्तर दिलं होतं, "अरे, पण तितकीच निकड आहे रे मुला."

"का? आणि आम्ही वयानं एवढे लहान आहोत की, तुम्ही आमच्यासाठी मुली कशा शोधणार आहात?"

"अरे, तुम्ही आता छान देखणे पुरुष बनला आहात," वडिलांनी सांगितलं.

हॅमनं विचारलं, "अहो बाबा, पण एवढी घाई कशाला? एवढी काय तातडीची गरज भासते आहे?"

बाबांनी त्यांची लांबलचक दाढी जराशी ओढली. आता त्या दाढीत पांढुरके केस दिसायला लागले होते. ते म्हणाले, "काल मी द्राक्षांच्या मळ्यात काम

करत होतो ना, तेव्हा मला तो दैवी आवाज ऐकू आला. मी तुम्हा तिघांसाठी पत्नी शोधायलाच हवी, असं आपल्या एलनं मला फर्मावलंय.''

विरोध करत हॅम म्हणाला, ''अहो, पण का? आम्ही वयानं लहान आहोत, आणि आम्हाला वेळ हवाय.''

''पुढे भविष्यात खूप बदल होणार आहेत,'' बाबा म्हणाले.

''त्या ज्वालामुखीचा उद्रेक होणार आहे का?'' शेमनं विचारलं.

हॅम म्हणाला, ''आणि समजा तो ज्वालामुखी उसळलाच, तर आमच्या बायका काहीही भलं करणार नाहीयेत.''

एल देवाचा आदेश द्राक्षांच्या मळ्यात मिळाला आहे आणि त्याबद्दल एलनं काहीही स्पष्टीकरण दिलेलं नाहीये, एवढंच फक्त त्यांच्या वडिलांनी त्यांना सांगितलं.

शेम आणि हॅमसाठी इलिशेबा आणि ॲना अगदी सहजगत्या मिळाल्या. एक प्रामाणिक माणूस म्हणून त्यांच्या वडिलांचा चांगला नावलौकिक होता. त्यांचा द्राक्षांचा मळा मरुवनातला सगळ्यांत मोठा आणि सर्वोत्तम द्राक्ष-मळा होता. त्यांच्याकडे शेळ्या-मेंढ्यांचे छानसे कळप होते. जवळपासच्या अनेक मरुवनांमध्ये त्यांच्या वाइनची कीर्ती पसरली होती. मॅट्रेड ही निःसंशय अत्यंत सद्‌गुणी आणि सुंदर स्त्री होती. ती पाककलेत अतिशय निपुण होती. तिच्या कुटुंबाच्या तंबूत लग्न करून जायला मिळणं हे मोठं भाग्याचं होतं.

जॅफेथ मात्र अजून लहान होता, त्यामुळे त्याच्यासाठी कोणीही पुढे आलं नाही. त्याच्या चेहऱ्यावर अजून दाढीही उगवली नव्हती. अंगावरही फक्त अगदी हलकीशी लव तेवढी होती. त्याच्या डोळ्यांत प्रामाणिकपणा आणि मैत्रीचे निष्पाप भाव होते, पण तो पुरुषीपणाच्या सीमारेषेवर होता. एक दिवस त्याचे बाबा उंटावर बसून कुठेतरी गेले, आणि परत येताना ते ओहोलिबामाला घेऊन आले.

त्या वेळी जॅफेथ विहिरीपाशी उभा राहून जनावरांसाठी पाणी काढत होता. त्याला पांढऱ्या उंटावर बसलेली ही गोरीपान मुलगी दिसली. तिचे काळेभोर दाट केस तिच्या संगमरवरी खांद्यांवर रुळत होते. त्यानं तिच्या काळ्याभोर टपोऱ्या डोळ्यांत पाहिलं, आणि त्याचे पाय जणू लुळे पडतायत, असं त्याला वाटलं. उंटाच्या पाठीवरून ती घसरून खाली उतरली, आणि आपले नाजूक हात पसरून त्याच्याजवळ आली. एखाद्या तजेलदार फुलासारखं होतं त्यांचं प्रेम... अगदी तरुण आणि प्रफुल्लित सौंदर्यानं नटलेलं.

ओहोलिबामा. ओ-होलि-बामा. तिचं नावही तिच्या लख्ख चांदण्यात न्हायलेल्या सौंदर्यासारखंच अगदी वेगळं होतं. या नावाचीदेखील सगळ्यांना पटकन सवय

झाली.

ओहोलिबामा यलिथची पहिली खरीखुरी मैत्रीण होती. त्या दोघींच्या वयात फारसं अंतर नव्हतं, दोघींचं बालपण नुकतंच सरून दोघी तारुण्याच्या उंबरठ्यावर उभ्या होत्या. त्यांच्या आवडीनिवडीदेखील एकसारख्या होत्या. मरुवनातल्या बऱ्याचशा लोकांच्या जे लक्षातही येत नसे, ते या दोघींना दिसायचं आणि आवडायचंदेखील. अगदी भल्या पहाटे तंबूतून बाहेर पडून वाळवंटातला सूर्योदय बघायला जाणं दोघींना आवडायचं. उजाडायच्या आधीचे मंद लुकलुकणारे तारे बघताना दोघी खूश व्हायच्या. अशाच एका पहाटे यलिथला तो भव्य सिंहाच्या रूपातला एरियल नावाचा सेराफ भेटला होता. एक दिवस तिनं माह्लाला तिच्यासोबत पहाटे सूर्योदय बघायला येण्यासाठी तयार केलं. त्या पहाटे तिनं एरियलची आणि ॲलारिड या पेलिकनची माह्लाशी ओळख करून दिली होती. ओहोलिबामा त्यांच्यासोबत येऊ लागल्यानंतर मात्र माह्लानं घरीच झोपून राहणं जास्त पसंत केलं.

मग यलिथ आणि तिची धाकटी वहिनी दोघी अगदी पहाटे घरातून निसटू लागल्या. रोज पहाटे, सूर्याची भव्य लालबुंद तबकडी पांढऱ्याशुभ्र वाळूवर उगवली, आणि तारे मंदावत जाऊन नाहीसे झाले की रात्री वाळूखाली झोपलेले स्कॅरब किडे धडपडत वाळूतून वर येत. मरुवनाच्या सीमेवरच्या झाडांवर बबून जातीची माकडं उगवत्या सूर्याला पाहून आनंदानं टाळ्या पिटत, किंचाळत, उड्या मारू लागत. त्यांच्या मागे असलेल्या मरुवनात कोंबडे आरवायला लागत. दिवसभराचा उकाडा टाळण्यासाठी आपल्या गुहेत झोपायला जाण्याआधी वाळवंटातले सिंह पहाटे-पहाटे गर्जना करत. हे सगळं अनुभवताना यलिथ आणि ओहोलिबामा यांच्यात अबोल आणि सुखद सख्य निर्माण झालं होतं.

आता त्या गजबजलेल्या, उबदार तंबूत ओहोलिबामानं यलिथला खुणेनं जवळ बोलावून विचारलं, "तू काही खाल्लं आहेस का?"

मान हलवत यलिथ म्हणाली, "नाही गं. मी आजोबांसोबत खाणार होते, पण मी ते विसरूनच गेले. अगं, मला ना तिथे एक लहान वयाचा अनोळखी..."

तितक्यात हॅमनं तिचं बोलणं अर्ध्यावर तोडलं. तो कातड्यांच्या ढिगावर रेलून बसला होता. त्यानं हाक मारली, "ओहोली, माझं डोकं दुखतंय गं. मला तुझी गरज आहे."

तीक्ष्ण स्वरात ओहोलिबामा म्हणाली "मग ॲनाला तुझं डोकं चेपून द्यायला सांग. ती तुझी बायको आहे."

"अगं पण तिच्या बोटांना तुझ्या हातासारखा गुण नाहीये." खरंच, ओहोलिबामाचे हात गुणकारी असल्याचा लौकिक पसरला होताच.

ती पुन्हा तीव्र स्वरात बोलली, "तुझं डोकं दुखायला नको असेल, तर एवढं जास्त खात जाऊ नकोस आणि दारूही पिऊ नकोस." पाठ फिरवून ती अन्न शिजवायच्या भांड्यापाशी गेली, त्यातून एका लाकडी वाडग्यात थोडासा भाज्या आणि मांसाचे तुकडे घातलेला रस्सा काढून यलिथला दिला. त्यांची सेला नावाची मॅमथ-मादी मॅट्रेडजवळून उठून यलिथजवळ आली आणि तिच्या गुडघ्यावर डोकं घासू लागली.

तिला रागावत यलिथ म्हणाली, "नाही हं सेला, तुला माहितीये ना, आता मी तुला आणखी काहीही खायला देणार नाहीये. लठ्ठपणा वाढत चाललाय तुझा." तिनं अगदी सराईतपणे वाडग्यातून मांसाचे आणि भाज्यांचे तुकडे एकामागून एक उचलून तोंडात टाकले. सगळे तुकडे खाऊन झाल्यावर तिनं तो वाडगा तोंडाला लावून सगळा रस्सा पिऊन टाकला. खूप छान चव होती त्याची. आपल्याला खूप भूक लागल्याचं आत्ता तिच्या लक्षात आलं.

तिच्या शेजारी उभं राहून ओहोलिबामानं एक मोठा सुस्कारा टाकला.

"काय झालं गं?" यलिथनं विचारलं.

आता सेला ओहोलिबामाजवळ गेली. ती तिच्या डोक्यावर बोटं घासत म्हणाली, "आज सकाळी मी गावात गेले होते. घरच्यासाठी काही सामान आणायचं होतं. तिथे ती स्नानगृहं आहेत ना, त्यांतल्या एका स्नानगृहातून नेफिलिम लोकांपैकी एकजण बाहेर आला. त्याच्या अंगाला तेल आणि इतर सुगंधी द्रव्यांचा वास येत होता. तो माझ्या वाटेत येऊन उभा राहिला." ती बोलायची थांबली.

"आणि मग?" यलिथनं खोदून चौकशी केली.

"अगं, तो म्हणाला की मी त्यांच्यापैकी आहे, म्हणजे त्यांची मुलगी."

यलिथनं पटकन आईकडे नजर टाकली, आणि पुन्हा ओहोलिबामाकडे बघितलं. तिला एकदम एब्लिस आणि त्याचे ते दिमाखदार जांभळे पंख आठवले. तिनं विचारलं, "अगं, मग ते एवढं भयानक असेल का?"

"अगं, पण हा कसला खुळचटपणा आहे... मी माझ्या आई-बाबांवर खूप प्रेम करते गं. माझ्या बाबांवर माझं खूप प्रेम आहे."

यलिथनं तिच्या आई-बाबांना पाहिलं नव्हतं. 'तिचे बाबा, तिचे खरे बाबा नाहीयेत,' असं तिला जर कुणी सांगितलं असतं, तर तिला कसं वाटलं असतं? तिच्या मनात विचारचक्र सुरू झालं. मॅट्रेडनं तो विचार तिच्यापाशी बोलून दाखवल्याने, ओहोलिबामाचा सांभाळ एका नेफिलनं केला असेल, या गोष्टीवर विश्वास ठेवणं सोपं होतं. तिला गुणकारी उपचार करण्याची दैवी देणगी मिळालेली होती. हॅम त्याबद्दल अगदी बरोबर बोलला होता. तिचा

आवाज अगदी मधुर होता. ती गात असताना तिचा आवाज सुरेल गाणाऱ्या पक्ष्यासारखा वाटत असे. इतर कुणालाही न दिसणाऱ्या गोष्टी तिला अगदी सहज दिसत असत.

यलिथनं स्वत:लाच बजावलं, तीसुद्धा इतरांपेक्षा वेगळीच होती की! तिच्या आई-बाबांचं सातवं मूल होती ती. तिला तिचे आई-बाबा कोण, हे चांगलंच माहीत होतं. तिच्या आई-वडिलांना चौथा मुलगा हवा होता, त्याऐवजी त्यांना चौथी मुलगी झाल्याने त्यांची निराशा झाली होती...ही गोष्टसुद्धा यलिथला ठाऊक होती.

तिनं ओहोलिबामाला विचारलं, "माह्लानं स्वत:चं लग्न ठरवल्याचं मी आत्ता सांगत होते ना, ते तू ऐकलंस का गं?"

"हो, ऐकलं. माह्लाला सुंदर गोष्टी आवडतातच. तुला माहितीये, नेफिलिम लोकांच्या बायका दगड-मातीनं बांधलेल्या घरांत राहतात, आपल्यासारखं तंबूत नाही राहत. माह्लाची निवड झाल्याबद्दल तिला नक्कीच अगदी अभिमान वाटत असेल."

"तुला त्याबद्दल काय वाटतं गं?" यलिथनं विचारलं.

"अं...मला नाही गं कळत. नेफिलिम लोकांबद्दल मला काय वाटतं, मला खरंच कळत नाही. विशेषत: आता..." तिनं वाक्य अर्धवट सोडलं.

"आणि सेराफिम लोकांबद्दल?" यलिथनं विचारलं.

"अगं, त्यांच्याबद्दल मला काय वाटतं, तेदेखील मला कळत नाही गं." आता हॅम ओरडू लागला होता, त्यामुळे ओहोलिबामानं कानांवर हात ठेवले.

लहानखुऱ्या चणीचा असला तरी हॅमचा आवाज मात्र चांगलाच खणखणीत होता. "सेला... इकडे ये! जर ओहोलिबामा मला मदत करणार नसेल, तर मला एकशिंगी घोडा हवाय! गरज आहे मला!"

ॲना तिरसटून म्हणाली, "एकशिंगी घोडा तुझ्याजवळ येऊच शकणार नाही, तुला माहितीये ना?"

हॅम कण्हत म्हणाला, "अगं, जवळ येण्याची गरज नाही गं. ते कितीही अंतरावरून शिंगातला प्रकाश पाडू शकतात. मला फक्त त्या गुणकारी प्रकाशाचीच गरज आहे."

ॲना पुटपुटली, "तुझ्यासाठी तर त्यापेक्षाही जास्त काहीतरी गरजेचं आहे."

"ए यलिथ! तू एकशिंगी घोड्याला बोलावू शकतेस. किंवा सेला! कुणीतरी एकशिंगी घोड्याला बोलवा ना!"

अचानक अत्यंत तेजस्वी प्रकाश लखलखला, आणि सगळ्यांचे डोळे दिपले. जणू वीजच तंबूचं जाड कातडं भेदून आत शिरावी तसा भास झाला.

तो लखलखता प्रकाश छताच्या भोकातून आत आला बहुधा.

"ए... जा!" हॅम ओरडला. "अरे, कोण आहात तुम्ही?"

एकशिंगी घोडा तंबूत चमचमत उभा होता, पण हॅम त्याला उद्देशून ओरडला नव्हता. हॅमच्या शेजारीच एक लहान वयाचा माणूस कातड्यावर आडवा पडला होता. त्याची उन्हानं होरपळलेली त्वचा सोलवटली होती, आणि तापामुळे त्याचे डोळे निर्जीव काचेगत दिसत होते.

त्याला नीट निरखून बघत मॅट्रेड म्हणाली, "अरे, हा इथे कसा आला? हॅम, हा तुझा मित्र आहे का?"

हॅम तर अतिशय बुचकळ्यात पडलेला होता. तो म्हणाला, "अगं, मी याला कधीच पाहिलेलं नाहीये."

"पण तो आहे तरी काय?" शेमला प्रश्न पडला.

मटनातलं हाड चघळत त्यांचे वडील त्या मुलाकडे पाहून तिटकाऱ्यानं म्हणाले, "एक प्रकारचा राक्षसच."

ओहोलिबामा म्हणाली, "तो कुणीही असला, तरी त्याला जरा हवा मिळू द्या. त्याच्याभोवती गर्दी करू नका. बघा ना, त्याला उन्हाचा ताप आलाय. अरे बापरे! किती वाईट परिस्थिती झालीय त्याची."

शेमच्या बायकोनं, इलिशेबानं, त्याच्याकडे वाकून बघितलं. ती म्हणाली, "तो जर राक्षस असेल ना, तर फार छोट्या वयाचा राक्षस आहे तो."

नीट बघता यावं म्हणून यलिथ ओहोलिबामा आणि मॅट्रेडच्या मध्ये घुसली. त्याला पाहून ती एकदम किंचाळली, "अरेच्या... अरे, हा तर माझा छोटा राक्षस आहे!"

"अगं मुली, काय गं हे? तू याला आधीही पाहिलं होतंस?" मॅट्रेडनं विचारलं.

"हो, आजोबांच्या तंबूत. मी त्यांच्यासाठी रात्रीचा दिवा घेऊन गेले होते ना, तेव्हा."

कपाळाला आठ्या घालून कुटुंबप्रमुख असलेले वडील म्हणाले, "जर माझ्या बाबांना, म्हणजेच लेमेक यांना, त्यांच्या तंबूत राक्षस नको असेल, तर मी तरी त्याला माझ्या तंबूत कशाला ठेवून घेऊ?"

"ओ बाबा...प्लीज हो," यलिथ विनवण्या करू लागली.

"तू याला खरंच आधी पाहिलं होतंस?" ओहोलिबामानं प्रश्न केला.

यलिथनं उत्तर दिलं, "हो. अगं, मी लेमेकआजोबांसाठी रात्रीचा दिवा घेऊन गेले होते ना, तेव्हा तिथेच हा उष्माघात झालेला राक्षस होता" ती त्याच्याकडे पाहून म्हणाली, "अं... मला खात्री नाहीये, हा तोच आहे, की...जॅफेथ

कुठे आहे?''

तंबूचा पडदा दूर सारून जॅफेथ आत आला. तो म्हणाला, ''काय गं? मी इथे आहे. एकशिंगी घोड्याला शोधतोय... आणि त्याच्यासोबत असलेल्या...''

सेलानं सोंड उंचावून तुतारीसारखा आवाज काढला.

''अरेच्या!'' जॅफेथ उद्गारला. ''मी सगळ्या मरुवनात शोधतोय आणि हा तर इथेच आहे की! आणि... अच्छा... तो डेनदेखील आहे तर! त्यालाच शोधत होतो मी!'' तो गुडघे टेकून खाली बसला आणि म्हणाला, ''अरे देवा. जिवंत आहे का तो?''

ओहोलिबामानं सगळ्यांना आदेश दिला, ''चला मागे व्हा, अगदी सगळे मागे व्हा बरं.'' तिनं डेनीसच्या उघड्या छातीवर हात ठेवला, आणि म्हणाली, ''जिवंत आहे, पण त्याला खूपच ताप आलाय.''

ॲना घाणेरड्या हातानं तिचे लाल केस चेहऱ्यावरून मागे सारत किंचित मागे सरकली. तिनं विचारलं, ''तो सेराफ आहे, का नेफिल?''

मान हलवत यलिथ म्हणाली, ''अगं, त्याला पंखच नाहीयेत. जॅफेथ, बरं झालं हं तू परत आलास. हा तोच दुसरा आहे ना, तू शोधत होतास, तोच आहे ना हा?''

''हो. अगं, पण तो उष्माघातानं मरायला टेकल्यासारखा दिसतोय.''

ओहोलिबामानं डेनीसच्या लालसर कपाळावर हात ठेवला, आणि चटका बसून तिनं तोंड वाकडं केलं. तिनं मागे वळून एकशिंगी घोड्याकडे पाहिलं. तो घोडा आता मंदावत जाऊन गायब होणारच होता. तेवढ्यात ती त्याला म्हणाली, ''एकशिंगी घोड्या, तू मदत करू शकशील का?''

घोड्याची अस्पष्ट होऊ लागलेली आकृती पुन्हा दिसायला लागली. तो घोडा डेनीसच्या दिशेनं खाली वाकला. त्याच्या कपाळावरून प्रकाशाची एक शलाका डेनीसच्या अंगावर वाहू लागली. त्याच्या शरीराची होणारी आग जरा कमी झाली.

हॅम कातड्यावरून उठला आणि अडखळत एकशिंगी घोड्याकडे जाऊन म्हणाला, ''मी. मलासुद्धा मदत हवी आहे. मी आजारी आहे. मला मदत कर.'' त्याचे पांढरट सोनेरी केस घामामुळे चिकट झाले होते. त्याच्या छातीवरच्या केसांत घामाचे थेंब अडकले होते.

पुन्हा एकदा प्रकाशाचा लखलखाट झाला, आणि एकशिंगी घोडा गायब झाला.

''बावळट,'' ॲनाचे हिरवे डोळे रागानं चमकले. ''तुला माहितीये ना, तू एकशिंगी घोड्याजवळ जाऊ शकत नाहीस.''

कुटुंबप्रमुख बाबा म्हणाले, "बरं, पण मला सांगा, आपण या अर्धवट भाजलेल्या राक्षसापासून सुटका कशी करून घेणार आहोत?"

"अहो, पण आपण त्याचा जरातरी पाहुणचार करायला हवा की!" मॅट्रेड म्हणाली.

"माझ्या अगदी सुस्वभावी बाबांनी तर त्यांच्या तंबूतून त्याला बाहेर फेकल्याचं स्पष्ट दिसतंय की!" त्यांनी लगेच प्रत्युत्तर दिलं.

"नाही हो बाबा!" यलिथनं नकार दिला. ती पुढे म्हणाली, "अहो, तुम्हाला कळतच नाहीये! असे दोन राक्षस आहेत. त्यातला एक आजोबांच्या तंबूत आहे, आणि ते त्याची चांगली काळजी घेतायत."

"तू काय बोलते आहेस, मला कळतच नाहीये. असे एकसारखे दिसणारे दोन विचित्र राक्षस कसे असतील?" तिचे बाबा म्हणाले.

"अहो बाबा, तुम्ही स्वत:च लेमेकआजोबांच्या तंबूत जाऊन पाहिल्यावर कळेल तुम्हाला!"

"मी मुळीच त्या म्हाताऱ्याचे किंवा त्याच्या विचित्र राक्षसांचे फाजील लाड पुरवणार नाहीये हं. आपल्याला इतर समस्या कमी नाहीयेत. त्यात या आजारी राक्षसांची भर कशाला?"

यलिथ ओहोलिबामाच्या शेजारी गुडघे टेकून बसली. तिनं त्याच्याकडे पाहिलं. फार उथळ श्वास सुरू होता, त्याच्या पापण्या किंचित हलत होत्या. यलिथनं बिचकत एक बोट त्याच्या लाल झालेल्या गालाला टेकवलं, आणि विचारलं, "तू सँड नाहीयेस ना? तू त्याचा भाऊ आहेस ना?"

त्याच्या लालसर पापण्या किंचित किलकिल्या झाल्या. "डेनीस. डेनीस," तो पुटपुटला. मग त्यानं मार चुकवल्यासारखे एकदम चेहऱ्यावर हात घेतले. त्याचे हात-पाय जोरात थरथरायला लागले.

"काय झालंय?" जॅफेथनं प्रश्न केला. "त्याला कुणीतरी चांगलंच मारलेलं दिसतंय. तो मला ओळखतसुद्धा नाहीये."

"त्याला भीती वाटतेय!" धक्का बसल्यागत इलिशेबा म्हणाली.

ते न पटल्याने शेम म्हणाला, "अगं, लेमेकआजोबांनी त्याला नक्कीच मारलं नसेल गं!"

"कधीच नाही," जॅफेथ पटकन बोलून गेला.

"आजोबा तर मुळीच नाही मारणार!" त्याच वेळी यलिथसुद्धा बोलली.

"हे एल देवा! अरे, त्याची त्वचा किती सोलवटली आहे!" ओहोलिबामा एकदम उद्गारली.

"आजोबांचा तंबू आणि ही जागा यांच्या मधल्या अंतरावर कुणीतरी त्याला

जखमी केलंय.''

खाली वाकून मॅट्रेडनं हळूच म्हटलं, ''कुणी केलं असेल असं? एका विद्रूप राक्षसालासुद्धा असं जखमी केलं?''

जॅफेथनं विचारलं, ''डेनीस?''

तो कण्हतच बोलला, ''डेनीस.''

''अरे, तू कुठे होतास? कुणीतरी तुला त्या एकशिंगी घोड्यासकट पुन्हा अस्तित्वात येण्यासाठी बोलावून घेतलं होतं का? कोण होते ते?''

ओहोलिबामानं हळूच आपल्या पतीच्या हातावर हात ठेवला. ती म्हणाली, ''सेलानं एका एकशिंगी घोड्याला बोलावलं, आणि अचानक हा जखमी राक्षस इथे अवतरला.''

''अगं पण तो मरुवनात दुसरीकडेच कुठेतरी होता'' जॅफेथनं तिचा हात आपल्या हातात घेऊन गालावर दाबून धरला. ''आणि बघ ना, त्याला कुणीतरी चांगलीच मारहाण केलीय. शुद्धीवरसुद्धा नाहीये तो. हे किती भयंकर आहे सगळं.''

यलिथच्या खांद्यावरून डोकावत ॲना म्हणाली, ''तो मनुष्यच आहे, याची खरंच खात्री आहे तुम्हाला?''

कपाळावर आठ्या घालून जॅफेथ म्हणाला, ''ते जुळे आहेत असं त्यांनी सांगितलं होतं. माझ्या मते तरी जुळी भावंडं म्हणजे मानवच.''

त्यांचे बाबा वैतागानं पुटपुटले, ''हे पंखवाले लोक मानवी मुलींसोबत झोपतात ना, त्यामुळे कोण खरंच मनुष्य आहे, कोण नाही, हे आता खात्रीशीरपणे समजतच नाही.'' त्यांनी ओहोलिबामाकडे कटाक्ष टाकला, पण त्यांच्या नजरेत तिटकारा नव्हता.

ओहोलिबामानं पुन्हा डेनीसच्या कपाळावर हात ठेवला, त्यानं डोळे उघडले आणि चेहरा आक्रसून घेतला. ती त्याला म्हणाली, ''श्श्श...मी तुला इजा करणार नाहीये.'' यलिथ आणि जॅफेथकडे बघत ती म्हणाली, ''एकशिंगी घोड्याच्या शिंगानं त्याचा ताप थोडासा कमी केलाय, पण अजूनही बराच ताप आहे त्याला. तू ह्याला पहिल्यांदा पाहिलंस तेव्हा याची अशीच परिस्थिती होती का?''

मान हलवत जॅफेथ म्हणाला, ''उन्हाचा आजार झाला होता त्याला, सँडपेक्षा जरा जास्तच, पण असा इतका जास्त नाही.''

कुटुंबप्रमुख बाबांनी विचारलं, ''तू म्हणतोयस, असे दोन राक्षस आहेत?''

''हो. हुबेहूब एकसारखे. सँड नावाच्या एकाला मी लेमेकआजोबांच्या तंबूत सोडलं,'' ... त्याच्या बाबांकडे जरा बचावात्मक नजरेनं बघत तो पुढे बोलू

लागला, "त्याला आजोबांच्या तंबूत सोडून मी ह्याला शोधायला बाहेर पडलो. आश्चर्य म्हणजे मी जेव्हा त्याला शोधणं रात्रीपुरतं थांबवायचं ठरवलं, तेव्हा हा तर इथेच, आपल्या तंबूत सापडला."

हॅमनं सुचवलं, "आपण कधीही असे हुबेहूब एकसारखे दिसणारे लोक पाहिले नाहीयेत. आपण कोणालातरी लेमेकआजोबांच्या तंबूत पाठवून, तिथे खरंच असाच दुसरा आहे, याची खात्री करून घ्यायला हवी."

"तुला माझा संशय येतोय?" जॅफेथनं चिडून विचारलं.

"तसं नाही रे! पण मला फक्त खात्री करून घ्यायची आहे," हॅमनं सांगितलं.

जरा शांत होऊन जॅफेथ म्हणाला, "अरे, आधी तर माझा स्वत:चासुद्धा विश्वास बसत नव्हता."

त्यांचं बोलणं मधेच थांबवून ओहोलिबामा म्हणाली, "त्याला थंडगार आणि ओलं ठेवण्यासाठी आपण त्याला थंड पाण्यानं अंघोळ घालायला हवीय."

"पाणी!" मॅट्रेड एकदम मोठ्यानं बोलली. "अरे, आता तर मॅमथनासुद्धा पाणी शोधणं अवघड झालंय. पण आपल्याकडे वाइन मात्र भरपूर आहे हं."

"ए...माझी वाइन नाही हं," बाबा गरजले. "ए बाई! अगं, त्या द्राक्षांच्या मळ्यात मी किती कष्ट करतो, तुला अजिबात कल्पना नाहीये."

"मला माहितीये. मी तुमच्यासोबतच काम करतो," जॅफेथ हळूच म्हणाला.

आपल्या भुवया किंचित चढवून ओहोलिबामा म्हणाली, "मला वाटतंय, वाइन नाही चालणार."

जॅफेथनं सांगितलं, "तो सँड आहे ना, त्याच्या अंगावर हिगेयॉननं लेमेक आजोबांच्या माठातलं पाणी फवारलं, आणि माझ्या मते त्यामुळे फायदा झाला."

ॲनानं तिच्या हिरव्या डोळ्यांच्या कोपऱ्यातून फिकुटलेल्या हॅमकडे नजर टाकली, आणि मग झोपलेल्या डेनीसकडे बघत ती म्हणाली, "त्याची त्वचा कच्च्या मांसासारखी दिसत नसती ना, तर तो अत्यंत देखणा दिसला असता."

शेमच्या थोराड बांध्याच्या समंजस बायकोचं नाव होतं इलिशेबा. तिला छान घनदाट काळेभोर कुरळे केस, आणि सौम्य, शांत डोळे होते. ती ॲनाला दटावत म्हणाली, "त्याच्यापासून लांब राहा हं ॲना. तू बघितलंस ना, तो एकशिंगी घोडा थेट त्याच्याकडे गेला होता. जरी त्याचा आकार एखाद्या राक्षसासारखा असला, तरी तो अजूनही अगदी लहानसं बाळ आहे गं. किती थरथरतोय तो. घाबरलाय बिचारा."

"काहीही असलं तरी आता त्याला कोणीही वाईट वागणूक द्यायची नाहीये," मॅट्रेडनं ठामपणे फर्मावलं.

आपल्या आईकडे यलिथनं कृतज्ञतेनं पाहिलं.

तिचे बाबा दरडावून म्हणाले, "बायका... या बायका आणि त्यांच्या परोपकारांमुळे मला नेहमीच वैताग येतो. तंबूपाशी आलेल्या प्रत्येक आळशी भिकाऱ्याला मॅट्रेड खाऊ घालते, आणि ही इलिशेबा चुलीवरचं सूपचं पातेलं सतत भरलेलं ठेवण्यात तिला मदत करते."

"अहो, लोक काही हौसेनं गरीब अन् उपाशी राहत नाहीत," मॅट्रेड शांतपणे बोलू लागली. "आपल्याकडे आपल्या सगळ्यांना पुरून उरेल एवढं अन्न असतं हो. बरं का पतिराज, या छोट्या राक्षसाला कुणी त्रास दिलेला मला चालणार नाही हं."

बाबा म्हणाले, "अगं, तुला काय हवं ते कर गं बाई. जोवर मला त्याचा काही त्रास होत नाही, तोवर मला काहीही फरक पडत नाही."

ओहोलिबामा तिच्या नवऱ्याकडे बघून म्हणाली, "आपण ह्याला असं इथेच ठेवायला नको. इथे खूप गरम होतंय, आणि गर्दीही आहे इथे. त्या एकशिंगी घोड्याच्या प्रकाशाच्या स्पर्शामुळे तो निदान जिवंत तरी राहिलाय, पण तो अजूनही चांगलाच आजारी आहे."

"ए, ओहोलीचं ऐका रे! तिला त्यातलं चांगलंच समजतं," हॅम म्हणाला.

जॅफेथ काहीही सांगत असला, तरी यलिथला मात्र डेनीस म्हणजे आजोबांच्या तंबूत पाहिलेला तरुणच आहे, असंच वाटत होतं. तिनं जेव्हा त्याला पहिल्यांदा पाहिलं होतं, तेव्हा तिला त्याची भीती वाटली होती. आता या वेळी तर हा छोटा राक्षसच प्रचंड घाबरलेला दिसत होता. "ह्याला कुठे नेऊ शकतो आपण?" तिनं प्रश्न उपस्थित केला.

ओहोलिबामानं सुचवलं, "हा तर अगदीच लहान बाळ आहे. मग बायकांच्या तंबूत नेलं तर चालेल?"

पण यलिथसाठी मात्र सँडी, डेनीस मुळीच लहान बाळ नव्हते.

इलिशेबानं विचारलं, "पौर्णिमेला अजून किती दिवस अवकाश आहे?"

मॅट्रेड या सगळ्या गोष्टींचा हिशेब ठेवायची. ती भुवया आक्रसून विचारात पडली, आणि मग बोटं मोजून म्हणाली, "एवढ्यात नाही. तो लवकरच या मोठ्या तंबूत झोपण्याएवढा बरा होईल, आणि नाहीतर मरून जाईल."

यलिथ शहारली. ती म्हणाली, "ए आई, असं बोलू नकोस गं. तो आपला पाहुणा आहे ना? आपण आपल्या पाहुण्यांना असं मरू देत नाही गं."

मॅट्रेड म्हणाली, "अगं बेटा, तो उन्हानं किती भाजून निघालाय. त्याची सगळी त्वचा गाजर सोलावं तशी सोलली गेलीय."

“आपण सेराफिमपैकी एखाद्याला बोलवायचं का?” जॅफेथनं सुचवलं.

त्याच्या आईनं मान डोलावली. यलिथला विचारलं, “तुझा मित्र एरियल येईल, हो ना?”

“हो, मलाही तसंच वाटतंय.” तिला एरियलला बोलवावं लागलं, तर आधी तो एरियलच असल्याची, म्हणजेच एब्लिस नसल्याची, यलिथ नक्कीच खात्री करून घेईल... तिच्या मनात विचार येऊ लागले. पण आजारी माणसांना बरं करायचं काम नेफिलिम करत नाहीत, असं तिला का वाटतंय, हे तिच्या लक्षातच येईना.

मॅट्रेड म्हणाली, “इलिशेबा, माझ्या झोपण्याच्या कातड्याशेजारचं कपाट उघडलंस की, तुला मऊ लिनन सापडेल. ते त्याला झोपण्यासाठी देऊ आपण. प्राण्यांची कातडी फार खरबरीत असतात.”

उगाचच खोटं हसत ॲना म्हणाली, “आईला तर काय, अगदी सगळंच कळतं, नाही का रे हॅम?” एवढं बोलून ती तिथून निघून गेली.

“मी थोडेसे अंजीर कुस्करून त्यांचा रस काढते. त्याला पिता येईल.” असं काही काम असलं की, मॅट्रेडला नेहमीच छान वाटायचं.

ओहोलिबामानं तिचा तळवा पुन्हा डेनीसच्या कपाळावर ठेवला. “अरे बापरे, किती तापलाय हा!” ती म्हणाली. तिच्या स्पर्शानं डेनीसनं चेहरा वेडावाकडा आक्रसून घेतला, डोळे घट्ट बंद केले, आणि कण्हायला सुरुवात केली. ते पाहून तिच्या कपाळावर आठ्या पडल्या.

कुटुंबप्रमुखांनी आदेश दिला, “जर तो इथेच मरणार असेल, तर त्याला ताबडतोब आपल्या तंबूच्या बाहेर काढा बरं.”

यलिथला मात्र ते आवडलं नाही. ती मोठ्यानं म्हणाली, “बाबा!”

जॅफेथनं सांत्वन करण्यासाठी तिचा हात धरला.

बाबा म्हणाले, “अगं मुली, तू प्रत्येक पंख तुटलेल्या पक्ष्यावर, किंवा जखमी सॅलॅमॅन्डरवर, उपचार करून त्यांना बरं करू शकणार नाहीयेस. ही गोष्ट तुला समजायला हवी.”

“अहो, पण मी प्रयत्न तर करू शकते ना!”

“अगं, पण त्यामुळे कदाचित तू त्यांना जास्त त्रास सहन करायला लावशील. त्यापेक्षा ते शांतपणे मेले तर बरं नाही का?”

“अहो पण बाबा...”

मॅट्रेड घाईगडबडीनं म्हणाली, “बरं, आता बोलणं पुरे झालं. आपल्या ह्या छोट्या राक्षसाला स्त्रियांच्या तंबूत नेण्यासाठी जॅफेथ मदत करील. चला, चला पटकन, आत्ताच्या आत्ता चला!”

४

लेमेक आजोबा आणि ईनॉक आजोबा

डेनीसनं डोळे उघडले. अवतीभोवती तपकिरी वर्णाचे इटुकलेसे लोक दिसल्यावर तो अत्यंत घाबरला. 'या भयानक तंबूत मी परत आलोच कसा? ज्या लोकांनी मला शेणाच्या ढिगात फेकून दिलं होतं, पुन्हा त्याच लोकांच्या ताब्यात मला देणार नाही तो एकशिंगी घोडा. तो एकशिंगी घोडा कुठे गेला?' त्याच्या मनात विचारांनी थैमान घातलं.

त्याच्या बंद पापण्यांवर लख्ख उजेड चमकला, आणि मग पुन्हा काळोख. तो थरथरू लागला. स्वत:वर जणू नियंत्रण राहिलंच नव्हतं त्याचं. मग त्याच्या कपाळावर कुणीतरी हात ठेवल्याचं जाणवलं. थंडगार, आणि हळुवार स्पर्श. अगदी आईच्या स्पर्शाची आठवण आली त्याला. त्याला जेव्हा फ्लू होत असे, तेव्हा आईच्या स्पर्शामुळेच तो शांत होत असे. "आई," तो कण्हत म्हणाला. मग छोट्याशा मुलागत रडवेल्या आवाजात बोलला, "ए आई गं..."

एक लहानशी बाई त्याच्यावर वाकून त्याच्याकडे चमकत्या डोळ्यांनी बघत होती. तिच्या डोळ्यांभोवती सुरकुत्यांचं जाळं तयार झालं होतं. ही बाई त्याला कचऱ्याच्या ढिगात फेकून देईल, अशा स्वभावाची वाटत नव्हती.

ती जरा बाजूला झाली, आणि तरुण वयाच्या डोळ्यांच्या दोन जोड्या त्याला निरखू लागल्या. त्यातली एक जोडी मधाळ तपकिरी रंगाच्या, मधूनच सोनेरी छटा डोकावणाऱ्या डोळ्यांची होती. ते डोळे, तशाच मधाच्या रंगाचे दाट केस असलेल्या एका मुलीचे होते. फार सुंदर डोळे होते ते. सुंदर आणि पवित्र, शुद्ध. दुसऱ्या मुलीचे डोळे काळे होते, पण त्यात सुजाणतेची, ज्ञानाची छटा स्पष्ट दिसत होती. 'ज्या तंबूतून त्याला त्या भीषण माणसांनी फेकून दिलं होतं, आणि तिथली लालभडक केसांची मुलगी नुसतं बघत राहिली होती, हा तोच तंबू नक्कीच नसणार,' डेनीसच्या मनात आलं.

पुरुष. तो घाबरून इकडेतिकडे पाहू लागला. तिथे पुरुषदेखील होते. तंबूच्या कनातीला टेकून अनेक भाले रचून ठेवले होते. एका माणसाच्या हातात, बकरीच्या कातड्यापासून बनवलेली, वाइन ठेवायची पिशवी किंवा पखाल होती. हे लोक धोकादायक वाटत नव्हते.

तेवढ्यात त्या लहानशा माणसांपैकी एकजण त्याच्याजवळ आला, आणि त्याच्याकडे बघून हसला. डेनीसला हायसं वाटून अतिशय आनंद झाला. तो माणूस म्हणजे जॅफेथ होता.

तहानलेल्या ओठांनी तो कुजबुजला, "जे..."

"डेन!" खूश होऊन जॅफेथ उद्‌गारला. तो पुढे म्हणाला, "ओहोली, ए बघ गं, तो शुद्धीवर येऊ लागलाय!"

"जे..." डेनीसचे दात एकमेकांवर थडथडत होते.

"कुणी इतकं घायाळ केलं तुला? तू सांगू शकतोस?" जॅफेथनं विचारलं.

डेनीसनं पुन्हा डोळे मिटून घेतले.

"त्याला आत्ता कुठलेही प्रश्न विचारून भंडावून सोडू नका," ओहोलिबामानं सांगितलं.

"घाबरू नकोस डेन," जॅफेथ त्याला आश्वस्त करू लागला. "आम्ही कुणालाही तुला इजा करू देणार नाही हं." त्याच्यावर झुकून जॅफेथ म्हणाला, "मी तुला जराशा थंडगार आणि शांत जागी घेऊन जाणार आहे. घाबरू नकोस हं." जॅफेथनं शक्य तितकी काळजी घेत डेनीसला उचलून आपल्या खांद्यावर टाकलं.

जॅफेथ त्या तंबूमधल्या सगळ्या माणसांपेक्षा उंच होता; पण तरीही डेनीसपेक्षा मात्र तो खूपच बुटका होता. त्यामुळे जॅफेथनं खांद्यावर घेऊनही डेनीसचे पाय खाली टेकले होते, जमिनीवरून ओढले जात होते. त्यानं आपल्या पायांची बोटं घासली जाऊन सोलवटू नयेत, म्हणून घट्ट आवळून घेतली होती. सॅंडीला आणि त्याला ह्या ठिकाणी राक्षस मानलं जात होतं, यात काहीच नवल नव्हतं. तापाच्या ग्लानीत डेनीसला, एक संग्रहालय बघण्यासाठी त्यांच्या शाळेनं आयोजित केलेली सहल आठवली. सरदारांच्या चिलखतांचं, त्यांच्या लढाऊ सामग्रीचं प्रदर्शन बघताना सगळ्यांनाच नवल वाटलं होतं. ते सरदार किती लहानखुरे असतील, असं तेव्हा मनात आलं होतं. तो आणि सॅंडी, ह्या ग्रहावर फेकले गेले होते. इथले लोक तर त्या प्रदर्शनातल्या मध्ययुगीन सरदारांपेक्षाही लहानसे होते.

त्याच्या मनातले विचार विरत गेले, जणू त्या आभासी एकशिंगी घोड्यांसारखेच अतितरल, नाजूक. त्या सहलीची आठवण, आणि जॅफेथ त्याला खांद्यावर

टाकून घेऊन जात असल्याची जाणीव, या दोन्ही गोष्टी त्याला स्वप्नवत वाटत होत्या. जॅफेथ लहानखुरा असला तरीही चांगलाच बलवान होता, हेही एक आश्चर्यच होतं. जणू एखाद्या बुटक्या तरुण मेंढपाळानं बकरीच्या पिल्लाला उचलून घेऊन जावं, तसंच काहीसं वाटत होतं. डेनीसच्या पायांची बोटं एका खडकावर घासली गेली, आणि तो वेदनेनं जोरात ओरडला. 'जर जाग येऊ शकली, आणि जर ही तापाची ग्लानी, पडणारी स्वप्नं तो झटकून टाकू शकला, तर तो आणि सँडी त्यांच्या घरी, त्यांच्या बंक बेडवर झोपलेले आढळतील,' त्याच्या मनात आलं.

त्यानं डोळे उघडले. तारे चमचमत होते. त्यानं ताजी हवा श्वासावाटे आत ओढून घेतली. मग त्याच्या डोक्याला एका तंबूचा कातडी पडदा घासून गेला, आणि त्याला खाली ठेवल्याचं जाणवलं. अंगाखाली काहीतरी अगदी मऊ घातलं होतं; पण ते इतकं नाजूक होतं, की त्याच्याखाली अंथरलेलं खरखरीत कातडं त्याला जाणवत होतं. भेगाळलेल्या ओठांवरून त्यानं जीभ फिरवली आणि त्याच्या एकदम लक्षात आलं, त्याला अत्यंत तहान लागलीय. "पाणी... जे" तो कसाबसा बोलला, पण 'प्लीज' हा शब्द म्हणण्याएवढीही ताकद त्याच्यात उरली नव्हती.

त्या काळ्याभोर डोळ्यांच्या मुलीनं त्याच्यावर झुकून त्याच्या तोंडाला वाइनची कातडी पखाल लावली. त्याला कडवट आणि गोड अशा दोन्ही चवी एकाच वेळी जाणवल्या. ती वाइन त्याचा घसा जाळत पोटात गेली. निदान ओलावातरी मिळाला.

काळे डोळेवाली मुलगी वाइनची चामड्याची पिशवी काढून घेत म्हणाली, "त्याला जास्त वाइन नको द्यायला आपण."

तिथेच असलेली, जराशी लठ्ठ, सुपारीसारखी दिसणारी, बाई म्हणाली, "ए...मी अंजिराचा रस विसरूनच गेले की! मी आत्ता घेऊन येते."

पावलांचा आवाज...आणि मग तंबूचा पडदा फटकन बंद झाल्याचा आवाज.

"तो मला आता ओळखायला लागलाय," जॅफेथ चिंतातुर आवाजात म्हणाला.

"हं... आणि आता त्याला आपली भीतीही वाटेनाशी झालीय," त्यातली लहान वयाची, मधाळ बदामी डोळ्यांची मुलगी म्हणाली.

"पाणी..." डेनीस विनवणी करू लागला.

ती मधाळ डोळ्यांची मुलगी जराशा खेदानं बोलली, "अरे, लेमेकआजोबांच्या विहिरींमध्ये अजूनही भरपूर पाणी आहे रे."

दुसरी मुलगी ते मान्य करून म्हणाली, "त्यांच्याकडे जाऊन एक माठभर पाणी आणायला मी स्वत: गेले असते; पण लेमेकआजोबा मरुवनाच्या पार

दुसऱ्या टोकाला राहतात ना.''

त्या मुलीभोवती हात वेटाळून जॅफेथ म्हणाला, ''अगं, एक उंट घेऊन मीच जातो. आत्ता इतक्या रात्री तुम्ही दोघी मरुवन ओलांडून पार दुसऱ्या बाजूला जाऊ नका. दर महिन्याला चोर, दरोडेखोरांची संख्या वाढतच चाललीय.''

''ए...पण तूही काळजी घे हं,'' त्यातल्या लहान मुलीनं आर्जवानं म्हटलं.

''माझा उंट घेऊन जा'' काळ्या केसांच्या बाईनं सुचवलं. ''उंटीण आहे ती, आणि अतिशय चपळ आहे. तुला अगदी सुरक्षितपणे नेईल ती.''

''धन्यवाद ओहोलिबामा, माझी लाडकी बायको ती!'' जॅफेथनं झुकून तिच्या ओठांचं चुंबन घेतलं. डेनीसचं डोकं दुखत होतं, तापाच्या ग्लानीतही त्याला जाणवलं की, ते एक छानसं चुंबन होतं. त्याच्या बाबांना आईचं असं चुंबन घेताना त्यानं पाहिलं होतं. खरंखुरं, प्रेमभरं चुंबन. 'या आजारातून मी जगलोवाचलोच तर मलाही कुणाचंतरी असंच चुंबन घ्यायला आवडेल,' त्यानं मनात म्हटलं.

जॅफेथ तंबूबाहेर पडल्याचा आवाज त्यानं ऐकला, आणि डोळे मिटून घेतले. तापामुळे झोप लागली त्याला. आभासी एकशिंगी घोड्यासारखाच तोदेखील अस्तित्वाच्या सीमारेषेवर आत-बाहेर करत असल्याचा भास त्याला होत होता. सोलवटलेल्या अंगाच्या झोंबऱ्या वेदनेकडे दुर्लक्ष करण्यासाठी तो स्वत:च्याच अंतर्मनात खोलवर डोकावू लागला. असाच किती वेळ तो बेशुद्ध होता, त्यालाही कळलं नाही. दोन बायकांचं कुजबुजतं बोलणं ऐकू आल्यामुळे त्याला जाग आली.

''माझे बाबा लेमेकआजोबांशी असलेलं भांडण मिटवून समेट का करत नाहीत?'' हलक्या आवाजात कुणीतरी बोलत होतं. ''अगं, लेमेकआजोबांच्या रात्रीच्या दिव्यात घालण्याचं तेलसुद्धा मला अगदी बाबांच्या हातापाया पडून मागावं लागलं होतं.''

जॅफेथनं चुंबन घेतलेली, आणि अगदी वेगळंच, ओहोली... की कायसं नाव असलेली, जराशी मोठी मुलगी बोलू लागली, ''अगं, लेमेकआजोबांनी, जेव्हा त्यांच्या स्वत:च्याच तंबूत राहण्याचा हट्ट धरला ना, तेव्हा तुझे बाबा दुखावले गेले गं.'' तिचा आवाज कानांना मखमली वाटत होता.

''अगं, पण आजोबा स्वत:ची काळजी नीट घेऊ शकतायत तोपर्यंत तरी...''

''ते ना, तितकंसं साधंसोपं नाहीये. आता लोक पूर्वीसारखे वृद्ध माणसांचा योग्य तो आदर करत नाहीत. त्यांना म्हाताऱ्यांच्या जुन्यापुराण्या गोष्टींमध्ये काडीचा रस नसतो. ते ऐकूनच घेत नाहीत गं.''

“पण मला तर आजोबांच्या गोष्टी खूप आवडतात!”

“यलिथ, अगं मलाही आवडतातच गं.”

‘यलिथ... हे नाव होतं तर त्या मधाळ बदामी डोळ्यांच्या मुलीचं. यलिथ आणि ओहोली,’ डेनीस विचार करत होता. तेवढ्यात त्याच्या त्वचेला कसलातरी थंडगार स्पर्श झाल्याचं त्याला जाणवलं. वेदना कमी करणारं असं काहीतरी होतं ते.

ओहोली नावाची मुलगी पुन्हा सांगू लागली, “त्यांच्यासाठी जेव्हा रात्रीचा दिवा घेऊन जाण्याची माझी पाळी असते ना, मला ते काम करायला खूप आवडतं, आणि निदान तुझ्या आईलासुद्धा आपल्यासारखंच वाटतं गं. तुझी आई कायम त्यांच्यासाठी दिव्यात घालायचं तेल राखून ठेवीलच.”

“हे सगळं कधी बदललं गं?” यलिथनं विचारलं. ती पुढे म्हणाली, “वृद्ध माणसांच्या पायाशी बसून त्यांचं बोलणं ऐकायची सगळ्या लोकांना खरंच गरज आहे. आता मात्र... अगं, ॲना सांगत होती, तिच्या आजोबांना त्यांच्या मृत्यूच्या वेळी घराबाहेर वाळवंटातच ठेवलं होतं. त्यांची हाडं गिधाडांनी खाऊन टाकली, आणि स्वच्छ केली म्हणे.”

“हे एल देवा... कुठल्या दिशेला चाललो आहोत आपण?”

तिचा खिन्न आवाज ऐकून डेनीसनं डोळे उघडले.

“अजूनही खूपच ताप आहे गं, अत्यंत तापलाय तो. ह्याला कुणी इतकं घायाळ केलंय ते समजलं, तर बरं होईल,” ओहोली म्हणाली.

“अगं, पण आपण काय करू शकणार आहोत? काय करणार? लोक आजकाल एकमेकांशी इतक्या दुष्टपणे, नीचपणे वागतात ना. नेफिलिम आणि सेराफिम लोक येण्याआधी आपण इतके खुनशी होतो का गं?” यलिथनं विचारलं.

“मला माहीत नाही गं.”

“आणि आधी कोण आलं?”

“नाही माहीत गं मला. आपल्याला बऱ्याच गोष्टी माहीतच नाहीयेत. आता हेच बघ ना... हा जखमी झालेला छोटा राक्षस कुठून आला? हेसुद्धा आपल्याला माहीत नाही,” ती काळ्या डोळ्यांची मुलगी म्हणाली.

यलिथ सांगू लागली, “तो ह्याच्यासारखाच दुसरा आहे ना... तोच गं, लेमेकआजोबांच्या तंबूमधला... तो सांगत होता की, ते कुठल्यातरी नायटेड ठिकाणाहून आले आहेत.”

“युनायटेड स्टेट्स” डेनीसच्या तोंडून आपोआप, नकळतच निघून गेलं, आणि मग त्याला यलिथच्या शब्दांचा अर्थ लक्षात आला. त्यानं विचारलं,

“माझा भाऊ कुठे आहे?”

“अरे वा! अगं, हा शुद्धीवर येऊ लागलाय!” यलिथ ओरडली. मग अगदी मायेनं तिनं डेनीसला सांगितलं, “तुझा भाऊ माझ्या लेमेकआजोबांच्या तंबूत आहे हं. आजोबा आणि हिगेयॉन त्याची चांगली काळजी घेतायत. त्यालाही उष्माघाताचा त्रास झालाय, पण तुझ्याएवढा वाईट त्रास नाही झालेला.”

डेनीसची शुद्ध पुन्हा हरपू लागली, तिचे शब्द अर्थहीन होऊ लागले. खूप जास्त ऊन, खड्ड्यात फेकलं जाणं, स्वत:ला वाळूने घासून सोलवटून घेणं या सगळ्याचा एकत्रित परिणाम होऊन तो आजारी पडलाय, हे त्याला कळत होतं. खरंच, खूप जास्त आजारी होता तो. पूर्वी त्याला फ्लू होऊन ताप १०५ डिग्रीच्या वर गेला होता, तेव्हापेक्षा आतातर जास्तच आजारी होता तो. तेव्हा ताप कमी करण्यासाठी त्याला प्रतिजैविके घ्यावी लागली होती. त्या कचऱ्याच्या खड्ड्यात काय काय होतं... देवालाच माहीत. कुठल्या प्रकारचा भीषण जंतुसंसर्ग होऊ शकेल...तेही देवालाच माहीत. ‘आपण रणरणत्या उन्हात खूप जास्त वेळ घालवल्याने आता उष्माघात होऊन मृत्यू ओढवेल की काय...’ त्याच्या मनात विचार आला. आपण आपल्या ग्रहावर, आपल्या घरी असायला हवं... विचित्र छोट्याशा लोकांचं हे जे कुठलं ठिकाण आहे, त्या जागेवर मुळीच नको, असं त्याला मनापासून वाटू लागलं. त्याला पुन्हा अगदी लहान होऊन आईला हाक मारून जागं करावंसं वाटलं, ती लगेच त्याच्याजवळ आली असती आणि या भयानक दु:स्वप्नातून तिनं त्याला उठवलं असतं... तिनं त्याच्या डोक्यावरचं शिरस्त्राण काढून टाकलं असतं... ते शिरस्त्राण त्याच्या डोक्यात पार कवटीपर्यंत रुतलं होतं, आणि त्यामुळे त्याचं डोकं प्रचंड ठणकत होतं... शिरस्त्राण?...भ्रम होत होता का त्याला... कोणास ठाऊक?

तो अलगद काळोख्या झोपेच्या अधीन झाला.

• • •

लेमेकआजोबांच्या तंबूतल्या सॅंडीची अवस्था, पहिले काही दिवस अगदीच वाईट होती. त्याच्या उन्हानं लाल झालेल्या त्वचेवर फोड आले होते. काही फोडांची आग व्हायची, तर काही फोडांच्या जागी अतिशय खाज सुटायची. त्याचा ताप कमी झाल्यावर मात्र तो रोज संध्याकाळी यलिथची वाट बघायचा. ती आलीच नाही. तिच्याऐवजी जराशा मोठ्या स्त्रिया दिवा घेऊन येत असत आणि थोडा वेळ थांबून आजोबांशी गप्पा मारत बसत. सॅंडीला एकटक निरखायचा हा बहाणाच मिळाला होता त्यांना. सॅंडी मात्र त्या स्त्रियांकडे जरासं दुर्लक्षच

करत असे.

डेनीस जॅफेथच्या जवळच्या तंबूत सुरक्षित आहे आणि त्याची चांगली काळजी घेतली जाते आहे, ही गोष्ट आता सँडीला कळली होती. दर संध्याकाळी येणाऱ्या बायकांसाठी, तो आणि डेनीस हे अतिशय कुतूहलाचे विषय होते, हेही सँडीला समजून चुकलं होतं.

त्यांच्यातली वयानं सगळ्यात मोठी, मॅट्रेड नावाची बाई नवलानं म्हणाली, "मी हे असं कधीही पाहिलं नव्हतं! आमच्या तंबूतला राक्षस खूपच जास्त होरपळला आहे; पण ही एवढी गोष्ट सोडली, तर हे दोन आहेत, यावर मी विश्वास ठेवला नसता."

ॲना आणि इलिशेबा लेमेकआजोबांसाठी रात्रीचा दिवा घेऊन येत असत. त्या सँडीबद्दल, आणि बायकांच्या तंबूतल्या तापानं फणफणलेल्या डेनीसशी असलेल्या साम्याबद्दल, आपसांत कुजबुज करत असत, पण सँडीशी बोलणं मात्र त्या लाजून टाळत असत. त्यांचं बोलणं सँडीला ऐकू जाऊ नये म्हणून त्या अगदी हलक्या आवाजात कुजबुजत असत.

ॲडनारेल रोजच्या रोज येऊन ताज्या वनस्पती किंवा त्यांची पूड पाण्यात मिसळत असे. हिगेयॉन तेच पाणी त्याच्या अंगावर फवारत असे. तंबूमधला पाण्याचा माठ सतत भरलेला ठेवण्याचं काम पेलिकन पक्षी करत होता. पेलिकन पक्ष्याचे आभार मानताना लेमेकआजोबा त्याच्याशी फारच आदरानं वागले, अन् सँडीला या गोष्टीचं खूप नवल वाटलं. त्याची भूक चाळवावी म्हणून आजोबा तासचे तास घालवून काहीतरी छानसं खायला बनवण्याचा खटाटोप करायचे. त्यांतला एक पदार्थ त्याला सगळ्यात जास्त आवडला होता. घरी त्याची आई बन्सेन बर्नरवर भाज्या आणि मांसाचे तुकडे घालून रस्सा बनवायची. त्याच रश्श्याची आठवण, त्याला तो आजोबांनी बनवलेला पदार्थ खाताना व्हायची. रोज संध्याकाळी रात्रीचा दिवा घेऊन येणाऱ्या स्त्रियांविषयी लेमेकआजोबांना विचारावं, असं सँडीला मनापासून वाटत होतं, आणि यलिथ का येत नाही, हा सगळ्यात महत्त्वाचा प्रश्न त्याला आजोबांना विचारायचा होता. संकोचानं काहीही न विचारता, तो गप्पच राहिला. तो बराचसा वेळ झोपूनच राहायचा... हळूहळू बरा होऊ लागला होता तो.

एक दिवस सँडीला ताप चढला नाही. त्या रात्री लेमेकआजोबांनी म्हटलं, "चल, जरा तंबूबाहेर जाऊन ताऱ्यांखाली बसू या." तो बरा होऊ लागला असला, तरी अजूनही अशक्तच होता. आजोबा म्हणाले, "तुझ्या त्वचेला ताऱ्यांच्या उजेडाचा काहीही त्रास होणार नाही. किती गोरीपान कांती आहे रे तुझी! तुला सूर्याच्या उन्हामुळे ताप आला, यात काहीच नवल नाही." त्यांनी

सँडीजवळ येऊन आपला हात पुढे केला. सँडीनं त्या हातात आपला हात दिला आणि आजोबांच्या हाताच्या आधारे तो उठून उभा राहिला. त्याच्या पायात अजूनही ताकद वाटत नव्हती, उभं राहण्याची सवयच राहिली नव्हती. लेमेकआजोबांनी बाहेर जाऊन तंबूचा पडदा सँडीसाठी बाजूला करून तसाच धरून ठेवला. सँडीला त्या बुटक्याशा दारातून खाली वाकून बाहेर यावं लागलं. तंबूपासून थोड्याच अंतरावर एक भलंमोठं आणि खूप जुनंपुराणं अंजिराचं झाड होतं. खूपच जुनं होतं ते झाड. आता त्या झाडावर फळंही येत नव्हती. त्या झाडाचं एक मोठं मूळ जमिनीखालून वर आलं होतं, आणि त्यामुळे बसायला छान जागा झाली होती. ते मूळ नंतर पुन्हा जमिनीत गडप झालं होतं. लेमेकआजोबा त्या मुळावर बसले आणि त्यांनी सँडीला आपल्याजवळ बसायची खूण केली.

"ते बघ," लेमेकआजोबांनी आकाशाकडे बोट दाखवून म्हटलं.

रात्रीच्या आकाशाच्या सौंदर्यामुळे सँडी याआधीही आश्चर्यानं थक्क झाला होताच. रात्रीच्या वेळी त्याला अनेकदा वनराईत जावं लागलं होतं. ही वनराई शौचालय म्हणून वापरली जाई. तेव्हाही त्यानं आजोबांना तो कुठे आहे, हा ग्रह कुठला आहे, कुठली आकाशगंगा आहे, असले अनेक प्रश्न विचारले होते. आजोबा मात्र दर वेळी बुचकळ्यात पडत असत. सूर्य, चंद्र आणि तारे या मरुवनाभोवती, वाळवंटाभोवती प्रदक्षिणा घालतात, आणि एलनंच इथल्या लोकांच्या कल्याणासाठी त्यांची आकाशात नेमणूक केलीय, असंच त्यांचं मत होतं. दोघांनी मिळून केलेल्या मूर्खपणामुळे तो आणि डेनीस नेमके कुठे फेकले गेलेयत, याची जराही कल्पना सँडीला अजूनही आली नव्हती.

आताही त्यानं विस्मित होऊन आकाशाकडे पाहिलं. त्यांचं घर तसं शहराबाहेर होतं, अन् हिवाळ्यात हवा अतिशय स्वच्छ असली, तरीदेखील हे असे झगमगते तेजस्वी तारे, अगदी ऐन हिवाळ्यातसुद्धा, त्यांच्या घरून दिसत नसत. आकाशातल्या चक्राकार आकाशगंगांच्या केंद्राभोवती गोल फिरणाऱ्या भुजादेखील दिसतायत, असा भास त्याला झाला. जणू त्या भुजांचं वर्तुळाकार नर्तन चालू होतं! लखलखत्या ताऱ्यांच्या पार्श्वभूमीवर असलेल्या काळ्याभोर आकाशाचा घुमट मखमलीपेक्षाही गहिरा दिसत होता.

दूर क्षितिजावर मात्र वेगळंच दृश्य होतं. सँडीनं विचारलं, "अरेच्या... त्या तिथे एवढा उजेड कसा दिसतोय? तिथे एखादं मोठं शहर वगैरे आहे का?"

"डोंगर आहे तो," लेमेकआजोबांनी उत्तर दिलं.

डोळे बारीक करून सँडी नीट बघू लागला. त्याला आकाशाच्या पार्श्वभूमीवर फक्त डोंगररांगांची आकृती तेवढी दिसली. खूप दूरवर एक डोंगर इतर डोंगरांपेक्षा

उंच असलेला दिसला. खूपच लांब होता तो डोंगर. ते दोघे सगळ्यात पहिल्यांदा पाम वृक्ष बघून मरुवनाकडे गेले होते, आणि त्यांना जॅफेथ अन् हिगेयॉन भेटले होते, त्यापेक्षादेखील खूपच लांबवर. सँडीनं विचारलं, "ज्वालामुखी?"

लेमेकआजोबांनी मान डोलावली.

"त्याचा उद्रेक बऱ्याच वेळा होतो का?"

खांदे उडवून लेमेकआजोबा म्हणाले, "प्रत्येक माणसाच्या आयुष्यात बहुधा एकदा कधीतरी. खूप लांब आहे रे तो. तो जेव्हा शांत होतो, तेव्हा आग येत नाही; पण काळ्याकुट्ट धुळीचा पाऊस मात्र पडतो. त्यामुळे आमच्या पिकांचा नाश होतो."

क्षितिजावर दिसणारा तो उजेड खरोखर एवढा लांब होता की, त्यामुळे ताऱ्यांचं भव्यदिव्य लखलखतं सौंदर्य जरासंही मंदावत नव्हतं. सँडीनं विचारलं, "असं स्वच्छ, लख्ख आकाश नेहमीच दिसतं का?"

"वाळूचं तुफान आल्यावर नाही दिसत असं. त्या डोंगरांच्या पलीकडे, तुम्ही राहता तिथे अशी वाळूची वादळं येतात का?" हे जुळे भाऊ डोंगरांच्या पलीकडून आले असल्याचं लेमेकआजोबांच्या मनात पक्कं बसलं होतं. त्यांना दूरच्या अंतराचा तेवढाच अंदाज होता.

"नाहीनाही. आम्ही वाळवंटाच्या जवळपासही राहत नाही. आम्ही जिथे राहतो ना, तिथे सगळीकडे हिरवाई असते... हिवाळ्यात मात्र झाडांची पानं गळून पडतात, आणि जमिनीवर बर्फाचं छानसं आवरण तयार होतं."

"बर्फ?"

सँडीनं खाली वाकून मूठभर स्वच्छ पांढरीशुभ्र वाळू उचलली. तो म्हणाला, "बर्फ याच्यापेक्षाही पांढराशुभ्र असतो, आणि मऊ असतो आणि ...अं... हिवाळ्यात हा बर्फ आकाशातून पडतो. त्याला गरिबांचं खत असंही मानलं जातं. त्यामुळे उन्हाळ्यात चांगली जोमदार पिकं येण्यासाठी आम्हाला त्याची गरज असते. डेनीसची आणि माझी भाज्यांची एक मोठी बाग आहे."

आजोबांचा चेहरा उजळला. ते म्हणाले, "तू आणखी चांगला बरा झालास, आणि तुला दिवसा बाहेर फिरता यायला लागलं ना की, मी तुला माझा मळा दाखवीन. तुमच्या बागेत तुम्ही कायकाय पिकवता?"

"टोमॅटो, स्वीट कॉर्न, ब्रोकोली, अगदी छोट्याछोट्या पानकोबीसारखे दिसणारे ब्रसेल्स स्प्राऊट्स, गाजरं, कांदे, घेवडा... अहो, जे काय खावंसं वाटेल ते जवळजवळ सगळं पिकवतो आम्ही. आम्हाला शक्य असेल तेवढं आम्ही खातो, आणि आम्ही जे खात नाही, ते हवाबंद डब्यात साठवून ठेवतो" मग त्याच्या लक्षात आलं, ह्या शब्दांचा अर्थ लेमेकआजोबांना समजणारच

नाही. त्यानं त्याच्यात सुधारणा करून म्हटलं, ''म्हणजे आलेल्या पिकातलं थोडंसं आम्ही हवाबंद डब्यात साठवून ठेवतो, किंवा ते गोठवतो.''

''हवाबंद डबा? गोठवतो? म्हणजे?''

''अं... बरं... उन्हाळ्यात पिकवलेलं आम्ही नासू न देता सुरक्षितपणे साठवून ठेवतो, म्हणजे मग ते आम्हाला हिवाळ्यात खाता येतं.''

''तुम्ही तांदूळ पिकवता का?'' लेमेकआजोबांनी विचारलं.

''नाही.''

''हं... तांदुळाला खूप पाणी लागतं. तुमच्याकडे भरपूर विहिरी नसतील ना?''

''विहिरी आहेत, पण तांदुळासाठी योग्य हवामान आमच्या इथे नाहीये,'' सँडीनं सांगितलं. 'घरी गेल्यावर तांदुळाच्या लागवडीचा अभ्यास करायला हवा,' तो मनात म्हणाला.

लेमेकआजोबांनी पुढे विचारलं, ''डाळी, कडधान्यं?''

''नाही.''

''खजूर?''

''अहो, आम्ही राहतो तिथे खूप थंड हवामान असतं. खजुराची झाडं तिथे टिकणार नाहीत.''

''मी कधीही डोंगराच्या पलीकडे गेलेलो नाही. चांगलीच विचित्र जागा असेल ती.''

त्यांना कसं समजावून सांगायचं, सँडीला कळेचना. तरी तो म्हणाला, ''अं... आम्ही जिथे राहतो ना, ती जागा खूप वेगळी आहे.''

आजोबा पुटपुटले, ''तू बदलाची सुरुवात आहेस. आम्ही तर अखेरच्या सरत्या काळात राहतो. फार एकटेपणा जाणवू शकेल हं.''

ताऱ्यांकडे बघत असलेल्या सँडीला ते ऐकूच गेलं नाही. त्यानं विचारलं, ''लेमेकआजोबा, माझ्या भावाची तब्येत खरंच सुधारते आहे ना?''

''हो. मला तसंच सांगितलंय.''

''तुम्हाला कोण सांगतं?''

''अरे, रात्रीचा दिवा घेऊन येणाऱ्या स्त्रियाच सांगतात ना.''

''कोणी पुरुष कधीच येत नाहीत का हो? मी तर तुमच्या मुलाला पाहिलंच नाहीये.''

''अरे बाबा, फक्त बायकांनाच खरी काळजी वाटत असते.'' लेमेकआजोबांचा आवाज कडवट झाला.

''जॅफेथ...''

"हो... खरंच... जॅफेथ. त्याला शक्य होईल तेव्हा आवर्जून येतो तो, माझा सगळ्यात छोटा नातू आहे तो, माझा फार लाडका आहे हं." त्यांनी एक त्रासिक सुस्कारा टाकला आणि पुढे बोलू लागले, "माझ्या एकुलत्या एक मुलाचा जन्म झाला ना, तेव्हाच हा मुलगा आपले कष्ट कमी करेल, कठोर परिश्रमातून आपली सुटका करेल, असा अंदाज मी केला होता. या जमिनीला शाप आहे रे, त्यामुळे असे काबाडकष्ट करावेच लागतात."

सँडीनं अस्वस्थ होऊन विचारलं, "कसला शाप?"

"आमच्या पूर्वजांना जेव्हा देवाची बाग सोडून जावं लागलं होतं, तेव्हाच त्यांना सांगण्यात आलं, तुमच्या कृत्यामुळे ही जमीन शापित बनेल. या जमिनीत तुमच्यासाठी फक्त काटे आणि काटेरी झुडपेच उगवतील. तुम्हाला तुमचं रोजचं अन्न घाम गाळून, अतिशय परिश्रमांनीच मिळवावं लागेल." त्यांनी पुन्हा निश्वास टाकला, पण नंतर क्षणभरात त्यांच्या असंख्य सुरकुत्या असलेल्या चेहऱ्यावर हसू उमललं. "माझा अंदाज बरोबरच ठरला हं. माझ्या मुलानं खरंच आमचे कष्ट कमी केले. आमच्या द्राक्षांच्या वेली बहरल्या, आमची गुरंढोरं वाढली, त्यांचे कळप वाढले. तो मात्र समृद्धी आल्यावर गर्विष्ठ बनत गेला. आता उतारवयात मी एकटा पडलोय. तू आलास...त्यामुळे बरं वाटलं रे!"

तंबूतून मॅमथ बाहेर आला, त्यांच्याजवळ जाऊन त्यानं लेमेकआजोबांच्या गुडघ्यावर डोकं टेकवलं. आजोबा बोलतच होते, "माझ्या मुलाच्या तंबूत माझं स्वागतच होईल, असं सगळ्या बायका मला सांगत असतात; पण मी मात्र इथेच राहणार आहे. माझ्या मुलाचा जन्म इथेच झाला, त्याच्या आईचा मृत्यूदेखील इथेच झाला होता. मी माझ्याच तंबूत राहण्याचा ठाम निर्णय घेतला, हे काही माझा मुलगा मला भेटायलाही न येण्याचं कारण असू शकत नाही ना. अतिशय हट्टी मुलगा आहे तो. त्याची मुलं जेव्हा त्याचा तंबू वापरण्यासाठी मागतील, तेव्हा काय करील तो?"

"तुमचा तंबू हवा होता का त्याला?"

"अरे, या मरुवनातल्या सगळ्यात खोल आणि उत्तम विहिरी आहेत माझ्या. मी नेहमीच त्याच्या द्राक्षमळ्यासाठी लागेल तेवढं पाणी दिलं आहे; पण ते पाणी विहिरीतून काढून लांब घेऊन जावं लागतं, अशी तक्रार आहे त्याची. वाईटच आहे, पण मी माझ्याच तंबूत राहणार आहे."

सँडीनं म्हटलं, "तुमचा मुलगा हट्टी आहे, कारण त्याचे वडील हट्टी आहेत...असंही कदाचित असू शकेल का?"

ते न पटल्याने कसंबसं हसून त्यांनी म्हटलं, "तसंही असेल."

"तो तुम्हाला भेटायला येत नाही, मग तुम्हीच त्याला भेटायला का जात नाही?"

"अरे, ते फार लांब आहे. माझ्यासारख्या म्हाताऱ्याला इतक्या लांब चालत जाणं जमणार नाही रे! माझे उंट आणि माझे सगळेच प्राणी मी माझ्या मुलाला देऊन टाकलेत. माझ्याकडे आता फक्त वनराई आणि बगीचा आहे." लेमेकआजोबा सँडीच्या गुडघ्यावर आपल्या सुरकुतलेल्या हातानं थोपटत म्हणाले, "आता तू बरा व्हायला लागलेला आहेस; मग तू लगेचच इथून निघून जाणार नाहीस अशी आशा करतो. माझ्यासोबत माझ्या तंबूत कुणीतरी राहतंय, ही गोष्ट फार सुखद वाटते रे!"

हिगेयॉननं लगेच आजोबांना छोटीशी ढुशी मारली.

मोठ्यानं हसत लेमेकआजोबा म्हणाले, "अरे, तू एक मॅमथ् आहेस रे हिगेयॉन, आणि मला खूपच आवडतोस हं तू. अरे, पण आता माणसाची सोबत हवीशी वाटतेय रे...विशेषत: माझ्या अखेरच्या दिवसांत तर जास्तच जाणवतं ते."

"तुमचे अखेरचे दिवस? म्हणजे?" सँडीनं चमकून विचारलं.

"मी माझ्या बाबांएवढा, म्हणजे मथ्युझलाएवढा, म्हातारा नाहीये; पण मी त्यांचे वडील, म्हणजे माझे आजोबा ईनॉक, यांच्यापेक्षा जास्त वयाचा झालो आहे. माझे ईनॉक आजोबा खूपच वेगळे होते हं. एल देवासोबत चालत राहिले ते, आणि मग ते या मर्त्य लोकात राहिलेच नाहीत. नाहीसे झाले ते. ते त्या वेळी माझ्यापेक्षा लहान वयाचे होते. आता एलनं मला माझे दिवस मोजायची सुरुवात करायला सांगितलं आहे."

सँडी अतिशय अस्वस्थ झाला. त्यानं विचारलं, "किती आकडे मोजायला सांगितलं?"

लेमेकआजोबा मोठ्यानं हसून म्हणाले, "अरे राक्षसाच्या पिल्ला, आकडे नुसतेच 'जास्त' किंवा 'कमी', एवढेच असतात, तुला माहितीये ना... एलच्या आवाजानं मला 'कमी' असं सांगितलं होतं. आता 'कमी' म्हणजे, एखादी पौर्णिमा... किंवा अनेक पौर्णिमादेखील असू शकतात."

"ओ...आजोबा...एक मिनिट थांबा..." सँडी म्हणाला. "लेमेकआजोबा, तुम्हाला कुणीतरी तुमचा मृत्यू होणार असल्याचं सांगितलं, असं तुम्हाला म्हणायचंय का?"

मान डोलावून आजोबा म्हणाले, "एल."

"एल? म्हणजे?"

"एल. आत्ताचा काळ फार वाईट आहे. लोक फार दुष्ट बनत चालले आहेत. मला शांतपणे या जगाचा निरोप घेता येईल, ही चांगलीच गोष्ट आहे. मी आता सातशे आणि सत्तर आणि सात वर्षांचा..."

"ओ! अहो थांबा!" सँडी उद्गारला. 'मी जिथून आलोय ना, तिथे एवढं जास्त कुणीही जगत नाही."

"आम्ही लोकांनी आमच्या आयुष्याचा फारसा चांगला उपयोग केला नाहीये." आजोबांनी ओठ घट्ट मिटून घेतले.

आसमंतात पसरलेलं चांदणं अचानक थंडगार भासू लागलं. सँडीच्या अंगावर शहारा आला. लेमेकआजोबांनी पुन्हा आपला हात त्याच्या गुडघ्यांवर ठेवला. ते म्हणाले, "तू काळजी करू नकोस हं. तू अगदी नीट बरा होऊन तुझा भाऊ तुला भेटेपर्यंत, तुम्ही दोघं स्वत:ची नीट काळजी घेऊ लागेतोवर, आणि तुम्ही तुमच्या घरी परत जाईपर्यंत मी तुला सोडून जाणार नाहीये."

"घर," सँडी व्याकूळ होऊन ताऱ्यांकडे बघत म्हणाला. "घर कुठे आहे, हेसुद्धा मला माहीत नाही. आम्ही इथे कसे आलो, हेदेखील नीटसं कळलेलं नाही मला...आणि इथून घरी कसं जायचं, ते तर मुळीच माहीत नाहीये."

हिगेयॉननं सोंड उंचावून कानाला स्पर्श केला, आणि सँडीला तिथे असलेला तो स्कॅरब किडा दिसला. अत्यंत चमकदार. तो अ‍ॅडनारेल नावाचा दिव्य सेराफ कधीकधी स्कॅरब किड्याचं रूप घेतो, हे सँडीला कळलं होतं...पण अर्थातच ते त्याला अशक्यच वाटत होतं म्हणा. तो त्या चमचमत्या तांबूस किड्याकडे नवलानं बघतच राहिला.

आपल्याच विचारांच्या तंद्रीत असलेले आजोबा बोलू लागले, "माझा मृत्यू झाल्यावर मी कुठे जाईन, असं जॅफेथनं मला विचारलं होतं." ते हळूच हसले. चांदण्या रात्रीदेखील त्यांच्या विरळ झालेल्या केसांच्या बटांमधून डोक्याची त्वचा डोकावताना दिसत होती. ते बोलत होते, "ईनॉकआजोबा परत येतील, किंवा निदान काही निरोप तरी पाठवतील, असं मला वाटायचं. माझा मुलगा हट्टीपणा बाजूला सारून, माझं जमिनीत दफन करण्यासाठी येईल, अशी आशा वाटतेय."

हिगेयॉननं पुन्हा ढुशी मारली. हसतहसत ते म्हणाले, "कुणास ठाऊक? कदाचित मी वसंत ऋतूत वाळवंटी फुलांसारखा पुन्हा येईन, किंवा कदाचित येणारही नाही. अशा गोष्टींबद्दल खूप कमी माहीत असतं. एवढी शेकडो वर्षं जगून झाल्यावर आता मी चिरविश्रांतीची वाट बघतोय."

हिगेयॉन आता सँडीपाशी आला. मागच्या जाडजूड पायांवर उभा राहून,

त्यानं त्याचे पुढचे दोन पाय एखाद्या कुत्र्यागत सँडीच्या खांद्यांवर ठेवले. सँडीनं त्याला उचलून घेतलं, आणि घट्ट धरून ठेवलं. हिगेयॉनच्या सोंडेच्या गुलाबीसर टोकानं त्याच्या गालावर हलकेच थोपटलं. सँडी म्हणाला, "लेमेकआजोबा, आता मी तंबूत परत गेलो तर बरं होईल. मला थंडी वाजते आहे."

आजोबांनी त्याच्याकडे आणि मॅमथकडे बघितलं, आणि ते म्हणाले, "हो-हो. आजारातून उठल्यानंतर पहिल्यांदा एवढंच पुरे."

तंबूत जाऊन सँडी त्याच्या झोपायच्या कातड्यावर जाऊन झोपला, आणि हिगेयॉन त्याच्या पायांशी झोपला. सँडीच्या अंगाला खाज सुटत होती, पण त्यानं स्वत:ला खाजवण्यापासून रोखण्याचा आटोकाट प्रयत्न केला. होरपळलेल्या त्वचेचे पातळ पापुद्रे निघून, त्याखाली नवी, गुलाबी त्वचा तयार होत होती. त्यानं डोळे मिटून घेतले. त्याला यलिथला भेटायचं होतं, त्याला डेनीसशी बोलायचं होतं. या अनोळखी विचित्र वाळवंटात फेकले गेले होते ते, आणि इथून घरी कसं जाऊ शकणार होते ते? शिवाय हे वाळवंट असंख्य आकाशगंगांमधल्या नेमक्या कुठल्या आकाशगंगेत, आणि असंख्य सूर्यमालांमधल्या नेमक्या कोणत्या सूर्यमालेत जाऊन पडले होते, कुणास ठाऊक...

५

नेफिलिम

डेनीसला झोपेतून सारखी जाग येत होती. त्याला तंबूच्या दारावरील पडदा बाजूला सारल्याचा आवाज आला. डोळे उघडल्यावर त्याला फक्त दगडी पणतीचा प्रकाश त्याच्याकडे येताना दिसला. तो दचकून ओरडला, "कोण आहे?" यलिथ किंवा ओहोलिबामाला उजेडाची गरज वाटली नसती.

त्याला अगदी किंचितसा दाब जाणवला, काहीतरी मऊमऊ त्याच्या दंडाला स्पर्श करत होतं. ते कुणीतरी म्हणजे मॅमथ असल्याचं त्याच्या लक्षात आलं. तो त्या मोठ्या तंबूत असताना तिथे एक मॅमथ पाहिल्याचं त्याला अंधूकसं आठवत होतं.

मग एक दाढीवाला माणूस त्याच्या शेजारी येऊन उकिडवा बसला. तो म्हणाला, "आमचा मॅमथ तुझ्या सोबतीला असला तर तुला आवडेल, असं आम्हाला वाटलं. आता तू बरा होऊ लागला आहेस ना."

"धन्यवाद! तुम्ही कोण आहात?" डेनीस म्हणाला.

"यलिथचे बाबा. माझं नाव नोहा."

तो नक्की कुठे आहे, हे लक्षात ठेवणं डेनीसला अवघड जात होतं. त्याचा ताप वाढला की, त्याला तो आपल्याच घरी असून स्वप्न बघत असल्याचा भास व्हायचा. ताप उतरल्यावर मात्र, तो आणि सँडी या आदिम वाळवंटात, छोट्याशा काळ्यासावळ्या लोकांमध्ये येऊन पडल्याचं, त्याला अंधूकसं आठवायचं.त्याला यलिथ आठवत होती. सुंदर, छोटीशी, मधाच्या रंगाचे केस आणि डोळे असलेली. त्याची शुश्रूषा अगदी सौम्यपणे, हलक्या हातांनी करायची ती. त्याचप्रमाणे त्याला यलिथपेक्षा जराशी मोठी मुलगीसुद्धा आठवत होती. तिचं नाव मात्र अर्धवटच आठवत होतं...ओहोली... तिनंच त्याच्या अंगावर आधी पाणी ओतलं होतं, आणि मग वेगवेगळी मलमं, लेप, तेलं लावली

होती. त्याला बरं वाटावं म्हणून काय करायला हवं, हे तिला चांगलं समजत होतं. ओहोलीचा नवरा जॅफेथदेखील त्याच्या लक्षात होता. एखाद्या कुशल धनगरासारखं त्यानं डेनीसला उचलून या तंबूत आणलं होतं. हा तंबू म्हणजे अनोख्या प्रकारचा दवाखाना असेल, असं डेनीसला वाटत होतं.

अर्धमेल्या अवस्थेत, आधीच्या भल्यामोठ्या, गजबजलेल्या आणि नकोसे वास येणाऱ्या तंबूतून, या जरा लहान आणि शांत तंबूत आणल्यापासून डेनीसनं यलिथच्या बाबांना पाहिलंच नव्हतं. त्याला झोपण्यासाठी देण्यात आलेल्या लिननच्या कापडामुळे त्याच्यां सोलवटलेल्या त्वचेचं जरातरी रक्षण होत होतं; पण तरीही हालचाल केली की, अजूनही दुखतच होतं. त्यानं हळूहळू काळजीपूर्वक कूस बदलली, आणि विचारलं, "माझा भाऊ सँडी... तो कसा आहे?"

"जवळजवळ बरा झालाय तो, मला सांगितलंय तसं." नोहाचा भरदार आवाज दयाळू वाटत होता. या अनोळखी जगातलं हे नाव मात्र ओळखीचं वाटत होतं खरं; पण तापामुळे डेनीसला ते नीटसं आठवत नव्हतं. यलिथचे वडील बोलत होते, "त्याला नवी त्वचा आली आहे, असं या बायका मला सांगत होत्या. तूसुद्धा असा लवकरच बरा होशील हं."

डेनीसनं सुस्कारा टाकला. त्यांच्या या वाक्यावर विश्वास ठेवणं जरा कठीणच होतं. त्याची उरलीसुरली त्वचा तुकड्यातुकड्यांतून निघून येत होती. त्वचेचे पातळ तुकडे निघाले की, तिथे वेदना जाणवत होती. मग त्या जागेतून रक्त पाझरायला लागायचं. काही काळानं त्या जागेवर काळसर खपली धरायची. त्यानं विचारलं, "मी माझ्या भावाला केव्हा भेटू शकतो?"

"अरे, तू बरा झालास ना, की लगेचच. आता जास्त वेळ नाही लागणार."

"तो कुठे आहे?"

"तुला सांगितलं ना... माझे वडील लेमेक यांच्या तंबूत आहे तो."

"मी विसरून जातो हो."

"उन्हाच्या तापामुळे होतं तसं."

"हो. मेंदूज्वर... माझ्या मते भारतात त्याला हेच नाव आहे."

"भारत?"

"अं... ठीकाय, सांगतो... आमच्या ग्रहावर भारत या नावाचं एक ठिकाण आहे. तिथे ब्रिटिश लोक... अं... म्हणजे माझ्यासारखी गोरी त्वचा असलेले लोक... ते तिथे गेले... तिथल्या काळ्यासावळ्या लोकांवर राज्य करून त्यांना सभ्य, सुसंकृत बनवणं, ही फक्त गोऱ्या लोकांचीच मक्तेदारी असल्यागत त्यांनी तिथे गडबडगोंधळ करून खूप मोठं साम्राज्य उभं केलं. त्यांना तिथलं ऊन सहन झालं नाही, आणि त्यांचं साम्राज्य त्यांच्या हातून निसटलं. बरं,

पण माझी इतकी छान काळजी घेतल्याबद्दल खरंच खूप आभार हं. अशा उन्हात भाजलेल्या त्वचेवर योग्य उपचार कसे करावे, हे तुम्हाला कसं कळलं?''

''अरे, त्यातलं बरंचसं अनुभवातून आलेलं साधं व्यवहारज्ञान आहे रे! आणि ओहोलिबामा तिची बोटं वापरून तुला किती ताप आहे, ते सांगायची, आणि मग त्यानुसार आम्ही तुला थंड ठेवायचा प्रयत्न करायचो. तिनं जडीबुटीच्या उपयोगासंबंधी सेराफिम लोकांचा सल्लादेखील घेतला होता.''

''सेराफिम कोण आहेत?'' डेनीसनं विचारलं.

तो बुटकासा सुदृढ माणूस हसला, आणि म्हणाला, ''तू बरा होतो आहेस हं. आत्ता पहिल्यांदा तू काहीतरी प्रश्न विचारलास.''

''तुम्ही मला बघायला आधीही आला होतात?''

'हो, खूपदा.''

सेला डेनीसला चिकटून झोपली. त्यानं तिच्या अंगावर हात टाकला. त्याच्या त्वचेच्या जखमा आता बऱ्याच प्रमाणात भरल्या होत्या, त्यामुळे तिच्या अंगावरच्या केसांमुळे त्याला खाज सुटली नाही, आणि वेदनाही झाल्या नाहीत. त्यानं विचारलं, ''आणि ते सेराफिम?''

''ते एलचे पुत्र आहेत. ते कुठून आले, कशासाठी आले, आम्हाला काहीही माहीत नाहीये.''

''म्हणजे, ते देवदूत आहेत का?''

''तुम्ही जिथून आलात, तिथे देवदूत असतात का?''

''नाही, पण तिथे मॅमथ किंवा आभासी एकशिंगी घोडेदेखील नसतात. आता मी पूर्वीसारखा संशयी राहिलेलो नाहीये,'' डेनीस म्हणाला.

''संशयी? म्हणजे?''

''जे दिसत नाही, ज्याला स्पर्श करता येत नाही, आणि जे अगदी शंभर टक्के सिद्ध करता येत नाही, अशा गोष्टींवर विश्वास न ठेवणारा. म्हणजे एखादी गोष्ट प्रयोगशाळेत सिद्ध झालेली असेल, तरच ती व्यक्ती त्या विशिष्ट गोष्टीवर विश्वास ठेवते. अशा व्यक्तीला संशयी व्यक्ती असं म्हणतात.''

''प्रयोग... काय?''

''अं... बरं ठीकाय... तुमच्यासाठी जसं आभासी एकशिंगी घोड्यांचं अस्तित्व सहजपणे सिद्ध करणं सोपं नसतं, तसंच, तितक्याच सहजपणे आभासी कणांचं अस्तित्वदेखील सिद्ध करणं सोपं नसतं.''

''कुठल्या प्रकारचे एकशिंगी घोडे?''

''अहो, मी त्या घोड्यांना तसं म्हणतो.''

त्यांनी डेनीसचं बोलणं मधेच तोडून विचारलं, ''तुझा ताप पुन्हा वाढायला

लागला आहे का?''

डेनीसनं कपाळावर हात पालथा ठेवला, कपाळ तर थंड लागत होतं. तो म्हणाला, ''माफ करा हं. तुमचं नाव... काय हो?''

''नोहा. किती वेळा सांगायचं रे?''

'नोहा... नोहा आणि महाप्रलय... अच्छा... म्हणजे ते दोघे कुठल्याशा अतिदूरच्या आकाशगंगेत नसून आपल्या पृथ्वीवरच होते, का येनकेनप्रकारेण तो आणि सँडी, पृथ्वीवरच, पण महापूर येण्याआधीच्या, भूतकाळातील वाळवंटात फेकले गेले होते? ब्रह्मांडातल्या कुठल्यातरी अनोळखी कोपऱ्यात फेकले जाण्यापेक्षा, हे पुष्कळच बरं की! खरंच का पण?' डेनीसच्या मनात आलं. तो उघडपणे म्हणाला, ''आत्ता माझ्यापाशी बायबल असायला हवं होतं.''

''काय हवं? तुला काही थंडगार प्यायला हवं आहे का?''

''नाही, मी ठीक आहे. माफ करा हं.'' नोहाच्या काळात बायबल नसेलच. कदाचित लिखित स्वरूपातली भाषासुद्धा नसेल. अजूनतरी नाही. डेनीस किंवा सँडी, आतापर्यंत दोघांनीही कधी संडे स्कूलच्या धार्मिक शिकवणुकीकडे लक्षच दिलं नव्हतं. तिथे सांगितल्या जाणाऱ्या कथा त्यांना पटत नसत. डेनीसच्या मनात विचारचक्र सुरू झालं.

ते दोघे मोठे होऊन, त्यांना शाळेतून खूप जास्त गृहपाठ मिळू लागेपर्यंत, त्यांची आई रोज रात्री त्यांना काही ना काही वाचून दाखवायची. काय वाचून दाखवायची ती? वेगवेगळ्या गोष्टी. ग्रीक आणि रोमन पुराणकथा, भारतीय कथा, चिनी गोष्टी, आफ्रिकन कथा. परीकथा. बायबलमधल्या गोष्टी.

नोहा कोण होता बरं? नोहा आणि महापूर. त्या नोहानं एक भलंमोठं जहाज बांधलं आणि त्याची बायको, सगळी मुलं, त्यांच्या बायका, अनेक पशुपक्षी त्या जहाजावर नेले. यलिथचं काय? त्याला यलिथ किंवा ओहोली... ओहोलिबामाबद्दल काही वाचल्याचं आठवत नव्हतं. जॅफेथ... कदाचित हे नाव ओळखीचं वाटतंय.

शेम... बहुतेक वाचलंय हे नाव, पण इलिशेबा मात्र नाही. तशी चांगली होती ती इलिशेबा. एक दिवस त्याच्या सगळ्या अंगाला तिनंच एक मलम चोपडलं होतं. यलिथ आणि ओहोली दुसऱ्या कुठल्याशा कामासाठी बाहेर गेल्या होत्या. त्याच्या अंगाला मलम चोळताना त्याच्या जखमांमधून पाझरणारा पू बघूनही तिचा चेहरा वाकडा झाला नव्हता. काही ठिकाणी खपल्या धरल्या होत्या, पण तरीही तिनं हलक्या हातानं मलम चोळलं होतं. त्याची देखभाल करताकरता ती त्याच्याशी बोलत होती. ती काहीतरी बडबडत होती, तेही त्याला आठवत होतं. बिचाऱ्या म्हाताऱ्या आजोबांना, फक्त एका मॅमथसोबत,

त्यांच्या तंबूत एकटं सोडून देणं किती लाजिरवाणं आहे... असं काहीसं बडबडत होती ती.

सेला डेनीसच्या खांद्याला चिकटून झोपली. त्याच्या मनात विचार चालूच होते. शेम होता त्या गोष्टीत, आणि हॅमसुद्धा. त्या रात्री, तो जेव्हा त्या भल्यामोठ्या तंबूत पहिल्यांदा आला, तेव्हा तिथे एक लहानखुरा निस्तेज माणूस, आणि एक लाल केसांची बाई दिसल्याचं त्याला अगदी अंधूकसं आठवत होतं. त्यानं अचानक विचारलं, "हिगेयॉन ठीक आहे ना?"

"हिगेयॉन?" नोहानं आश्चर्यानं विचारलं. "तो तुझ्या भावाची देखभाल करण्यासाठी मदत करतोय."

"इथल्या परिसरात खूप मॅमथ आहेत का?" डेनीसनं विचारलं.

"आता अगदी थोडेसे उरले आहेत. बऱ्याच जणांना मँटिकोरनं खाऊन टाकलं, आणि उरलेल्यांतले बरेचसे इथून सुरक्षित ठिकाणी पळून गेले." मान हलवून नोहा पुढे म्हणाला, "मॅमथसाठी फार कठीण काळ आहे हा. आपल्या सगळ्यांसाठीच अत्यंत अवघड काळ येणार आहे. मला एलनं तसं सांगितलंय."

डेनीसच्या कपाळावर आठ्या पडल्या. हे महापुराआधीचं जग फारच विचित्र होतं. मॅमथ... मँटिकोर... आभासी एकशिंगी घोडे... सेराफिम... आणि ते अं..."

त्यानं विचारलं, "नेफिलिम कोण आहेत?"

आपली दाढी किंचित खाली खेचत नोहा म्हणाला, "कुणास ठाऊक? ते उंच असतात, आणि त्यांना पंख असतात. मात्र ते उडताना फार क्वचितच दिसतात आम्हाला. ते एलकडून आले आहेत, असं ते आम्हाला सांगतात, आणि आमचं भलं व्हावंसं त्यांना मनापासून वाटतं, असंही सांगतात. आम्हाला माहीत नाही. ते निखळून पडणाऱ्या ताऱ्यांसारखे आहेत. आणि कदाचित ते स्वर्गातून फेकले गेलेले तारेही असतील, अशीही अफवा आहे."

"सेराफिमसुद्धा?"

"माहीत नाही रे! त्यांची त्वचा सदैव तरुण आणि नितळ कशी काय दिसते, आणि उन्हामुळे अजूनही सुरकुतली कशी नाही, हेसुद्धा आम्हाला माहीत नाही. जरी ते चिरतरुण असले, तरीही तसं बरंच जास्त वय असेल त्यांचं...माझे आजोबा मथ्युझला यांच्यापेक्षाही जास्तच."

...मथ्यूझला यांच्यागत म्हातारे. काहीतरी ओळखीचं वाटतंय, काहीतरी अस्पष्ट असं...

मॅट्रेडच्या लिननच्या कापडावर झोपलेल्या डेनीसनं पुन्हा कूस बदलली. त्याच्या कपड्यांच्या गाठोड्यातले उरलेसुरले कपडे सापडले होते, आणि ते जॅफेथ अन् ओहोलिबामानं उन्हात चांगले वाळवून नीट ठेवून दिले होते. या

रणरणत्या उन्हात त्याला शर्टाची, लोकरीच्या विणलेल्या स्वेटरची मुळीच गरज भासली नसती. त्याला कमरेला गुंडाळायला एक लहान मुलांचं मऊसर कापड देण्यात आलं होतं. सँडीलाही असंच कापड देण्यात आल्याचं त्याला यलिथनं सांगितलं होतं.

आधीच्या मोठ्या तंबूपेक्षा, त्याच्यावर उपचार चालू असलेल्या या लहान तंबूत दुर्गंधीचं प्रमाण बरंच कमी होतं. यलिथनं त्याला फुलं आणि काही वनस्पतींनी सुगंधित केलेल्या पाण्यानं अंघोळ घातली होती. ओहोलिबामानं त्याच्या अंगावर सुगंधी मलम चोळून लावलं होतं. ही सगळी सुगंधी द्रव्यं त्यांनी कुठून मिळवली, याबद्दल दोघीही फारसं सांगत नसत. एकदा यलिथ ॲना आणि माह्लाबद्दल काहीतरी बोलल्याचं डेनीसला आठवत होतं. ॲना... म्हणजे हॅमची लाल केसांची बायको...त्यानं स्वत:च आठवून पाहिलं. माह्ला ही यलिथची बहीण होती, आणि बहुतेक ती फारशी घरी येतच नसे. हे सगळे लोक कोण होते? त्याला तर त्या कथेत या लोकांची नावं वाचल्याचं आठवतही नव्हतं. त्याला प्रकर्षानं सँडीची उणीव जाणवू लागली. महापूर येण्याआधी घरी कसं जायचं, याबद्दल सँडीला कदाचित काही मार्ग सुचला असता. त्या एलनं नोहाला महापुराबद्दल नेमकं कायकाय सांगितलंय? डेनीसच्या डोक्यात विचारांचं काहूर उठलं होतं.

नोहा बोलत होता, "एलनं मला सांगितलंय, हा आम्हा सगळ्यांसाठीच अखेरचा समय आहे. बहुतेक फार मोठा भूकंप होईल."

"भूकंप?"

खांदे उडवून नोहा म्हणाला, "एलचं मन हे एक गूढ रहस्यच आहे."

"हा जो एल आहे, तो चांगला आहे का?"

"हो...चांगला आणि दयाळूही आहे. तो लवकर संतप्त होत नाही, आणि राग आलाच, तरी लगेच शांत होतो, आणि लोकांना क्षमादेखील करतो."

"आणि तरीही तो सगळ्यांचा नाश करून टाकेल, असं तुम्हाला वाटतं?"

"म्हणजे काय?"

"म्हणजे तो काहीतरी खूप भीषण आपत्ती पाठवून सगळ्यांना नष्ट करून टाकेल, असं तुम्हाला वाटतंय?"

मान हलवून नोहा म्हणाला, "लोकांची मनं लांडीलबाडी करण्याकडे, दुष्टपणाकडे ओढली जात आहेत, असं एल सांगतो, आणि ते खरंही आहेच."

"यलिथचं मन नाही हं," डेनीस बोलू लागला. "ओहोलिबामाचं, जॅफेथचं मन नाहीये तसं. ते सगळे नसते ना, तर मी आत्तापर्यंत जिवंत राहिलो नसतो."

"हो, आणि माझी बायको मॅट्रेडही. तिनं ठामपणे बजावलं नसतं, तर

कदाचित मी तुला माझ्या एका तंबूत राहू दिलं नसतं,'' नोहा म्हणाला. मग विचारपूर्वक डेनीसला निरखत तो म्हणाला, ''त्या बायका तुला ठेवून घेण्याचा मला ठाम आग्रह करत होत्या, तेव्हा मी त्यांना तशी परवानगी कशी काय दिली... कधीकधी मलाही नवलच वाटतं, पण माझ्या मते तू आमचं कुठल्याही प्रकारे नुकसान करणार नाहीस.''

''नाही करणार हो. आम्ही नुकसान करत नाही. बरं.. ऐका ना...माझ्या भावाचं काय? मी सँडीला केव्हा भेटू शकतो?''

''तुला सांगितलं ना, तो माझ्या वडिलांच्या तंबूत आहे,'' नोहाच्या आवाजातून, त्याला या विषयावर आणखी बोलायचं नाहीये, हे स्पष्ट कळत होतं.

''तुम्ही त्याला भेटलात का? म्हणजे सँडीला?''

''मी माझ्या वडिलांच्या तंबूत जात नाही.''

''का?''

''अरे, फार हट्टी म्हातारा आहे तो. आपल्या स्वतःच्याच तंबूत, स्वतःच्या विहिरींजवळ राहायचं आहे त्यांना. मरुवनातल्या सर्वांत उत्तम विहिरी आहेत त्यांच्या.''

''अहो, पण मग तुम्ही त्यांना भेटायला का जात नाही?'' डेनीस बुचकळ्यात पडला होता.

''म्हातारे झालेयत ते. त्यांचे अखेरचे दिवस मोजतायत. आता त्यांच्या शेताची देखभाल करणं त्यांना जमत नाही.''

''पण मग तुम्ही त्यांना मदत नाही करत?''

''अरे, मलाही माझ्या गुराढोरांची, द्राक्षांच्या बागांची कामं असतात. त्यांची योग्य ती निगा राखावी लागते.''

''अहो, पण ते तुमचे बाबा आहेत!''

''त्यांनीदेखील एवढा जास्त हट्टीपणा करू नये ना.''

''हे बघा, ऐका माझं... ते अगदी एकटेच सँडीची काळजी घेतायत. त्याची शुश्रूषा करण्यासाठी त्यांच्याकडे यलिथ किंवा ओहोलिबामा नाहीयेत. फक्त एक मॅमथच तेवढा आहे.''

''स्त्रियांपैकी एकजण रोज त्यांच्यासाठी रात्रीचा दिवा घेऊन जाते.''

डेनीस म्हणाला, ''अहो, ते तुमचे बाबा आहेत. रात्रीचा दिवा तुम्ही घेऊन गेलात, तर त्यांना ते जास्त आवडेल ना?''

रागावलेला नोहा गुरकावत काहीतरी बोलणारच होता; पण तेवढ्यात तंबूचा पडदा बाजूला करून एक पेलिकन पक्षी बदकासारख्या डुलत्या चालीनं चालत आत आला. त्याच्या मागोमाग यलिथही आत आली. इतक्या वैराण वाळवंटात

पेलिकन पक्षी दिसणं फारच विचित्र वाटत होतं. त्यानं डेनीसजवळ येऊन आपली भलीमोठी चोच उघडली, आणि त्या चोचीतून थंडगार ताज्या पाण्याची धार सोडून तिथलं मोठ्याशा घमेल्यासारखं भांडं पाण्यानं भरून टाकलं. याच भांड्यातल्या पाण्यानं त्या बायकांनी त्याला अंघोळ घातली होती.

डेनीसनं विचारलं, "ए... तू इथे आधीही आलेला होतास, हो ना?"

खूश होऊन यलिथ म्हणाली, "हा खरोखर पुष्कळच बरा झालाय! त्याला आता आठवायला लागलंय."

यलिथनं एक फडकं त्या पाण्यात बुडवलं आणि त्याच्या त्वचेवर ठेवू लागली. त्या थंडगार स्पर्शानं त्याला बरं वाटत होतं. ती त्याच्याशेजारी गुडघे टेकून बसली आणि ते ओलं फडकं तिनं त्याच्या काही निघत आलेल्या खपल्यांवर अलगद टेकवलं. "आता या खपल्या लवकर निघतील," ती म्हणाली.

डेनीसनं पेलिकनला विचारलं, "हे पाणी कुठून आणलं?"

"लेमेकआजोबांकडून. या पेलिकननं वाळवंटातून उडतउडत हे पाणी आणलं. फार दयाळू आहे हं तो," यलिथनं सांगितलं.

पेलिकननं डेनीसकडे बघून गंभीरपणे मान तुकवली.

"तुला काही नाव आहे का?"

पेलिकननं डोळे मिचकावले.

यलिथ म्हणाली, "तो जेव्हा पेलिकन असतो, तेव्हा आम्ही त्याला पेलिकन असंच म्हणतो."

"तो जेव्हा पेलिकन असतो, म्हणजे? अगं, मग नाहीतर दुसरं काय आहे तो?"

"त्या छोट्या राक्षसाला गोंधळात टाकू नकोस," नोहा म्हणाला.

"अहो, मी तर आधीच गोंधळून गेलोय. आता आणखी काय गोंधळणार?" डेनीस वैतागून म्हणाला. तो आपल्याच स्वत:च्या ग्रहावर आहे ही गोष्ट कळल्यावर हायसं वाटलं असलं, तरीही त्याच्या ओळखीचं काहीही दिसत नव्हतं. त्यामुळे त्याला अजूनही हरवल्यागत वाटत होतं.

त्या पेलिकननं आपले पंख छपराच्या दिशेनं उंच उभारले, चोचही वर उंचावली, आणि तो ताणला जाऊन उंच होऊ लागल्यागत भासलं. अचानक त्याच्यासमोर एक उंच आणि तेजस्वी व्यक्ती उभी ठाकली.

"काय..." त्याचा श्वासच अडकला.

"तो एक सेराफ आहे," यलिथनं सांगितलं.

त्या सेराफची चमकदार त्वचा यलिथच्या रंगाचीच होती. त्याला चंदेरी,

भव्य पंख होते, आणि केसही पंखांच्याच रंगाचे होते. तो पुरुष होता? का स्त्री? अर्थात त्यामुळे काही फरक पडत होता का? पण तरीही यलिथ, ओहोलिबामा आणि विशेषत: अॅना यांच्या संगतीत असताना डेनीसला, तो स्वत: पुरुष असल्याचं, आणि त्या स्त्रिया आहेत या गोष्टीचं चांगलंच भान येत असे.

त्या सेराफनं पंख उंचावून पुन्हा हलकेच खाली केले. तो म्हणाला, "घाबरू नकोस. मी अॅलारिड आहे. मी तुला बरं करण्यासाठी मदत करतो आहे. शेवटी आता तुला जरासं बरं वाटू लागलंय. नको, उठून उभा राहण्याचा प्रयत्नही करू नकोस. तू अजूनही खूप अशक्त आहेस." त्यानं आपल्या बलदंड बाहूत डेनीसला उचललं, आणि त्याला तंबूबाहेर नेलं. त्यानं त्याला मऊ मखमली शेवाळावर खाली ठेवलं. चांदण्यात ते शेवाळं पाण्यासारखं चमचमत होतं.

"ठीक आहे तर. माझं नाव अॅलारिड, आणि तू तो डेन आहेस."

"डेनीस."

"डेन सोपं आहे रे!"

"आणि तुझं नाव अॅलारिड आहे? आणि मग ओहोलिबामाबद्दल काय?"

अॅलारिड हळूच हसला. तो म्हणाला, "मला तुझं मान्य आहे डेनीस. माफ कर हं. बरं, हे बघ, मी माझ्या मित्राशी, म्हणजे अॅडनारेलशी चर्चा केलीय. तुझा भाऊ सँड याची देखभाल करण्यासाठी अॅडनारेल मदत करतोय."

"सँडी. अलेक्झांडर."

"अलेक्झांडर? असाही एक अलेक्झांडर आहे ना, ज्याला जग जिंकून जगावर राज्य करायचंय?"

"तो आमच्या काळातला नाहीये... इतिहासात खूप पूर्वी होता तो. म्हणजे आत्ताच्या काळाएवढं मागे नाही, पण बरंच पूर्वी," डेनीस म्हणाला.

"अच्छा... काळाला घड्यांच्या किंवा चुण्यांच्या स्वरूपात बघण्याकडे माझा कल असतो. बरं, पण डेनीस, तू कोण आहेस, काय आहेस, आणि तू इथे का आला आहेस, या गोष्टींबद्दल बराच गोंधळ उडालाय हं."

डोळ्यांत दाटून येणारी आसवं अशक्तपणामुळे डेनीस रोखू शकला नाही. रडव्या सुरात तो म्हणाला, "आम्ही दोघं पंधरा वर्षांची मुलं आहोत... आणि आम्ही खूपखूप दूरच्या काळातून आलो आहोत."

"तुम्ही खूप दूरच्या काळातून आलेले आहात, आणि तरीही तुम्हाला प्राचीन भाषा कशी बोलता येते?"

"काय?"

"प्राचीन भाषा, सृजनाची भाषा... तारे, स्वर्ग, पाणी, आणि सगळे सजीव

निर्माण झाले, त्या काळाची भाषा. हीच भाषा त्या बागेत...''

"कुठली बाग?''

"एडन येथील देवाने निर्मिलेली बाग. प्रकाश देणारे सगळे तारे अजूनही ही भाषा बोलतात, आणि पुढेही हीच भाषा बोलत राहतील.''

डेनीस अलिप्तपणे म्हणाला, "मग मी ही भाषा का बोलतो, मला माहीत नाही.''

"आणि अगदी सहजगत्या बोलतोस रे!'' ॲलारिड म्हणाला.

"सँडीसुद्धा बोलतो का?'' डेनीसनं विचारलं.

मान डोलावून ॲलारिड म्हणाला, "जेव्हा तुम्ही दोघे जॅफेथ आणि हिगेयॉनला वाळवंटात भेटलात, तेव्हा तुम्ही हीच भाषा बोलत होतात, हो ना?''

"असलं काही आमच्या लक्षात अजिबातच आलं नाही. आम्हाला तर वाटलं की, आम्ही आमचीच भाषा बोलतोय,'' डेनीस म्हणाला.

हसून ॲलारिड म्हणाला, "ती तुमची स्वत:ची भाषा आहे, बहुतेक म्हणूनच तुमच्या लक्षात आलं नाही, आणि ते चांगलंच झालं. तुमच्या काळातले आणि तुमच्या इथले इतर लोकही ती प्राचीन भाषा बोलतात का?''

"मला माहीत नाही. मी आणि सँडी भाषांच्या अभ्यासात जरा कच्चेच आहोत.''

"अरे, असं कसं म्हणू शकतोस तू? तुम्हाला तर त्या अगदी मूळ भाषेची देणगी लाभली आहे,'' ॲलारिड एकदम म्हणाला.

"ए... मला माहीत नाही हं. मी आणि सँडी आमच्या कुटुंबीयांपैकी सगळ्यांत सामान्य आहोत. आमची मोठी बहीण आणि आमचा धाकटा भाऊ मात्र अगदी खास आहेत. आम्ही तर अगदी सामान्य...''

ॲलारिडनं त्याला मधेच थांबवलं, आणि म्हटलं, "तुम्ही तसेच आहात, की तुम्ही तसंच राहायचं ठरवलं आहे म्हणून?''

डेनीसनं डोळे मोठे करून त्या सेराफकडे बघितलं. त्यानं विचारलं, "मग त्या प्राचीन भाषेचं काय झालं?''

"बेबल इथे त्या भाषेची तोडमोड झाली.''

"बेबल?''

"मानवी अहंकाराचा, उद्धटपणाचा उंच मनोरा. आत्ता तू ज्या काळात आहेस ना, त्या काळात अजून घडलं नाहीये ते. तुला ती गोष्ट माहीत नाहीये का?''

डोळ्यांची उघडझाप करत डेनीस म्हणाला, "अं... काहीतरी आठवतंय खरं तसं... लोकांनी एक भव्य, उंच मनोरा बांधला, आणि कुठल्याशा कारणामुळे

ते सगळे वेगवेगळ्या भाषांमध्ये बोलायला लागले. त्यांना एकमेकांचं बोलणं समजेनासं झालं. हे सगळं... अं... प्रागैतिहासिक काळात होतं, आणि जगात वेगवेगळ्या भाषा का आहेत, याचं स्पष्टीकरण देणारी ही एक दंतकथा आहे.''

''पण या सगळ्याच्या मुळाशी ती मूळ प्राचीन भाषा आहे, ती भाषा अजूनही प्राचीन स्वरमेळांबरोबर सुसंवाद राखून आहे. ही भाषा अजूनही समजत असलेल्या व्यक्तीला भेटणे हे तर भाग्याचंच आहे.''

''ए... अरे बाबा... ऐक जरा... मला वाटतं, आम्ही इथे अगदी अनपेक्षितपणे आलो ना, आणि इथे सगळंच इतकं अनोळखी अन् विचित्र होतं... आम्हाला विचार करायलादेखील वेळ मिळाला नाही. आम्ही जेव्हा जॅफेथला भेटलो ना, तेव्हा त्याच्याशी बोलणं अगदीच सहज, नैसर्गिक होतं ...''

''ही तर खास देणगी आहे,'' ॲलारिडनं त्याला सांगितलं.

''आम्ही कुणीही खास नाही आहोत. मीही नाही, अन् सँडीही नाही. आम्ही, कसलीही खळबळ न माजवता जगणारी, अगदी सामान्य मुलं आहोत.''

ॲलारिडनं एकदम विचारलं, ''भविष्यातल्या नेमक्या कुठल्या काळातून तुम्ही आला आहात?''

''खूपखूप पुढच्या काळातून. आम्ही विसाव्या शतकाच्या अखेरच्या काळात राहतो,'' डेनीसनं सांगितलं.

डोळे बंद करून ॲलारिड म्हणाला, ''अनेक युद्धांचा काळ.''

''हो.''

''आणि अणूचं अंतरंग उलगडलं आहे.''

''हो.''

''तुम्ही तुमचं हवा-पाणी खूप प्रदूषित करून टाकलंय.''

''हो.''

''तुम्ही दोघं ती प्राचीन भाषा बोलता, म्हणून तुम्ही इथे येण्याचं नक्कीच काहीतरी कारण असणार. पण भविष्यानं भूतकाळाला स्पर्श करणं हे धोकादायक ठरू शकतं. त्यामुळे विरोधाभास निर्माण होऊ शकेल. तुम्ही इथे कसे आलात?''

कपाळाला आठ्या घालून डेनीस सांगू लागला, ''ते तर मलाही नीटसं माहीत नाहीये. आमचे बाबा भौतिकशास्त्रज्ञ आहेत. अवकाश-प्रवास, आणि विशेषत: टेसरॅक्ट याचा खास अभ्यास आहे त्यांचा.''

''ओहो... मग बरोबर. अरे, पण अवकाश-प्रवास तर अवकाशाशी संबंधित असतो, काळाशी नाही.''

डेनीस म्हणाला, ''पण काळ आणि अवकाश हे अलग करता येत नाहीत. स्पेस/टाइम हा कंटिन्युअम असतो, म्हणजे अवकाश/काळ हा अभिन्न, अखंड

असतो, आणि ...''

तेवढ्यात यलिथ आणि नोहा तंबूतून बाहेर आले. यलिथनं हलकेच ॲलारिडच्या हातावर हात ठेवला आणि म्हणाली, ''बघ ना, तो खूप फिकुटलाय. तू त्याला थकवतोयस.''

''आमच्या छोट्या राक्षसाची काळजी घे हं,'' नोहानं बजावलं.

ॲलारिड डेनीसकडे बघून म्हणाला, ''तुमचं बरोबर आहे. आज रात्रीसाठी एवढं पुरे झालं.'' त्या सेराफच्या डोळ्यांत सहानुभूती दिसत होती. ते पांढरट-हिरवे डोळे गडद होऊ लागले. तो डेनीसला म्हणाला, ''तुझी तब्येत सुधारते आहे या गोष्टीचा मला आनंदच आहे. कृपा कर, पण तू बोलताना, वागताना जरा काळजी घेत जा. कुठल्याही प्रकारचा बदल घडवण्याचा अजिबात प्रयत्न करू नको, त्याबाबत सावध राहा.''

''ऐक जरा... मला फक्त घरी जायचंय, माझ्या स्वत:च्याच काळात. आत्ता मी माझ्या स्वत:च्याच ग्रहावर आहे, त्याबद्दल मला फक्त हायसं वाटतंय, आणि बायबलचं पुनर्लेखन करण्यात मला काडीचाही रस नाहीये.'' भविष्यात बायबल असणार आहे, हे ॲलारिडला माहीत होतं का? महापूर येणार आहे, हे माहीत होतं? डेनीसनं ॲलारिडकडे निरखून पाहिलं. त्याचा चेहरा शांत, आणि तरीही गंभीर दिसत होता. त्याच्या चेहऱ्यावरील भाव बदलले नाहीत. ॲलारिड आणि तो पाणी आणणारा पेलिकन पक्षी, दोघे एकच आहेत, ही गोष्ट मान्य करण्याची डेनीसच्या मनाची तयारी होती, पण त्याला हे मात्र मान्यच होत नव्हतं, की त्याच्या आत्ताच्या स्थळ-काळातल्या उपस्थितीचा, तो सोडून इतर कुणावरही काही परिणाम होऊ शकेल. हो, आणि अर्थातच सँडीच्या उपस्थितीचासुद्धा!

ॲलारिड म्हणाला, ''आता शांत झोप डेनीस. यलिथ अन् ओहोलिबामा तुझी अशीच चांगली देखभाल करत राहतील.''

• • •

सँडीला झोप लागत नव्हती. तंबूत अतिशय उकडत तर होतंच, पण त्यात हिगेयॉन मोठ्यानं घोरत होता. लेमेकआजोबा मात्र घोरत नव्हते. ते सतत कूस पालटत, कण्हत, सुस्कारे टाकत होते.

शेवटी सँडीला ते सहन होईना. तो रांगत रांगत आजोबांच्या झोपायच्या कातड्यांजवळ गेला. त्यानं विचारलं, ''आजोबा, तुम्ही जागे आहात का?''

''हं.''

“काय झालंय?”

आजोबा पुन्हा कण्हले.

डेनीसशी बोलावं तसं सँडी त्यांच्याशी बोलू लागला, “सांगा ना हो. तुम्हाला काहीतरी त्रास होतोय, हे कळतंय मला. काय झालं आजोबा?”

“एल माझ्याशी बोलला.”

त्या अंधारातही सँडी त्यांच्याकडे निरखून पाहू लागला. “म्हणजे? आजोबांचा मृत्यू ओढवणार आहे की काय? तोही आत्ता? याच रात्री?” त्याच्या मनात प्रश्न उद्भवला.

आजोबा मात्र सांगू लागले, “माझ्या मृत्यूनंतर फार मोठं संकट येणार आहे. अत्यंत भयंकर गोष्टी घडणार आहेत.”

“कसल्या भयानक गोष्टी?”

अस्वस्थपणे हालचाल करत लेमेकआजोबा म्हणाले, “ते एलनं सांगितलं नाही. सगळ्या माणसांची मनं दुष्ट, कठोर अन् सैतानी बनली आहेत, आणि त्यानं मानवजात निर्माण केल्याचा एलला पश्चात्ताप होतोय, एवढंच सांगितलं एलनं.”

“बरं, मग आता तो त्याबद्दल काय करणार आहे?”

“मला नाही माहीत रे; पण मला माझ्या मुलाची आणि त्याच्या कुटुंबाची काळजी वाटतेय. मला त्या सगळ्यांसाठी भीती वाटतेय. एल कुणालाही सोडणार नाहीये. मला यलिथची चिंता सतावते आहे, आणि तुझीही सँड...तुझ्या घरापासून इतक्या दूर आहेस तू... मला तुम्हा सगळ्यांसाठी फार भीती वाटतेय.”

“ओह... अहो, मी स्वत:ची काळजी घेऊ शकतो,” सँडीच्या तोंडून आपोआपच निघून गेलं खरं; पण त्याचे शब्द अगदीच पोकळ भासत होते.

• • •

पहाट होण्याच्या अगदी थोडंसं आधी यलिथ आणि ओहोलिबामा डेनीसकडे आल्या.

“तुला ताज्या हवेत तंबूबाहेर पडायला हवं. तुला व्यायामाची गरज आहे. रात्रीच्या आकाशाखाली चालल्याशिवाय तुझ्या तब्येतीत आणखी सुधारणा होणार नाही,” ओहोलिबामानं त्याला सांगितलं.

“चांदण्यांचा प्रकाश गुणकारी असतो,” यलिथ म्हणाली. तिचा आवाज लहानशा, संथ वाहत्या झऱ्यागत कोमल होता, असं त्याला वाटलं. पण या ओसाड वाळवंटात झरे नव्हतेच मुळी!

तो त्या दोघींच्या मागोमाग तंबूबाहेर पडला. त्या दोघींनी त्याचा एकेक हात धरला. लहान मुलांसारखे छोटेछोटे हात होते त्यांचे. त्यांनी चालतचालत वनराई मागे टाकली. ह्या वनराईचा शौचालय म्हणून वापर केला जाई. राहत्या तंबूपासून थोड्या अंतरावरच होती ती वनराई. आता त्यांच्या मागे असलेला मोठा तंबू गडद सावलीसारखा दिसत होता. त्या मोठ्या तंबूच्या आजूबाजूला काही लहान तंबूदेखील होते.

त्याच्या पावलांची त्वचा अजूनही कोवळी होती, म्हणून तो अगदी जपून, हलकेच पावलं टाकत होता. त्या मुलींनी त्याला अगदी गुळगुळीत वाटांवरून नेलं. वाटेतलं कोरडं पडलेलं अणकुचीदार गवत, लहानमोठे खडे संपले आणि मग वाळू समोर आली. त्याच्या पावलांची आग होऊ लागली होती, त्या पावलांना वाळूचा थंड स्पर्श सुखद वाटला.

ते एका कमी उंचीच्या सपाट पांढऱ्या खडकापाशी थांबले. वाळूवर या खडकाची चंदेरी सावली पडली होती. ओहोलिबामा म्हणाली, ''तुला एवढंच अंतर चालू द्यावं, असं मी आणि जॅफेथनं ठरवलं होतं. आपण इथे बसून जरा वेळ आराम करू या. पहाट होण्याआधी आम्ही तुला तंबूत परत घेऊन जाऊ.''

त्या खडकावर डेनीस त्या दोघींच्या मधे बसला. तो आपल्या हातांची कोपरं मागे टेकवून रेलून बसला. वर आकाशाकडे बघत तो म्हणाला, ''एवढे जास्त तारे मी कधीही पाहिले नव्हते.''

''तू जिथून आलायस, तिथे तारे नसतात का?'' यलिथनं विचारलं.

''असतात ना. आमच्या इथेही तारे दिसतातच; पण आमचं वातावरण तुमच्या वातावरणाएवढं स्वच्छ नाहीये, आणि एवढे जास्त तारे दिसत नाहीत.''

यलिथनं डेनीसचा दंड घट्ट पकडला, आणि म्हटलं, ''वाळूचं वादळ होतं, तेव्हा वाळू गरगरत वर उठते. तारे त्या वादळामुळे झाकोळले जातात ना, ते फार भीतीदायक वाटतं. त्यांचं संगीत बिघडून विद्रूप होतं, आणि मला त्यांचं बोलणं ऐकूच येत नाही.''

''तारे काय बोलतात?'' डेनीसनं विचारलं.

''तू ऐक ना...तुला समजू शकतं, असं ॲलारिड सांगतो,'' यलिथनं त्याला सुचवलं.

आधीतर डेनीसला फक्त त्या वाळवंटातली शांतता ऐकू आली. मग दूरवर कुठेतरी त्याला सिंहाची गर्जना ऐकू आली. त्यांच्या पाठीमागे, मरुवनात, झोपाळलेल्या पक्ष्यांनी किर्र, किर्र असे चिरके आवाज काढले, ते अजूनही त्यांच्या पहाटेच्या संगीत-सभेसाठी तयार झाले नव्हते. काही चुकार बबून माकडांनी केकाटल्यासारखी आरोळी ठोकली. ताऱ्यांच्या एका तेज:पुंज समूहावर

लक्ष केंद्रित करून तो हे आवाज ऐकत होता. त्यानं डोळे बंद केले, आणि पूर्ण लक्ष एकवटून तो ऐकू लागला. काचेच्या स्फटिकांची अगदी नाजूक, मंद किणकिण ऐकू आल्यासारखं भासलं. शब्द होते ते. 'श्श्श... बरा हो. आराम कर. शांतता राख. घाबरू नकोस'. खूप गंमत वाटून तो मोठ्यानं हसला. त्यानं डोळे उघडले, वर आकाशात हिऱ्यासारखे चमचमते तारे दिसत होते.

यलिथदेखील हसली. तिनं विचारलं, "काय सांगितलं त्यांनी?"

"अं...म्हणजे मला वाटतंय...त्यांनी मला बरं व्हायला सांगितलं, अन्... आणि शांतता राखायला सांगितलं... आणि घाबरू नकोस, असंही सांगितलं. मला त्यांचं बोलणं ऐकू आलं असावं, असं निदान वाटतंय तरी. मला नाही वाटत की, हे सगळे फक्त माझ्या कल्पनेचे खेळ आहेत." आत्ता सँडी तिथे नसल्याचा त्याला अचानकच आनंद झाला. सँडी त्याच्यापेक्षा जास्त वास्तववादी होता. आत्ताच्या परिस्थितीत सँडीला वाटलं असतं की, डेनीसला उष्माघातामुळे भ्रम होतोय. शाळेतही जर डेनीस एखाद्या दिवास्वप्नात रममाण झाला, तर सँडीच त्याला सांभाळून घेत असे.

"हो, ताऱ्यांनी असंच सांगितलं तुला," यलिथ त्याच्याकडे वळून हसत म्हणाली. चांदण्यात तिचं हसू अगदी खुलून दिसत होतं. "बघितलंस ना!" ती ओहोलिबामाला म्हणाली. मग ती त्याला सांगू लागली, "रात्रीचा आवाज असा सगळ्यांनाच ऐकू नाही येत. ताऱ्यांनी तुला शांतता राखायला, प्रस्थापित करायला, सांगितलं आहे ना? मग डेन, बहुतेक तूच माझे बाबा आणि आजोबा, यांच्यामध्ये समेट घडवून आणून शांतता प्रस्थापित करशील."

"पण अगदी बहुतेकच हं, फक्त शक्यताच आहे तशी," ओहोलिबामा बोलली.

यलिथ म्हणाली, "अगं, पण कदाचित, अगदी कदाचित, तो ते करू शकेल ना..." पुन्हा डेनीसकडे वळून तिनं त्याला विचारलं, "तू आणखी काय ऐकलंस?"

डेनीस पुन्हा कान देऊन ऐकू लागला. वाऱ्यामुळे पामवृक्षाची पानं सळसळत होती. हवेच्या झुळुकीत शब्द असावेत, असं भासत होतं; पण त्याला ते नीट कळत नव्हते. "मला नीट स्पष्टपणे काहीच कळत नाहीये..." तो म्हणाला.

यलिथनं तिच्या दोन्ही हातांची बोटं एकमेकांत गुंफली... डोकं हलवून तिनं डोळे उघडले. ती बोलू लागली, "हवा अशा एका विशिष्ट वेळेबद्दल सांगते आहे की, त्या वेळेस ती अतिशय सोसाट्यानं वाहणार आहे, अन् ती पाण्यावरून वाहणार आहे. हे किती विचित्र आहे ना, आपल्या सगळ्यात जवळचा पाणवठा तर इथून अनेक दिवसांच्या अंतरावर आहे. हवा काय

सांगायचा प्रयत्न करते आहे, मला तर काही कळतच नाहीये.''

ओहोलिबामा म्हणाली, ''अगं, हवा तर तिच्या स्वत:च्या मर्जीनं वाहते. कधीकधी ती छान सौम्य, थंडगार असते, तर कधीकधी अत्यंत जोरात वाहते, आपल्या डोळ्यांत जाते, जणू किड्याचा दंश वाटावा इतकी झोंबरी असते. आणि हवा पुन्हा शांत होईपर्यंत आपल्याला तंबूतच लपून राहावं लागतं. डेन, जेव्हा गरम वारा वाळूवरून जोरात वाहतो, त्या वेळेला तू आला नाहीस ते चांगलंच झालं. तू आता लवकरच आणखी बरा होशील. ह्या वेळेला हवा अगदी सौम्य असते, द्राक्षं आणि बागा बहरतात.''

ते सगळे गप्प राहून वाढत जाणारे पहाटेचे आवाज ऐकू लागले. पक्षी आणि बबून माकडं पहाटेच्या स्वागतासाठी तयारी करत होते. डेनीसनं जरासं घुटमळत यलिथच्या हातापाशी आपला हात नेला. तिनं त्याच्या हाताची बोटं हलकेच दाबली, आणि मग उडी मारून उभी राहिली. ''आता तुला परत तंबूत न्यायला हवं. पहिल्यांदाच बाहेर पडला आहेस, त्यामुळे एवढं पुरे झालं. तुला कसं वाटतंय?''

''छान वाटतंय, पण थोडासा दमलोय,'' त्यानं सांगितलं. कातड्यांवर घातलेल्या मऊ लिननच्या कापडावर थोडा वेळ झोपल्यावर चांगलंच वाटलं असतं. काहीतरी थंडगार प्यायला मिळालं असतं, तर आणखी चांगलं वाटलं असतं. त्यानं जांभई लपवली.

''चल, ये,'' ओहोलिबामानं तिचे मजबूत हात त्याच्यासमोर पसरले. उठून उभं राहण्यासाठी तिच्या मदतीची गरज भासल्याचं त्याला नवलच वाटलं.

• • •

यलिथ अन् ओहोलिबामाला, डेनीसच्या होरपळलेल्या त्वचेवर लावण्यासाठी मलमं, औषधी द्रव्यं यांची गरज भासली, की मग ॲना, किंवा घरी असली तर माह्ला, त्यांना वाळवंटापलीकडे घेऊन जात असत. तिथे अगदी जवळजवळ बांधलेली घरं, दुकानं होती. तिथे जाऊन त्या दोघी ॲनाची बहीण टिग्लाला भेटत असत.

एकदा जॅफेथ त्याच्या बायकोला म्हणाला, ''मला हे मुळीच आवडत नाही हं! तू अशी भलत्यासलत्या जागी जातेस, ते मला खरंच आवडत नाही.''

तिनं त्याच्याकडे झुकून त्याचं चुंबन घेतलं. ती म्हणाली, ''आम्ही आतमध्ये जात नाही. जरी आमच्यासोबत माह्ला असली, तरीही मी यलिथला असल्या जागी नेणार नाही...''

चिंतेनं रागावून जॅफेथ ओरडला, ''माह्लाचं काय चाललंय हे?''

ओहोलिबामा हळूच म्हणाली, ''अरे आपल्या सर्वांनाच नेहमीच कसली ना कसली निवड करावीच लागते रे! आणि आपण सगळे निवड करताना एकाच पद्धतीनं विचार करत नाही ना.''

''अगं, पण तुला काय हवं ते मी आणून देऊ शकत नाही का?''

''अरे बाबा, ते फक्त महिलांसाठीचं घर आहे. तिथे तुला येऊ देणार नाहीत.''

''पण मी तर अनेक पुरुषांना तिथून बाहेर पडताना पाहिलंय, आणि नेफिलिमना सुद्धा!''

''जॅफेथ, माझा जॅफेथ. प्लीज रे, वाद घालू नकोस ना. अरे, आम्हाला काही होणार नाही. ॲना चांगली कणखर आहे.''

''आणि माह्ला?''

काही न बोलता ओहोलिबामानं त्याला मिठीत घेतलं, आणि त्याच्या गालावर आपला गाल दाबला.

माह्लाचं यलिथ आणि ओहोलिबामासोबत जाणं दिवसेंदिवस कमी होत गेलं. मुळात ती घरीच कमी वेळ असायची, आणि घरीदेखील अगदी खूप उशिरा, सगळे झोपले की मग यायची. त्यामुळे स्वत:देखील उशिरा झोपायची, आणि मॅट्रेडला सामोरं जाणं टाळायची.

मॅट्रेडदेखील माह्लाला स्वत:ला टाळू देत असे. परंपरेनुसार माह्ला आपणहून आई-बाबांकडे युजिएलला घेऊन येईल, अशी आशा वाटून मॅट्रेड वाट बघत होती. तो युजिएल आलाच नाही, अन माह्लानंदेखील काहीही सांगितलं नाही. माह्लानं एका नेफिलशी लग्न ठरवल्याचं मॅट्रेडनं नोहाला सांगितलंच नव्हतं. त्यांच्या भावी लग्नबंधनावर प्रथेनुसार रीतसर शिक्कामोर्तब झाल्याशिवाय, आणि माह्लाच्या कुटुंबानं ते मान्य केल्याशिवाय, लग्नाची पुढची बोलणी होऊ शकणार नव्हती.

लग्न म्हणजे बहुतांशी अनौपचारिक कार्यक्रम असे. दोन्ही पक्षांच्या आई-वडिलांमध्ये करार व्हावा तसं. मुलीचे आई-वडील तिला नवऱ्या मुलाच्या तंबूकडे घेऊन जात असत. मॅट्रेडला सगळ्या गोष्टी रीतसर व्यवस्थितपणे करायला आवडायचं, अगदी खूप जास्त काटेकोरपणे नाही, पण तरी प्रथेनुसार नीटनेटकेपणाने. यलिथ अन् माह्लाला दोन मोठ्या बहिणी होत्या, सीरा आणि होग्ला. त्या दोघींच्या लग्नाच्या वेळेस आधी नोहा अन् मॅट्रेडनं एक छान मेजवानी दिली, आणि नंतर मग ते त्या दोघींना त्यांच्या नवऱ्यांच्या तंबूकडे घेऊन गेले होते. त्या मेजवानीत नोहानं बनवलेल्या उत्तम वाइनचा सगळ्यांनी

मनसोक्त आस्वाद घेतला होता.

शेमची पत्नी इलिशेबा नोहाच्या आवारात असलेल्या शेमच्या तंबूकडे शांतपणे आली होती. तिचे विधुर बाबा तिच्यासोबत आले होते. बऱ्याचशा सोन्याच्या अंगठ्या घालून आली होती ती, अन् तिच्या घरच्या देवांच्या लहानलहान मूर्तीदेखील तिनं आणल्या होत्या. ॲनाचं लग्न मात्र चांगलंच गाजलं होतं. मॅट्रेडच्या मते तर लग्नात अगदी असभ्यपणा चालू होता. लोकांचे घोळकेच्या घोळके आले होते, त्यांतले अनेक लोकतर आमंत्रण नसूनही आले होते. नाच-गाणी करणारे लोक होते, आणि फारच जास्त वाइनही होती, अन् तीदेखील अगदीच हलक्या दर्जाची. अर्थात... नोहाच्या वाइनशी स्पर्धा करायची हिम्मत कुणी केली असती?... लग्नातला हा असा अतिरेक फक्त अनावश्यकच नव्हता, तर अयोग्य, अभद्रदेखील होता.

यलिथच्या मदतीने त्यांच्या त्या भलामोठ्या तंबूची साफसफाई करताकरता मॅट्रेड म्हणाली, "या माह्लाचं काय चाललंय, मला तर काही समजतच नाहीये."

एक झोपण्याचं कातडं झटकत यलिथ म्हणाली, "मलाही नाही कळत गं. तुला टाळण्याऐवजी, ती तुझ्याशी आणि बाबांशी स्वत: येऊन बोलली असती, तर किती बरं झालं असतं."

जमिनीवर अंथरलेल्या एका कातड्यामधली धूळ जोरजोरात झटकत मॅट्रेड म्हणाली, "तिचे हे उद्योग तुझ्या बाबांना कळले ना, तर ते अत्यंत चिडतील. त्यांच्याही मनात दुसरंच काहीतरी चालू आहे, पण ते मला सांगत नाहीयेत. नाहीतर माह्लाचं विचित्र वागणं त्यांना लगेचच समजलं असतं. तुला वाटतं का गं, की हा उघ..."

"अगं... युजिएल."

"हां... तोच तो... नेफिल... तो तिच्याशी खरंच लग्न करील, असं वाटतं का गं तुला?"

एक दगडी दिवा वाळूनं खसाखसा घासून साफ करत यलिथ म्हणाली, "मला नाही गं माहीत. माह्लाला मात्र तसंच वाटतंय."

"तू बोल ना गं तिच्याशी," मॅट्रेड विनवणी करत बोलू लागली. "तिला समजवायचा प्रयत्न तर कर. तिच्या त्या नेफिलला घेऊन तिनं आमच्याकडे यायचं, आणि त्यांनी एकमेकांशी लग्न करायचा निर्णय घेतल्याचं आम्हाला सांगायचं. बस, एवढंच कर म्हणावं. मग आम्ही लग्नाच्या मेजवानीची सगळी तयारी करू."

यलिथनं तिला सांगितलं, "मी प्रयत्न करीन; पण ती माझं ऐकेल, असं

मला नाही वाटत.'' यलिथ माह्लाची सगळ्यात छोटी, आणि जराशी वेगळ्या स्वभावाची बहीण होती. तिच्यापेक्षा माह्लाची मोठ्या बहिणींशी जास्त जवळीक होती, अन् माह्लाही बरीचशी त्यांच्यासारखीच होती. ''मी करीन हं प्रयत्न,'' यलिथनं आईला आश्वासन दिलं.

दुसऱ्या दिवशी ती ओहोलिबामा आणि ॲनासोबत मलम आणायला गेली. डेनीसच्या अंगावरच्या खपल्या या मलमामुळे जरा मऊ होत असत. माह्ला कदाचित त्या लाल केसांच्या टिग्लाबरोबर तिथेच असेल, आणि मग तिच्याशी बोलता येईल, असं यलिथला वाटलं.

ॲना नेहमीसारखीच तिचे नितंब झुलवत हळूहळू चालत होती. यलिथ अन् ओहोलिबामा तिच्या पुढे चालत होत्या.

यलिथ कुजबुजत ओहोलिबामाला म्हणाली, ''त्या टिग्लाची भीतीच वाटते गं मला. मला माहितीये, ती ॲनाची बहीण आहे, आणि ती मरुवनातली सगळ्यांत सुंदर स्त्री असेलही कदाचित, पण तरीही...''

फटकळपणे ओहोलिबामा म्हणाली, ''अगं, तिचं सौंदर्य विकाऊ आहे, तिला घाबरण्याचं काहीच कारण नाहीये.''

मुख्य रस्त्यावरून त्या वळल्या, आणि कमी उंचीच्या, दगडी, पांढऱ्या इमारतींच्या मधून जाणाऱ्या एका अरुंद रस्त्यावरून चालू लागल्या. ''मला इथे यायला आवडत नाही,'' यलिथ पुटपुटली.

''मलाही नाही आवडत, पण त्या डेनसाठी औषधी मलम मिळवण्याचा हाच एक मार्ग आहे. आता थोड्याच दिवसांनी त्याच्या उरल्यासुरल्या खपल्यासुद्धा निघून येतील. मग हे सगळं मलम-बिलम आपण विसरून जाऊ या. मग तर पेलिकन आणतो ते जडीबुटीयुक्त पाणीच पुरेसं होईल,'' ओहोलिबामा म्हणाली.

''तो डेन आता चांगला बरा होतोय. ही एक चांगली गोष्ट आहे,'' यलिथ म्हणाली.

''फक्त एकच?'' ओहोलिबामा हसायला लागली.

यलिथच्या अंगावर शहारा आला. ती म्हणाली, ''अगं, सगळ्याच गोष्टी जणू बदलत चालल्या आहेत. माह्ला आई-बाबांना टाळतेय, आणि माझे बाबा तर द्राक्षांच्या मळ्यात कुठलेसे आवाज ऐकत बसतायत. तो आवाज जे काही सांगतो, त्यामुळे बाबा अस्वस्थ होतात, पण एल जे सांगतो, ते मात्र बाबा आम्हाला सांगत नाहीत.''

''एल जे सांगतो ते चांगलंच असतं,'' ओहोलिबामा हसून बोलू लागली. ''जॅफेथचं लग्न व्हायला पाहिजे, असं एलनंच सांगितलं होतं, म्हणूनच तर मी इथे आहे ना.''

"अच्छा...नाहीतर तू थांबली नसतीस ना?"

"माझं जॅफेथवर खूप प्रेम आहे," ओहोलिबामाच्या आवाजात कोवळीक डोकावली. ती पुढे म्हणाली, "मला माहीत आहे गं, आम्ही दोघं लग्नासाठी खूप लहान होतो, आणि तयारीदेखील नव्हती आमची, पण आमचं एकमेकांवर खूप प्रेम आहे. योग्य वेळी आम्हाला मुलंही होतील."

एक सुस्कारा टाकून यलिथ म्हणाली, "तू जसं जॅफेथवर प्रेम करतेस ना, कुणावर तरी तसंच प्रेम करावं असं मलाही वाटतं."

"अहो बहिणाबाई, जरासं थांबा! तुझीही वेळ येईल हं."

चालतचालत त्या एका पांढऱ्या घरापाशी पोचल्या. घराच्या प्रवेशद्वारावर चकाकत्या रंगीबेरंगी मण्यांच्या माळांचा पडदा टांगला होता. टिग्ला याच घरातून त्यांना हवी असलेली औषधी मलमं आणून देत असे. त्या दोघी ॲनासाठी थांबल्या. मलमासाठी मध्यस्थ म्हणून काम करून, त्यांच्यावर उपकारच केल्याच्या आविर्भावात ॲना सततच असायची. पडद्यातले मणी चमकले, अन् एकमेकांवर आपटून किणकिणले. घरातून चमकदार लाल केसांची टिग्ला बाहेर आली. तिच्या मागोमाग दाट काळ्याभोर केसांची माह्लादेखील बाहेर आली. त्या दोघी जणू परस्परविरोधी, आणि तरीही परस्परपूरक असल्यागत होत्या.

"ॲना कुठे आहे?" टिग्लानं विचारलं.

"ती येतीये," ओहोलिबामा वळून रस्त्यावर मागे बघत म्हणाली. ॲना हळूहळू चालत येत होती.

"माह्ला!" यलिथच्या तोंडून उद्गार निघून गेला. ती पुढे म्हणाली, "तुला भेटून किती छान वाटतंय. मला तुझ्याशी थोडं बोलायचंही होतंच."

माह्ला चेहऱ्यावर आलेले काळेभोर केस मागे सारून म्हणाली, "किती गंमत आहे ना. मलासुद्धा तुझ्याशी बोलायचं आहेच. आपण आत जाऊन बोलू या का?"

"नाही हं," यलिथ मागे सरत म्हणाली. "प्लीज..."

"मी तुझे केस छान विंचरून दिले असते. मी आणि टिग्ला आमचे केस विंचरतो ना, तसेच... मग ते आणखी छान दिसतात," माह्ला तिचं मन वळवू लागली.

"नाही," यलिथनं ठामपणे नकार दिला.

खांदे उडवून माह्ला म्हणाली, "बरं. मग आपण इथे जवळच बसू. तोवर ॲना आणि ओहोलिबामा टिग्लासोबत जाऊन मलम घेऊन येतील." जवळच रस्त्यालगत असलेल्या एका अगदी कमी उंचीच्या भिंतीजवळ ती यलिथला घेऊन गेली. तिच्याकडे निरखून बघताबघता यलिथला अचानक, अगदी अनपेक्षित

धक्काच बसला... माह्लाचं नेहमी सपाट असणारं पोट आता हलकेच गोलाई धारण करू लागलं होतं.

यलिथ तिच्या विनवण्या करू लागली, "ए माह्ला, प्लीज गं... प्लीज... तू अन् युजिएल आई-बाबांना भेटायला या ना गं... आणि तुम्ही लग्न ठरवल्याचं सांगा की त्यांना. खरंच, करा गं एवढं."

माह्लानं अभिमानानं पोटावर हात ठेवून म्हटलं, "आणि आमचं लवकरच लग्न होणार आहे, हेदेखील."

"अगं, मग घरी येऊन प्लीज त्यांना तसं सांगा की गं. लग्नाच्या मेजवानीची तयारी करायला आईला वेळ लागेल ना."

माह्ला म्हणाली, "नाही, तयारीची काही गरज नाहीये. नेफिलिम लोकांमध्ये असलं काहीही नसतं. माझं लग्न नेफिल पद्धतीनं होईल."

"अगं, पण आई..."

माह्लानं पुन्हा पोटावरून हात फिरवला. ती म्हणाली, "माफ कर गं! खरंच मला फार वाईट वाटतंय. अगं, पण आपल्या दोन्ही बहिणींची लग्नं आईच्या मर्जीनुसार, तिला हव्या त्या पद्धतीनंच झाली ना... कदाचित तुझं लग्नही ती त्याच प्रकारे करून देईल. मग आता माझं लग्न, तिनं मला हवं तसं करू द्यायला हवं."

"अगं, पण का? आपली जुनी प्रथा पुरेशी नाहीये का तुला? का ती चांगली वाटत नाही?"

हसून माह्ला म्हणाली, "प्रथा बदलतात गं. काळासोबत आपणही बदलायला हवं." तिचा आवाज, तिचे शब्द काहीसे वेगळेच वाटत होते, अगदी किंचित फुस्कारत बोलत होती ती. यलिथनं तिला असं बोलताना आधी ऐकलं नव्हतं. तिचं बोलणं, माह्लापेक्षा युजिएलसारखं वाटत होतं. त्या भिंतीवर दोघी बहिणी, काही न बोलता, नुसत्याच शेजारी-शेजारी बसून राहिल्या. त्यांच्यातलं मौन अधिकाधिक त्रासदायक होऊ लागलं होतं. ते मौन यलिथनं तोडलं.

"बरं. मला कशासाठी भेटायचं होतं तुला?"

"तुला ओळखता येत नाही?"

"नाही."

"एब्लिस."

आश्चर्यानं माह्लाकडे बघत तिनं विचारलं, "पण का? कशाला...?"

माह्लानं सांगितलं, "त्याला तू आवडतेस. तो तुला शिकवायला तयार असल्याचं, त्यानं तुला सांगितलं आहे ना? तसं तो म्हणत होता."

"नाही... नको..."

"का गं?"

"आत्ता मी त्या डेनची देखभाल करतीये. त्यासाठीच आम्ही इथे आलोय, त्याच्यासाठी औषधी मलम घ्यायला."

माह्‌ला पुन्हा युजिएलसारखी बोलू लागली, "हे तर फारच मोठं सत्कृत्य आहे, पण त्यासाठी एब्लिसला भेटायला जाणं थांबवायची काहीच गरज नाहीये. एब्लिसला तू आवडली आहेस, हा किती मोठा सन्मान आहे...तुला समजत नाहीये का?" ती पुन्हा किंचित फुस्कारत बोलत होती, अगदी विचित्र वाटत होतं ते.

"हो. तो मला सन्मानित करतोय, ते कळतंय मला," यलिथ हळूच म्हणाली.

"मग, नेमकं कुठे बिनसलंय?"

"मला डेनसोबत राहावं लागतं," यलिथ कुजबुजली.

"तू त्याची खूप चांगली काळजी घेते आहेस, मला माहीत आहे. अगं, पण ओहोलीसुद्धा तुझ्या मदतीला आहेच की! आहे ना ती?"

"ती...अगं ती जॅफेथची बायको आहे. तिला तिच्या स्वत:च्याच तंबूत राहावं लागतं. ती मला कायकाय करायला हवं ते नुसतं सांगते, पण ..."

"मूर्खासारखी बडबड करू नकोस गं," माह्‌ला म्हणाली.

यलिथ तिच्या पायांच्या सरळ, लांब बोटांकडे बघत म्हणाली, "मला डेन आणि सॅंड यांची जेवढी काळजी घ्यावीशी वाटते, त्यांच्याबद्दल मला जसं वाटतं, तेवढं अन् तसं, त्या एब्लिसबद्दल मुळीच वाटत नाही."

"काय!?" माह्‌ला अवाक झाली.

"तू ऐकलंस की आत्ता."

"अगं, पण ते मानवी आहेत की नाहीत, तेसुद्धा आपल्याला माहीत नाहीये!"

"नेफिलिम मानवी नाहीत, हे आपल्याला माहीत आहे की!" यलिथनं सणसणीत टोमणा मारला.

गर्वानं माह्‌ला म्हणाली, "ते तर मानवापेक्षा जास्त वरचढ आहेत. अन् ती दोन मुलं... नेमके काय आहेत गं ते? जुळे?...मानवापेक्षा खालच्या दर्जाचे वाटतात ते."

यलिथनं तिला विरोध दर्शवला, "नाही. ते मानवच आहेत. मला माहितीये."

"मानवी राक्षस?"

"हो."

"ते मानवी असोत की नसोत, तुला काय वाटतंय... तू त्या राक्षसांबरोबर

फिरायला लागलीस, तर मग त्यामुळे आपले आई-बाबा नाराज होणार नाहीत?''

''ते दोघे सगळ्यांना आवडतात...''

''हो का? अगं, पण काहीही असलं तरी ते किती लहान आहेत, खूपच लहान आहेत गं.''

आपली मान आणखी खाली घालून यलिथ म्हणाली, ''ते माहितीये मला...पण ते जिथून आले आहेत ना, तिथे इथल्यापेक्षा वेगळ्या प्रकारे वय मोजलं जातं, असं मला वाटतंय... आणि शिवाय मी वाट पहायला तयार आहेच.''

''कुणासाठी थांबणार आहेस?'' माह्लानं विचारलं.

यलिथच्या गालांवर हळूच लालिमा पसरू लागला. तिला अजूनही दोघे जुळे म्हणजे, एकच व्यक्ती दोन वेगवेगळ्या ठिकाणी विभागली गेल्यासारखं वाटत होतं. ती म्हणाली, ''मी लेमेकआजोबांच्या तंबूत त्या सँडला पहिल्यांदा पाहिलं, आणि तो डेन जेव्हा मृत्युपंथाला लागलेला होता, तेव्हा मी त्याला त्याचे प्राण वाचवण्यासाठी मदत केलीय.''

''हे काही तुझ्या असल्या वेडपटपणाचं योग्य कारण नाहीये. अगं, एब्लिस तुला जे हवं ते देऊ शकतो.''

''मला ते जुळे हवे असले तरीही देईल?''

''मूर्खासारखी बडबडू नकोस,'' माह्लानं तिला फटकारलं, आणि तिनं भिंतीवरून खाली उडी मारली. अ‍ॅना अन् ओहोलिबामा त्यांच्या जवळ आल्या होत्या. ओहोलिबामाच्या हातात एक लहानशी बरणी होती.

अ‍ॅना माह्लाकडे रोखून बघत म्हणाली, ''मग काय माह्ला...तू तुझ्या स्वत:च्या तंबूत राहायला जाण्याची तयारी करते आहेस का?''

हळूच रहस्यमय हसून माह्लानं मानेला झटका दिला. तिचे काळेभोर केस उजेडात चमकले. तिनं सांगितलं, ''गी तंबूत राहणार नाहीये, माझं तर घर असेल, पांढऱ्या दगडांचं घर.'' ती दचकून मागे सरली, तिच्या पायापाशी एक साप रत्नजडित फणा काढून उभा राहिला. ''युजिएल...'' तिनं उचकी लागल्यागत जोरात श्वास घेतला.

जणू मृगजळासारखा दृष्टिभ्रम व्हावा, तसा तो साप वेटोळं सोडून उभा राहू लागला. त्यानं आपले भव्य फिक्कट जांभळे पंख उंचावले, पांढऱ्या कांतीसह अन् निळ्या डोळ्यांसह तो थरथरू लागला. मग तो दृष्टिभ्रम नाहीसा झाला, आणि तो साप रस्त्यावरून नागमोडी चालीनं सरपटत बुटक्याशा, पंख्याच्या आकाराची पानं असलेल्या, पामच्या झुडपांमध्ये गायब झाला.

यलिथनं ओहोलिबामाचा हात घट्ट पकडला.

कुत्सित हसत अ‍ॅनानं माह्लाला विचारलं, ''तो तुझ्याशी जादूचे खेळ

खेळतोय का?''

गर्वाना मान उंचावत माह्लानं सांगितलं, ''मी जेव्हा एकटी असते ना, फक्त तेव्हाच युजिएल माझ्याकडे येतो.'' मग यलिथकडे वळून, बाकी कुणाला ऐकू येऊ नये म्हणून अगदी खालच्या सुरात तिनं विचारलं, ''जर त्या छोट्या राक्षसांबद्दल तुला काही वाटत नसतं, तर तू एब्लिसचा विचार केला असतास का?''

''मला नाही माहीत,'' यलिथनं सांगितलं. ''मला खरंच माहीत नाहीये.''

माह्ला जरा मोठ्यानं म्हणाली, ''आपल्या आई-बाबांना सांग, माझं लग्न होईल तेव्हा मी त्यांना नक्की कळवीन.''

''अगं, पण त्यांना लग्नाआधी येऊन सांगणार नाहीस का तू? एवढंसुद्धा करणार नाहीस?'' यलिथ गयावया करत म्हणाली.

खांदे उडवून माह्ला म्हणाली, ''आम्ही बघू काय ते. आता मला जायला हवं.'' ती पाठ फिरवून त्या पांढऱ्या घराशी गेली आणि त्या किणकिणत्या मण्यांच्या पडद्यामधून आत गेली.

''ए चला, जाऊ या. मला इतर कामंही आहेत,'' असं म्हणून ॲना तरातरा चालू लागली. घरून येताना अगदी हळूहळू चालणारी ॲना, आता मात्र अधीरपणे भराभर चालत होती.

ओहोलिबामा शांतपणे म्हणाली, ''ॲना अन् टिग्ला आपल्याला मलम मिळवून देतात... खरंच किती चांगल्या आहेत ना त्या दोघीही ...''

''त्या काही फुकटात नाही करत हे काम...मी त्यांना माझ्या वाट्याचे सगळे अंजीर दिले आहेत, पीकही चांगलं आलंय या वर्षी...आणि तूसुद्धा त्यांना तुझे सगळे बदाम दिलेस की!''

ओहोलिबामानं सगळ्यांना माहीत असलेली बाब सांगितली, ''काहीही मोबदला न घेता, कुठलंही काम कसं करायचं, हे ॲना अन टिग्लाला माहीतच नाहीये. त्या दोघी तशाच आहेत गं.''

''अगं पण माह्ला तशी नव्हती गं. ती किती बदलली आहे, मला तर माझ्या ओळखीची माह्ला वाटतच नाही ती,'' यलिथ म्हणाली.

एक उंदीर यलिथच्या पावलांवरून पळत गेल्यानं तिनं दचकून उडी मारली. पुन्हा तोच फडफडता, उंचावत जाणारा दृष्टिभ्रम...पंख...चमकते डोळे... आणि मग नुसतंच उंदराचं तुकतुकीत शरीर. तिला त्या ड्रॅगन/सरड्याच्या रूपातल्या एब्लिसची आठवण आली. त्यामागोमाग लगेच जुळ्यांचीदेखील आठवण आली. सँडीनं आजोबांच्या तंबूत तिला झुकून केलेलं अभिवादन, तिच्यासोबत त्या रात्री तंबूबाहेर येऊन बसलेला डेनीस... तोच डेनीस, ज्याला ताऱ्यांची भाषा

समजत होती... हे सगळं तिला आठवलं.

आणि तिला चांगलंच समजलं, ती एब्लिससोबत कधीही जाणार नाही.

ती ओहोलिबामाकडे वळली, तिला तिच्या डोळ्यांत पाणी तरळताना दिसलं. "ओहोली, काय गं?" ती आश्चर्यानं म्हणाली.

ओहोलिबामानं डोळे पुसले, पटकन कसंबसं हसून ती म्हणाली, "आज सकाळी मी पाण्याच्या रांजणात माझ्या चेहऱ्याचं प्रतिबिंब पाहिलं. ए यलिथ, छोटीशी यलिथ गं... अगं, मी माझ्या बाबांवर खूप प्रेम करते, आणि ते माझे बाबा आहेत की नाहीत, हेदेखील आता मला माहीत नाहीये गं..."

यलिथनं तिच्या वहिनीचा हात हातात घेतला. ती म्हणाली, "तू त्यांच्यावर खूप प्रेम करतेस ना... मग काहीही असलं तरी ते तुझे बाबाच आहेत, हे लक्षात ठेव."

ओहोलिबामानं मान डोलावत म्हटलं, "धन्यवाद गं... माझी लहानशी शहाणी बहीण ती... मला हेच ऐकायचं होतं."

यलिथ तिला समजावू लागली, "अगं, तू माझ्या भावाची बायको आहेस, आणि माझी मैत्रीणसुद्धा! जर नेफिलिम लोकांचं सेराफिम लोकांशी काही नातं असलंच, तर तू सेराफिम लोकांसारखी आहेस हं. माझ्या बाबांना नेफिलिमचं सेराफिमशी काहीतरी नातं असल्याचं खात्रीनं वाटतं."

"ए, चला पटापट," ॲनानं त्यांना हाक मारून, जणू हुकूम केल्यागत खुणावलं.

"हो, येतोय आम्ही," ओहोलिबामा म्हणाली. त्या घाईघाईनं मरुवनाच्या मध्यभागाच्या दिशेनं चालू लागल्या. नोहाची द्राक्षांची बाग, चराऊ कुरणं, आणि तंबू तिथेच होते. त्यातल्याच एका तंबूत डेनीस त्यांची वाट बघत होता.

• • •

चंद्र मावळला. त्याचा आकाशातला मार्ग वाळवंटातल्या वाळूहूनही शुभ्र दिसत होता. वाळू आता हळूहळू काळोखाच्या साम्राज्यात गडप होऊ लागली होती. आकाशभर ताऱ्यांचं हर्षभरित नर्तन चालू होतं. क्षितिजरेषेपाशी गडद अंधार पसरला होता. पहाट होण्यापूर्वी असाच गडद अंधार असतो क्षितिजावर.

एक गिधाड उडतउडत खाली उतरलं. कुठून आलं होतं, कोण जाणे! त्यानं मान ताणून चोचीनं त्याची काळसर पिसं नीटनेटकी केली.

'...गिधाडांची किंमत कुणी ओळखलीच नाहीये. आमच्याशिवाय, रोगराई पसरून सगळं जीवनच नष्ट होईल. आम्हीच तर सगळा कचरा, विष्ठा, माणसांची

आणि प्राण्यांची मृत शरीरं साफ करत असतो. आमचं कौतुक होतच नाही.'

कुठलाही आवाज झाला नाही, पण तरीही हे शब्द जणू हवेवर कोरले गेले.

एक स्कॅरब कीटक वाळूतून वर आला आणि त्यानं त्या गिधाडाकडे बघून डोळे मिचकावले. ... 'हो, अगदी खरंय. तुम्हीच हे जग स्वच्छ ठेवायला मदत करता. मला तुमचं खूप कौतुक आहे.'

आणि मग तो पुन्हा वाळूत गडप झाला.

एक सुसर वाळवंटात सरपटत होती. कशीबशी रडतखडत, बेढबपणे सरपटत होती. तिच्या सवयीच्या पाण्यापासून खूप दूर होती ती. तिच्या मागोमाग तो ड्रॅगन/सरडादेखील होता. त्यानं त्याचे कातडी पंख दिमाखानं ताणून पसरले होते. एक काळा, फणाधारी नाग त्या दोघांमधून सरसरत गेला.

एक लहानसा, तपकिरी रंगाचा, चिलखतवजा कवच असलेला प्राणी नागाशेजारून तुरुतुरु पळत होता. स्कॅरब किड्यापेक्षा जास्त मोठा नव्हता तो किडा. '...आम्ही तर अविनाशी आहोत, आमच्यावर कसलाच परिणाम होत नाही. आम्ही ज्वालामुखीच्या आगीतून बचावलो, डोंगररांगा तयार करणाऱ्या, भूखंड ढकलून विलग करणाऱ्या भूकंपातूनदेखील वाचलो आहोत. आम्ही अमर आहोत. आम्ही पूर्ण ग्रह व्यापून टाकलेला आहे.' तो प्राणी म्हणजे दुसरंतिसरं कुणीही नसून ते एक झुरळ होतं.

सोन्याहून चमकत्या रंगाचं एक वटवाघूळ झपकन त्या झुरळाजवळ खाली झेपावलं. ... 'तू फार अहंकारी आहेस. तू आगीत, बर्फात टिकाव धरून राहू शकत असशीलही; पण तशी गरजच भासली, तर मी तुला खाऊन टाकू शकतो हं. अर्थात, तशी गरज मला कधीही वाटू नये, अशीच आशा आहे.'

आणि मग ते सोनेरी वटवाघूळ भरारी घेऊन उंच उडून गेलं. काळोखात लखलखीत प्रकाशरेषा उमटली.

सुसरीचीच एक छोटीशी, पालीसारखी आवृत्ती, एक सापसुरळी त्या सुसरीच्या आणि ड्रॅगन/सरडा याच्या शेजारून चाचपडत चालत होती. अगदी छोटेसे पाय, त्रिकोणी डोकं, चपटं नाक होतं तिचं... 'मी अगदी लहानशी आहे अन् चपळही आहे. मी खाण्यालायक नाहीये, मला खाणाऱ्याच्या मेंदूची हानी होते. मी जशी आहे, तशीच आहे. मला असंच बनवलंय.'

त्या सापसुरळीच्या पाठीवर बसून एक पिसू तिचं मांस उकरण्याचा प्रयत्न करत होती... 'मीसुद्धा जशी आहे, तशीच आहे बरं.'

तिथल्या स्वच्छ हवेतून कर्कश सुरातली गुणगुण ऐकू आली. एक डास घोंगावत होता... 'मीसुद्धा. मीसुद्धा... मी तर आता तुमच्या रक्ताची मेजवानी

झोडणार आहे.'

मागून अगदी बारीकशी दाट रेषा सोडत एक छोटीशी अळी वाळूवर वळवळत होती. गोगलगायीचाच शंख नसलेला प्रकार... 'मी तर बाई त्या गोगलगायीसारखी नाहीये. मला घराची मुळीच गरज नाही. मी अगदी स्वयंपूर्ण आहे.'

एक लाल मुंगी त्या ड्रॅगन/सरड्याच्या कातडी पंखावरून चालत होती. त्या सरड्यानं पंख झटकून तिला खाली पाडायचा प्रयत्न केल्याबरोबर त्या मुंगीनं तिची पकड घट्ट केली. एक तुकतुकीत अंगाचा गुबगुबीत उंदीर त्याच्या नाकपुड्या आणि मिशा थरथरवत होता. त्यानं गिधाडाच्या उघड्या मानेकडे पाहिलं... 'मीसुद्धा रस्त्यावरची घाण खातोच की! मी मांस खातो, पण मला ताजं मांस आवडतं. असं असलं तरी जे मिळेल ते मी खातो. मीदेखील हे जग स्वच्छ ठेवायला मदतच करतो.'

कुठलाही आवाज ऐकू येत नव्हता. त्या वाळवंटातल्या रात्रीच्या गडद काळोख्या पटलावर शब्द कोरले जात होते.

हे अगदीच वेगवेगळे बारा प्राणी गोल करून उभे राहू लागले.

नेफिलिम होते ते.

• • •

घरापासून वाळवंटात जराशा अंतरावर एक खूप मोठा, सपाट दगड होता. ओहोलिबामा त्या दगडावर जॅफेथच्या मिठीत पहुडली होती. ती दोघं एकमेकातच इतकी मश्गुल झालेली होती, की आजूबाजूचं भानच उरलं नव्हतं त्यांना. एक सिंह त्यांच्याजवळून चालत गेला, पेलिकन आकाशात उंच उडत गेला, स्कॅरब किडा वाळूतून वर आला... यांतलं काहीही त्यांच्या लक्षातही आलं नाही.

ओहोलिबामाच्या मोतिया रंगाच्या शिंपल्यासारख्या कानात कुजबुजत जॅफेथ बोलत होता, "माझी खूपखूप लाडकी आहेस तू ... अगं, माझ्या आईनं मला याबद्दल खूप आधीच सांगितलं होतं. जर तुझ्या अंगात नेफिलचं रक्त असेल, तर तुझ्या उपचार करण्याच्या क्षमतेचं ते एक कारण आहे, हे स्पष्ट होतं की!"

"पण मला माहीत नाहीये... अजून नक्की असं काहीच माहीत नाही..."

जॅफेथनं तिच्या ओठांवर ओठ टेकवले. मग तो एवढंच म्हणाला, "तू माझी बायको आहेस, आणि आपण एक आहोत, फक्त एवढंच महत्त्वाचं आहे."

आणि मग ते एकरूप झाले. फार छान होतं ते.

• • •

यलिथ तंबूबाहेर येऊन पहाट होण्याची वाट बघू लागली. तिनं जवळपास एक तास घालवून डेनीसच्या निघत आलेल्या खपल्या काळजीपूर्वक, अगदी हलक्या हातांनी काढल्या होत्या. आता त्याच्या बऱ्याचशा जखमा भरल्या होत्या. डेनीसच्या शुश्रूषेचं जास्तीतजास्त काम यलिथवर सोपवण्यात आलं होतं. त्याला बरं करण्यासाठी जे गरजेचं आहे, ते काम यलिथ अचूकपणे करेल, असा विश्वास ओहोलिबामाला होता. शेवटी तिलाही तिची स्वत:ची कामं होतीच की!

मॅट्रेड त्याच्यासाठी जेवण बनवत असे. वेगवेगळ्या प्रकारची सूप्स, कुस्करलेली फळं त्याला देत असे. गिळताना अशा मऊ पदार्थांचा त्याला त्रास होत नसे.

एक दिवस नोहानं त्याच्या पत्नीला विचारलं होतं, "पण तो चांगला बरा झाल्यावर त्याचं काय करायचं आपण?"

"तो आपला पाहुणा आहे. त्याला विचारू, आपली त्याला कशा प्रकारे मदत होऊ शकते ते," मॅट्रेडनं उत्तर दिलं.

यलिथ म्हणाली होती, "त्याला त्याच्या घरी जायचं आहे."

"हो...अगं, पण त्याचं घर कुठे आहे?" आईनं विचारलं होतं.

आता तंबूबाहेर आलेली यलिथ, तिच्या बाबांची एक द्राक्षबाग ओलांडून, स्त्रियांसाठी राखीव असलेल्या छोट्याशा वनराईत गेली. तिथेच प्रातर्विधी आटोपून मोकळी झाली. मग वनराईतून चालत बाहेरच्या पांढऱ्याशुभ्र वाळवंटात आली. तिनं तिथली बारीक वाळू हातात घेऊन त्या वाळूनं हात आणि बोटं घासूनघासून स्वच्छ केली.

आता चंद्र मावळला होता. पहाटेचे तारे क्षितिजापाशी अगदी खालच्या बाजूला दिसत होते. आता सूर्य तळपायला लागल्यावर ती एक छोटीशी झोप काढणार होती. उन्हाच्या वेळी नेहमीच छान झोप लागत असे.

उजाडण्याआधीच्या थंडगार वाऱ्यात, तिथल्या एका खडकावर बसून राहायला तिला खूप आवडायचं. खडकावर बसून ती मावळत्या ताऱ्यांचं मंद संगीत ऐकत राहायची. ताऱ्यांचा आवाज ऐकायला तिला लेमेकआजोबांनीच शिकवलं होतं. नोहा अन् मॅट्रेडच्या मुलांपैकी, फक्त जॅफेथ आणि यलिथलाच ही स्वर्गीय भाषा समजत असे.

मॅट्रेडला मात्र हा सगळा वेळ वाया घालवण्याचा उद्योग वाटायचा. ती

म्हणायची, "मला तंबूत खूपच जास्त काम असतं... नाहीतर अन्न मागायला आपल्या दारी येणाऱ्या गरिबांसाठी, मी सूपचं पातेलं सतत भरलेलं कसं ठेवू शकेन? सेलाला मँटिकोरपासून कोण वाचवणार? तो सेलाला खायला आला, की मी उकळती वाइन त्याच्या तोंडावर फेकते, म्हणून सेलाचा जीव वाचतो. ग्रेट ऑक पक्ष्याची अंडी कुणी चोरू नये, म्हणून त्या अंड्यांवर कोण लक्ष ठेवणार? त्या गॉर्गन्स आणि ग्रिफिन्ससोबत बोलायची दुसऱ्या कुणाची हिंमत तरी होते का? आणि शिवाय तुम्हा सगळ्यांच्या भुकाही भागवायच्या असतात ना? मला तर चुलीपासून दूर व्हायची संधीच मिळत नाही."

यलिथनं तिच्या वाट्याचं काम बऱ्यापैकी संपवलं होतं, आणि आजकाल तर ती माहूलाच्या वाटणीचं कामही करत असे. आत्ता मात्र तिला स्वत:साठी वेळ हवा होता. ताऱ्यांना काही बोलायचं असलं, तर ते तिला ऐकायचं होतं. तिच्या बाबांना द्राक्षांच्या मळ्यात तो आवाज ऐकू आला होता. पहाटेच्या शांततेत आजूबाजूला खूप आवाज असतात. त्यांना काही सांगायचं असतं, आणि यलिथनं ते ऐकावं असं त्यांना वाटत असतं, असा यलिथचा पक्का समज होता. पक्षी जागे झाल्यावर त्यांची संगीत-सभा सुरू होते, आणि मग मात्र इतर आवाज शांत होतात. का कोण जाणे, पण तिला संकटाची अंधुकशी चाहूल लागल्यासारखं वाटत होतं. तिला इथे येऊन ऐकायचंच होतं.

ऐकण्यावर लक्ष एकाग्र करताकरता मधेच तिचं मन भरकटून, मनात त्या जुळ्यांचे विचार येत होते. डेनीसची शुश्रूषा करत असताना तिनं बराच वेळ त्याच्यासोबत घालवला होता, आणि आता तिच्या लक्षात आलं होतं की, ही जुळी भावंडं जरी एकसारखी दिसत असली, तरी ती जुळी म्हणजे एकाच मुलाचं विभाजन झालेलं नसून, ती नक्कीच दोन वेगवेगळी मुलं आहेत.

संध्याकाळच्या वेळी त्या भल्यागोठ्या तंबूत चालणाऱ्या गप्पांचा मुख्य विषय, ही जुळी मुलंच असायची. ... ते दोघे कसे अगदी एकमेकांसारखे दिसतात, आणि तरीही वेगवेगळे आहेत... ही मुलं नक्कीच डोंगरांपलीकडच्या राक्षसांची एखादी विचित्र जात असावी, यावर मात्र सगळ्यांचं एकमत होतं. ते दोघे एवढे ताडमाड उंच असले, तरी ते विश्वास बसू नये इतके वयानं लहान आहेत, असं सगळ्यांनाच वाटायचं.

एक दिवस मॅट्रेड लेमेकआजोबांकडे रात्रीचा दिवा, आणि सँडीसाठी तिनं बनवलेलं खास सूप घेऊन गेली होती. तिथून तिच्या भल्यामोठ्या तंबूत परत आल्यावर गप्पा मारतामारता ती म्हणाली, "पंधरा. त्यानं मला सांगितलं." इतरांकडे बघत ती पुन्हा म्हणाली, "पंधरा. अरे आपल्याकडे पंधरा वर्षांची मुलं म्हणजे अगदी तान्ही बाळंच असतात. सँड आणि डेन मात्र बाळं नाहीयेत.

मला तर काही कळतच नाहीये.''

''तो डेन नक्कीच लहान बाळ नाहीये,'' यलिथ बोलू लागली. ''तो आता बरा होऊ लागलाय ना, त्याला आता खूप प्रश्न पडत असतात. 'पेलिकन पाण्यात कुठल्या वनस्पती टाकतो, औषधी मलम कशाचं बनवतात...' असे प्रश्न तो विचारत असतो.''

इलिशेबा म्हणाली, ''अन् तो सँड आहे ना, त्याला ते मलम कुठून येतं, याची माहिती हवी होती. त्यांना खरंच फार प्रश्न पडतात हं!'' खळखळून हसत तिनं पुढे सांगितलं, ''तो सँडी विचारत होता, ह्या मरुवनाचा कारभार कोण चालवतं? कोणी महापौर असतो का? किंवा कुणाची या कामासाठी निवड केलेली असते का?''

या शब्दांना काही अर्थ नव्हता. इलिशेबानं सँडीला सांगितलं, ''जे सत्तेच्या मागे लागतात, ते लोभी असतात. त्यांना लाच, अनेक प्रकारच्या देणग्या हव्या असतात, आणि त्यासाठी ते गरिबांना लुटायला नेहमीच तयार असतात.'' तिनं त्याला हेही सांगितलं, ''शेम आम्हा सर्वांसाठी शिकार करतो, आणि मी वाइन बनवायला मदत करते.'' ती समाधानानं पुढे म्हणाली, ''तेवढं आम्हा सर्वांसाठी पुरेसं होतं. आम्हा सर्वांना खाण्यासाठी, आणि गरजू लोकांना देण्यासाठी, आमच्याकडे भरपूर अन्न असतं. मॅट्रेड एक आई म्हणून खूप चांगली आहे. तिची मुलं, मुली सगळेच खूप चांगले आहेत.''

''माह्ला आणि यलिथ या दोघींची अजून लग्नं व्हायची आहेत,'' मॅट्रेडनं भुणभुण केली.

नोहा म्हणाला, ''अगं, त्या दोघी अजून लहान आहेत.''

''पण मला वाटलं, त्या आवाजानं तुला सांगितलं असेल की...''

''अगं, माह्ला अन् यलिथबद्दल नाही सांगितलं गं. त्यांना मोठं होऊ दे ना जरा. तेवढा वेळ मिळू दे त्यांना.''

मॅट्रेड सूचकतेनं म्हणाली होती, ''माझ्या मते, माह्ला चांगली मोठी झालीय.''

यलिथ चांदण्यात उजळून निघालेल्या त्या थंडगार खडकावर बसली होती. आज संध्याकाळचं हे संभाषण तिच्या मनात अजूनही घोळत होतं. माह्लाचं वाढलेलं पोट आईच्या लक्षात आलं असेल की नाही?... ती विचार करत बसली होती. माह्लानं त्या नेफिलशी ठरवलेलं लग्न तिच्या आईनं अजून स्वीकारलं नव्हतं.

यलिथ आपल्याच विचारांत इतकी गढून गेली होती की, ताऱ्यांना तिचं लक्ष वेधून घेण्यासाठी सापासारखे फुस्कारल्याचे आवाज काढावे लागले.

६

ॲडनारेल आणि क्वांटम लीप

यलिथनं मान वर केली. तिला काही विचित्र प्राणी गोलाकार उभे असलेले दिसले. त्या वर्तुळाच्या मध्यावर माह्‌ला उभी होती. घाबरलेली, निस्तेज झालेली दिसत होती ती. तिच्या लांबसडक काळ्याभोर केसांनी तिची छाती अन्‌ सगळं अंगच झाकून टाकलं होतं. यलिथ खाली उडी मारून, ओरडत तिच्या बहिणीकडे झेपावणारच होती, पण तेवढ्यात जणू एक मजबूत हात तिच्या तोंडावर झाकला गेला अन्‌ त्या हातानं तिला त्या खडकावरच जखडून ठेवलं.

त्या प्राण्यांमधल्या नागानं शरीराचं वेटोळं सोडवलं, फणा पसरून तो उंच उभारला आणि ऐकू न येणाऱ्या संगीताच्या तालावर तो डुलायला लागला. थोड्या वेळानं तो उंचउंच ताणला जाऊन, त्याचे सुंदर फिके जांभळे पंख आणि नीलमण्यांसारखे डोळे दिसायला लागले. चांदण्यांचा प्रकाश त्या डोळ्यांवरून परावर्तित होत होता. तो नागरूपी नेफिल म्हणाला, "मी युजिएल... आता माझ्या भावंडांना बोलावतो. नामा!"

गिधाडानं त्याची उघडी मान उंच ताणायला सुरुवात केली. भलेमोठे काळे पंख, गोरापान चेहरा, त्यावरचे काळेभोर डोळे, सगळं हळूहळू दिसायला लागलं.

"रोफोकेल!"

डासाचं कर्कश स्वरातलं घोंगावणं ऐकू आलं... आणि मग तिथल्या वाळवंटात लालभडक पंखांचा, लालबुंद डोळ्यांचा नेफिल उभा राहिला.

"एयशेथ!"

सुसरीनं तोंड उघडून तिचे भयानक दात दाखवले. आता वाटलं, जणू ती स्वत:लाच गिळून टाकतेय... अचानक तिच्या तोंडातून एक उंच, पाचूसारख्या हिरव्या रंगाचे पंख, आणि त्याच रंगाचे डोळे असलेला नेफिल बाहेर पडला.

यलिथला जेव्हा तो ड्रॅगन/सरडा दिसला, तेव्हा तिच्या अंगाचा थरकाप उडाला.

"एब्लिस!"

तो त्याच्या अंगावरच्या खवल्यातून उसळून बाहेर आला... अत्यंत देखणा... अवाक करणारं रूप.

"एस्टॅएल!"

झुरळ तुरुतुरु चालत थोडं पुढे आलं, आणि ते फुटून धूळ उडाली. झुरळ विरत जाऊन त्याचा एक नेफिल बनला.

"इझिक़्वेन!" सापसुरळीचा नेफिल बनला.

"नेगर्सनेल!" पिसू.

"रुग्ज़िएल!" अळीचं रूप धारण केलेला नेफिल.

"रुमएल!" गोगलगायरूपी नेफिल.

"रुमजल!" लाल मुंगीरूपी नेफिल.

"एरट्रॅएल!" उंदीर.

एकामागून एक सगळे प्राणी गोऱ्यापान कांतीचे, विविधरंगी चमकत्या पंखांचे नेफिलिम बनले.

युजिएलनं हात उंचावून घोषित केलं, "मी, युजिएल, माझ्या सगळ्या नेफिलिम भावंडांच्या उपस्थितीत, नोहा आणि मॅट्रेड यांची शेवटून दुसरी मुलगी माह्ला, हिचा माझी पत्नी म्हणून स्वीकार करतो."

माह्ला संथ गतीनं त्याच्याजवळ गेली. त्यानं तिला आपल्या भव्य पंखांत लपेटून घेतलं.

यलिथला श्वास घुसमटल्यागत झालं, जणू फुप्फुसं पिळवटून निघाल्यासारखं वाटून तिनं जोरजोरात श्वास घेतले.

मग तिला नेफिलिमच्या वर्तुळाबाहेर आणखी एक वर्तुळ दिसलं.

रोज तिच्या माठात पाणी आणून भरणाऱ्या पेलिकननं स्वत:ला ताणून उंचावत नेलं, आणि एक उंच, चंदेरी केस अन् तसेच पंख असलेलं व्यक्तिमत्त्व प्रकट झालं. तो म्हणाला, "ॲलारिड!"

स्कॅरब किड्याच्या तांबूस कवचावर प्रकाश चमचमू लागला, आणि त्याच्यातून सोनेरी पंख असलेला, तुकतुकीत कांतीचा सेराफ प्रकट झाला. त्यानं नाव सांगितलं, "ॲडनारेल!"

एक पिवळसर तपकिरी रंगाचा, मानेभोवती भरपूर आयाळ असलेला सिंह त्याच्या मागच्या दोन पायांवर उभा राहून उंचावला, आणि त्याच्या सेराफ रूपात प्रकट झाला. "एरियल!" त्याच्या पंखांची सोनेरी टोकं चांदण्यात चमकत

होती.

नागाएवढ्या मोठ्या सोनेरी सापानं सेराफ रूपात प्रकट होताहोता आपलं नाव घोषित केलं, "अॅबॅस्डर्न!" हा सोनेरी साप तजेलदार कांतीचा होता, तो नेफिलरूपी नाग मात्र काळसर वर्णाचा होता.

ते सगळे सेराफिम, रूपं बदलताना एकामागून एक आपापली नावं घोषित करत होते. एक सोनेरी वटवाघूळ आकाशात उंच झेपावलं. "अॅबडिएल!"

एका पिसं फुलवलेल्या पांढऱ्या घुबडानं त्याचे गोल चंदेरी डोळे वटारले, अन् अचानक ते डोळे एका सेराफच्या चेहऱ्यावरचे चंदेरी डोळे बनले. त्याचे निळसर-चंदेरी पंख जणू आकाशाला टेकू लागले. "अॅकॅट्रिएल!"

एक वाऱ्यासारखा चपळ असलेला पांढरा चित्ता ओरडला, "अबूझोहर!"

एक केसाळ, मऊ उंदीर उंचावत ओरडला, "अॅक्सा!"

त्या उंदराच्या शेजारी असलेला वाघ उभा राहून उंचावत ओरडला, "अॅडाबिएल!"

काही क्षणांतच एक पांढरा उंट आणि एक जिराफ उंचावत म्हणाले,

"अॅडमिएल!"

"अॅडनाचिएल!"

सरतेशेवटी एक पांढरा हंस आकाशात उडाला, त्याचे पंख पांढरेशुभ्र झाले. तो मोठ्यानं म्हणाला, "आल्बिएल!"

त्यांची नावं ऐकताऐकता मन शांत होत होतं, त्या नावात जणू उपचारक शक्ती होती.

सेराफिम लोकांचं वर्तुळ नेफिलिमच्या वर्तुळाबाहेर असलं तरीही त्यांनी जेव्हा आपापले पंख पूर्ण पसरले, तेव्हा त्यांच्या पंखांची टोकं एकमेकांना टेकत होती.

सगळे नेफिलिम मागे वळले. आता ते सेराफिमच्या समोरासमोर उभे ठाकले. नेफिलिम लोकांनीदेखील पंख पसरले, तेव्हा त्यांच्याही पंखांची टोकं एकमेकांना टेकली.

"भावांनो," अॅलारिड म्हणाला. "तुम्ही अजूनही आमची भावंडं आहात."

युजिएलनं त्याचे फिक्कट जांभळे पंख अॅलारिडच्या चंदेरी पंखांना भिडवले, आणि सांगितलं, "मुळीच नाही. आम्ही तुमच्यावर आणि तुमच्या विचारांवर बहिष्कार टाकला आहे. हा ग्रह आमचा आहे, अन् त्यावरचे सगळे लोकही आमचेच आहेत. तुम्ही इथे का राहता, आम्हाला माहीत नाही."

अॅलारिडनं ठामपणे उत्तर दिलं, "कारण, तुम्ही कितीही गाजावाजा करून आमच्यावर बहिष्कार टाकलेला असला, तरीही आपण अजूनही भावंडंच आहोत,

आणि ते तर कधीही बदलता येणार नाहीये.''

क्षणभर युजिएल नेफिल न वाटता, अधिक प्रमाणात नागच वाटला. यलिथनं तोंडातून बाहेर पडू पाहणारी किंकाळी रोखून धरली. बुटकीशी, नाजूक माह्ला अजूनही त्या वर्तुळाच्या मध्यावरच उभी होती. सुरक्षेसाठी फक्त तिच्या केसांचं आवरण तिच्या अंगावर होतं.

ड्रॅगन/सरडा या रूपाच्या सतत आतबाहेर करणाऱ्या, चमचमत्या एब्लिसनं त्याचे पंख एरिअलच्या पंखांना भिडवून म्हटलं, ''आम्ही आमची निवड केली आहे. आम्ही स्वर्गाचा शपथपूर्वक त्याग केला आहे.''

''मग ही पृथ्वी तुमची कधीही होऊ शकणार नाही,'' एरियल सिंहाचं रूप धारण करत म्हणाला. एक मोठी गर्जना करून तो दौडतदौडत क्षितिजापार जाऊन दिसेनासा झाला.

चमकत्या पंखांचा मोठा फडफडाट होऊन दोन्ही वर्तुळं मोडली. यलिथनं डोळे घट्ट मिटून घेतले, आणि जेव्हा तिनं डोळे उघडले, तेव्हा तिला तिथे फक्त उंच, जांभळट पंखांचा नेफिल दिसला. त्यानं माह्लाभोवती आपला हात हळुवारपणे वेढून घेतला होता...माह्ला, मरुवनातल्या इतर स्त्रियांएवढीच लहानखुरी होती, पण ती जेमतेम युजिएलच्या कमरेपर्यंत पोचत होती.

यलिथ त्या खडकावरच गोठून गेल्यागत बसून राहिली. युजिएलनं पंख पसरले, माह्लाला काळजीपूर्वक लपेटून घेतलं. यलिथला दगडाचा किंचितसा वास आल्याचा भास झाला. मग एकदम लखलखाट झाला; पण हा लखलखाट एकशिंगी घोड्यासारखा तेजस्वी नव्हता, तर जणू काळोखच चमकला होता! रात्रीच्या अंधाराहूनही काळपट होता तो. मग तिच्या समोरचं वाळवंट एकदम रिकामं झालं. माह्ला आणि युजिएल निघून गेले होते.

ती घाबरून किंचाळली.

''ए चिमुरडे,'' एक सौम्य आवाज तिच्या मागून ऐकू आला. ''का घाबरलीस गं?''

तिनं मागे वळून पाहिलं. एब्लिस होता तो. त्याचे जांभळट पंख उंचावलेले होते. रात्रीच्या आकाशाच्या पटलावर ते पंख मिसळून गेले होते.

''माह्ला...'' ती बोलू लागली. ''मला माह्लाची काळजी वाटते आहे, अन् भीतीसुद्धा वाटतेय.''

''का घाबरतेस गं राणी? युजिएल तिची चांगली काळजी घेईल. मी जशी तुझी काळजी घेणार आहे ना, अगदी तशीच. काहीतरी भयंकर घडणार असल्याची अफवा मरुवनात पसरली आहे. बहुतेक ज्वालामुखीचा उद्रेक होण्याची शक्यता आहे, किंवा डोंगर कोसळेल, आधी कधीही झाला नव्हता असा भीषण भूकंप

होईल... नुसतेच बारीकसारीक हादरे बसणार नाहीत, तर जमिनीची उलथापालथ होईल.''

ती मान डोलावून म्हणाली, ''माझ्या बाबांनाही चिंता वाटतेय, पण आपण काय करू शकतो? जर ज्वालामुखी उसळणार असेल, तर आपण कुठल्याही मार्गानं ते थोपवू शकत नाही.''

''नाही. आणि त्यापासून पळूनही जाऊ शकणार नाही. पण मी तुझं रक्षण करीन.''

''कसं?''

''अगं, नेफिलिमना खास शक्ती प्राप्त झालेली असते. तू जर माझ्यासोबत आलीस, तर मी तुला अगदी सुरक्षित ठेवीन.''

''तुझ्यासोबत येऊ? कुठे?''

''मी तुझ्यासाठी सुंदरसुंदर गोष्टींनी सजलेलं घर बनवीन. मग तुला प्राण्यांचा वास येत असलेल्या खरबरीत कातड्यावर झोपावं लागणार नाही. तू आत्तापर्यंत कधीही चवसुद्धा घेतली नसेल, असं चविष्ट जेवण आणि वाइन देईन. चल, माझं सुंदरसं रत्नच आहेस गं तू... चल ना माझ्यासोबत.''

''केव्हा...'' ती अडखळायला लागली.

''आत्ता. आज रात्री.''

तिला नुकतीच पाहिलेली ती दोन वर्तुळं आठवली, एक नेफिलिमचं, आणि दुसरं सेराफिमचं. एब्लिस तिला संरक्षण देऊ करत होता, एरिअल नव्हे. माह्ला युजिएलसोबत गेली होती, ॲलारिडसोबत नव्हे. तिनं विचारलं, ''माझ्या कुटुंबाचं काय? आणि माझ्या जुळ्यांचं?''

''फक्त तूच,'' एब्लिस म्हणाला. ''माझ्या खास शक्तींची मर्यादा फक्त तेवढीच आहे.''

तिनं वर ताऱ्यांकडे पाहिलं. डोकं हलवून ती म्हणाली, ''जुळ्या डेनला अजूनही माझी गरज आहे.''

एब्लिस म्हणाला, ''प्रेम नेहमीच संयमी असतं. मी तुझी वाट पाहीन. मला मात्र मनापासून वाटतंय, शेवटी तू माझ्याकडेच येशील.'' त्यानं तिच्या मऊशार तकाकी असलेल्या केसांवरून हात फिरवला. त्याच्या त्या स्पर्शात सुखद अनुभूती होती.

तिनं डोळ्यांची उघडझाप केली, आणि ती बराच वेळ ताऱ्यांचे आकृतिबंध निरखत राहिली. तिथे आजोबांच्या तंबूत झुकून अभिवादन करणारा सँडी दिसतोय, जखमांच्या वेदना असह्य झाल्याने ओरडत तिचा हात घट्ट पकडणारा डेनीस दिसतोय, असं तिला वाटू लागलं.

तिच्या केसांवरून पुन्हा एकदा हात फिरवत एब्लिस म्हणाला, ''मी वाट पाहीन.''

• • •

जॅफेथ डेनीसला भेटायला आला होता. त्यानं काळजीपूर्वक त्याच्या जखमा तपासल्या. उरल्यासुरल्या खपल्यांना हात लावून चाचपून पाहिलं. अजूनही चिकटून राहिलेला, जुन्या त्वचेचा एक पातळ पापुद्रा अगदी हलकेच ओढून काढत तो म्हणाला, ''तू आता आणखी बरा झालायस.''

''खूपच बरा झालोय,'' डेनीस हसून म्हणाला. आता हसल्यावर त्याच्या चेहऱ्याच्या होरपळलेल्या त्वचेला आधीसारख्या भेगा पडत नव्हत्या. त्यानं सांगितलं, ''मी रात्री यलिथ आणि ओहोलिबामासोबत बाहेर जातो, आणि आम्ही ताऱ्यांचं बोलणं ऐकतो.''

''तुला ताऱ्यांचं बोलणं ऐकू येतं, ही तर चांगलीच गोष्ट आहे की,'' जॅफेथ डेनीसच्या शेजारी कातड्यांच्या ढिगावर बसत म्हणाला. त्यानं त्याचे हात त्याच्या सावळ्या तांबूस गुडघ्यांवर ठेवले होते. वाइन बनवताना त्याच्या हातांवर जांभळे डाग पडले होते.

डेनीस जरा वैतागानं म्हणाला, ''ते तारे मला शांतता प्रस्थापित करायला सांगत असतात. म्हणजे, मला तारे तसं सांगतायत असंच वाटतं.''

मान डोलावत जॅफेथ म्हणाला, ''ओहोलीनं सांगितलं मला. अं... माझे आजोबा आणि बाबा यांच्यातली शांतता. तू माझ्या बाबांशी, त्यांच्या आजोबांशी असलेल्या भांडणाबद्दल, बोललास का?''

''हो, एकदा ते मला भेटायला आले असताना बोललो होतो. अरे, पण त्यांचं भांडण नक्की कशाबद्दल आहे, ते मला कळलंच नाहीये.''

जॅफेथनं सरळ सांगून टाकलं, ''पाणी. मरुवनातली जवळजवळ सगळी भांडणं पाण्यावरूनच होतात. आजोबांच्या मालकीच्या विहिरी इथल्या सगळ्यांत उत्तम आणि खोल विहिरी आहेत. आता म्हातारपणामुळे ते त्यांच्या स्वतःच्या बागेकडे, आणि वनराईकडे तितकंसं लक्ष देऊ शकत नाहीत.''

''पण तुम्हाला गरज असेल तेवढं सगळं पाणी ते तुम्हाला त्यांच्या विहिरींमधून घेऊ देतात, हो ना?''

जॅफेथ सुस्कारा टाकून हसत म्हणाला, ''अरे डेन, ते इतकं जुनं अन् मूर्खासारखं भांडण आहे ना... ते दोघेही त्याबद्दल विसरून गेले असतील, असंच मला वाटतं. दोघेही अतिशय हट्टी आणि हेकेखोर आहेत.''

''तुझे आजोबा... कसे आहेत रे ते? म्हणजे, ते एवढे म्हातारे आहेत,

मग सँडीची व्यवस्थित काळजी घेऊ शकतात का ते?''

''हो हो, अगदी नक्की. लेमेकआजोबादेखील आईसारखेच आतिथ्यशील आणि प्रेमळ आहेत, आणि अगदी सौम्य स्वभाव आहे त्यांचा. त्यांनीच मला अन् यलिथला ताऱ्यांचं बोलणं ऐकायला, वाऱ्याची भाषा समजून घ्यायला, आणि एलवर प्रेम करायला शिकवलं.'' पुन्हा एक सुस्कारा सोडून तो म्हणाला, ''ए डेन... मी तुला आमच्या कौटुंबिक कलहात सामील करून टाकलं... माफ कर हं.''

डेनीसदेखील काही न बोलता नुसताच सुस्कारला. त्यानं वर आकाशाकडे पाहिलं. तिथल्या ताऱ्यांनी त्याला या कौटुंबिक कलहात आधीच ढकलून दिलं होतं.

त्याचं अंग शहारलं.

• • •

आता लेमेकआजोबा आणि हिगेयॉन मिळून सँडीला दिवसाच्या उजेडात बाहेर नेऊ लागले होते. अर्थात थेट रणरणत्या उन्हात नाही, पण घनदाट वनराईच्या सावलीत ते त्याला घेऊन जात असत. सँडीसुद्धा आता डेनीससारखाच नुसतंच कमरेला लंगोटीवजा कातडं गुंडाळून फिरत असे. त्याची अंतर्वस्त्रं नीट घडी करून त्याच्या इतर वस्तूंसोबत ठेवून दिली होती ... न जाणो पुन्हा गरज पडली तर असावीत म्हणून. ते कमरेचं कातडं वाळूने घासूनघासून स्वच्छ करता येत असे, आणि खराब झाल्यावर ते फेकून देऊन नवं कातडं वापरण्यात येई. नुसतंच कातडं गुंडाळल्यानं मोकळंढाकळं वाटून त्याला ते आवडायला लागलं होतं. त्याची स्वत:ची त्वचा आता सुधारली होती आणि आता ती हळूहळू गुलाबीसर दिसायला लागली होती.

ॲडनारेल जवळजवळ रोज लेमेकआजोबांच्या तंबूत यायचा. सँडीची ताकदही आता हळूहळू वाढायला लागली होती, आणि आता त्याला त्याच्या घरच्या पलंगावर जाग येणार नाहीये, ही गोष्ट त्यानं मान्य करून टाकली होती. आता त्याला आजूबाजूचं भान यायला लागलं होतं. ह्या लहानखुऱ्या, पुरातनकालीन माणसानं मायेनं केलेल्या देखभालीची त्याला जाणीव होऊ लागली होती.

एक दिवस सकाळची न्याहारी आटोपल्यावर सँडी लेमेकआजोबांना म्हणाला, ''लेमेकआजोबा, आता मी पुष्कळच बरा झालोय, मग आता मी नुसतं बसून फुकटचं हादडणं थांबवायला हवं.''

प्रश्नार्थक चेहऱ्यानं त्याच्याकडे बघत आजोबांनी विचारलं, ''म्हणजे काय

रे बाबा?''

"अहो, म्हणजे मी तुम्हाला काय मदत करू शकतो? मी आत्तापर्यंत कधीही स्वयंपाक केलेला नाहीये, पण मला करण्यालायक असं बाहेरचं काही काम असेलच ना? आमच्या घरी मी अन् डेनीस लाकडं फोडायचो, अंगणातली वाढलेली हिरवळ कापून बारीक करायचो, आणि आमचा भाज्यांचा एक मोठा बगीचाही आहे.''

बागेच्या उल्लेखाने लेमेकआजोबांचे डोळे चमकले. ते म्हणाले, "माझासुद्धा भाज्यांचा बगीचा आहे, आताशा माझं दुर्लक्षच होतं त्याकडे. हिगेयॉन मला झाडांना पाणी घालायला मदत करतो, पण आता खूप जास्त वेळ काम करणं मला झेपत नाही, वय झालंय ना माझं... आणि आता तर तिथे खूपच तण माजलंय, त्यामुळे झाडं नीट वाढत नाहीत.''

"अहो, मग मी करतो ना ते काम.'' सँडी ओरडला. "अहो, डेनीस अन् मी बागकामात अतिशय तरबेज आहोत.''

लेमेकआजोबांच्या सुरकुतलेल्या चेहऱ्यावर मनमोकळं हसू उमललं. ते म्हणाले, "इतकी घाई करू नकोस बेटा. अगदी पहाटे, आणि सूर्य मावळतीकडे कलल्यानंतर संध्याकाळची वेळ, ही बागेत काम करायची योग्य वेळ असते.''

"ओह...''

आजोबांना हसू आलं. ते हसत म्हणाले, "अरे, भर दिवसा बागेत काम करणं तुलाही नकोसंच होईल, नाहीतर तुला पुन्हा सूर्याच्या तापदायक उन्हाचा त्रास होईल. सूर्य पाम वृक्षांच्या मागे गेला ना, की मग मी तुला माझी बाग बघायला घेऊन जाईन. सँड, माझ्या बाळा, तुझे खरंच खूप खूप आभार हं! तुला एलनंच माझ्याकडे पाठवलंय रे ...माझी खात्रीच आहे तशी.''

"अहो... एवढं तर मी नक्कीच करू शकतो हो,'' सँडी म्हणाला.

संध्याकाळ होऊ लागली, सूर्याची किरणं तिरपी झाली. लेमेकआजोबा अन् हिगेयॉन त्याला घेऊन निघाले. एक लहानशी वृक्षराजी मागे टाकून ते पुढे असलेल्या बागेत गेले. बाग बघून सँडीच्या लक्षात आलं की, इथे मदतीची खरंच फार गरज आहे. खूपच जास्त तण पसरलं होतं, असलं एवढं मोठ्या आकाराच्या जातीचं तण सँडीनं आत्तापर्यंत पाहिलंच नव्हतं. बरंचसं तण भाज्यांच्या झुडपांपेक्षाही उंच वाढलं होतं. हे तर अगदी पूर्ण वेळ खाणारं काम होतं. तण असलेली एक वनस्पती उपटून काढायचा प्रयत्न केल्यावर त्याच्या लक्षात आलं की, त्या तणाची मुळं जमिनीत खोलवर रुजली आहेत. त्यानं एक टोकदार दगड शोधून काढला, आणि त्या दगडानं तो माती उकरायला लागणारच होता, पण तेवढ्यात लेमेकआजोबांनी त्याला थांबवलं.

"अशी कष्टाची कामं करण्यासाठी तुझं शरीर अजून तयार नाहीये, आणि अजूनही गरमी आहेच. उद्या पहाटे एखादा तासभर तू इथे येऊ शकतोस."

"बरं, ठीक आहे. बागेत काम केलं ना की मला जरा घरी असल्यासारखं वाटेल." लेमेकआजोबांच्या मंजुरीचा काहीच प्रश्न नव्हता; पण तो आजोबांना काहीतरी मदत करू शकणार आहे ह्या जाणिवेनं त्याला अत्यंत आनंद झाला होता. त्यांनी किती मायेनं त्याची शुश्रूषा केली होती! मग आता तो त्यांच्यासाठी काहीतरी करू शकणार होता... खूप खूश झाला तो. एवढं जोमानं वाढलेलं तण असूनदेखील तो मळा मात्र अगदी छान बहरलेला होता. इतकी समृद्ध बाग त्यानं कधी पाहिलीच नव्हती... या भाज्या गोठवणं किंवा हवाबंद डब्यात साठवून ठेवणं शक्यच नव्हतं. सँडीला त्याबद्दल हळहळ वाटली.

"यातलं काहीकाही आम्ही उन्हात वाळवून ठेवतो." लेमेकआजोबांनी लालचुटुक अंडाकृती फळं लगडलेल्या, पानांनी बहरलेल्या, उंच रोपांच्या ओळीकडे बोट दाखवलं, आणि मग त्यांनी वांग्यासारख्या दिसणाऱ्या जांभळ्या फळांच्या झुडपाकडेही निर्देश केला. सँडीनं आत्तापर्यंत इतके बुटके लोक पाहिले नव्हते, पण त्यांची या वाळवंटातली झाडं मात्र त्याच्या घरच्या झाडांच्या दुप्पट उंच होती. आजोबा पुढे सांगू लागले, "या भाज्या अशा वाळवून ठेवल्या की, मग त्या हिवाळ्यात सूपमध्ये, रश्श्यात घालून खाता येतात. माझ्या फळबागासुद्धा आहेत. त्यांतल्या झाडांची नीट छाटणी करायला हवीय, झाडांवरची फळं तोडून गोळा करायला हवी आहेत. तसं जॅफेथ आणि ओहोलिबामा त्यांना जेव्हा जमेल तेव्हा येऊन मला मदत करतात म्हणा ...पण त्यांना माझ्या मुलाच्या द्राक्ष-मळ्यातसुद्धा खूप काम असतं. आता मला वयामुळे शेतीचं काम करता येणार नाही, ही गोष्ट मला मान्य करावी लागली, अन् नेमका तेव्हाच तू देवानं धाडल्यासारखा आलास...हे नक्की स्वर्गातच ठरलं असणार." त्यांच्या चेहऱ्यावर आनंद ओसंडला होता.

सँडीलाही आजोबांच्या आनंदाची लागण झाली होती. आता कंटाळून जायलासुद्धा वेळ उरणार नव्हता.नव्हता, आणि भरपूर काम असलं तर घरी जाण्याबद्दल चिंता करत बसायला जास्त वेळ मिळणारच नव्हता.

एक दिवस सकाळी ॲडनारेलनं सँडीला सांगितलं, "तो डेन आता खूपच बरा झालाय."

मान तुकवून सँडी म्हणाला, "छान! पण तू आम्हाला, आम्ही दोघं जणू एखाद्या दुर्मीळ जातीचे असल्यागत, तो सँड, तो डेन असं का म्हणतोस?"

ॲडनारेल खळखळून हसला, आणि म्हणाला, "अरे, जॅफेथ म्हणतो ना, ते ऐकून मीसुद्धा तसं म्हणायला लागलो. हां... पण जॅफेथसाठी मात्र 'तो सँड'

आणि 'तो डेन' हे खरंच दुर्मीळ जातीचेच आहेत हं. या मरुवनात किंवा आसपासच्या इतर मरुवनांतदेखील तुमच्यासारखे कुणीही दिसत नाहीत. हं...छान! डोकं झाकून घेतलंय, हे छान केलंस'' सँडीच्या डोक्यावरच्या वाळक्या गवताच्या हॅटकडे बघत ॲडनारेलनं संतोषानं मान डोलावली. एकदा रात्रीचा दिवा घेऊन आलेल्या मॅट्रेडनं ही हॅट त्याला आणून दिली होती. ॲडनारेल बोलत होता, ''तू बागेत खूप मेहनतीचं काम करतो आहेस, असं लेमेकआजोबांनी मला सांगितलं.''

सँडी त्याची हॅट डोक्यावर घट्ट दाबून बसवत म्हणाला, ''हे तण जरा वेगळंच आहे. आमच्या घरच्या बागेतही तण उगवतं, पण ते असं नसतं. पण आता मी ते हळूहळू काढून टाकतो आहे. अगदी थोडंथोडंच काढतो. ए...मला सांग, तुझं नाव आहे ना... ॲडनारेल... त्याला काही अर्थ आहे का?''

''त्याचा अर्थ असा की, मी ह्या विश्वाची निर्मिती करणाऱ्याचा सेवेकरी आहे.''

''अच्छा... तू कधीकधी आत्ता आहेस तशा, म्हणजे ॲडनारेलच्या रूपात असतोस, आणि कधीकधी मात्र स्कॅरब किड्याच्या रूपात असतोस, असं का बरं?'' सँडीच्या खांद्याला खाज सुटल्याने तो तिथे खाजवू लागला. तिथल्या त्वचेचे अजूनही पातळ पापुद्रे निघतच होते. त्यानं स्वतःला आवर घातला, आणि खाजवणं थांबवलं.

ॲडनारेल म्हणाला, ''अं... तुला समजेल की नाही, मला माहीत नाहीये. अरे, स्कॅरब किडा हे माझं पृथ्वीवरचं यजमान-शरीर आहे.''

''अरे, पण तुला त्याची काय गरज आहे?''

सुस्कारा टाकून ॲडनारेल म्हणाला, ''तुला कदाचित समजणार नाही, असं मी म्हटलंच होतं.''

अपमान झाल्यागत सँडी मोठ्यानं म्हणाला, ''ए... आमच्या कुटुंबात मी अन् डेनीस अगदी अति-बुद्धिमान नसलो तरी, अगदीच मठ्ठही नाही आहोत हं!''

''हो रे, खरंय.'' ॲडनारेलला ते पटलं. तो पुढे म्हणाला, ''आणि बहुतेक तुला हेदेखील समजत असेल की, ऊर्जा आणि भौतिक पदार्थ हे एकमेकांत रूपांतरित होऊ शकतात.''

''हो, नक्कीच. अरे, आमचे आई-बाबा शास्त्रज्ञ आहेत.''

''दुसऱ्या बाजूनं विचार केला तर, जिथे माझ्यासारख्या लोकांना सगळेजण एकतर विसरून गेलेत, नाहीतर आमचं अस्तित्वच नाकारलं जातंय, अशा काळात आणि अशा ठिकाणी तुम्ही राहताय. अगदी निकडीची गरज निर्माण

झाल्याशिवाय, तुम्हीही एकशिंगी घोड्याच्या अस्तित्वावर विश्वास ठेवलाच नव्हता.''

सँडीनं नकळत त्याचा दंड खाजवला, त्वचेचे अगदी छोटेछोटे पापुद्रे उडून जमिनीवर पडले. त्यानं विचारलं, ''तू जेव्हा स्कॅरब किड्याच्या शरीरात असतोस, तेव्हा आम्ही जे बोलतो ते सगळं तुला समजतं का?''

''हो. अगदी सगळं.''

''अरे, मग तू बाहेर येण्याचा उपद्व्याप कशाला करतोस?''

''मी स्कॅरब किड्याच्या शरीरात असतो ना, तेव्हा मला त्याच्या मर्यादा स्वीकाराव्याच लागतात.''

सँडी म्हणाला, ''डेनीस असला ना की तो वेगवेगळ्या कल्पना सुचवतो. त्यामुळे तो असला, की मी नीट विचार करू शकतो. मी त्याला पुन्हा केव्हा भेटू शकेन?''

''तो दुसरीकडे हलवण्यायोग्य झाला, की मग लगेचच. लेमेकआजोबा त्याला त्यांच्या तंबूत ठेवून घ्यायला तयार आहेत. त्यांच्या तंबूत जरा जास्त शांतता असते, आणि नोहाच्या तंबूसारखा गजबजाटही नसतो.''

सुस्कारा टाकून सँडी म्हणाला, ''सगळेजण माझ्याशी खूप दयाळूपणे वागले आहेत. तूसुद्धा.''

ॲडनारेल हसला खरा; पण त्याचा चेहरा मात्र गंभीर दिसत होता. त्याचं हसूसुद्धा ओढूनताणून आणल्यागत वाटत होतं. तो म्हणाला, ''तुम्ही दोघं इथे कशाला आलेले आहात, हे मात्र आम्हाला अजूनही कळलं नाहीये. तुमच्या इथे येण्यामागे नक्कीच काहीतरी हेतू असणार, पण नेमकं तेच आम्हाला कळत नाहीये.'' त्याच्या डोळ्यांतून सोनेरी ठिणग्या सँडीकडे भिरकावल्या गेल्यासारखं वाटलं. ''तुला माहितीये ते?''

''मला माहीत असतं तर किती बरं झालं असतं. तो निव्वळ आमच्या मूर्खपणामुळे घडलेला एक अपघात होता'' सँडी म्हणाला.

''मला मात्र संशयास्पद वाटतंय.''

• • •

नोहा पुन्हा डेनीसला भेटायला आला. तो म्हणाला, ''तू आता जवळजवळ पूर्ण बरा झालायस, असं मला सांगितलं गेलंय.''

''हो. धन्यवाद!''

''तुला आता इथून हलवून दुसरीकडे नेण्यास हरकत नाही, असं ओहोलिबामानं

मला सांगितलंय.''

डेनीसच्या अंगावर जणू भीतीची एक मोठी लाट उसळून आली. ''दुसरीकडे नेणार? कुठे?'' त्यानं विचारलं.

''माझे बाबा आहेत ना, लेमेक, त्यांच्या तंबूत. तिथे तुला तुझा भाऊही भेटेल.''

त्याची भीती नाहीशी झाली. तो म्हणाला, ''मला आवडेल. इथून फार लांब आहे का?''

''अर्धं मरुवन पार करावं लागतं.''

तंबूचा पडदा बाजूला सारून खोचून ठेवला होता. त्यातून आणि छताच्या भोकातून डेनीसला ताऱ्यांचं बोलणं ऐकू येत होतं. ते तारे जणू किणकिणत त्याला काही सांगू पाहत होते. त्यानं नोहाला विचारलं, ''तुम्ही स्वत: मला घेऊन जाणार आहात का?''

आपली दाढी किंचित खाली ओढत नोहा म्हणाला, ''मी माझ्या वडिलांच्या तंबूकडे जात नाही.''

''मला कळतच नाहीये.''

''हवंतर त्यांनीच यावं माझ्याकडे.''

''का? तुम्ही त्यांचा मुलगा आहात ना?''

''ते म्हातारे झालेत. त्यांच्या जमिनीची, जशी करायला हवी तशी देखभाल ते आता करू शकत नाहीत.''

''माफ करा नोहाबाबा; पण तुम्ही त्यांना मदत का करत नाही, ते मला अजूनही कळत नाहीये.''

नोहा त्रासिक आवाजात म्हणाला, ''तुला सांगितलं ना... मला द्राक्ष-मळ्यात खूप वेळ काम करावं लागतं. त्यांचे नसते फाजील लाड पुरवत बसायला मला वेळ नाहीये.''

''अहो, तुमच्या बाबांशी बोलणं म्हणजे त्यांचे फाजील लाड पुरवणं असतं का? असंच म्हणता ना तुम्ही? मला अन् सँडीलाही आमच्या बाबांचा राग येतो. त्यांचं सगळं लक्ष आमच्या मोठ्या बहिणीकडे आणि छोट्या भावाकडेच लागलेलं असतं. ते अति-बुद्धिमान आहेत ना... आणि आम्ही तर नुसतेच सामान्य ... पण जरी राग आलेला असला, तरीही ते आमचे बाबा आहेत हो.''

''बरं, मग?''

''आम्ही जेव्हा घरी जाऊ ना, तेव्हा आमच्या बाबांना खूप सारं स्पष्टीकरण द्यावं लागणार आहे आम्हाला. ते बहुतेक खूप चिडतील आमच्यावर.''

“का रे?”

“अं... ते काहीतरी काम करत होते, आणि आम्ही त्यांच्या चालू कामात मधेच ढवळाढवळ केली.”

“तू काय बोलतोयस, मला कळतच नाहीये.”

“अहो, ते मलाही नीटसं कळलेलं नाहीये,” डेनीसनं मान्य केलं. तो पुढे म्हणाला, “मुख्य मुद्दा हा आहे, की आम्ही घरी गेल्यावर आम्हाला आमच्या बाबांशी बोलावंच लागणार आहे. ते टाळायचा प्रयत्न करणं हा आणखी मोठा मूर्खपणा होईल.”

“बरं, पण तू मला हे सगळं का सांगतोयस?”

“अं... तुम्ही तुमच्या बाबांशी बोलावं, असं मला खरंच मनापासून वाटतंय.”

“हुं.”

“मला उगाच आगाऊपणा करायचा नाहीये; पण मला तरी वाटतंय, हा तुमच्यातला विहिरींबद्दलचा, आणि इतर तसलाच वाद एवढा जास्त काळ लांबलाय, की आता त्या वादाला काही अर्थच उरला नाहीये. ते म्हातारे आहेत, आणि तुम्ही त्यांच्यापेक्षा लहान आहात, त्यामुळे नमतं घेण्याची ताकद तुमच्याकडेच असायला हवी.”

“नमतं घेणं, माघार घेणं, म्हणजे ताकदवान असणं?”

“हो, अर्थातच. अहो, माफी मागण्यासाठी खूप मोठं धैर्य असावं लागतं. आम्ही घरी गेलो की, मग मला अन् सँडीला आमच्या बाबांची माफी मागावी लागणारच आहे.”

“पण मग माफी मागायचीच कशाला?” नोहा गुरकावून बोलला.

“अहो, माफी मागेपर्यंत आमच्यातले संबंध पुन्हा पूर्वीसारखे होणारच नाहीत.”

चिडचिड करत नोहानं त्याला बजावलं, “हे बघ, मी काय करायचं ते शिकवण्यासाठी तू फार लहान आहेस. अरे, आम्ही तुला आसरा दिला नसता, तर तू आज जिवंतही राहिला नसतास.”

“हो, अगदी खरंय, आणि मी त्यासाठी अतिशय कृतज्ञ आहे. तुमचे आभार मी शब्दांत व्यक्त करू शकत नाही.” ताऱ्यांचा किणकिणाट पुन्हा डेनीसपर्यंत पोचला. तो म्हणाला, “नोहाबाबा, तुम्ही प्लीज तुमच्या बाबांकडे जाऊन त्यांना भेटा हो... आणि त्यांचा मृत्यू होण्याआधी त्यांच्याशी समेट करून टाका. तुम्हा दोघांची मनं शांत होतील.”

नोहा गुरगुरत उठला, आणि तंबूच्या बाहेर निघून गेला.

डेनीस तंबूच्या दारातून दिसणाऱ्या आकाशाच्या मखमली तुकड्याकडे

पाहत राहिला. तारे शांतपणे चमचमत होते.

• • •

कुठल्याशा, लहान बोरांसारख्या, लालबुंद फळांचा रस लाल केसवाल्या टिग्लानं तिच्या ओठांवर, गालांवर चोपडला. तिनं एक लाकडी कांडी एका बाजूने तासून त्या कांडीचा ब्रश बनवला होता. तिच्या कुरळ्या दाट केसांमधून तिनं तो ब्रश फिरवला. तिनं केसातला सगळा गुंता बोटांनी आधीच सोडवला होता. केसांवर छान तकाकी येण्यासाठी ती या ब्रशचा वापर करत असे.

'... मी खरंच खूप सुंदर आहे. माझे केस माझ्या नेफिलच्या पंखांसारखेच लाल आहेत. आम्ही दोघं एकत्र असलो की, अतिशय सुंदर दिसतो...' ती मनात विचार करत होती.

एक डास तिच्या कानाजवळ कर्कश सुरात गुणगुणू लागला, तिच्या मानेवर बसून तो डास तिला हलकेच चावला.

"आउच!" ती वैतागून बोलली, "हे असं का केलंस तू?"

आता तो डास गायब होऊन त्या जागी लालभडक पंखांचा एक नेफिल तिच्या समोर उभा ठाकला. तो म्हणाला, "कारण तू खरोखर अतिशय सुंदर आहेस. तू इतकी सुंदर आहेस ना... मी तुला खाऊ शकेन."

तिच्या डोळ्यांत पाणी आलं. तिनं विनवणी केली, "रोफोकेल, मला चावू नकोस ना!"

तो नेफिल खदाखदा हसला, आणि म्हणाला, "अगं, तो तर अगदी हलकासा चावा होता गं. बरं... ए छोट्याशा टिग्ला, ऐक ना... तुझ्या वडिलांनी आणि भावानं तुमच्या तंबूबाहेर फेकून दिलेला छोटा राक्षस तुला पुन्हा कुठे दिसला का गं?"

"नाही. मला वाटतं, नोहाच्या तंबूतल्या बायका त्याची सेवाशुश्रूषा करतायत."

"म्हणजे... तुझी बहीण?"

हसून टिग्ला म्हणाली, "अरे, नाही रे बाबा... अगदी मला स्वत:ला जरी देखभालीची गरज लागली, तरी मी त्यासाठी ॲनावर मुळीच विसंबणार नाही. त्या लहान वयाच्या आहेत ना, ओहोलिबामा अन् यलिथ, त्या त्याची काळजी घेतायत. त्यांना औषधी मलमाची गरज भासल्यावर, मग तेव्हाच ॲना त्यांच्या उपयोगी पडते, आणि..."

"अगं पण मुळात तो तुमच्या तंबूत आलाच कसा?" तिचं वाक्य तोडून त्यानं विचारलं.

ओठांचा चंबू करून ती म्हणाली, "ते मला कसं माहीत असणार? मी एकशिंगी घोड्याला बोलावलं होतं, आणि अचानकच हा निस्तेज पडलेला छोटा राक्षसही तिथे उद्भवला. घरच्यांनी त्याला फेकून दिलं तेव्हा मला वाईट वाटलं होतं रे! त्याच्याशी बोलायची संधी मिळाली असती, तर मला आवडलं असतं."

"टिग्ला, ए सुंदरी, मी जे काही सांगीन ते सगळं तू करशीलच, करशील ना?"

"हो, पण माझी इच्छा नसलेलं काम मात्र मला करायला सांगू नकोस, म्हणजे झालं."

"ऐक ना... तू त्या छोट्या राक्षसाला नीट जाणून घ्यावंस, अशी माझी इच्छा आहे. तो कुठून आलाय, इथे कशासाठी आलाय, हे सगळं शोधून काढ. माझ्यासाठी एवढं करशील ना?"

"हो, आनंदानं करीन."

रोफोकेलनं तिला ताकीद दिली, "फार जास्त आनंदानं नाही हं. त्यानं तुझ्याकडे आकर्षित व्हावं, अशी माझी इच्छा आहे; पण तू मात्र त्याच्याकडे आकर्षित झालेली मला अजिबात चालणार नाही हं. तू माझी आहेस, हो ना?"

तिनं मान उंचावून त्याच्या ओठांवर ओठ टेकवले. त्याचे ओठही तिच्यासारखेच लालबुंद होते, पण त्याच्या ओठांवर मात्र कुठल्याही लाल फळांचा रस चोपडलेला नव्हता.

"माझी," रोफोकेल गुरगुरत म्हणाला, "माझी, माझी माझी."

• • •

संध्याकाळच्या थंड हवेत सँडी बाहेर येऊन एका जुन्या अंजिराच्या झाडाच्या, जमिनीवर आलेल्या मुळावर बसला होता. ते मूळ चांगलंच मोठं असल्यामुळे त्याचा बाकासारखा वापर करता यायचा. हिगेयॉन त्याच्या पायांपाशी मुटकुळं करून झोपला होता.

लांबून एक दाढीवाला माणूस त्याच्या दिशेनं येताना त्याला दिसला. तपकिरी दाढीत अधूनमधून पांढरी छटाही डोकावत होती. डोक्यावर तांबूस कुरळे केस होते. तो सार्वजनिक रस्त्यावरून वळून लेमेकआजोबांच्या तंबूकडे आला. तो सँडीजवळ गेला, त्याच्याकडे एकटक बघत म्हणाला, "तू तो सँड आहेस तर."

"हो. मी सँडी आहे."

"एकच मुलगा दोन वेगवेगळ्या शरीरांमध्ये असल्यासारखे तुम्ही दिसता, असं मला त्यांनी सांगितलं होतं. आता माझा विश्वास बसला."

सँडीनं कुतूहलानं विचारलं, "तुम्ही कोण आहात?"

"मी नोहा. तुझा भाऊ माझ्याच एका तंबूत आहे. माझी बायको आणि मुली त्याची चांगली देखभाल करतायत."

"धन्यवाद हं! आम्ही तुमचे खरंच खूप आभारी आहोत," सँडी म्हणाला.

नोहा अजूनही त्याच्याकडे निरखून बघत होता. तो म्हणाला, "आत्ता तो डेन माझ्या तंबूत असल्याचं मला माहिती आहे म्हणून... नाहीतर मला तू म्हणजे तो डेनच वाटला असता. हे कसं शक्य असेल?"

कंटाळून सँडी म्हणाला, "अहो, आम्ही जुळे भाऊ आहोत."

"हं... जुळे... आम्हाला याआधी जुळ्यांबद्दल काहीच माहीत नव्हतं." तो जरासा थांबला; आधी सँडीकडे आणि मग तंबूकडे नजर टाकून त्यानं विचारलं, "माझे बाबा तंबूतच आहेत का?"

मान डोलावत सँडीनं सांगितलं, "ते आराम करतायत, पण मला माहितीये... तुम्हाला बघून ते खूप खूश होतील." ही गोष्ट खात्रीपूर्वक सांगता यायला हवी होती, असा विचार त्याच्या मनात डोकावून गेला. लेमेकआजोबा त्याला खूप हट्टी वाटायचे, आणि मूळचा हट्टीपणा आता वयामुळे आणखीच जास्त वाढला होता.

काहीही न बोलता, नोहा तंबूत गेला.

नोहा!

अचानकच त्याला हे नाव आठवलं. लेमेकआजोबा नोहाचा उल्लेख नेहमीच 'माझा मुलगा' असाच करायचे, त्यामुळे सँडीनं त्यांच्या तोंडून हे नाव ऐकलेलं नव्हतं. ज्या स्त्रिया रात्रीचा दिवा घेऊन यायच्या, त्यांचा उल्लेख त्या नेहमी 'बाबा' असा करायच्या.

नोहा.

आकाशगंगांनी जणू गोल फेर धरला. सँडीची खात्रीच पटली होती, की तो आणि डेनीस घरापासून खूप दूरवर, निदान त्यांच्या सूर्यमालेच्या बाहेर, आणि कदाचित आकाशगंगेच्याही बाहेर फेकले गेले आहेत. हा नोहा जर त्या 'नोहा आणि महापूर' या गोष्टीतला असेल, तर ते दोघे अजूनही स्वत:च्याच ग्रहावर आहेत, असाच त्याचा अर्थ होतो. ते दोघे अवकाशात कुठेतरी नव्हे, तर काळ ओलांडून फेकले गेले आहेत, आणि पुन्हा कालप्रवास करून घरी जाणं ही गोष्ट, अवकाशातल्या कुठल्याशा ठिकाणाहून घरी जाण्यापेक्षा, जास्त

अवघड असू शकणार होती.

सगळ्याच गोष्टी अगदी बरोबर वाटतायत... वाळवंटातले लोक... भटक्या जमातीचे, त्यांचे तंबू, शेळ्या-मेंढ्यांसारखी गुरं, उंट. विसाव्या शतकाच्या उत्तरार्धात असणाऱ्या लोकांपेक्षा, महापूर येण्याआधीचे लोक लहानखुरेच असायचे. त्यामुळे ते तसे बुटके आहेत, हे अगदीच तर्कशुद्ध आहे. एक मॅमथ असला तरी हिगेयॉनदेखील खूपच छोटासा होता.

सँडीच्या मनात विचारांचं काहूर उठलं होतं. त्यानं आपलं डोकं हातात दाबून धरलं, अचानक चक्कर आल्यासारखं वाटलं त्याला.

• • •

जॅफेथ, ओहोलिबामा आणि यलिथ यांच्यासोबत डेनीस वाळवंटातल्या एका खडकावर बसला होता. तसा अंधार पडला होता, पण आकाश अजूनही किंचित उजळलेलं होतं. रात्रीचे पहिले तारे नुकतेच उगवत होते, जणू मिणमिणत आपलं अस्तित्व दाखवू लागले होते.

मावळत्या सूर्याच्या अखेरच्या संधिप्रकाशात डेनीसला जॅफेथ म्हणाला, ‘‘तू माझ्या बाबांशी बोललास?’’

‘‘हो.’’

‘‘ओ...अरे वा, मला इतका आनंद होतोय ना...!’’ यलिथ मोठ्यानं उद्‌गारली.

‘‘बाबा कुठेतरी बाहेर गेलेत, लेमेकआजोबांच्या तंबूच्या दिशेनं...’’ जॅफेथ म्हणाला.

आकाशाकडे बघत ओहोलिबामा म्हणाली, ‘‘आता त्यांना आणखी सुख लाभेल. आपण सगळेच सुखी होऊ. जेव्हा भांडण मिटवलं जात नाही ना, तेव्हा सगळ्यांनाच त्रास सोसावा लागतो.’’

डेनीस साशंक होता. अस्वस्थ होऊन तो म्हणाला, ‘‘त्यांनी माझं बोलणं नक्की नीट ऐकून तरी घेतलं की नाही, मला खात्री नाहीये.’’

‘‘पण तू ताऱ्यांचं बोलणं ऐकलंस, आणि तू त्यांची आज्ञा पाळलीस.’’ ओहोलिबामा म्हणाली.

जॅफेथनं त्यात भर घालत म्हटलं, ‘‘अरे कुणीही फक्त तेवढंच करू शकतो. आता बाकी सगळं एलच्या हातात आहे.’’

डेनीसनं थोडा वेळ डोळे मिटले. तो मनात म्हणाला, ‘‘...मी वेडा आहे, असं सँडीला वाटलं नाही म्हणजे झालं. मला तरी मी वेडा झाल्यासारखं वाटत नाहीये... मी अगदी ताऱ्यांच्या आज्ञेचं पालन केलं असलं, तरीही.’’

“मला तर आनंदानं पळापळ करावीशी वाटतेय,” असं म्हणून ओहोलिबामा उडी मारून खाली उतरली, आणि वेगानं वाळवंटात धावत सुटली. जॅफेथही तिच्या पाठोपाठ धावत सुटला.

“चल रे!” त्याला हाक मारून यलिथनंही उडी मारली. उंच असल्याने लांब लांब ढांगा टाकत डेनीस लगेचच त्यांच्यापाशी पोचला. यलिथ अन् ओहोलिबामानं त्याचे हात धरले, जॅफेथही त्यांना सामील झाला, आणि ते चौघं गोल फेर धरून आनंदानं नाचायला लागले...चंद्रप्रकाशात, ताऱ्यांच्या प्रकाशात न्हाऊन निघाले. त्या रात्री उड्या मारत नाचताना डेनीसला आपण खऱ्या अर्थानं जिवंत असल्याची अनुभूती आली. याआधी त्याला असं कधीही जाणवलं नव्हतं.

• • •

सँडी आणि हिगेयॉनला तंबूतून गडगडाटी गर्जना ऐकू आल्यानं दचकून ते ताडकन उठून बसले. आधी त्यांना ती रागीट गर्जना वाटली होती; पण मग लक्षात आलं, ते तर गडगडाटी हसणं होतं.मग मात्र अगदी पूर्ण शांतता पसरली. सँडीला त्याचं हृदय जोरजोरात धडधडत असल्याचं जाणवलं. हिगेयॉननं त्याचे कान टवकारले, आणि सोंड उंचावली.

“ते एकमेकांना इजा करणार नाहीत, हो ना...?” सँडी मोठ्यानं म्हणाला. हिगेयॉन त्याच्या चमकत्या मण्यासारख्या डोळ्यांनी सँडीकडे बघत राहिला.

मग तंबूचा पडदा बाजूला ढकलून लेमेकआजोबा अन् नोहा मोठ्या मुश्किलीनं बाहेर आले, कारण त्यांनी एकमेकांभोवती आपले हात वेढून घेतले होते, आणि दोघांच्या डोळ्यांतून घळाघळा अश्रू वाहत होते.

लेमेकआजोबा भावनावश होऊन इतके गहिवरले होते, की त्यांचे शब्दही दबक्या आवाजात येत होते. ते म्हणत होते, “हा माझा मुलगा जणू मृतावस्थेत होता, आणि आता पुन्हा जिवंत झालाय. तो हरवला होता, पण आता सापडलाय.”

नोहानं त्यांना घट्ट मिठीत घेतलं. “हे माझे बाबा... माझे वृद्ध हट्टी बाबा...हट्टीपणाच्या बाबतीत आम्ही दोघं म्हणजे अगदी एकसारखेच आहोत, जणू एकाच शेंगेतले दोन मटारदाणे.”

“वा वा! तुम्ही दोघांनी तुमचं भांडण मिटवल्यामुळे मला खूप आनंद झालाय.” सँडी म्हणाला.

“त्या डेनमुळे घडून आलं हे सगळं. तो सतत माझ्या मागेच लागला होता.” नोहानं सांगितलं.

सँडीला आश्चर्य वाटलं. घरी, किंवा शाळेत डेनीस कधीच आधी बोलायचा नाही. तो नेहमीच सँडीच्या पावलावर पाऊल टाकायचा, पण पुढाकार मात्र घ्यायचा नाही. "अच्छा!...बरं, चांगलंच आहे की!" सँडी म्हणाला.

"आता तोसुद्धा जवळजवळ पूर्ण बरा होत आलाय. तो लवकरच तुझ्यापाशी येऊ शकेल. माझे बाबा..." तो मधेच थांबला, अन् मग म्हणाला, "तो डेन माझ्याकडे राहिला तर मला आवडेलच, पण माझ्या तंबूत फार गर्दी होते, आणि गोंगाटही असतो. माझ्या बाबांनी त्याला तुझ्यासोबत इथे राहण्याचं आमंत्रण दिलंय."

"अरे वा, हे तर खूपच छान! खरंच लेमेकआजोबा, खूपखूप धन्यवाद! शिवाय बागकाम करण्यासाठी डेनीस मला मदतही करू शकेल."

"मग आता आपण हे सगळं साजरं करायला हवं" नोहा म्हणाला, आणि त्यानं आजोबांच्या हातात वाइनची एक छोटीशी कातडी पखाल दिली. तो म्हणाला, "जास्त नाहीये, पण ही माझी सगळ्यात उत्तम वाइन आहे."

"थोडीशीच पुरे रे!" आजोबांनी ती वाइनची पखाल तोंडाला लावली, आणि मग मिटक्या मारून ती आवडल्याचं दर्शवलं. कौतुकानं ते म्हणाले, 'खरंच सगळ्यात उत्तम वाइन आहे हं!" त्यांनी ती पखाल सँडीच्या हातात दिली. त्यानं त्या वाइनचा एक छोटासा घुटका घेतला, आणि तोंड वाकडं न करण्याची खबरदारी घेत कसाबसा गिळून टाकला.

"एल तुझ्याशीदेखील बोलला?" लेमेकआजोबांनी नोहाला प्रश्न केला.

"हो. पूर्वी जेव्हा एल माझ्याशी बोलायचा, तेव्हा मला त्याचे सगळे शब्द नीट समजायचे. आता मात्र मी पार गोंधळून गेलोय. एलनं तुम्हाला काय सांगितलं?"

लेमेकआजोबांनी आपल्या मुलाच्या खांद्याभोवती हात टाकून सांगितलं, "हे अखेरचे दिवस आहेत, असं एलनं मला सांगितलं."

"कशाची अखेर?" नोहानं विचारलं.

आजोबा सांगू लागले, "आपल्या ओळखीच्या असलेल्या सगळ्याच गोष्टींची अखेर. अर्थात असं मला वाटतं. जिथे जास्त पाणीसाठा असेल, गुराढोरांसाठी चांगलं चराऊ कुरण असेल तिथे आपले तंबू हलवणं, एवढ्यापुरताच प्रश्न नाहीये हा. कधीकधी मलाही ते शब्द गोंधळात टाकतात. एल अमाप पाण्याबद्दल बोलत असतो. अरे, पण इथे जवळपास विहिरींशिवाय कुठेही दुसरा पाणवठा नाहीये."

आजोबांच्या शेजारी बसलेला सँडी शहारला. मॅमथ त्याच्या पायांशी लोळतच

होता. तो विचार करू लागला, "लेमेकआजोबांचा त्या महापुराआधी मृत्यू झाला नाही तर ते आणि नोहा, त्याचं कुटुंब आणि अनेक प्राणी, हे एवढेच फक्त त्या महापुरातून बचावतील."

'...मला ही कथा आधीपासूनच माहितीये.' त्याच्या मनात आलं. रात्रीच्या अंधारात शरमेनं गोरामोरा झालेला त्याचा चेहरा कुणाच्या लक्षात आला नाही, म्हणून त्याला हायसं वाटून तो खूश झाला. लेमेकआजोबा आणि नोहाला माहीत नसलेली गोष्ट, त्याला माहीत असणं योग्य वाटलं नसतं.

'पण त्याला तरी नक्की काय माहितीये?' त्याच्या मनात विचारचक्र सुरूच होतं. 'संडे स्कूलच्या अंधूकशा आठवणी... जगातल्या दुष्टाव्यामुळे संतापलेला देव... त्या देवानं महापूर पाठवण्याआधी नोहाला एक भलंमोठं जहाज बांधण्याचा आदेश देणं... त्या जहाजावर सगळ्या प्राण्यांना गोळा करायला सांगणं...अन् मग तो प्रचंड पाऊस... जहाजावरून सोडलेल्या कबुतरानं नोहाला आणून दिलेली ती हिरवी डहाळी... सरतेशेवटी कैक दिवसांनी ते जहाज ॲररॅट पर्वतावर येऊन पोचलं होतं. जोवर तुम्ही स्वत: त्या कथेचा भाग असत नाही, तोवर ती कथा तुम्हाला तितकीशी महत्त्वाची वाटत नाही.'

"लेमेकआजोबांचं नाव होतं का त्या कथेत?' त्याला आठवत नव्हतं. आजोबांनी त्याच्या पाठीवर हलकेच थोपटलं, आणि तो विचारांच्या तंद्रीतून भानावर आला. पाठीवर थोपटणं ही आजोबांची माया व्यक्त करायची पद्धत होती. आजोबा बोलतच होते... आपल्याच विचारांच्या तंद्रीत असल्यामुळे सॅंडीचं त्यांच्या बोलण्याकडे लक्ष नव्हतं. लेमेकआजोबा सांगत होते, "माझ्या आजोबांचं नाव ईनॉक. ते तीनशे आणि पासष्ट वर्षं जगले, आणि मग ते नव्हतेच... नाहीसे झाले."

सॅंडी चमकला. त्यानं कान टवकारून विचारलं, "अहो, म्हणजे काय? ते नव्हतेच, याचा काय अर्थ?"

लेमेकआजोबांनी सांगितलं, "ते एलसोबत, त्याच्याच मार्गावरून चालले. फार दयाळू अंत:करण होतं त्यांचं, आणि मग एल त्यांना घेऊन गेला."

ही तर विचित्रच कथा होती. त्यानं विचारलं, "एल त्यांना घेऊन गेला? अहो, पण कसं?"

लेमेकआजोबा सांगू लागले, "मी तेव्हा लहान मुलगा होतो रे! ते...म्हणजे माझे ईनॉकआजोबा लिंबाच्या झाडांच्या राईमधून चालत जात होते... मी तुला ती लिंबाची वृक्षराजी उद्या दाखवीन हं... हां... तर ते त्या लिंबाच्या वृक्षराजीतून एलसोबत चालले होते, आणि मग ते नव्हतेच तिथे... नाहीसे झाले."

आता हा जर 'नोहा आणि महापूर' या कथेचा भाग असता, तरी सँडीला ते काही आठवत नव्हतं. त्यानं विचारलं, "असं कुणाचं अस्तित्व अचानक नाहीसं होणं, ही गोष्ट तुमच्या सवयीची आहे का?"

मोठ्यानं हसून आजोबा म्हणाले, "अरे, नाही रे बाळा, अजिबातच सवयीची नाहीये, पण ईनॉक आजोबा काही सामान्य माणूस नव्हते ना. ते अगदी लहान वयातच, एलसोबत राहण्यासाठी आमच्यापासून दूर निघून गेले होते. ते फक्त तीनशे आणि पासष्ट वर्षांचे होते."

"हे तर अगदी बरोब्बर एक सौर-वर्ष आहे," सँडी म्हणाला.

"काय आहे?"

"सौर-वर्ष. सोप्या शब्दांत सांगायचं तर, आपल्या ग्रहाला सूर्याभोवती एक प्रदक्षिणा पूर्ण करण्यासाठी तीनशे पासष्ट दिवस लागतात."

"मूर्खासारखी बडबड करू नकोस. आपण सूर्याभोवती फिरत नाही; सूर्यच आपल्याभोवती फिरतो," नोहा म्हणाला.

सँडी म्हणाला, "ओह...बरं, बरं, जाऊ दे, विसरून जा."

सँडीच्या गुडघ्यावर थोपटत लेमेकआजोबा म्हणाले, "ठीक आहे रे. तू जिथून आलायस, तिथे सगळ्या गोष्टी वेगळ्याच असतील. तुला एल माहीत आहे ना?"

"अं... हो...साधारण...पण आम्ही देव असं म्हणतो."

लेमेकआजोबांनी बहुधा हे ऐकलंच नाही. ते बोलत होते, "माझ्या ईनॉकआजोबांची मला खूप आठवण येते... एल बऱ्याच वेळा माझ्याशी बोलतो, कधीकधी मला त्याचं सगळं बोलणं समजतं. तरीही संध्याकाळच्या गारव्यात, दोन मित्रांसारखं एलसोबत फिरणं मात्र मला कधीच शक्य झालं नाही."

"मग नंतर त्या ईनॉकआजोबांचं काय झालं असेल हो? तुम्हाला काय वाटतं?"

जणू उत्तर दिल्यागत लेमेकआजोबा मान खालीवर हलवत राहिले. जरा वेळानं म्हणाले, "एल त्यांना घेऊन गेला, आणि मला एवढंच कळणं पुरेसं आहे."

नोहा म्हणाला, "बाबा, अहो तुम्ही इतर कोणाहीपेक्षा एलसोबत खूप बोलत असता."

"अरे बाबा, कारण माझं आयुष्यही कितीतरी मोठं आहे ना. नेहमीच तसं नव्हतं रे! पण तू माझं मरण ओढवण्याआधी मला भेटायला आलास, याचा मला खरंच खूप आनंद झालाय हं."

“अहो, तुम्ही आणखी अनेक वर्षं जगणार आहात हो. एवढ्यात कालवश होणार नाही तुम्ही!” नोहा ओरडून म्हणाला. तो पुढे म्हणाला, “तुम्ही आपले पूर्वज मथ्यूझला यांच्याइतके जगणार आहात.”

लेमेकआजोबांनी नोहाच्या खांद्यावर असलेली आपल्या हाताची पकड आणखी घट्ट केली, आणि ते म्हणाले, “नाही रे माझ्या मुला, आता माझे दिवस भरत आलेत.”

“ईनॉकआजोबांना नेलं, तसं तुम्हालाही एल घेऊन जाईल बहुतेक.”

लेमेकआजोबा पुन्हा मोठ्यानं हसले. ते म्हणाले, “अरे माझ्या बाळा, माझं वय झालंय रे, आणि आता तर तू मला भेटायला आलायस, आता मरण आलं तरी मी तयार आहे. अरे, ईनॉकआजोबांना नेलं, तसंच मलाही एलनं घेऊन जाण्याची गरज नाहीये.”

सँडी त्या दोन लहानखुऱ्या माणसांकडे बघत राहिला. ते एकमेकांना मिठ्या मारत होते, हसत होते, रडत होते...सगळं एकाच वेळेस चालू होतं. तो विचार करू लागला, महापुराआधीच लेमेकआजोबांचं निधन होण्याची शक्यता जास्त वाटत होती. पण आधी म्हणजे, किती आधी? आणि महापूर केव्हा येणार? त्याला आता लेमेकआजोबांबद्दल प्रेम वाटू लागलं होतं. त्यांनी आणि हिगेयॉननं मिळून त्याची अगदी मायेनं देखभाल केली होती.

‘...आणि यलिथचं काय?’ अचानक त्याच्या मनात आलं. त्या कथेत तिचं नाव वाचल्याचं त्याला आठवत नव्हतं.

‘...आणि आम्हा दोघांचं काय? सँडी आणि डेनीसचं? महापूर आला तर आमचं काय होईल?’

७

सेराफिम

त्या रात्री नेहमीप्रमाणे सँडी ॲडनारेलच्या अंगरख्यावर झोपला. त्याला प्रश्न पडला, महापूर येणार आहे, आणि त्यामुळे पृथ्वीवरची जवळपास सगळी जीवसृष्टी नष्ट होणार आहे, हे ॲडनारेलला माहीत असेल का? शेजारी झोपलेल्या हिगेयॉनला त्यानं घट्ट मिठीत घेतलं. लहानपणी झोपताना तो एका छान, छोट्याशा, तपकिरी रंगाच्या, गुबगुबीत खेळण्यातल्या ट्रायसेराटॉप्सला (एक प्रकारचा मोठा डायनोसॉर) कुशीत घट्ट धरून झोपायचा. आता तसाच तो हिगेयॉनला जवळ घेऊन झोपू लागला होता. त्यानं हिगेयॉनच्या केसातून आपली बोटं फिरवली, त्याचा सुपासारखा भलामोठा कान कुरवाळला. त्याच्या हाताला हिगेयॉनच्या कानावर काहीतरी कडक स्पर्श जाणवला. स्कॅरब किडा होता तो.

त्याचा स्पर्श त्याला शांतवणारा वाटत होता. अर्थात, त्या तांबूस किड्याला भव्य सेराफ मानणं हे त्याच्यासाठी अवघडच होतं. 'बरं, जाऊ दे. हे सगळे विचार आपण सकाळी करू शकतो, आत्ता नको,' तो मनात म्हणाला. त्या दोघा भावांपैकी विचार करण्याचं काम डेनीसकडे होतं, तर सँडीचा प्रत्यक्ष कृती करण्यावर जास्त भर असायचा. हिगेयॉनच्या सोंडेचं मऊ टोक सँडीच्या मानेवरून फिरू लागलं, आणि त्याला शांत झोप लागली.

• • •

ॲडनारेल त्याच्या सेराफरूपात सकाळी तिथे आला.

सँडीनं त्याला सांगितलं, "मी खूप विचार करत होतो..." मग तो मनातच म्हणाला, 'एकट्या डेनीसलाच विचार करता येतो, असं काही नाही.'

ॲडनारेल त्याला हसून म्हणाला, "कधीकधी विचार करणं चांगलं असतं,

आणि कधीकधी नसतंसुद्धा!''

''मी अन् डेनीस, 'नोहा आणि महापूर' या कथेच्या मध्यावर येऊन धडकलो आहोत, खरं ना?''

निळ्याशार डोळ्यांनी त्याच्याकडे रोखून बघत ॲडनारेल म्हणाला, ''तसंच दिसतंय खरं.''

''आम्ही घरी कसे जाणार आहोत?''

ॲडनारेलनं खांदे, आणि त्याबरोबर त्याचे सोनेरी पंखही उडवले. तो म्हणाला, ''कदाचित, तुम्ही इथे आलात, तसेच!''

''ते शक्य होईल, असं मलातरी वाटत नाही. डेनीस नोहाच्या एका तंबूत आहे, आणि ती जागा मरुवनाच्या अर्ध्या अंतरावर आहे.''

''हो, हे बरोबरच आहे; पण तो आता तुझ्याकडे येऊ शकण्याइतका बरा झालाय.''

''इथून बरंच लांब आहे. एवढं चालत येण्याइतकी ताकद आलीय का त्याच्यात?''

''असेलही.''

''मला तर वाटत होतं की, बहुतेक तू त्याच्यासाठी एखाद्या एकशिंगी घोड्याला बोलावशील.''

''हो, नक्कीच. तीसुद्धा शक्यता आहेच.''

''पण मग माझ्या मनात आलं, आम्ही एकशिंगी घोड्याच्या पाठीवरून मरुवनाकडे येत असताना, त्या घोड्याबरोबर डेनीसही गायब झाला होता.'' सँडीच्या कपाळावर आठ्या पडल्या होत्या.

ॲडनारेल त्याला दिलासा देत म्हणाला, ''ती काही फारशी मोठी समस्या नाहीये. डेनीसला, नोहाच्या तंबूतून लेमेकआजोबांकडे घेऊन येण्यासाठी जर आम्ही एकशिंगी घोड्याला बोलावलं, आणि काही कारणामुळे ते दोघे गायब झालेच, तर आम्ही त्या घोड्याला लेमेकआजोबांच्या तंबूत परत बोलावू, आणि मग डेनीसही इथे येईल.''

कुतूहलानं सँडीनं विचारलं, ''समजा, जर डेनीस घोड्यावरून खाली पडला, आणि जर तो घोडा त्याच्यासकट अस्तित्वहीन झाला, तरी तू त्या दोघांना लेमेकआजोबांच्या तंबूत जास्त लवकर बोलावू शकशील का? म्हणजे गायब न होता, सामान्य रीत्या इथे पोचण्यासाठी लागणाऱ्या वेळेपेक्षा कमी वेळेत ते इथे येऊ शकतील का?''

''हो हो, नक्की. घाबरू नकोस.''

''वॉव... माझ्या बाबांना सांगायला हवं. अरे, माझे बाबा याच विषयावर

काम करतायत... काळाचं बंधन नसलेला प्रवास ... टेसरिंग.''

मान डोलावून ॲडनारेल म्हणाला, ''हा त्याबद्दल विचार करण्याचा एक मार्ग नक्कीच आहे. तुझे बाबा अगदी योग्य दिशेनं संशोधन करतायत.''

एकाग्र होऊन विचार करताना सँडीच्या भुवया आक्रसल्या. तो म्हणाला, ''बरं, ठीक आहे मग. जर डेनीस आणि तो घोडा गायब झाले, अन् तू त्यांना पुन्हा बोलावलं, आणि त्यानुसार तेही इथे अवतरले, तर ती क्वांटम लीप असेल, हो ना?''

''तुला काय म्हणायचं आहे, ते मला नीट समजावून सांग,'' ॲडनारेलचे निळे डोळे सँडीवर रोखले होते.

''अं...म्हणजे असं बघ... अं... कणभौतिकी या शास्त्रानुसार ... हे बघ, आपण एखाद्या क्वांटमचं (कणाचं) मोजमाप, तो जिथे असेल तिथे, त्याच ठिकाणी, करू शकतो; पण जर तो क्वांटम (कण) एका ठिकाणाहून दुसऱ्या ठिकाणी जात असेल, तर त्याच्या त्या प्रवासादरम्यान मात्र आपण तो क्वांटम मोजू शकत नाही. म्हणजे अगदी थोडक्यात सांगायचं तर, आपण क्वांटमची गती आणि त्याचं अवकाशातील स्थान, ह्या दोन गोष्टी एकाच वेळेस मोजू शकत नाही. एखादा क्वांटम ज्या ठिकाणी असेल, त्या ठिकाणी मोजता येतो, आणि नंतर मग तो जिथे जाईल, तिथे मोजता येतो. म्हणून...'' तो श्वास घ्यायला थांबला.

''म्हणून काय?'' ॲडनारेलनं हसत विचारलं.

''ओह...डेनीस इथे असायला हवा होता रे... त्यानं माझ्यापेक्षा जास्त चांगलं समजावून सांगितलं असतं. पण... अं... म्हणूनच जेव्हा तुम्ही एकशिंगी घोड्याला त्याच्या मूर्त रूपात बोलावता, तेव्हा तुम्हाला तो दिसतो, कदाचित तुम्ही त्याला मोजूही शकाल. अरे, पण तो घोडा जेव्हा अस्तित्वहीन होतो किंवा गायब होतो, तेव्हा मात्र तुम्हाला त्याला मोजताच येणार नाही. त्यासाठी तुम्हाला त्या घोड्याला पुन्हा मूर्त रूपात बोलवावं लागेल. म्हणूनच बहुधा अवकाश-प्रवास आणि कालप्रवाससुद्धा तसेच असतील. क्वांटम लीप. किंवा माझे बाबा त्याला टेसरॅक्ट म्हणतील.''

''तू एक चांगलाच हुशार तरुण आहेस हं. हे सगळं समजणं मुळीच सोपं नाहीये,'' ॲडनारेल म्हणाला.

मन एकाग्र करण्यासाठी आपण आपले डोळे घट्ट बंद केले आहेत, आणि श्वास तर जवळपास रोखूनच धरलाय, हे आत्ता सँडीच्या लक्षात आलं. त्यानं डोळे उघडले, आणि मोठा श्वास घेतला. त्यानं विचारलं, ''तुला ते करता येईल का?''

“काय करायचं?”

“टेसर. एक क्वांटम लीप घेणं.”

ॲडनारेल पुन्हा हसला, आणि त्यानं सांगितलं, “अरे, मी तुला सांगितलं होतं ना, मी जेव्हा स्कॅरब किड्याच्या शरीरात असतो, तेव्हा मला त्या किड्याला असलेल्या सगळ्या मर्यादांचं पालन करावं लागतं. मी जेव्हा सेराफरूपात असतो, तेव्हा मात्र मला जरा कमी मर्यादा असतात.”

“तुझी इच्छा असेल, तर तू ह्या ग्रहावरून निघून जाऊ शकतोस का?” सँडी विचारू लागला. “म्हणजे, मला विचारायचंय, तू इतर कुठल्यातरी सूर्यमालेत किंवा दुसऱ्या कुठल्याशा आकाशगंगेत जाऊ शकतोस का?”

“हो हो, नक्की. इथे आमची गरज आहे, म्हणून आम्ही इथे आहोत. आमचे भाऊबंद आहेत ना नेफिलिम, ते मात्र हा ग्रह सोडून जाऊ शकत नाहीत. त्यांना मिळालेलं स्वातंत्र्य काही प्रमाणात कमी झालंय.”

“का?” सँडीनं विचारलं.

ॲडनारेल मात्र त्याच्या प्रश्नाकडे दुर्लक्ष करून सँडीच्या त्वचेवरच्या भरून आलेल्या जखमा तपासायला लागला. तो म्हणाला, “आता तुझ्या त्वचेला छान बदामीसर गव्हाळ रंग यायला लागलाय. या रंगामुळे तुझ्या त्वचेचं उन्हापासून रक्षण होईल. तुझा जुळा भाऊ इथे आल्यावर तुम्ही दोघांनी सुरुवातीला अगदी थोडाथोडा वेळ उन्हात घालवायला हवा. त्याची सवय झाल्यावर मग उन्हात राहण्याचा वेळ आणखी थोडा वाढवा. तुमच्या त्वचेला उन्हाची सवय होईपर्यंत असं करत राहा. म्हणजे तुमची त्वचा उन्हात भाजून निघणार नाही. मात्र तुम्ही, दुपारच्या वेळी मात्र तंबूमधेच राहण्याचं, अगदी कटाक्षानं आणि नेहमीच, लक्षात ठेवायलाच हवं हं. दुपारी अगदी सावलीत जरी बसलात, तरी परावर्तित सूर्यकिरण तुमच्या त्वचेला होरपळून टाकू शकतील.”

सँडीनं सांगितलं, “मला आधीही उन्हामुळे त्वचा भाजण्याचा त्रास झाला होता. एकदा आमचा स्काउटचा गट दिवसभर सहलीसाठी समुद्रकिनारी गेला होता, आणि आम्ही सगळेच भाजून निघालो होतो; पण तो त्रास मुळीच एवढा जास्त नव्हता.”

“तुम्ही बहुतेक या ग्रहाच्या उत्तरेकडच्या भागातून आलेले आहात, असं मला वाटतंय. हा आत्ताचा सूर्य, तुमच्या काळातल्या सूर्यापेक्षा वयानं लहानही आहे रे!” ॲडनारेल म्हणाला.

“आणि आत्ता पृथ्वी आणि सूर्य यांच्या मध्ये तेवढं वायुप्रदूषणसुद्धा नाहीये. इथे कुणाला कधी ॲलर्जीचा त्रास असतो तरी का?”

हसून ॲडनारेल म्हणाला, “अरे, ॲलर्जी हा प्रकार नंतरच्या काळात

उद्‌भवला रे!''

सँडीनं त्याच्या मनात घुटमळणारा प्रश्न विचारला, ''ऐक ना... लेमेकआजोबांची यलिथ नावाची नात आहे ना...तीच रे... तू स्कॅरब किडा असतोस ना, त्या किड्याच्या रंगाचे तांबूस केस असलेली... ती रात्रीचा दिवा घेऊन नंतर कधीही का आली नाही? नेहमी दुसरंच कुणीतरी का येतं?''

''यलिथ तुझ्या भावाची देखभाल करण्याच्या कामात गढून गेली होती.''

क्षणभर जणू मत्सराची एक भलीमोठी लाट सँडीवर कोसळली. त्यानं तो विचार झटकून टाकला. पुराणकथांमधल्या पशूंबद्दल त्या दोघांना जशी उत्सुकता नव्हती, तशीच मुलींबद्दलही नव्हती. तसे ते दोघे त्यांच्या भागातल्या शालेय मुलांसाठी असलेल्या डान्स-पार्टीसाठी जायचे, पण तिथे जाऊन ते इतर शाळांच्या हॉकी किंवा बास्केटबॉलच्या संघातील खेळाडूंशीच बोलत राहायचे. मुलींचा विचार करायला त्यांना मोठं झाल्यानंतर खूप वेळ मिळणारच होता. वाहन चालवण्याचा परवाना मिळाल्यानंतर ते दोघे कुठेही जाण्यासाठी त्यांच्या आई-बाबांवर अवलंबून राहिले नसते... त्यानंतर कदाचित मुलींचा विचार केला असता. दिखाऊ भपकेबाजपणा न करणाऱ्या, वेडपटासारखं नुसतं खिदळत न बसणाऱ्या मुली भेटल्यानंतर मग कदाचित तो विचार केला असता.

यलिथ मात्र मुळीच मूर्ख नव्हती, किंवा विनाकारण खिदळणारीही नव्हती. दिखाऊपणाचा लवलेशही नव्हता तिच्यात. लेमेकआजोबांच्या तंबूत त्यानं यलिथला जेव्हा पहिल्यांदा बघितलं, तेव्हा तापानं फणफणला होता तो. त्याचं डोकंही जरासं गरगरत होतं, पण तरीही तो क्षण अगदी लख्खपणे आठवत होता त्याला. जणू कालच घडल्यागत... तो दगडी दिवा घेऊन जणू ती काल रात्रीच तंबूत आली होती. त्या अंधारलेल्या तंबूतही तिच्या पिंगट केसांवर संधिप्रकाश चमकत होता. तिची लहानखुरी काया अगदी सुडौल होती. तिचे डोळेही केसांसारखेच चमकदार होते. आपल्या आवाजावर कसाबसा ताबा मिळवण्याचा अयशस्वी प्रयत्न त्यानं केला... बोलायला लागल्यावर लगेचच त्याचा आवाज चिरकला, तो म्हणाला, ''ठीकाय, आज रात्री यलिथ रात्रीचा दिवा घेऊन यावी, असं मला मनापासून वाटतंय.''

ॲडनारेलनं त्याच्याकडे खोचक नजरेनं पाहिलं, आणि सँडी लाजून गोरामोरा झाला. आपल्याला असं का वाटतंय, हे सँडीला समजत होतं, आणि त्याच वेळी काहीच समजत नव्हतंही. या अशा परस्परविरोधी भावनांमुळे तो गोंधळून गेला. त्याचे गाल गरम झाले होते... तापानं, आणि उन्हाच्या तडाख्यानं झाले होते तसेच. 'ॲडनारेलला आपल्या चेहऱ्यावर काय काय दिसलं असेल...' त्याच्या मनात प्रश्न उभा राहिला. ॲडनारेल मात्र त्याच्याकडे शांतपणे बघत

म्हणाला, "आता मला जरा दुसरीकडे काम आहे. आज पहाटेपासून तू बागकामासाठी खूप मेहनत घेतली आहेस. छान काम केलंय्स. आता तू आणखी पंधरा मिनिटं बाहेर राहू शकतोस. तुझी तंबूत जाण्याची वेळ झाली की, माझा एक ग्रिफिन तुला तशी आठवण करून देईल. मी त्या ग्रिफिनला तसं सांगूनच पाठवीन."

"ग्रिफिन म्हणजे काय?"

"अरे हो ... खरंच. मी पुन्हा विसरलो. ग्रिफिन हा एक पौराणिक पशू आहे," ॲडनारेल म्हणाला.

"त्या मँटिकोरसारखा नसला तर बरं होईल..." सँडी त्या मँटिकोरला विसरणं शक्यच नव्हतं.

"ग्रिफिन्सचा शब्दसंग्रह मँटिकोरपेक्षा खूप मोठा असतो. काही ग्रिफिन्स उग्र असू शकतात, पण मी पाठवणार असलेला ग्रिफिन मात्र अगदी कोकरासारखा गरीब स्वभावाचा आहे."

"तो कसा दिसतो?"

"तो नाही, ती. ती मादी आहे. अर्धं शरीर सिंहाचं आणि अर्धं गरुडाचं."

"शरीराचा कुठला भाग कोणता असतो?" सँडीच्या डोक्यातून यलिथचे विचार आत्तापुरते पुसले गेले होते.

"तिचं डोकं आणि धडाचा वरचा भाग गरुडाचा असतो, आणि खालचा भाग सिंहाचा असतो. तिला गरुडासारखे पंख असतात. ती गरुडासारखी उडू शकते आणि तिच्यात सिंहाची ताकदही असते." असं सांगून ॲडनारेल वळला, आणि लेमेकआजोबांच्या पाम वृक्षांच्या घनदाट राईमधून चालतचालत निघून गेला. खूप वेगवेगळ्या प्रकारचे पाम वृक्ष होते त्या राईत... गर्द पर्णसंभार असलेली उंच रॉयल पामची झाडं, खजुराची झाडं, नारळाची झाडं, स्क्रब पामची झुडपं ... या सगळ्या झाडांमुळे गरम हवेच्या झळा अडवल्या जायच्या, आणि छान थंडगार सावली मिळायची. त्यानं आडवं पडून वरच्या भव्य आकाशाकडे पाहिलं, आणि प्रखर उजेडामुळे पटकन डोळे मिटून घेतले.

उन्हाळ्याच्या दिवसांत घराकडचं आकाश छान निळंशार असायचं. पांढऱ्याशुभ्र कापसाच्या पुंजक्यांसारखे दिसणारे ढग त्या आकाशात तरंगत असायचे, अन् त्यामुळे आकाशाची निळाई आणखीनच उठून दिसायची. अधूनमधून करड्या ढगांनी आकाश व्यापून जायचं, पण एखादाच दिवस. आकाशात ढगांची सतत हालचाल होत असायची, आजूबाजूच्या टेकड्यांमुळे संरक्षण व्हायचं. इथे मात्र, अगदी क्षितिजाच्या ह्या टोकापासून त्या टोकापर्यंत, सगळं आकाश रिकामं होतं. ज्वालामुखीतून निघणाऱ्या आगीच्या ज्वाळा तेवढ्या अधूनमधून

आकाशाला भेदून जात असत.

त्याच्या चेहऱ्यावर झाडांच्या सावलीहूनही गडद सावली पडल्याचं त्याला जाणवलं. ग्रिफिनची सावली असेल, असं वाटून त्यानं डोळे उघडले.

ग्रिफिनऐवजी एक तरुणी जवळ उभी राहून त्याच्याकडे बघत होती. त्याचा श्वासच अडकला. एवढी सुंदर, आकर्षक मुलगी तो पहिल्यांदाच पाहात होता. मरुवनातल्या इतर लोकांसारखीच तीही बुटकीशीच होती. तिनं बकरीचं पांढरं कातडं गुंडाळलं होतं, आणि ते कातडं एका खांद्यावरूनही लपेटून घेतलेलं होतं. तिचे केस चांगलेच लालभडक होते. बदामाच्या आकाराचे, गवताच्या रंगाचे हिरवे डोळे होते तिचे. तिचं शरीर अतिशय रेखीव आणि सुडौल होतं. पीच फळासारखी पिवळसर-गुलबट कांती होती तिची.

त्याच्याकडे छानपैकी हसून बघत ती म्हणाली, ‘‘हॅलो! तुला पुन्हा भेटून खरंच खूप आनंद झालाय मला.’’

सँडीनं तिच्याकडे आश्चर्यानं पाहिलं.

‘‘तू मला विसरलास की काय? अरे, जे काही झालं, त्याबद्दल मला खरंच खूप वाईट वाटतंय रे! माझ्या बाबांनी आणि भावांनी...’’ वाक्य पूर्ण करायची जणू तिचीच इच्छा नसल्यागत, तिचं बोलणं मंदावत गेलं.

‘‘तू काय बोलतियेस, मला काहीच कळत नाहीये,’’ सँडीची नजर तिच्यावरून हटतच नव्हती.

‘‘अरे, तू आमच्या तंबूत अचानक अवतरलास त्याबद्दल, आणि माझे बाबा आणि भाऊ...’’ पुन्हा तेच. वाक्य पूर्ण करायची जणू तिचीच इच्छा नसल्यागत, तिचं बोलणं पुन्हा मंदावत गेलं.

‘‘मी तुमच्या तंबूत कधीही आलो नव्हतो,’’ गोंधळून गेलेला सँडी सांगायला लागला. ‘‘मी लेमेकआजोबांच्या तंबूतून फक्त बागकाम करण्यापुरताच बाहेर आलोय... ओ... कदाचित तू माझ्या भावाबद्दल बोलत असशील.’’

तिनं डोळे विस्फारले. तिच्या पापण्या छान लांबसडक, काळ्याभोर आणि सुंदर दिसत होत्या. ‘‘तुझा भाऊ?’’

‘‘माझा जुळा भाऊ. आम्ही दोघं अगदी एकमेकांसारखे दिसतो,’’ सँडी म्हणाला.

‘‘म्हणजे तू नोहाच्या एका तंबूत रहात नाहीस?’’

‘‘नाही. तो माझा भाऊ डेनीस आहे.’’

‘‘ओह... बरं, मग तू कोण आहेस?’’

‘‘मी सँडी आहे.’’

‘‘बरं, तर मग सँडी, तुला भेटून आनंद झाला, आणि तुझी छान देखभाल

केली जातीये, हे बघूनही छान वाटलं.''

''तुझं नाव काय आहे?'' सँडीनं विचारलं.

''मी टिग्ला. मी ॲनाची बहीण आहे.''

''ॲना?''

''हॅमची बायको. नोहाची सून. अन् मी माह्लाची मैत्रीणही आहे. तू माह्लाला ओळखतोस ना?''

''नाही.''

''माह्ला म्हणजे नोहाची मुलगी. नोहाच्या सगळ्यांत लहान मुलीपेक्षा जराशी मोठी. यलिथ सगळ्यांत लहान आहे. त्या कुटुंबात माह्ला सगळ्यात सुंदर मुलगी आहे. तुझ्या भावाला बरं करण्यासाठी मदत म्हणून आम्हीच यलिथ अन् ओहोलिबामाला औषधी मलमं देत होतो. अरे बापरे! हे सगळं इतकं गोंधळात टाकणारं आहे ना... अरे, तुला नोहाच्या तंबूऐवजी इथे बघून मला खरंच फार आश्चर्य वाटलं, आणि मग कळलं, तू म्हणजे तू नाहीसच... म्हणजे त्या रात्री माझ्या बाबांच्या तंबूत येऊन टपकलेला, तो तू नव्हेच... एकसारखे दिसणारे राक्षस! आणि पंखही नाहीयेत...''

एक सुस्कारा टाकून सँडी म्हणाला, ''आमच्या काळात, आम्ही जिथून आलो आहोत, तिथे आमची उंची मुळीच राक्षसी मानली जात नाही. आम्ही उंच आहोत, आणि आमची अजून पूर्ण वाढही झाली नसावी बहुधा.''

''तुमची त्वचा नेफिलिम लोकांसारखी शुभ्र गोरी नाहीये अन् तुम्हाला पंखही नाहीत, पण तुम्ही त्यांच्याइतके उंच मात्र आहात. त्यांच्यासारखे देखणेही आहात. जरासा फरक आहे, पण तसेच देखणे आहात.'' तिनं त्याच्या चेहऱ्यावरून हात फिरवला. मग ती त्याच्यावर झुकली. त्याला तिची भुरळ पडली होती, पण तिच्या अंगाला येणाऱ्या घामाच्या वासात तिनं लावलेल्या परफ्यूमचा उग्र वास मिसळल्यानं, त्याला ती जवळ येणं नकोसंही वाटत होतं. तिनं तिच्या गालांवर अन् ओठांवर काहीतरी लाल रंगाचं चोपडलं होतं. बेरीसारख्या फळांचा रस वाटत होता तो. तिनं आणखी खाली वाकून आपले ओठ हलकेच त्याच्या ओठांवरून फिरवले.

''ए!'' सँडीनं विरोध केला.

''तू किती गोड आहेस, तुला माहितीये ... खरंच खूप गोड आहेस तू. तू वयानं लहान आहेस, हो ना?'' ती म्हणाली.

कठोर आवाजात सँडीनं सांगितलं, ''आम्ही पौगंडावस्थेतली मुलं आहोत.''

''म्हणजे काय?''

''कुमारवयीन.''

डोकं हलवून ती म्हणाली, “नेफिलिम लोकांना वय वगैरे काहीही नसतं. ते फक्त असतात. त्यांना जगाचा खूपच अनुभव आहे. त्यांना माहीत नाही, अशी कुठलीच गोष्ट नसते.”

सुस्कारा टाकून सँडी म्हणाला, “मी मात्र नेफिलिम लोकांसारखा नाहीये.”

तिनं पुन्हा त्याच्या ओठांवर आपले उबदार आणि फळांचा वास येणारे ओठ टेकवले.

आकाशात अचानक एका पक्ष्याचं कर्कश ओरडणं निनादलं. सावलीसारख्या दोन काळ्या पंखांची फडफड होत होती, मग आपली लांबलचक शेपूट जोरजोरात हलवत, धाडकन ग्रिफिन जमिनीवर उतरली. चोचीतून केकाटत्या आवाजात “नाही, नाही, नाही,” असे शब्द स्पष्टपणे उमटले. नंतर मग पुन्हा किंचाळत शब्द आले, “टिग्ला.”

टिग्ला तिथल्याच एका उंच पाम वृक्षाच्या खोडाला रेलून उभी राहिली. तिच्या देहाचा उभार, सगळी वळणं अगदी स्पष्टपणे दिसावीत म्हणून तिनं आपला एक हात उंचावून मागे झाडावर टेकवला. ती म्हणाली, “ए ग्रिफिन, इथून निघून जा. मला हा छोटा राक्षस आवडलाय, आणि मीही त्याला आवडली असेन, असं मला वाटतंय.”

गरुडासारखी आरोळी ठोकून ग्रिफिन सँडी आणि टिग्लाच्या मध्ये घुसली. चोच उघडून टिग्लाला म्हणाली, “जा, जा, जा.”

तिची हुबेहूब नक्कल करत टिग्ला म्हणाली, “नाही, नाही, नाही.” ती पुढे बोलू लागली, “त्याची देखभाल करायला मी आहे ना इथे, माझ्यासोबत अगदी खूश आहे तो. ह्याच्यासारखाच दिसणारा तो दुसरा आहे ना, त्याची देखभाल करायला ती यलिथ आणि इतर बायका आहेतच. ह्या बिचाऱ्याचीसुद्धा एखाद्या स्त्रीनं देखभाल करायला हवीच की! हो की नाही रे सँडी?”

सँडीच्या उत्तराआधीच त्या ग्रिफिननं हळूच टिग्लाला रस्त्याकडे ढकललं.

अपमानित होऊन टिग्ला ओरडली, “ए...मला दुखवू नकोस हं! रोफोकेल माझा मित्र आहे बरं का.”

ग्रिफिननं चोचीतून डासाच्या गुणगुणण्याचा कर्कश आवाज काढला. टिग्लानं त्या ग्रिफिनला, गरुडाचं आणि सिंहाचं शरीर जिथे एकत्र झालं होतं त्या ठिकाणी जोरात लाथ मारली. तिच्या पायांची धारदार नखं चांगलीच वाढलेली होती. लाथेच्या फटक्यामुळे सिंहाची शेपूट जोरजोरात मागे-पुढे फटकारली जाऊ लागली. मग ग्रिफिन सँडीला तंबूकडे ढकलू लागली, त्याला तंबूत जायचा आग्रह करू लागली.

टिग्लाच्या हसऱ्या हिरव्या डोळ्यांकडे बघत सँडी म्हणाला, “मला एवढ्यातच

तंबूत जायची इच्छा नाहीये.''

त्याच्याशी गोडगोड बोलून त्याचं मन वळवण्यासाठी ती म्हणाली, ''तुला माझ्यासोबत एखाद्या स्नानगृहात जायला आवडेल का?''

''पाणी असलेली स्नानगृहं?'' सँडीनं उतावीळपणे विचारलं. बागकाम करताना त्याच्या नखांमध्ये माती अडकली होती, आणि ती माती नुसत्या वाळूनं चोळून निघत नव्हती.

''पाणी? आणि ते कशासाठी?'' तिनं विचारलं.

''अंघोळ करायला.''

''अरे बापरे! नाही नाही!'' तिला धक्काच बसला होता. ''किती रोगट कल्पना आहे ही. अरे, आम्ही तेल चोळून अंघोळ करतो, आणि अंगाची दुर्गंधी घालवण्यासाठी आमच्याकडे अतिशय सुवासिक अत्तरं आहेत.'' ती खिदळत म्हणाली, ''अरे, पाण्यानं अंघोळ केल्याचं, कुणीतरी कधी ऐकलंय का?''

ग्रिफिन त्याला हळूच तंबूकडे ढकलत नेत असल्याचं सँडीला जाणवलं. पाणी नसलेली स्नानगृहे...त्याला कल्पना करवेना, आणि त्या अत्तरांनी अंगाची दुर्गंधी कशी लपेल... हेही कळेना. त्याला टिग्लाबद्दलही फारशी खात्री वाटत नव्हती. त्यांच्या शाळेत किंवा त्यांच्या अख्ख्या गावातच टिग्लासारखी कुणीही मुलगी नव्हती. तिच्यासोबत असताना त्याला जरा बोचरी, पण सुखद अनुभूती मिळत होती, आणि तिनं सांगितल्यानुसार, यलिथ डेनीसची देखभाल करत होती.

ग्रिफिननं त्याला तंबूमध्ये ढकलून दिलं.

लेमेकआजोबा सूपचा वाडगा घेऊन त्याची वाट बघत होते. ते आणखीच लहानखुरे दिसत होते, आणि अतिशय वृद्धही. त्यांचा सूपचा वाडगा धरलेला हात किंचित कापत होता. सँडीनं त्यांच्याकडे चिंतातुर नजर टाकली.

ते म्हणाले, ''सँड बेटा, तुला उशीर झाला हं!''

''माफ करा लेमेकआजोबा. मी एका मुलीशी बोलत होतो.''

साशंक होऊन त्यांनी विचारलं, ''कुठली मुलगी?''

''तिचं नाव टिग्ला, आणि ती नोहाच्या एका सुनेची बहीण आहे.''

''हं...ॲनाची बहीण. काळजी घे रे सँड, सावध रहा हं,'' आजोबांनी सांगितलं.

सँडी म्हणाला, ''ती सुंदर आहे, म्हणजे मला म्हणायचंय, ती अत्यंत आकर्षक आणि सुंदर आहे.''

''असेलही, पण फक्त तेवढंच पुरेसं नसतं रे!'' लेमेकआजोबा म्हणाले.

आता हा विषय इथेच थांबवलेला बरा, असं सँडीला वाटलं. तो म्हणाला, "मला तहान लागलीय. आजोबा, हे सूप मस्तच होतं, पण पिण्यासाठी काहीतरी थंडगार आहे का? पाणी आहे?"

आजोबा मान हलवून म्हणाले, "मी तुला थोडा फळांचा रस देतो. अरे, पाणी बहुमोल असतं बाबा, पिण्यासाठी वापरून वाया घालवू नये. तुम्ही जिथून आलात, तिथे विहिरी नाहीयेत का?"

"आहेत की! आम्ही जिथे राहतो तिथे नळातून पाणीपुरवठा होत नाही. आमच्या इथे कूपनलिका आहे."

"अच्छा... आणि त्यातून सतत पाणी येत राहतं?"

"अं... पाऊस कमी पडलेला असला तर शरद ऋतूत शॉवरखाली जास्त वेळ अंघोळ करण्याची परवानगी मिळत नाही, आणि शौचकूपाचा वापर केल्यानंतर प्रत्येक वेळेस फ्लश करायची गरज नाही, असं आमचे आई-बाबा आम्हाला बजावून सांगतात..."

"काय? कशाचा वापर?"

"माफ करा हं. मी नेहमी विसरूनच जातो," सँडी म्हणाला. इतर लोकांपेक्षा लेमेकआजोबा नैसर्गिक विधींच्या बाबत जास्त नीटनेटके आणि स्वच्छताप्रिय होते. त्यांनी सँडीला नैसर्गिक विधींसाठी जवळच्याच एका झाडांच्या लहानशा राईत जाण्याची विनंती केली होती. इतर अनेक लोक मात्र त्यासाठी अशी कुठलीही विशिष्ट जागा राखीव ठेवत नसत. लेमेकआजोबांच्या तंबूतून बाहेर पडून जेव्हा सँडी रस्त्यावर गेला होता, तेव्हा त्याला रस्ते घाणीनं भरलेले दिसले होते. मानवी विष्ठा, उंटाचं, बकरीचं, गायींचं शेण रस्त्यावर पडलेलं होतं. अत्यंत प्रखर उन्हामुळे कदाचित रोगराई निर्माण करणारे जंतू जळून जात असतील, असं त्याला वाटलं होतं. डेनीसला विचारायला हवं, असा विचारही त्याच्या मनात डोकावून गेला होता. आरोग्य सांभाळण्यासाठी आवश्यक स्वच्छतेविषयी, तसेच जीवाणू, विषाणू आणि जंतूंविषयीची माहिती सँडीपेक्षा डेनीसला अधिक जास्त होती. मोठा झाल्यावर त्यानं जर पर्यावरणविषयक कायद्याचा अभ्यास करायचं ठरवलं असतं, तर त्याला हे सगळं शिकावंच लागलं असतं.

लेमेकआजोबांनी त्याला वाडगाभर द्राक्षांचा ताजा रस दिला. तहानलेल्या सँडीनं तो घटाघटा पिऊन टाकला. राखेनं झाकून टाकलेल्या निखाऱ्यांमधे ठेवलेल्या एका मडक्याकडे त्याचं लक्ष गेलं, आणि त्यानं त्याचा वास घेतला. लेमेकआजोबा रात्रीच्या थंड वेळेत स्वयंपाक करायचे आणि मग ती भांडी ते धुमसत्या निखाऱ्यांवर राखेत रचून ठेवायचे. त्यामुळे अन्न छान गरम राहायचं.

"छान वास येतोय, लेमेकआजोबा. काय बनवलंय?"

"पॉटेज," आजोबांनी सांगितलं.

"म्हणजे काय?"

"डाळी, तांदूळ, कांदे आणि चवदार मसाले घालून बनवलेला दाटसर रस्सा."

"अरे वा! मी घरी जाईन ना, तेव्हा हे कसं बनवायचं ते आईला सांगावंच लागेल," तो म्हणाला. तो एकदम घराच्या आठवणीत गुरफटून गेला. ती प्रयोगशाळा, आणि बन्सेन बर्नरवर शिजणारं पॉटेजचं भांडं त्याच्या डोळ्यांसमोर उभं राहिलं.

हिगेयॉननंदेखील वास घेतला. खाण्यासाठी त्याचा स्वतंत्र वाडगा होता, सँडी आणि आजोबा जे खात असत, तेच अन्न तोसुद्धा खात असे.

दिवसेंदिवस लेमेकआजोबा जास्तच लटपटत चालायला लागलेत, असं सँडीच्या लक्षात आलं. डेनीस जर इथेच तंबूत आला, तर आजोबांवर खूप जास्त भार पडेल का? त्याला प्रश्न पडला.

पण आता नोहा आणि आजोबांचा समेट झाला होता; त्यामुळे नोहा आता नेहमी भरपूर अन्न, वाइनच्या पखाली, द्राक्षांचे घोस घेऊन यायचा. ते दोघे खूप गप्पा मारायचे, हसायचे अन् रडायचेदेखील. नोहा त्याच्या बाबांना मिठी मारून म्हणायचा, "माझे बाबा... बाबा, तुम्ही कायम जिवंत राहायलाच हवं!"

आणि लेमेकआजोबा काहीही उत्तर द्यायचे नाहीत.

• • •

सरतेशेवटी डेनीसनं मरुवन पार करून लेमेकआजोबांकडे राहायला जायची वेळ आली. तो एका लांब नाकाच्या, घमेंडखोर भाव असलेल्या पांढऱ्या उंटावर बसून जाणार होता. त्या उंटाचे रबरासारखे ओठ तुच्छतेनं हसत असल्याचा भास होत होता. त्याचे डोळे शाईसारख्या गडद निळ्या रंगाचे होते, आणि त्या डोळ्यांवर दाट, लांबसडक पापण्या होत्या.

एका अणकुचीदार दगडामुळे नोहाच्या पावलाला चांगलीच जखम झाली होती, त्यामुळे डेनीससोबत जाण्यास मॅट्रेडनं त्याला सक्त मनाई केली होती. तिनं सांगितलं, "आता तुझा अन् तुझ्या बाबांचा समेट झालाय ना, मग पावलाच्या जखमेत जंतुसंसर्ग झाला तर सगळ्या चांगल्या घटनांवर पाणी पडेल. तसं व्हायला हवंय का? तशी ती जखम आता भरत आलीये म्हणा; पण रस्ते घाणीनं भरलेले असतात. जखम पूर्ण बरी झाल्याशिवाय तू या

तंबूतून बाहेर पडायचं नाहीये.''

"या बायका म्हणजे ना...'' नोहा वैतागून गुरकावला, पण तरी त्यानं मॅट्रेडची सूचना मान्य केली.

तिनं त्याला आश्वस्त करून म्हटलं, "आपल्या डेनला काहीही होणार नाही. तो सेराफिमसोबत आहे ना, मग तो अगदी सुखरूप लेमेकआजोबांच्या घरी पोचेल.''

पेलिकन पक्षी हे यजमान शरीर असलेला ॲलारिड नावाचा सेराफ, दुसऱ्या एका सेराफला घेऊन तिथे आला. याच ॲलारिडनं डेनीससाठी पाणी आणून दिलं होतं, आणि त्यानंच डेनीसला काहीही बदल घडवून न आणण्याची ताकीदही दिली होती. ॲलारिडसोबत आलेल्या त्या दुसऱ्या सेराफला मंद निळसर रंगाचे पंख होते. त्याचे डोळे छान चमकदार नीलमण्यासारखे गडद निळ्या रंगाचे होते.

ॲलारिड डेनीसला म्हणाला, "हं... तू बदल घडवून आणलासच की!'' मात्र त्याच्या आवाजात डेनीसवर आरोप करण्याची छटा नव्हती.

"पण मी काही नाही केलं!'' डेनीसला त्याचं बोलणं मुळीच पटलं नाही.

"तू नोहाचं मन वळवून त्याला त्याच्या बाबांकडे जायला लावलंस. आधी तर या बाबतीत नोहा कुणाचंही ऐकून घेत नव्हता.''

डेनीस म्हणाला, "मी खरंच जास्त काही बोललो नव्हतो. अं... मी फक्त ताऱ्यांचं सांगणं ऐकलं. म्हणजे खरंतर मी नाहीच केलेलं ते...''

ॲलारिड बोलू लागला, "अरे, मी तुझ्यावर आरोप करायला आलो नाहीये रे! लेमेकआजोबा अन् नोहा पुन्हा एकमेकांशी बोलायला लागले, या गोष्टीचा आम्हाला अगदी खूप आनंद झालाय. तिथे, तुझ्या भावानं, लेमेकआजोबांशी बोलून, समेट करण्यासाठी त्यांच्या मनाची तयारी केली. तेसुद्धा गरजेचंच होतं.'' तो दुसरा सेराफ तिथेच शांतपणे उभा राहून ऐकत होता. त्याच्याकडे बोट दाखवून ॲलारिड म्हणाला, "याचं नाव ॲडमिएल आहे.''

त्या सेराफनं हस्तांदोलनासाठी हात पुढे केला नाही. सेराफिम लोक हस्तांदोलन करत नाहीत. ॲडमिएलनं झुकून अभिवादन केलं. डेनीसनंही तसंच केलं.

त्या दोघांनी मिळून डेनीसला तपासलं. ॲलारिड म्हणाला, "यलिथ आणि ओहोलिबामानं तुझी अगदी उत्तम शुश्रूषा केलीय.''

ॲडमिएलनं होकारार्थी मान डोलावली.

"हो, खरंच. त्यांनी अतिशय छान काळजी घेतली माझी,'' डेनीसनं मान्य केलं. "त्या नसत्या तर मी जिवंत राहिलोच नसतो.'' त्याच्या त्वचेवरच्या खपल्या बऱ्याच आधी पूर्णपणे निघाल्या होत्या. आता तो न थकता वाळवंटात

धावू शकत होता. निघायची वेळ झाल्याचं त्यालाही कळलं होतं.

तो ॲलारिडकडे बघत म्हणाला, "आणि तूसुद्धा हं. तुझे खूपखूप आभार." त्यानं त्या सेराफला लवून अभिवादन केलं.

"ॲडमिएल तुला लेमेकआजोबांच्या तंबूपाशी घेऊन जाईल." ॲलारिडनं सांगितलं.

ॲडमिएलचे चमकत्या नीलमण्यासारखे डोळे डेनीसवर रोखले गेले. "मी बाहेर थांबतो," असं म्हणून गंभीर चेहऱ्यानं तो बाहेर गेला.

'मी सगळ्यांचे आभार मानायला हवेत.' डेनीसची द्विधा मनस्थिती झाली होती. सँडीला पुन्हा भेटायला तो अगदी आतुर झाला होता, पण त्याला यलिथला सोडून जायचं नव्हतं; यलिथ, ओहोलिबामा, आणि अर्थातच जॅफेथदेखील. 'लेमेकआजोबांच्या तंबूत गेल्यावर यलिथ पुन्हा कधी भेटेल का?' ताऱ्यांचं बोलणं ऐकायला ती त्याला रात्री घेऊन गेली होती तेव्हा, आणि ते सगळे रात्री वाळवंटात नाचले होते त्या वेळीही तिची नाजूक बोटं त्याच्या बोटांमध्ये गुंफली गेली होती. 'आता त्या बोटांचा स्पर्श पुन्हा कधी होईल का?' तो मनातल्या मनात स्वत:शीच बोलत होता.

ॲलारिड म्हणाला, "काळजी करू नको. मी तुझ्या वतीनं त्या सगळ्यांचे आभार मानले आहेत. नोहा आणि मॅट्रेड, शेम अन् इलिशेबा, हॅम आणि ॲना, जॅफेथ अन् ओहोलिबामा, आणि हो... यलिथचे सुद्धा! अरे, तू वेळोवेळी त्यांना भेटशीलच की! आता लेमेकआजोबा आणि नोहाचं भांडण मिटलंय, त्यामुळे सगळ्यांचं येणं-जाणं सुरूच राहील. तू तयार आहेस ना?"

"हो, तयार आहे." 'यलिथ पुन्हा भेटेल. ती आजोबांना भेटायला त्यांच्या तंबूत नक्की येईलच. तिच्या नाजूक बोटांचा स्पर्श पुन्हा होईल...' असं त्याच्या मनात आलं.

डेनीस ॲलारिडच्या पाठोपाठ तंबूबाहेर आला. आता रात्र झाली होती. आकाश चांदण्यांनी भरून गेलं होतं. त्याला आता पहाटे लवकर उठायची, दुपारी छान झोप काढायची, आणि तापलेली वाळू थंड झाली आणि जरासे गार वारे वाहू लागले, की मग त्यानंतर रात्री उशिरा झोपायची सवय झाली होती.

तो तंबूबाहेर येऊन ॲडमिएलला शोधू लागला, पण तिथे तर सेराफ नव्हताच. त्याऐवजी तिथे एक पांढरा उंट तंबूच्या अंधुकशा सावलीत उभा होता.

त्या उंटाशेजारी नोहा त्याची वाट बघत उभा होता. आधारासाठी त्यानं हातात काठी घेतली होती. त्याचं जखम झालेलं पाऊल स्वच्छ कातड्यात

बांधून ठेवलं होतं. नोहा म्हणाला, "हा काही अखेरचा निरोप देत नाहीये हं बाळा. आम्हाला सगळ्यांना तुला आणि त्या सँडला एकत्र बघायची उत्सुकता आहे. मगच तुम्ही दोन वेगवेगळी मुलं आहात, या गोष्टीवर आम्ही कदाचित विश्वास ठेवू शकू. सेराफिमनं माझं पाऊल तपासलं आहे, आणि दोनचार दिवसांत मी नीट चालू शकेन, असं त्याचं मत आहे." नोहानं आपला हात पुढे करून तळवा पसरला. तो म्हणाला, "ह्याच्यावर पाय ठेवून चढ. मी तुला उंटाच्या पाठीवर चढायला मदत करतो. तू छोटा राक्षस असलास, तरी उंट मात्र खूपच उंच आहे."

त्या उंटाच्या पाठीवर खोगीर वगैरे काही नव्हतं. फक्त काही जाडजूड कातडी तेवढी त्याच्या पाठीवर पसरली होती. उंटाच्या पाठीवर घट्ट बैठक जमवणं सोपं असेल की नाही, याची काहीच कल्पना डेनीसला येईना. तिथे धरून बसायलाही काही नव्हतं, लगाम नव्हता, खोगीरच नसल्यामुळे त्याची पुढची दांडीही नव्हती... उंटाच्या रूपातला अॅडमिएल मात्र अगदी खराखुरा, हाडामांसाचा वाटत होता; आभासी एकशिंगी घोड्यांसारखं अस्पष्ट, संदिग्ध असं काहीही नव्हतं. हा उंट अस्तित्वहीन होऊन गायब होईल, अशी शंका त्याला मुळीच वाटली नाही.

मॅट्रेड घाईघाईनं बाहेर आली. तिच्या हातात एक गाठोडं होतं, डोळ्यांतून घळाघळा पाणी वाहत होतं. ती म्हणाली, "हे घे, तुझे कपडे आहेत. कदाचित कधीतरी तुला लागतील ते. तुझा लळा लागला होता रे... आमच्या लाडक्या जुळ्या, गुडबाय! आम्हाला तुझी खूप आठवण येईल."

त्याच्याभोवती एकदम सगळं कुटुंब गोळा झालं. सगळे रडत होते, हसत होते, टाचा उंचावून उंटावर बसलेल्या डेनीसच्या पावलांना हात लावायचा प्रयत्न करत होते. तेवढ्याच उंचीपर्यंत पोचता येत होतं त्यांना.

जॅफेथनं ओहोलिबामाभोवती हात वेढून घेतला होता, आणि यलिथ त्यांच्या बाजूलाच उभी होती. सगळ्यांनी त्याच्या दिशेनं हवेत चुंबनं फुंकरली, आणि मग डेनीसनंही तसंच केलं. मग अचानक कसलीही सूचना न देता, तो उंट चालू लागला. सगळे त्याला हाक मारून निरोप देऊ लागले. "गुडबाय जुळा डेन... गुडबाय ... आणि आम्ही तुला लवकरच भेटू हं!"

डेनीस त्यांना ओरडून म्हणाला, "गुडबाय!" उंटाच्या पाठीवर बसून खाली न पडण्याची कसरत करत त्यानं निरोपादाखल हात हलवण्याचाही प्रयत्न केला.

तो उंट मरुवनातून वळला आणि वाळवंटातून धावू लागला. सगळ्यांच्या हाका हळूहळू ऐकू येईनाशा झाल्या. डेनीसनं मॅट्रेडनं दिलेलं गाठोडं घट्ट

धरून ठेवलं होतं... कचऱ्याच्या खड्ड्यात खराब झालेले कपडे त्यानं फेकून दिले होते, फक्त उरलेसुरले कपडेच होते त्या गाठोड्यात. आतातर त्याला थंडीत घालायचे गरम कपडे पुन्हा कधी लागतील, याची कल्पनाही करवेना. सँडीची भेट होणार असलेल्या लेमेकआजोबांच्या तंबूपासून दूर जाण्याची कल्पना त्याला करताच येईना.

त्याला कुठेसं वाचलेलं आठवलं – उंटाची सवारी करणं, म्हणजे खवळलेल्या समुद्रात हेलकावे खाणाऱ्या होडीत बसल्यासारखं असतं. हे वर्णन अगदी अचूक असल्याचं त्याला आता पूर्णपणे पटलं. जरासं पुढे वाकून त्यानं उंटाच्या मानेवरचे पांढरे केस पकडले. त्यानं आपल्या शरीराला त्या उंटाच्या चमत्कारिक चालीनुसार हेलकावे देण्याचा प्रयत्न सुरू केला. रात्रीच्या हवेची मंद झुळूक त्याच्या गालांना स्पर्श करून जात होती. हवेत अगदी किंचित प्रमाणात धूळ जाणवत होती. आकाशातल्या असंख्य चमचमत्या ताऱ्यांचा मंद उजेड पडला होता. दूरवरच्या डोंगरातून धूर निघाला आणि क्षितिजावर धगधगता लाल रंग पसरला. त्या ज्वालामुखीपासून मरुवन चांगलंच दूर असल्यानं डेनीसला हायसं वाटलं.

तो उंट झोकांड्या खात वाळवंटातून वेगानं पुढे जात होता. डेनीसच्या लक्षात आलं, आपण जितक्या जास्त प्रमाणात उंटाच्या हेलकावणाऱ्या लयीशी मिळत्याजुळत्या हालचाली करू, तितक्याच जास्त प्रमाणात घसरून खाली पडण्याची शक्यता कमी होईल. आपल्या शरीरालाही तसेच, त्याच्या चालीशी जुळणारे, हेलकावे द्यावे लागतील. तो उंट एवढ्या वेगानं चालला होता, की समजा डेनीस पडला असताच, तर ते कळेपर्यंत उंट अर्धं वाळवंट पार करून गेलेला असता. त्यामुळे त्यानं उंटाच्या पाठीवर भक्कमपणे टिकून राहणं महत्त्वाचं होतं.

उंटाच्या वेड्यावाकड्या लयीनुसार श्वासोच्छ्वास करायचा प्रयत्न त्यानं केला. 'सकाळी सगळं अंग प्रचंड दुखेल,' त्याच्या मनात आलं. घोडेस्वारीपेक्षा उंटावर बसून प्रवास करणं फारच त्रासदायक होतं. आता उंटानं त्याची गती एकदम वाढवली, त्याबरोबर डेनीसनं त्या उंटाची मान पकडली. त्याला नीट टिकून बसता येत नव्हतं. उंटाच्या पाठीवर टिकून राहण्याचा अयशस्वी प्रयत्न तो कसाबसा करत होता. तो उंटाच्या पाठीवरून एका बाजूला घसरायला लागला, आणि पाठीवर टाकलेली कातडीही त्याच्यासोबत घसरायला लागली.

तो पांढराशुभ्र उंट वाळवंटातून खूपच वेगानं धावत होता. वाळूवर किंवा वाळूतल्या दगडी भागावर त्याचे खूर आपटून लयबद्ध आवाज येत होता. अचानक डेनीसच्या लक्षात आलं, की त्या उंटाच्या खुरांच्या आवाजासोबतच,

दुसराही एक आवाज ऐकू येतोय...

त्यांच्या पाठीमागून, अगदी जवळूनच, एक गर्जना ऐकू आली, "भूक लागलीय!" आणि डेनीसच्या अंगावर अत्यंत उष्ण श्वासाचा झोत आला, चटकाच बसला त्याला. तो उंटाच्या पाठीवरून घसरतच चालला होता, आणि आता तर तो एका बाजूला कसाबसा लोंबकळत होता. तो उंट एकदम वळला, त्यामुळे डेनीस आणि ते गर्जना करणारं जे कुणी होतं, या दोघांच्या मध्ये तो उंट उभा ठाकला. डेनीस इतका वेडावाकडा घसरला होता, की त्यामुळे त्याचं डोकं खाली आलं होतं. त्या उंटाच्या पोटाखालून तो पलीकडे डोकावू लागला.

उंटाच्या दुसऱ्या बाजूनं डेनीसकडे कुणीतरी डोकावून बघत होतं. डेनीसला एक मिशाळ चेहरा दिसला. एखाद्या गोळ्यासारखं नाक होतं त्याचं, आणि झोपाळलेले डोळेही. त्याला खालच्या दिशेला वाकलेली अणकुचीदार शिंगं होती. डेनीसनं त्या चेहऱ्यामागचं शरीर पाहण्याचा प्रयत्न केला, आणि त्याला चक्क सिंहाचं शरीर दिसलं. त्याची नजर शेपूट शोधू लागली, आणि काय आश्चर्य... त्याला चक्क विंचवासारखी शेपूट दिसली. त्या शेपटीची नांगी भीतिदायक वाटत होती. डेनीसनं याआधी असलं काही कधीच पाहिलं नव्हतं, आणि आत्ताही ते पहायची त्याला मुळीच इच्छा नव्हती. त्या उंटाचे पांढरे केस पकडून तो पुन्हा कसाबसा धडपडत पाठीवर चढायला लागला.

तो उंट हळूच खिंकाळला, आणि पुन्हा वाळवंटातून धावत सुटला.

"भूक लागलीय!" तो पशू पुन्हा ओरडला. त्यांचा पाठलाग करू लागला.

डेनीसला खूप छोटं झाल्यासारखं वाटलं. खूप लहान, खूप घाबरलेला... त्यानं विचारलं, "ते मला खाऊन टाकेल का?"

उंटानं त्याच्याकडे मान वळवून पाहिलं. त्याचे निळेशार डोळे गूढ वाटत होते.

"अरे ए...! तू रोखणार नाहीस का त्याला?" डेनीस ओरडला.

तो भीषण अवाढव्य चेहरा आता उंटाच्या पाठीवर डोकावू लागला. त्यानं पुन्हा गर्जना केली, "भूक!" त्याचे भलेमोठे ओठ उघडले गेले, आणि मोठमोठ्या घाणेरड्या दातांच्या दोन ओळी दिसायला लागल्या. सतत चावून, कुरतडून त्या दातांची झीज झालेली वाटत होती. त्यानं त्याचे जांभळट ओठ पूर्ण उघडले.

डेनीसनं उंटाचे पांढरे केस घट्ट धरून ठेवले होते. ते केस खेचत तो ओरडला, "ए... अरे मला मदत कर ना." आता तर त्या ओंगळ पशूचा श्वासही डेनीसला जाणवू लागला. त्याचे लालबुंद डोळे डेनीसच्या राखाडी डोळ्यांवर रोखले गेले. डेनीसनं त्याच्याकडे रागानं एकटक बघत राहण्याचा

प्रयत्न केला. त्या पशूची जाडजूड, पण सापासारखी लांबलचक जीभ त्याच्या दिशेनं येऊन वळवळली. डेनीसनं जमेल तितके मागे सरून अंग आक्रसायचा प्रयत्न केला, पण तो पशू उंटाच्या पाठीवर झेप घेऊन आदळला. तो पशू आणि डेनीस, दोघेही खाली वाळूवर पडले.

डेनीस ओरडला, "ए उंटा, अरे तू प्लीज ॲडमिएल बन ना!" तो त्या राक्षसी पशूपासून बाजूला सरकला.

अतिशय चपळाईनं तो उंट पुन्हा एकदा त्या दोघांच्या मध्ये घुसला. त्यानं डेनीसकडे एक नजर टाकली. डेनीसला आठवलं, सेराफिम लोकांना कशातही ढवळाढवळ करायला, किंवा कुठलेही बदल करायला आवडत नाही.

म्हणून मग डेनीस ओरडून म्हणाला, "ए... अरे, जर त्यानं मला खाऊन टाकलं, तर त्यामुळे पुढच्या घटनांमध्ये बदल होणार नाही का?"

एकशिंगी घोड्यांसारखा प्रकाश लखलखला, आणि तो उंट उभारून उंचावू लागला... उंच होत गेला...जणू ताऱ्यांपर्यंत...आणि मग डेनीसच्या शेजारी ॲडमिएल अवतरला. तो कडक आवाजात म्हणाला, "जा रे मँटिकोर, इथून ताबडतोब निघून जा, आणि कुठल्याही तंबूत घुसू नकोस हं. कुठल्याही मॅमथला खायचा विचारसुद्धा मनात आणू नकोस. तुला काय शिकार करायची असेल, ती वाळवंटात जाऊन कर."

आता मात्र त्या मँटिकोरच्या गालांवरून अश्रू ओघळायला लागले. त्याची पिंजारलेली दाढी ओली होऊ लागली.

ॲडमिएल त्याला म्हणाला, "आणि मला तुझी कीव येईल, असं मुळीच वागू नकोस. अर्थात... मला तुझी कीव करावीशी वाटते हे खरं आहे म्हणा, पण तरी तसं काही वागू नकोस. निसर्गाचा विलक्षण चमत्कारच म्हणायला हवं तुला, तसाच वाटतोस तू."

तो मँटिकोर डोकं खाली घालून वळला, आणि वाळवंटातून पाय आपटत निघून गेला. विंचवासारख्या शेपटीची नांगी चालताना खाली आपटत, किटकिट आवाज करत होती.

"बापरे!" डेनीस म्हणाला. "अगदी जेमतेम वाचलो."

"तसं नाही. अरे, ते मँटिकोर अत्यंत भित्रे असतात." ॲडमिएलनं खाली पडलेली कातडी उचलली, ही कातडी खोगिरासारखी उंटाच्या पाठीवर टाकली होती. तो म्हणाला, "चल, जाऊ या." डेनीसनं त्याच्याकडे प्रश्नार्थक नजरेनं पाहिलं. ॲडमिएलनं सांगितलं, "इथून जास्त लांब नाहीये. मी मरुवनाला समांतर धावत होतो. आता थोडंसं अंतर चालू शकशील ना तू?"

"हो, नक्कीच." उंटाच्या पाठीवर उडत, उसळत, आदळत बसण्यापेक्षा

चालत जाणं चांगलंच वाटलं असतं. तरीही त्यानं कुतूहलानं विचारलं, "तू आता उंट बनणार नाहीयेस का?"

सगळी कातडी खांद्यावर टाकून अ‍ॅडमिएल सांगू लागला, "आत्ता नाही. रूप बदलायला खूप ऊर्जा लागते. गरज नसताना ऊर्जा वाया घालवणं आम्हाला आवडत नाही. मँटिकोर मुळातच घाबरट असतात, पण तरी रात्रीच्या वेळी वाळवंटात इतर धोकेही असू शकतात रे! आपलं चालत राहणं सगळ्यांत उत्तम."

अ‍ॅडमिएलनं वर नजर टाकली, तसं डेनीसनंही आकाशाकडे पाहिलं. त्याला एक गिधाड, काळसर पंख फडफडवत, वेगानं गोलगोल घिरट्या घालताना दिसलं.

पांढऱ्या वाळूवर नेफिलिमचं काळसर वर्तुळ उठून दिसत होतं. शक्तिप्रदर्शन करण्यासाठी ते आपलं यजमान-प्राण्याचं रूप अन् नेफिलरूप वारंवार बदलत होते, आणि तसं करताना प्रत्येक वेळी आगीच्या फरफरत्या ज्वाळा उठत होत्या. त्या ज्वाळा दूरच्या डोंगरातून उठणाऱ्या ज्वाळांपेक्षाही तेजस्वी दिसत होत्या. ते त्यांच्या नेफिलरूपात बोलत असताना, त्यांच्या आदिम ऊर्जेचे हलकेसे स्फोट होत होते, आणि परत यजमान-प्राण्याच्या रूपात जाताना मात्र घनगर्द गडद काळोख जाणवत होता, जणू प्रकाशाच्या विरुद्ध. बोलायचं असेल तेव्हा मग पुन्हा चमचमत्या पंखांचा लखलखाट होऊन ते पुन्हा नेफिलरूपात येऊन बोलू लागत होते.

सुसरीनं आपला भलामोठा जबडा उघडला, आणि मग उंचावून, आकाशाच्या दिशेनं आपले हिरवे पंख पसरले. "ते इथे काय करतायत?"

"ते काय आहेत?" या प्रश्नानंतर फिक्कया राखाडी रंगाचे पंख धुरासारखे हवेत विरून गेले, आणि एका उंदराची शेपूट वाळूवर मागे-पुढे फटकारली जाऊ लागली.

दर वेळी, नेफिलिमनं रूप पालटलं की हवेत नासक्या अंड्यासारखी दुर्गंधी पसरत होती. "ते काही खरे राक्षस नाहीयेत." लालभडक केस आणि पंख गरम हवेत झगमगले, आणि मग एक डास कर्कश आवाजात घोंगावू लागला.

"आपल्यापैकी नाहीयेत ते," जांभळे पंख धूसर झाले आणि ड्रॅगन/सरड्यानं त्याचे निरुपयोगी पंख ताणले.

"पण ते ती प्राचीन भाषा बोलतात."

"सूर्याच्या उन्हात ते जळतात."

"त्यांना त्यांचं रूप बदलता येत नाही."

“अगदी लहान आहेत. बाळंच.”

“पण तरीही जवळजवळ पूर्ण पुरुष आहेतच.”

“ते मूळचे इथले नाहीयेत.”

“त्यांचं करायचं तरी काय?” तांबूस पंख विरून गेले आणि फाटल्यासारखा टर्रकन आवाज होऊन झुरळानं त्याचे छोटेसे पंख उंचावले.

“आपण त्यांना जिवंत राहू द्यायचं का?” मोठाले लाल पंख चाबकासारखा काडकन आवाज येऊन खाली आले, आणि ताऱ्यांच्या उजेडात एका लाल मुंगीची काळीकुट्ट सावली पडली.

चमचमाट. ज्वाळा. काळोखी सावली. रूप पालटतेवेळी होणारे आदिम ऊर्जेचे गर्विष्ठ स्फोट.

“उं...उं...” नाग असलेला नेफिल कण्हत बोलू लागला, “ते जिवंत राहतील, असं आपण त्यांना वचन देऊ बहुतेक.”

“अं..., ठीक्के क्कीर्र,” किंचित काळासाठी गिधाड दिसू लागलं. त्यानं चोचीतून किटकिट आवाज काढला, आणि मग लगेच काळ्याभोर भव्य पंखांनी तारे झाकून टाकले. “शक्ती. त्यांना आपल्या शक्तीच्या आधिपत्याखाली आणा.”

पिवळे पंख धुरात विरून गेले आणि ड्रॅगन/सरड्याशेजारची पिसू उडी मारून गिधाडाजवळ गेली. आपले पंख उंचावून म्हणाली, “शक्ती. अगदी बरोबर आहे.”

“प्रलोभन,” त्या ड्रॅगन/सरड्यानं सुचवलं.

“प्रलोभन, लालूच. हे चांगलंय,” डास गुणगुणत म्हणाला.

“वासना,” नागानं सुचवलं. त्या नेफिलचा चेहरा वाळूपेक्षाही पांढराफटक होता.

“उं...वासना,” त्या गिधाडाला हे मान्य झालं. “ठीक्के. क्कीर्र. वासना.”

• • •

“आपण उद्या ऊन चांगलं तापलं की मग झोपू.” एकमेकांना भेटलेले सँडी अन् डेनीस लेमेकआजोबांच्या तंबूबाहेर गप्पा मारत बसले होते. रात्रीच्या आकाशात तारे संथपणे मार्गक्रमणा करत होते. आजोबाही आत्तापर्यंत त्यांच्यासोबत बसले होते, पण आता ते ताजं पॉटेज खायला आणि अंजिराचा रस बनवायला तंबूमध्ये गेले होते.

ताऱ्यांच्या प्रकाशामुळे एका झाडाची सावली पडली होती. त्या सावलीत हिगेयॉन मुटकुळं करून झोपला होता. झोपेत त्याचं पोट वर-खाली हलत

होतं, अधूनमधून स्वप्न पडत असल्यानं त्याचं पोट हिसके बसल्यागत हलत होतं.

"नोहा अन् मॅट्रेड यांनी पाळलेल्या मॅमथचं नाव सेला आहे," डेनीस सांगू लागला. "नेहमी ती यलिथच्या शेजारी झोपते, पण कधीकधी माझ्या तंबूत येऊन माझ्याजवळही झोपत असे. तुझ्याशिवाय सगळंच फार विचित्र वाटत होतं रे!" डेनीसनं पायांची बोटं वाळूत खुपसून हलवली.

"हो रे! मलासुद्धा फार विचित्र वाटत होतं. हिगी आणि लेमेकआजोबा माझ्याशी खूप चांगले वागले हं!" सँडीला यलिथबद्दल विचारायचं होतं, पण त्यानं स्वत:ला आवर घातला. त्याऐवजी तो म्हणाला, "लेमेकआजोबांबद्दल मला फार प्रेम वाटतं. तुलासुद्धा वाटेल."

"चांगले वाटतात ते," डेनीसनं मान्य केलं. तो पुढे म्हणाला, "आपल्याला पहिल्यांदा भेटलेला माणूस जॅफेथच होता, हे किती छान झालं ना. नाहीतर इथल्या सगळ्याच लोकांबद्दल, ते मला कचऱ्याच्या खड्ड्यात फेकून देणाऱ्या त्या भयानक लोकांसारखेच असतील, अशी शंका मला सतत आली असती."

"खूप रानटी वाटतंय ते."

"हं, पण नोहाच्या तंबूत राहणारे सगळेच खूप छान वागले माझ्याशी."

"ए डेनीस," सँडीचा आवाज अचानक उदासवाणा झाला. त्यानं विचारलं, "तुला ती गोष्ट आठवतीये का? ती रे... नोहा आणि त्याचं जहाज?"

अस्वस्थपणे हालचाल करत डेनीस म्हणाला, "त्याच कथेत आपण फेकलो गेलोय. आधीतर मला वाटलं होतं, आपण आपल्या सूर्यमालेच्याही बाहेर गेलोय."

"ते कदाचित बरं झालं असतं. आज लेमेकआजोबांनी मला फळं विकून त्या बदल्यात डाळी आणण्यासाठी पाठवलं होतं. मला खूप लोक दिसले रे! ते सगळे बिचारे बुडून जाणार आहेत."

ज्वालामुखीमुळे तेजाळलेल्या क्षितिजाकडे बघत डेनीस म्हणाला, "हो, मला माहीत आहे. नोहा अन् मॅट्रेड, शेम आणि इलिशेबा, हॅम आणि ॲना, जॅफेथ आणि ओहोलिबामा यांच्याशिवाय बाकीचे सगळेच बुडून मरणार."

सँडीचा आवाज चढला, आणि चिरकला, "यलिथचं काय?"

डेनीसनं त्याच्या चढणाऱ्या आवाजावर कसाबसा ताबा मिळवला. तो म्हणाला, "मला नाही माहीत. पण त्या कथेत ओहोलिबामा, इलिशेबा किंवा ॲना यांचीही नावं नव्हती, असं मला वाटतंय. मॅट्रेडचं नावसुद्धा नव्हतं." शेवटी त्याचा आवाज चांगलाच चढला. तो म्हणाला, "यलिथचंही नव्हतं. म्हणजे मला तरी आठवत नाहीये. आपल्याजवळ बायबल असायला हवं होतं रे..."

"अरे, तो समाज फारच पुरुषसत्ताक होता रे! तसं वाचल्याचं आठवतंय

मला.'' सँडी म्हणाला.

''मेग या मनोवृत्तीला पुरुषी अहंकार म्हणाली असती. ज्यानं बायबल लिहिलं, तोसुद्धा पुरुषच होता की! अनेक पुरुष.'' डेनीस म्हणाला.

''मला तर वाटलं होतं, ते देवानं लिहिलंय. आपल्याला संडे स्कूलमध्ये असंच शिकवलं होतं ना?''

''आपण लहान होतो रे तेव्हा. मूळ मुद्दा हा आहे, की अनेक लोक कित्येक वर्षं बायबलची रचना करत होते. बायबल हा देवाचा संदेश आहे, 'देवानं लिहिलेलं' असं म्हणता येणार नाही.''

''बरं, ठीक आहे. पण नोहा अन् त्याच्या कुटुंबासोबत सँडी आणि डेनीस मरी हे जुळे भाऊसुद्धा होते, असं कुणीही म्हटलं नाहीये, किंवा लिहिलं नाहीये.''

''पाऊस केव्हा सुरू होणार आहे? तुला काही कल्पना आहे का?'' डेनीसनं विचारलं.

डोकं हलवून सँडी म्हणाला, ''नाही रे, मला नाही माहीत. आणि आपण इथून बाहेर पडून घरी कसे जाणार आहोत, हेसुद्धा माहीत नाहीये. तुला माहितीये?''

''मला वाटलं होतं, तू काहीतरी विचार करून ठेवला असशील,'' डेनीस म्हणाला.

''अरे बाबा, मला काहीच कळत नाहीये. आपल्या घरी, जेवणाच्या टेबलापाशी बसून सगळे जेव्हा टेसरिंग, रेड शिफ्ट्स, मायटोकॉन्ड्रिया अन् फॅरन्डोली आणि तसल्याच विषयांवर चर्चा करत असतात, तेव्हा तूच त्यांचं बोलणं अगदी लक्षपूर्वक ऐकत असतोस. त्यांच्या बोलण्याकडे माझ्यापेक्षा तुझंच जास्त लक्ष असतं.''

डेनीस त्याच्याकडे बघत म्हणाला, ''मायटोकॉन्ड्रिया. तुला आठवतंय का रे, चार्ल्स वॉलेसच्या मायटोकॉन्ड्रियांमध्ये काहीतरी बिघाड झाला होता, आणि आपल्याला त्याचा मृत्यू होईल असं वाटलं होतं, तेव्हाचं?''

''आपण भाज्यांच्या बगीच्यात गेलो होतो,'' सँडी म्हणाला.

''कारण तिथे आपल्याला करण्यासारखं काहीतरी काम होतं.''

''आपल्याला माहीत होतं, बागेतल्या कामाचा, चार्ल्सची तब्येत सुधारण्यासाठी काहीच फायदा होणार नव्हता.''

''पण चार्ल्सच्या तब्येतीवरून लक्ष वळवण्यासाठी बागकामाचा काहीतरी फायदा नक्कीच झाला होता.''

थोडा वेळ दोघं गप्प बसले. मग सँडी म्हणाला, ''आत्ताही आपण तसं

करू शकतो... म्हणजे बागकाम. लेमेकआजोबांची भाज्यांची भलीमोठी बाग आहे... अरे, इतकी मोठीमोठी झाडं तू पाहिलीच नाहीयेत... आणि तण तर किती आहे... मी आत्तापर्यंत ढीगभर तण उपटलंय, पण तरीही खूपच जास्त शिल्लक आहे अजून. त्यांच्या वृक्षवाटिकासुद्धा आहेत... तिथल्या झाडांची छाटणी करायची आहे, पाणी घालायचं आहे. अरे, खूप काम आहे. त्याचा घरी जाण्यासाठी काही फायदा होवो, किंवा न होवो; पण आपल्यासाठी काम आहे.''

अंगाखालची जमीन किंचित थरथरली, पण आतापर्यंत अशी जमीन सरकण्याची, हादरण्याची त्यांना सवय झाली होती, त्यामुळे ते त्यांच्या लक्षातही आलं नाही. वयानं लहान असलेल्या ह्या ग्रहाची अजूनही जडणघडण सुरू होती. ''ठीक आहे मग. चांगलं आहे. म्हणजे ती बाग रे! निदान पुन्हा उष्माघात होऊ नये म्हणजे झालं,'' डेनीस म्हणाला.

''अरे नाही. आम्ही फक्त पहाटे आणि संध्याकाळीच काम करतो. त्या बाबतीत लेमेकआजोबा अतिशय काटेकोर आहेत.''

''चांगलं आहे मग.''

''हो, पण यांतल्या कुठल्याही कामाची आपल्याला घरी जायला मदत होणार नाहीये. मग त्याबद्दल काय करायचं?'' सॅंडी स्वत:लाच प्रश्न विचारत होता.

डेनीस अगदी हळूच म्हणाला, ''आपण काहीच करायला नको, असं मला वाटतंय. हे सगळं आपल्या अनुभवापलीकडचं आहे.''

''अरे बाबा, कुणाच्याही अनुभवापलीकडचंच आहे. तू बरोबर बोलतोयस. आपण वाट पाहू. आपले डोळे आणि कान मात्र नीट उघडे ठेवू.'' असं म्हणून सॅंडीनं झोपलेल्या हिगेयॉनकडे नजर टाकली. स्कॅरब किडा नेहमी हिगेयॉनच्या कानावर असायचा, आत्ता मात्र तो तिथे नव्हता. ''म्हणजे ॲडनारेल दुसरीकडे कुठेतरी गेलेला दिसतोय,'' सॅंडी मनात म्हणाला. ''पण काय करत असेल तो?'' त्याला प्रश्न पडला.

• • •

ॲडनारेल म्हणाला, ''आपण थांबू, वाट पाहू. काहीही करणं म्हणजे बदल घडवून आणणं, विरोधाभास निर्माण करणं.''

''त्यांचं इथे असणं, हाच एक विरोधाभास नाहीये का?'' ॲलारिडनं विचारलं. तो कधीकधी पेलिकन पक्षी बनायचा.

डेनीसला वाळवंटातून घेऊन जाणाऱ्या ॲडमिएलनं म्हटलं, "त्यांनी आधीच बदल घडवून आणले आहेत. तो मुलगा आहे ना, डेनीस, त्यानं नोहाला त्याच्या वडिलांबरोबर समेट करायला लावला. नाहीतर हा समेट जवळजवळ अशक्यच होता."

"बहुतेक तो सँडी नावाचा मुलगाही त्यात सहभागी झाला होता," ॲडनाचिएल म्हणाला. त्याचा यजमानप्राणी एक जिराफ होता. जिराफाच्या कातडीसारखेच त्याचे पंख चमकदार पिवळसर रंगाचे होते.

"ते याच कामासाठी इथे पाठवले गेले असतील का?" आल्बिएलनं विचारलं. त्याचे पंख पांढऱ्याशुभ्र हंस पक्ष्यासारखे होते.

सिंहासारख्या पिंगट रंगाचा एरियल हळूच म्हणाला, "आपल्याला माहीत नाहीये. कदाचित ते आधीच ठरलेल्या घटनाक्रमाचा भाग असतील."

कधीकधी सोनेरी वटवाघूळ बनणारा ॲबडिएल तशाच हलक्याशा आवाजात म्हणाला, "स्वर्गातल्या देवदूतांनासुद्धा अनेक गोष्टी माहीत नसतात. आणि आपण निवडलो आहोत..."

"निवडलो आहोत असं म्हणायचं नाही रे, आपण निवडले गेलो आहोत," सोनेरी साप हा यजमानप्राणी असलेल्या ॲबॅस्डर्ननं दुरुस्ती केली.

"आपण आपली निवड होणं मान्य केलं आहे," ॲक्ट्रियलनं आणखी दुरुस्ती केली. त्याचे डोळे घुबडासारखेच गोल, सुजाण, आणि तीक्ष्ण होते.

ॲबडिएल आपलं वाक्य पूर्ण करत म्हणाला, "...माणसांच्या मुलांसोबत राहण्यासाठी आपली निवड झालीय. म्हणूनच आपण आपल्या काही शक्तींचा त्याग केला आहे. आपल्याला खूपशा गोष्टी माहीत नाहीयेत."

अधूनमधून पांढरा चित्ता बनणाऱ्या अबूझोहरनं मान तिरकी करून म्हटलं, "त्या सर्वशक्तिमान अशा एकमेव देवाला माहीत असल्यावर, आपल्याला माहीत असायची काही गरज नाहीये." त्याचा चेहरा चंद्रासारखा तेजाळला होता.

उंदीर हा यजमानप्राणी असलेल्या, आणि राखाडी मऊ मखमलीसारखे पंख आणि केस असलेल्या ॲक्सानं मान डोलावली, आणि म्हटलं, "माणसांच्या मुलांच्या मानानं ते दोघे निष्पाप लहान मुलगे आहेत. कुणालाही आवडावेत असेच आहेत, आणि ते ती प्राचीन भाषा बोलतात."

वाघासारख्या पिवळट नारिंगी रंगाचे पंख असलेल्या ॲडॅबिएलला ते पटलं. तो म्हणाला, "मनानं खूप चांगले आहेत ते, आणि त्यांनी नोहाच्या अंतर्मनात दडलेल्या चांगुलपणाला, प्रेमळ स्वभावाला जागृत केलं, हेसुद्धा त्या योजनेचा भाग असेल का?"

ॲडमिएल म्हणाला, "ते दोघे इथे का आले आहेत, किंवा ते जिथून आले तिथे परत कसे जाणार आहेत, याबद्दल आपल्याला अजूनही खरंच काही माहीत नाहीये."

अधूनमधून जिराफ बनणारा ॲडनाचिएल ताऱ्यांकडे बघत म्हणाला, "आपण या ग्रहावर राहण्याची निवड केली, तेव्हा आपण आपल्या काही शक्तींचा स्वखुशीनं त्याग केला होता."

"आपल्यावर इथेच राहण्याची सक्ती नाहीये. कुठल्याही वेळी आपण हा ग्रह सोडून निघून जाऊ शकतो, आणि आपल्या सगळ्या शक्ती पुन्हा मिळवू शकतो. तेवढं स्वातंत्र्य आहे आपल्याला," सोनेरी पंखांचा, वटवाघूळ बनणारा ॲबडिएल म्हणाला. त्याचे सोनेरी पंख चमकत होते.

सूर्यकिरणांसारखा प्रकाशझोत टाकून स्कॅरब किड्याचं शरीर धारण करणारा ॲडनारेल म्हणाला, "हो. ही निवड आपण स्वत: केली आहे. आणि आता ...ते दोघे...ते जुळे... इथेच असेपर्यंत मी हा ग्रह सोडून निघून जाणार नाही."

"कदाचित आपण त्यांना वाचवू शकणारही नाही हं," ॲलारिडनं बजावलं.

"मग मी त्यांच्यासोबतच राहीन," ॲडमिएल म्हणाला. क्षणभर तो सेराफ नव्हे तर पांढरा उंटच वाटला.

हळूहळू, चमचमती अकरा डोकी ॲडमिएलचं बोलणं पटून होकारार्थी डोलली.

८

ओहोलिबामा - जॅफेथची पत्नी

लेमेकआजोबांच्या अंजिराच्या जुन्या झाडापाशी माह्ला आणि टिग्ला वाट बघत उभ्या होत्या. माह्लाचं पोट आता किंचित वाढून त्याला गोलाई आली होती. टिग्ला मुळातच गुबगुबीत होती. तिच्या शरीराला छान सुबक गोलाई होती, पण अजून ती ॲनासारखी फुगली नव्हती.

सँडी अन् डेनीस भाज्यांच्या मळ्यातून बाहेर आले. आज त्यांनी मळ्यातल्या टोमॅटोसारख्या दिसणाऱ्या झाडांच्या दोन रांगांमधलं तण काढून टाकलं होतं, आणि जमिनीखालील मुळ्यांपासून वर उगवणाऱ्या फांद्याही उपटून टाकल्या होत्या. नाहीतर त्या फांद्या मूळ झाडाचा रस शोषून घेतात, आणि झाडाची वाढ नीट होत नाही. मळ्यातली ही टोमॅटोसारखी दिसणारी झाडं, आधुनिक टोमॅटोच्या झाडांचे पूर्वज असू शकतील, असा त्यांचा अंदाज होता. हिगेयॉन आजोबांसोबत तंबूत होता. आधी त्या दोघांना माह्ला अन् टिग्ला दिसल्याच नव्हत्या; त्या दोघी त्यांना भेटायला पुढे आल्या, तेव्हा त्यांना दिसल्या. टिग्ला हळूहळू चालत सँडीकडे आली. तिनं मानेला झटका देऊन तिचे लालभडक केस उडवले. आपल्या दाट पापण्या खाली झुकवून ती म्हणाली, "तू आमच्या तंबूत पहिल्यांदा आलास, तेव्हा माझे वडील आणि भाऊ तुझ्याशी फारच वाईट वागले, माफ कर हं. मला खरंच खूप वाईट वाटतं त्याबद्दल." ती जराशी थांबली, आणि मग अगदी सात्त्विक, सद्गुणी मुलगी असल्याचा आव आणून बोलली, "कुठल्यातरी अनोळखी लोकांनी माझा अनाठायी फायदा उठवू नये, म्हणून त्या दोघांना सावध राहावं लागतं." ती पुन्हा थांबली, आणि मग तिनं शंका वाटून विचारलं, "मी योग्य त्याच मुलाशी बोलतेय ना? म्हणजे आमच्या तंबूत येऊन पडलेल्या?"

"नाही," डेनीस म्हणाला.

माह्लानं तिचे छोटेछोटे हात पक्ष्यांसारखे फडफडवले. तिच्या लांबसडक काळ्याभोर केसांमुळे तिचं वाढलेलं पोट झाकलं जात होतं. तिनं विचारलं, "तुमच्यापैकी, माझ्या वडिलांच्या तंबूत पाहुणा म्हणून कोण रहात होतं?"

पुढे होऊन सँडीनं सांगितलं, "माझा भाऊ डेनीस. तू यलिथची बहीण आहेस का?"

"हो. मी माह्ला. पण मी आता युजिएलची बायको आहे, आता मी माझ्या वडिलांच्या तंबूत रहात नाही."

सँडीनं तिच्याकडे निरखून पाहिलं. त्याच्या मनात आलं, 'माह्ला सुंदर असली तरी तिचं सौंदर्य यलिथसारखं लाघवी मुळीच नाहीये. यलिथच्या सौंदर्यात गोडवा आहे.' टिग्लाचं भडक सौंदर्य फार आक्रमक होतं. तिच्याशी कसं वागावं, हे त्याला अजूनही कळत नव्हतं. "तू टिग्ला ना?" त्यानं विचारलं.

ती खुदुखुदू हसायला लागली. तिच्या लाल ओठांच्या बाजूंना खळ्या पडल्या. तिनं विचारलं, "तुला मी आठवत नाही?"

"त्या दिवशी, ग्रिफिन येण्याआधी, तू माझ्याशी बोलत होतीस."

"हो, आणि त्या मूर्ख ग्रिफिननं आपल्या बोलण्यात व्यत्यय आणला. मला तर वाटतंय, तिला नक्की मत्सर वाटला असणार... पण आता तर ती इथे नाहीये. तुम्हाला आमच्याबरोबर यायला आवडेल का?" तिनं डेनीसकडे वळून दोघांना विचारलं.

"कुठे?" डेनीसनं संशयानं विचारलं. पहिल्यांदाच टिग्लाच्या कुटुंबाशी झालेला सामन्यामुळे तो फारच जास्त सावधगिरीनं वागू लागला होता, अगदी सँडीपेक्षाही जास्तच. त्याला तिचा भरवसा मुळीच वाटत नव्हता, किंवा नोहाच्या कुटुंबाशिवाय इतर कुठल्याही लहानखुऱ्या लोकांवर त्याचा विश्वास नव्हता.

माह्ला टिग्लासारखी सतत खिदळणारी नव्हती. नुसतंच स्मितहास्य करून ती म्हणाली, "आम्हाला तुमची नीट ओळख करून घ्यायला आवडेल. माझे बाबा तर तुझं फारच कौतुक करतात. चला ना, जरा फिरून येऊ."

डेनीसनं आकाशाकडे पाहिलं. ऊन तापायला नुकतीच सुरुवात झाली होती. उष्णतेमुळे आकाशही चमचमत असल्याचा भास होत होता. तो म्हणाला, "नको, खूप गरम होतंय. पण तरी धन्यवाद!"

टिग्लानं तिच्या कुरळ्या केसांतून हात फिरवला. उन्हात तिच्या केसांत सोनेरी छटा चमकली. तिनंही वर बघितलं, आणि म्हटलं, "अरे, सूर्य जोपर्यंत त्या पाम वृक्षांच्या वर येत नाही, तोपर्यंत जास्त गरम होणार नाही." सँडीकडे

वळून खळीदार हसत ती म्हणाली, "तुम्हाला आसपासची जागा दाखवायला आम्हाला खरंच खूप आवडेल. तुम्ही आमचं मरुवन फारसं बघितलेलंच नाहीये."

सँडी एक पाऊल पुढे आला. तो अधूनमधून सार्वजनिक रस्त्यांवर जायचा, पण ते त्याला फारसं आवडलं नव्हतं. जर टिग्ला आणि माह्लानं त्यांना कुठेकुठे जायचं ते दाखवलं असतं, तर मात्र मजाच आली असती. आता लेमेकआजोबांच्या कुंपणाबाहेर पडून जास्त लांब जाण्याची, जवळपासची दुकानं पाहण्याची वेळ आली होती. असा विचार करून त्यानं बोलायला सुरुवात केली, "अं... बरं ..."

ठामपणे डेनीस म्हणाला, "तुला जायचं असेल तर तू जा. उष्माघातामुळे मी जवळजवळ मेलोच होतो. मी नुकताच मृत्यूच्या दारातून परत आलोय. मी तर मुळीच उन्हात जाणार नाहीये."

सँडीनं त्याच्या भावाकडे नीट बघितलं. त्याच्या त्वचेवर अजूनही लालसर, गुलबट डाग दिसत होते. तो म्हणाला, "ए, खरंच माफ कर हं. माझी त्वचा अगदी पूर्णपणे बरी झालीय रे! मी विसरूनच गेलो..."

"तुला जायचं असेल तर तू जा रे," डेनीसनं पुन्हा सांगितलं.

मान हलवून सँडी म्हणाला, "नाही नाही. अरे, लेमेकआजोबांनी रश्श्यासाठी कांदे आणायला सांगितले होते. आपण तण काढण्यातच मश्गुल झालो होतो. चल, सूर्य आणखी वर येण्याआधी कांदे उपटून घेऊन जाऊ."

वर आकाशात पंख फडफडवण्याचा खूप मोठा आवाज ऐकू येऊ लागला, आणि ती ग्रिफिन जमिनीवर जुळे आणि माह्ला अन् टिग्ला, यांच्यामध्ये उडतउडत उतरली.

"ए...चल जा गं... नेहमीच विरस करते...विघ्नसंतोषी कुठली!" टिग्ला लाथ मारत ओरडली. तिचे हिरवे डोळे संतापानं धगधगत होते.

घाबरून डेनीस मागे सरकला. त्याला ती ग्रिफिन मँटिकोरसारखीच भयंकर वाटली.

"घाबरू नकोस रे. ती एक ग्रिफिन आहे. आपली मैत्रीण आहे ती." सँडीनं समजावलं.

त्या ग्रिफिननं तिचे गरुडाचे पंख पूर्ण पसरले, त्यामुळे त्या दोन्ही मुली झाकल्या गेल्या. ती चोच उघडून चिरकत्या कर्कश आवाजात किंचाळली, "कां...दे..."

"हो हो. आम्ही नाही विसरणार," सँडी म्हणाला.

त्या ग्रिफिननं पंख मिटून घेतले. तिची सिंहाची शेपूट जोरजोरात हलत

होती. टिग्ला अगदी सावधपणे तिला वळसा घालून पुढे आली, आणि तिचा छोटासा हात सँडीच्या दंडावर ठेवून तिनं विचारलं, "बरं. मग नंतर कधीतरी जाऊ या? तुला माझ्यासोबत फिरायला आवडेल, हो ना?"

'आवडेल?' त्याला उत्तर सुचेना. टिग्लाच्या सहवासात त्याला फार चमत्कारिक वाटायचं. ती अत्यंत आकर्षक होती, पण त्याच वेळी अस्वस्थ करणारीही वाटायची. यलिथपेक्षा तर फारच वेगळी होती ती. पिंगट केसांच्या, तशाच डोळ्यांच्या आणि छान हसणाऱ्या यलिथसोबत तो कुठेही गेला असता... पण टिग्ला?. तो सजगतेनं म्हणाला, "माहीत नाही. डेनीसला अन् मला एकमेकांशी खूप बोलायचं आहे."

माह्लासुद्धा ग्रिफिनला वळसा घालून पुढे आली, अन् तिनं विचारलं, "तुम्ही दोघं खरंच दोन वेगवेगळे लोक आहात का? माझा नवरा आहे ना, युजिएल, तो वेगवेगळी रूपं धारण करू शकतो; पण तरीही तो फक्त तो स्वतःच असतो... म्हणजे एकच असतो."

"आम्ही जुळे आहोत. इथे दुसरे कुणी जुळे नाहीयेत का?" डेनीस म्हणाला.

टिग्लानं तिची बोटं हळुवारपणे सँडीच्या हातावरून फिरवली. त्याच्या अंगावर काटा आला. उन्हामुळे त्याच्या अंगावर पडलेले लालसर डाग आणखी ठळक झाले. ती म्हणाली, "अगदी हुबेहूब एकमेकांसारखे दिसणारे? नाही रे, मुळीच नाही. अर्थात, आता मात्र तुमच्यातला फरक जाणवतोय हं. तुझी त्वचा..." तिनं त्याचा दंड कुरवाळत म्हटलं, "...तुझ्या त्वचेत ऊन सहन करण्याची ताकद आलीय, आणि आता ती उन्हामुळे जराशी रापायलाही लागली आहे. तुम्हा दोघांच्या नाकांवर लालसर डाग आहेत." डेनीसकडे बोट दाखवून ती पुढे म्हणाली, "त्याची त्वचा मात्र ... अजूनही कोवळी, आणि कच्चीच दिसतेय."

"पण देखणे आहात तुम्ही," माह्ला घोगऱ्या आवाजात म्हणाली. "तुमच्याएवढे उंच आणि देखणे पुरुष या मरुवनात नाहीयेत. तुम्ही तर जणू देव असल्यागत दिसता."

ग्रिफिन पुन्हा किंचाळली, "कां...दे..."

सँडी आधीच भाजी-मळ्याकडे वळला होता. त्याच्या लक्षात आलं, डेनीसची नजर झाडांच्या पलीकडे असलेल्या सार्वजनिक रस्त्यावर खिळली होती. यलिथ आणि ओहोलिबामा त्यांच्याच दिशेनं येत होत्या. दोघी मिळून एक मोठी किटली हातात धरून आणत होत्या.

माह्लानं तोंड वाकडं केलं. त्या दोघी जवळ आल्यावर माह्लानं खोचकपणे विचारलं, "काय बहिणींनो, तुम्ही जुळ्या राक्षसांचा पाठलाग करताय की

काय?''

ओहोलिबामाचा मंद आवाज सुखद वाटत होता. ती म्हणाली, ''गुड मॉर्निंग! मॅट्रेडनं आमच्याबरोबर जेवण पाठवलंय. लेमेकआजोबांचं वय झालंय, त्यांना सगळ्यांसाठी स्वयंपाक करणं जमणार नाही.''

यलिथ माह्लाकडे दुर्लक्ष करून, सँडी अन् डेनीस, दोघांकडे आळीपाळीनं बघतच राहिली. ती म्हणाली, ''तुमच्यातलं वेगळेपण, फक्त तुमच्या त्वचेतल्या फरकामुळेच ओळखता येतं, असं नाहीये हं.'' ती त्रासलेली दिसत होती.

''ए चल, आपण ही किटली चुलीवर गरम करत ठेवू या,'' ओहोलिबामानं तिला सुचवलं.

''तुम्ही त्यांच्यासोबत आत जायची काहीच गरज नाहीये,'' टिग्ला नाक मुरडून तुच्छतेनं म्हणाली.यलिथ आणि ओहोलिबामा तंबूत चालल्या होत्या.

''तुम्ही इथेच थांबून आमच्याशी बोला ना,'' माह्ला लाडीगोडी लावत म्हणाली.

जुळ्यांनी मात्र त्या दोघींकडे पाठ फिरवली, आणि ते दोघे तंबूत जाणाऱ्या यलिथकडे बघत राहिले.

ग्रिफिन खूश होऊन किंचाळली, आणि वर झेपावली. गोलगोल घिरट्या घालत ती आकाशात उंच उडून गेली.

डेनीसनं जवळजवळ अर्धी टोपली कांदे उपटून घेतले होते. टिग्लाच्या तंबूत आलेला अनुभव तो सँडीला अगदी विस्तारानं सांगू लागला.

सँडीनं विचारलं, ''अरे, पण तुला तिच्या बाबांनी अन भावानं बाहेर फेकून दिलं होतं, हो ना?''

''हो, पण तेव्हा ती तिथेच होती.''

''पण त्यात तिची चूक नाहीये.''

''अरे, तिनं त्यांना थांबवायचा प्रयत्नसुद्धा केला नव्हता... आणि समजा जरी तिची चूक नसली, तरी त्या तंबूमधल्या कोणावरही माझा विश्वास नाहीये,'' डेनीस म्हणाला.

सँडी त्याची कांद्यांची टोपली उचलून खांद्यावर ठेवत म्हणाला, ''बरं... तुझं जे मत झालंय, त्याबद्दल मी तुला दोष देत नाहीये रे.'' आजवर पाहिलेल्या मुलींपैकी, टिग्ला अत्यंत आकर्षक आणि सुंदर मुलगी आहे, हे मात्र सँडीनं बोलून दाखवलं नाही. अर्थातच, यलिथ सोडून. यलिथ तशी आकर्षक नव्हती. यलिथच्या सौंदर्यात जे काही होतं, ते आकर्षणापेक्षासुद्धा खूप छान होतं.

यलिथ, माह्ला, आणि टिग्ला तिघी बुडून जाणार होत्या का? सँडीला

प्रश्न पडला.

जणू ते समजल्यागत डेनीस म्हणाला, ''ती कशीही असली तरीपण टिग्ला बुडून जावी, असं मात्र मला मुळीच वाटत नाहीये.''

एवढं ऊन तापलेलं असूनही सँडीच्या अंगावर शहारा आला. ''आणि यलिथ?'' त्यानं विचारलं.

डेनीस त्याची टोपली उचलत म्हणाला, ''ओहोलिबामा जॅफेथची बायको आहे. हॅम, शेम आणि जॅफेथ आपापल्या बायकांसह जहाजावर जातील, अशीच कथा आहे ना? ओहोलिबामाचं यलिथवर खूप प्रेम आहे, म्हणजे त्या खरंच खूप छान मैत्रिणी आहेत. ओहोलिबामा यलिथला बुडू देणार नाही, असं मला तरी वाटतंय.''

''जहाजावर कोण कोण जाणार ही गोष्ट ती ठरवू शकत नसेल, तर ती ते थोपवू शकेल का?''

डेनीस म्हणाला, ''ए... अरे आपण ती 'नोहा आणि त्याचं जहाज' ही गोष्ट खरी असल्यासारखं बोलतोय! नोहाला मात्र याचा थांगपत्ताही लागलेला नाहीये बहुतेक, आणि तो नेहमी त्यांच्या त्या एलशी बोलत असतो.''

''देव आहे त्यांचा तो.'' सँडीनं त्याची कांद्यांची टोपली एका खांद्यावरून दुसऱ्या खांद्यावर घेतली. ''ऐक ना, अशी महापूर आल्याची कथा बहुधा सगळ्याच धर्मांत, संस्कृतींत आहे ना?''

''हो, मलाही तसंच वाटतं. बघ ना, आपल्या काळातसुद्धा पृथ्वीच्या पृष्ठभागाची हालचाल चालूच असते, भूकंपही होतात. आपल्यालाही अनेकदा विचित्र हवामानाचा, ज्वालामुखीच्या उद्रेकाचा, तुफानी वावटळीचा, चक्रीवादळांचा सामना करावा लागतोच की!'' डेनीस म्हणाला.

सँडी त्याच मुद्द्यावर बोलू लागला, ''बरं, पण त्या महापुराच्या कथेबद्दल बोलायचं झालं तर... तेव्हाही, म्हणजे त्या काळी, असाच हवामानात उत्पात घडून तो महाप्रलय आला असेल.''

''हो. इतिहासात डोकावलं तर असे वादळी हवामानाचे, किंवा हवामानातील खूप मोठ्या बदलाचे अनेक दाखले मिळतात. हिमयुग, तो धूमकेतू, किंवा तो नेमेसिस तारा...अशाच कसल्याशा कारणामुळे डायनोसॉर नामशेष झाले. पृथ्वीचं आपल्या अक्षापाशी जरासं सरकणं... त्यामुळे हवामानात आणि ऋतूंमध्ये घडणारे बदल. म्हणूनच महाप्रलय होणं अशक्य नाहीये.''

अलिप्तपणे सँडी म्हणाला, ''कदाचित आपणही बुडून जाऊ. अणुस्फोटात विध्वंस होण्यापेक्षा बरंच की!''

"अरे, अणुस्फोट टाळता येऊ शकतो; असं नैसर्गिक संकट नाही टाळता येत. आत्तापर्यंत जे घडलं नव्हतं, ते घडणारच." डेनीस तंबूत शिरला, आणि त्यानं त्याची टोपली लेमेकआजोबांच्या दगडांच्या चुलीपाशी ठेवली. सँडीनंही तसंच केलं. त्या दोघांनी आजोबांकडे पाहिलं. ते कातड्यांच्या बिछान्यावर झोपले होते. उथळ श्वास सुरू होता. त्यांच्या पायांशी हिगेयॉन मुटकुळं करून झोपला होता. त्याच्या सोंडेतून बुडबुड्यांसारखे आवाज एका विशिष्ट लयीत येत होते. जणू घोरत होता तो!

सँडी अजूनही त्याच विचारांमध्ये गढलेला होता. तो म्हणाला, "जर आपण अणुस्फोटात मारले गेलो, तर ते दुष्ट लोकांमुळे ... सत्ता, हाव आणि भ्रष्टाचार यांमुळे असेल. ती नैसर्गिक आपत्ती नसेल. महापूर मात्र नैसर्गिक संकट आहे."

मान डोलावून डेनीस म्हणाला, "अरे, अणुस्फोटामुळे विध्वंस होणं अगदीच वेगळं आहे रे! ते नैसर्गिक नसेल."

"हो, बरोबर. तुला आठवतंय? तसं घडायची गरज नाहीये, असं बाबा सांगत असतात. लोक स्वत:वर नियंत्रण ठेवू शकतातच की! अर्ध्या शतकापासून आपल्याकडे ती शक्ती आहे, पण आपण संयमानं त्यावर अंकुश ठेवलाय ना. समजा, पृथ्वीच्या पृष्ठभागाची हालचाल झाली, किंवा तो पृष्ठभाग सरकला, तर ते मात्र आपण रोखू शकत नाही. झंझावाती वादळं, बर्फाची वादळं यांसारखी संकटं रोखता येत नाहीत. ती संकटं अटळ असतात."

"आपल्या घराकडे ते चक्रीवादळ आलं होतं, तेव्हा तो भलामोठा ओक वृक्ष मुळांसकट उन्मळून पडला होता. ते कुणालाही थांबवता आलंच नसतं. या दोन गोष्टी वेगवेगळ्या असतात... रोखता येऊ शकणाऱ्या घटना, आणि रोखता न येणाऱ्या घटना ... नैसर्गिक आपत्ती, उदाहरणार्थ, वादळ, भूकंप, आणि..."

"आणि महापूर," सँडी सपाट आवाजात बोलला.

लेमेकआजोबा मोठ्यानं घोरले, आणि त्यामुळे दोघं एकदम दचकले.

डेनीस म्हणाला, "त्याबद्दल बोलून काही उपयोग नाहीये, अगदी कशाबद्दलही. जर महापूर येणारच असेल, तर आपण काहीही करू शकणार नाहीये; पण आपण लेमेकआजोबांच्या भाज्यांच्या बागेत काम नक्कीच करू शकतो."

आजोबा पुन्हा मोठ्यानं घोरले.

"आत्ता तरी, आपणसुद्धा झोप काढू या," सँडीनं सुचवलं.

डेनीस त्याला झोपण्यासाठी दिलेल्या स्वच्छ कातड्यांवर आडवा झाला. तो म्हणाला, "ए सँडी, तुझ्यासोबत पुन्हा एकत्र राहायला छान वाटतंय."

पण यलिथच्या नाजूक बोटांचा, त्याच्या होरपळलेल्या त्वचेवरचा स्पर्श त्याला आठवत राहिला.

• • •

रोज नोहाच्या तंबूमधलं कुणी ना कुणी जेवण घेऊन लेमेकआजोबांच्या तंबूत यायचं. जेव्हा यलिथ अन् ओहोलिबामा जेवण घेऊन यायच्या, तेव्हा बऱ्याच वेळेला, आजोबा आणि जुळ्यांसोबत जेवण्यासाठी, त्याही तिथेच थांबायच्या. यलिथ दोघांशी सारख्याच आर्जवीपणे वागायची. कधीकधी मात्र गंमत वाटून त्या दोघांचं निरीक्षण करत बसायची. दोन्ही जुळ्यांच्या नजरासुद्धा यलिथकडेच लागलेल्या असायच्या. अशा वेळी ते दोघे एकमेकांकडे बघायचेही नाहीत.

अधूनमधून पुरुषांपैकी कुणीतरी जेवण घेऊन यायचं. जॅफेथ जेवण घेऊन आला की तोसुद्धा जेवायला, गप्पा मारायला थांबायचा.

शिकार करणारा शेम अगदी सभ्यपणे वागायचा, पण तो जरासा अबोल होता. त्याचा भाला जमिनीवर टेकवून तो तिथेच उभा राहायचा. त्यांना हवं-नको विचारायचा. आजोबांना आणखी काही नकोय, याची खात्री पटली, की मग तो निघून जायचा.

जॅफेथनं सँडी अन डेनीसला सांगितलं होतं – शेम जेव्हा जेव्हा शिकार करायला जातो, तेव्हा प्रत्येक वेळी तो मारलेल्या प्राण्याचे आभार मानतो. त्यांना जगण्यासाठी आवश्यक असलेलं अन्न दिल्याबद्दल त्यांचे मनापासून आभार मानतो.

"सगळे शिकारी असे आभार मानतात का?" सँडीनं विचारलं.

"आता कुणी नाही करत तसं. खूप पूर्वी मात्र सगळे तसं करायचे. आता मात्र बरेचसे शिकारी प्राण्यांना नुसतंच मारून टाकतात, आणि गरजेपेक्षाही जास्त प्राण्यांची शिकार करतात. काही शिकारी तर, फक्त शिकार करायची म्हणून प्राण्यांना मारून टाकतात."

डेनीसनं सांगितलं, "आमच्या काळातले लोकही असंच करतात. आमच्या घराच्या आसपासच्या जागेत शिकार करण्यास, किंवा सापळे लावून प्राणी पकडण्यास मनाई आहे; पण तरीही रात्रीच्या वेळी लपूनछपून मोठा टॉर्च वापरून शिकार करणारे जॅकलायटर्स असतातच."

"म्हणजे काय?" जॅफेथनं विचारलं.

डेनीसनं समजावून सांगायचा प्रयत्न केला. "म्हणजे ते शिकारी हरणाच्या डोळ्यांवर अत्यंत प्रखर प्रकाश टाकतात. हरणांचे डोळे दिपतात, आणि त्यामुळे

त्यांना दिसू शकत नाही, म्हणून ते जागीच खिळून राहतात. मग ते शिकारी त्यांना मारून टाकतात. ही अशी शिकार करणं बेकायदेशीर आहे; पण तरीही बरेच लोक तशी करतातच.''

''बरेच? खूप लोक करतात?'' जॅफेथनं विचारलं.

डेनीस म्हणाला, ''थोडे असले तरी ते जास्तच वाटू शकतात.''

सँडीनं मान डोलावली. जॅफेथनं शेमबद्दल जे सांगितलं होतं, ते त्या दोघांना आवडलं.

एक दिवस सकाळी ॲना आणि इलिशेबा पूर्ण दिवसभराचं जेवण घेऊन आल्या. हॅमची बायको, ॲना, टिग्लाची बहीण असल्याचं अगदी स्पष्टपणे कळत होतं. बऱ्यापैकी सारख्या दिसायच्या दोघी, पण ॲनाचे केस टिग्लाएवढे चमकदार नव्हते, आणि डोळ्यांचा रंगही तेवढा हिरवागार नव्हता. ॲना चांगलीच लठ्ठ व्हायला लागली होती. तिच्या गालांवर, हनुवटीवर, हातांच्या कोपरापाशी, गुडघ्यांवर खळ्या दिसायला लागल्या होत्या. ती टिग्लापेक्षा मऊ दिसत होती.

इलिशेबा शेमसारखीच होती, थोराड बांध्याची, घट्ट पिळदार स्नायू असलेली, आणि अगदी प्रेमळ स्वभावाची. सँडी अन् डेनीसच्या घराकडच्या विश्वात, ती फुलाफुलांचा ड्रेस घातलेली, स्वयंपाकघराची फरशी रोजच्यारोज घासून स्वच्छ करणारी, सगळं फर्निचर हलवून त्याखालून केर काढणारी, अशी सुगृहिणी बनली असती. इतर स्त्रियांपेक्षा इलिशेबा जास्त ओळखीची, आपली वाटायची. इतर स्त्रियांमध्ये एक विचित्रपणा जाणवायचा. ॲना आणि टिग्लाच्या गालांची हाडं उंचावलेली होती, आणि त्यांचे डोळे बदामाच्या आकाराचे होते.

दगडांच्या चुलीवर मोठं भांडं गरम व्हायला ठेवून ॲनानं तिचे हात तिच्या विस्तारलेल्या कमरेवर ठेवले. अगदी उघडउघड कौतुकानं सँडी आणि डेनीसला निरखत ती म्हणाली, ''आणखी फक्त शंभर वर्षं जाऊ दे, मग तुम्ही दोघं या वाळवंटातले सगळ्यात देखणे पुरुष बनलेले असाल.''

डेनीसनं लेमेकआजोबांच्या सुरकुतलेल्या चेहऱ्याकडे, थरथरत्या हातांकडे नजर टाकली. त्याच्या मनात विचार आला, 'काही झालं तरी आजोबा आणखी शंभर वर्षं जगू शकणार नाहीत, आणि जरी महापूर आला नाही, तरी माझं आणि डेनीसचं आयुष्य या वाळवंटातल्या इवल्याशा लोकांएवढं मुळीच जास्त नाहीये.' पण तो उघडपणे काहीही बोलला नाही. त्याला ॲना मुळीच आवडली नव्हती; त्या टिग्लाची बहीण होती ना ती.'

इलिशेबानं आदल्या दिवसाचं रिकामं झालेलं मोठं भांडं उचलून घेतलं. सँडी अन् डेनीसनं ते भांडं वाळूनं घासून स्वच्छ करून ठेवलं होतं. ती अगदी कुजबुजत्या आवाजात ॲनाला म्हणाली, ''त्यांना पंख फुटतील का गं? मला

नेहमी प्रश्न पडतो.'' सँडी अन् डेनीसला ऐकू जाऊ नये म्हणून, ती त्या दोघांबद्दल नेहमी अगदी हळू आवाजात बोलायची.

''मला तर वाटतंय, त्यांची एक नवीनच जात असेल. सेराफिम नाही, नेफिलिम नाही, पण अगदी वेगळ्याच प्रकारचे राक्षस'' ॲना म्हणाली. तिनं आळीपाळीनं दोघांकडे नजर टाकली, आणि पुन्हा इलिशेबाकडे बघत म्हणाली, ''तुला दोन दोन नवरे असते तर काय वाटलं असतं?''

मोठ्यानं हसून इलिशेबा म्हणाली, ''अगं बाई, मी फक्त एकाच नवऱ्याला सांभाळू शकते. एकच पुष्कळ झाला.''

ॲनाची नजर टाळत सँडी म्हणाला, ''रात्रीचं जेवण आणल्याबद्दल धन्यवाद हं! वास खूप छान येतोय.''

''आणि प्लीज मॅट्रेडचेसुद्धा आमच्या वतीनं आभार माना हं!''

सँडीच्या मनगटावर हळूच बोटं टेकवत ॲनानं सांगितलं, ''तुम्ही दोघं नोहाच्या तंबूत केव्हाही जेवायला येऊ शकता हं! तुमचं स्वागतच होईल. तुम्हाला तर माहीतच आहे.''

ती निघून गेल्यावर सँडी खूश झाला.

• • •

नोहाच्या मोठ्या तंबूत अंधार दाटला होता. शांतताही होती. मॅट्रेडनं नोहाला बरगड्यांपाशी कोपरानं ढोसत प्रश्न केला, ''माह्लाचं काय?''

''अं?'' नोहा झोपेतच पुटपुटला.

''अहो, नवरोजी ... माह्ला गरोदर आहे हे तुमच्या लक्षात आलंच असेल की!''

नोहा कूस पालटून म्हणाला, ''मी कामात खूप बुडून गेलो होतो गं.''

''नोहा!''

''अगं, मग आता माह्लानं तिच्या त्या प्रियकराला आपल्या तंबूत घेऊन यायला हवं. मग आपण मेजवानीची तयारी करू,'' नोहा म्हणाला.

''तो काही कुणी तरुण वयाचा माणूस नाहीये,'' मॅट्रेडनं सांगितलं. ती पुढे म्हणाली, ''निदान आपल्या तरुणांपैकी नक्कीच नाहीये. त्यांच्यापैकी कोणी तरुण वयाचा असेल, असं मला नाही वाटत. ते लोक तर वयानं बरेच मोठे आहेत, आपल्या कुणाही माणसापेक्षा मोठे...अगदी मथ्थूझलाआजोबांपेक्षाही मोठे.''

''ए बाई, अगं तू काय बोलतीयेस...किंवा कुणाबद्दल बोलतीयेस?''

संयम सुटून मॅट्रेडनं सांगून टाकलं, "माह्‌ला आणि तिच्या नेफिलबद्दल."

ताडकन नोहा उठून बसला. त्यानं विचारलं, "अगं, तू मला काय सांगायचा प्रयत्न करतीयेस?"

तिनं अगदी हलक्या आवाजात सांगितलं, "मी हेच सांगते आहे, की माह्‌लाला त्या नेफिलपासून बाळ होणार आहे, आणि तिनं त्या नेफिलशी त्यांच्या पद्धतीनं लग्न केलं आहे." असं बोलून तिनं पटकन नोहाच्या तोंडावर, तो संतापानं ओरडू नये म्हणून, आपला हात दाबून धरला.

"अगं, पण काय हे? अशी पद्धत असते का?" त्यानं तिचा हात झटकून टाकला, पण निदान तो हळू आवाजात बोलू लागला, "लग्नाची मेजवानी नाही, कुणी नेफिल आपल्या तंबूत आला नाही."

"नेफिलिम लोक आपल्या पद्धतीनं वागत नाहीत. त्यांच्या प्रथा आपल्या प्रथांसारख्या नसतात. आपल्या प्रथा खूप वेगळ्या असतात."

"पण माह्‌लानं स्वत:च्या मर्जीनुसार हे असं लग्न केलंय का? तिचं त्या नेफिलवर प्रेम आहे का?"

"हो, तसंच दिसतंय खरं. ती यलिथसोबत निरोप पाठवते. या सगळ्या गोष्टींबद्दल तिला आपल्याशी बोलावंसं नाही वाटत."

रागानं गुरगुरत नोहा म्हणाला, "आपल्या मुलीचं लग्न करून देऊन, तिची पाठवणी दुसऱ्या माणसाच्या तंबूत करतो आपण; पण सगळे रीतिरिवाज पार पाडल्याशिवाय मात्र मुळीच नाही."

"माह्‌ला जेव्हा माझ्याशी बोलते, तेव्हा 'आता काळ बदललाय', असंच ती मला सारखं सांगत असते." मॅट्रेडचा आवाज जड झाला.

सुस्कारा टाकून नोहा म्हणाला, "आपल्या मुलीसाठी आपण असली निवड मुळीच केली नसती; पण शेवटी, ओहोलिबामासुद्धा..."

मॅट्रेडनं त्याच्या खांद्यावर डोकं ठेवलं, त्यानं तिच्याभोवती हात वेढून घेतला. नोहा म्हणाला, "त्यापेक्षा मला त्या छोट्या राक्षसांपैकी एखादा आवडला असता. निदान ते वयानं खरेखुरे तरुण आहेत, आणि माझ्या मतानं ते चांगले आहेत."

"आपल्यात ते किती मिळूनमिसळून गेलेत, जणू आपल्यातलेच वाटतात," नोहानं मान्य केलं. तो पुढे म्हणाला, "नेफिलिम मात्र मुळीच तसे नाहीत. आपले जुळे तर अगदी पहिल्यापासूनच आपल्यासोबत असल्यासारखे वाटतात."

"ते इथे आले त्याला कितीतरी पौर्णिमा होऊन गेल्यायत, कमीत कमी सात किंवा आठ तर नक्कीच!" मॅट्रेड म्हणाली.

"माझ्या बाबांच्या भाजी-मळ्यात आणि वृक्षवाटिकेत किती छान काम

केलंय त्यांनी. खूप मेहनतीचं काम आहे ते, तरीही बिचारे कधीच तक्रार करत नाहीत.''

''बहुधा यलिथ...'' मॅट्रेडनं बोलायला सुरुवात केली, पण तो विषय टाळून ती म्हणाली, ''त्या दोघांना आता सांगायला हवं, एखाद्या संध्याकाळी जरा कामाला सुट्टी देऊन आमच्या तंबूत या. माह्लावर त्या नेफिलची भुरळ पडली नसती तर किती बरं झालं असतं. तसे चमचमतात म्हणा ते, पण मला तरी ते प्रेमळ वाटत नाहीत.''

''मी बोलीन माह्लाशी,'' असं बोलून नोहानं मॅट्रेडला कातडी बिछान्यावर ओढलं.

''हो, पण जर ती तुझ्याशी बोलायला तयार असेल तरच बोलशील ना?'' मॅट्रेड म्हणाली.

• • •

नोहाच्या मोठ्या तंबूत सँडी अन डेनीस आले होते. त्या दोघांना तिथे सगळ्यांसोबत खूप मजा आली. तिथला गलबलाट, मधेच निनादणारं हसू, गाणी म्हणणं, सगळंच आवडलं दोघांना. एकदा एका पौर्णिमेला, नोहाच्या लग्न झालेल्या मुली आपापल्या नवऱ्यांना मुलांसोबत घेऊन आल्या होत्या. तेव्हा तर नाच-गाण्यांना नुसता ऊत आला होता. मधूनच ते एकमेकांशी मोठ्यानं भांडत होते, आणि क्षणात पुन्हा त्यांची दिलजमाई होत होती.

''माह्लासुद्धा इथे असायला हवी होती...मला खूप आठवण येतेय तिची,'' मॅट्रेड म्हणाली होती.

• • •

त्यानंतर साधारण एक पौर्णिमा उलटून गेल्यावर, भाज्यांचा रस्सा भरलेलं भांडं घेऊन अॅना आणि इलिशेबा लेमेकआजोबांच्या तंबूत आल्या. त्यांनी पुन्हा दोघांना नोहाच्या मोठ्या तंबूत येण्याचं आमंत्रण दिलं. अॅना म्हणाली, ''अरे, तुम्ही दोघं वारंवार येत जा. आमंत्रणाची वाट पाहू नका.''

तिच्या डोळ्यांत सँडीला अनोखं आमंत्रण दिसलं. तो नजर वळवून म्हणाला, ''लेमेकआजोबांना सारखंसारखं एकटं सोडणं आम्हाला आवडत नाही.''

हिगेयॉन चुलीतल्या निखाऱ्यांपाशी लोळत होता. त्यानं त्याची दोरीसारखी लहानशी शेपूट जोरात हलवली, डोकं वर उचलून पुन्हा धाडकन खाली आपटलं.

ॲना सँडीकडे बघून पुन्हा लडिवाळ हसली, आणि म्हणाली, ''तू तर आता जवळपास आमच्यासारखाच सावळा व्हायला लागला आहेस, आणि तुझ्या संपूर्ण नाकावर लालसर ठिपके दिसतायत.''

''तो डेनसुद्धा,'' निर्मळ मैत्रीपूर्ण हसत इलिशेबा म्हणाली. ''तो जिवंत राहू शकेल, यावर माझा विश्वासच नव्हता. तो वाचू शकणार नाही, असं मॅट्रेडलासुद्धा वाटलं होतं. मात्र ओहोलिबामा अत्यंत कुशल उपचारकर्ती आहे. यलिथनंसुद्धा त्याची खूप सेवाशुश्रूषा केली.''

सँडीचा मत्सरानं जळफळाट झाला. यलिथ जेव्हा रात्रीचा दिवा घेऊन, किंवा त्यांच्यासाठी संध्याकाळी जेवण घेऊन यायची, तेव्हा दोघांशी एकसारखंच वागण्याची, कुणा एकाकडेच बघून न हसण्याची अगदी काटेकोर खबरदारी घ्यायची ती. तो म्हणाला, ''ते सगळं होऊन आता खूप काळ लोटलाय.'' आवाजातला वैताग जाणवून त्याला आश्चर्यच वाटलं. ''आम्ही दोघं तर काही महिन्यांपूर्वी बरे झालो आहोत.''

''काय? कशापूर्वी?''

''ओह... मला अनेक पौर्णिमा असं म्हणायचं होतं.'' खरंतर दोन पौर्णिमांच्या मध्ये एक महिनाच असतो, पण मरुवनातले लोक पौर्णिमांच्या, पिकांच्या, आणि ताऱ्यांच्या हालचालींच्या भाषेत कालमापन करत असत.

''आता लवकरच एखाद्या वर्षी यलिथ तिचा जीवनसाथी निवडेल,'' ॲना सूचकतेनं म्हणाली.

इलिशेबानं तिला तुटकपणे फटकारलं, ''यलिथ खूप चांगली पत्नी बनेल; पण आत्ता नाही.''

ॲना सँडी अन् डेनीसकडे आळीपाळीनं बघत राहिली. ''हं...'' हुंकारत तिनं तिचं तोंड घट्ट मिटून घेतलं.

तिच्या दंडाला धरून तिला हलवत इलिशेबा म्हणाली, ''आपण आता परत जायला हवंय हं, नाहीतर मॅट्रेड वैतागेल.''

''मी नाही तिला घाबरत,'' ॲना म्हणाली.

''अगं, घाबरण्याबद्दल कोण बोलतंय तरी का? खूप काम पडलंय अजून, आणि मॅट्रेडला आता सगळं काम एकटीनं करणं झेपत नाही. वय वाढतंय तिचंही.''

''आणि लठ्ठपणासुद्धा!'' ॲना पुटपुटली.

''हो का? आणि हे कोण बोलतंय?''

वाद घालतच दोघी निघून गेल्या. जाताना आधीचं रिकामं भांडं घेऊन गेल्या.

• • •

मॅट्रेडनं दिलेल्या गवती हॅट्स डोक्यावर घालून दोघे जुळे भाज्यांच्या बगीच्यात गेले. सूर्य अजून डोक्यावर आला नव्हता, सावल्या अजूनही लांबलचक पडत होत्या. सँडी म्हणाला, ''आपण अगदी थोडासा वेळ बाहेर काम करू या.''

त्या दोघांनी खूप काम केलं. तण काढून टाकल्यावर अगदी वेगानं पुन्हा वाढत होतं. तण काढणं हे जणू कधीही न संपणारं काम वाटू लागलं. काम करताकरता यलिथचा उल्लेखही त्यांनी केला नाही. त्यांना इतर दुसरीही खूप कामं होती.

आता लेमेकआजोबा त्या दोघांबरोबर बगीच्यात येत नसत. दिवसाचा बराचसा वेळ ते तंबूमधेच राहायचे, आणि अधूनमधून डुलकी काढायचे. दुपारची भरपूर झोप काढून झाली, की मग कधीकधी ते त्या दोघांसोबत विहिरीपर्यंत जायचे. दोघे जुळे विहिरीतून पाणी काढायचे आणि मोठमोठे मातीचे रांजण त्या पाण्यानं भरून टाकायचे. त्यातला एक रांजण तंबूत ठेवला जायचा. इतर दुसरे रांजण बगीच्यासाठी असायचे. हिगेयॉन सोंडेतून पाणी फवारून झाडांना पाणी घालायला मदत करायचा. एखाद्या मोठ्या नळीनं पाणी फवारल्यासारखंच जणू!

''ही आपल्या घरची बाग नसली, तरी बागकाम करायला छान वाटतंय,'' सँडी म्हणाला.

''आपल्या घरच्या बागेकडे कोण लक्ष देत असेल रे? आता तर तिथे कापणीचा हंगाम सुरू झाला असेल. अर्थातच... जर तिथेही इथल्याच वेगानं काळ पुढे सरकत असेल तरच हं!'' डेनीस म्हणाला.

''इथे तर अगदी सगळंच वेगळं आहे. बघ ना, उदाहरणच द्यायचं, तर इथले लोक कितीतरी जास्त जगतात,'' सँडी म्हणाला.

''म्हणूनच काळदेखील वेगळ्या गतीनं सरकत असेल. घरी, आपल्या काळात, आपल्याकडे गजराची घड्याळं आहेत, शाळेत विद्युत्-घंटा आहे, इथे मात्र वेळ कसा जातो, ते समजतही नाही.''

''मला तर आता काळाबद्दल विचारही करायचा नाहीये,'' सँडी म्हणाला. डेनीसकडे बघत त्यानं विषय बदलला. ''आपण खरंच चांगलेच तांबूस-सावळ्या रंगाचे झालोय रे! ॲना बरोबरच सांगत होती.''

''अन् आपल्या केसांचा रंगही विटलाय, अर्थात, जर माझे केस तुझ्या केसांसारखेच दिसत असतील तरच हं!''

त्याच्याकडे निरखून बघत सँडी म्हणाला, ''खरंच रे! तुझ्या केसांचा रंग

आधीपेक्षा खूपच फिक्कट झालाय.''

''आपल्याला आता पुन्हा कपडे घालायला कसं वाटेल रे?'' आता त्या दोघांना नुसतं कातडं गुंडाळून फिरायची सवय झाली होती. त्याशिवाय पाण्यानं अंघोळ न करण्याचीसुद्धा सवय झाली होती. आता तंबूत येणारा वास त्यांना जाणवतही नव्हता.

एक मजबूत हिरवीगार वेल घेऊन सँडी तिथली हिरव्या पानांची उंच झुडपं हलकेच बांधत होता. तुळशीसारखी दिसत होती ती झुडपं; फक्त खूप मोठ्या आकाराची होती. त्यांच्या घरच्या बागेत, टोमॅटोच्या रोपांच्या दोन ओळींमध्ये, त्यांनी तुळशीची रोपंच लावली होती. लेमेकआजोबा बऱ्याच वेळा त्यांची पानं कापून रश्श्यात टाकायचे. छान चव यायची मग. सँडी म्हणाला, ''आता घराची आठवण येऊन मी फारसा उदास होत नाही. निदान मी तरी नाही.''

''मी ते विचार मनात येऊ न देण्याचा प्रयत्न करतो. मी स्वत:लाच बजावतो, ज्या अर्थी उष्माघाताच्या एवढ्या भयानक तडाख्यातूनही मी जिवंत राहिलोय, तर कोणत्या-ना-कोणत्या प्रकारे आपण नक्कीच घरी जाऊ शकू,'' डेनिस म्हणाला.

''पण आपण पूर्वीसारखे नसू,'' सँडी बोलला.

तोंड वाकडं करून तो पुढे म्हणाला, ''ए डेनीस, ती टिग्ला इथे सारखीसारखी येते ना, मला ते मुळीच आवडत नाही. तिच्याशी मैत्री करण्याची माझी तयारी नाहीये.''

डेनीस म्हणाला, ''आपल्या शाळेतल्या मुलांना, ती सहज पटवता येण्यासारखी मुलगी वाटली असती.''

''हं... पण आपल्या शाळेत तिच्यासारखी एकही मुलगी नाहीये.''

''ती वयानंही मोठी आहे रे!'' अजूनही यलिथचं नावही कुणी काढत नव्हतं.

''हो,'' सँडी म्हणाला.

''आणि मुख्य म्हणजे...'' डेनीस मधेच थांबला, मग म्हणाला, ''काहीतरी घडलंय. आपण आता लहान मुलं राहिलो नाही आहोत. जणू बालपण संपलंय आपलं.''

''हो रे, मला माहितीये,'' सँडी एका रोपावर झुकत म्हणाला.

जमिनीत घट्ट रुतून बसलेलं तणाचं रोप डेनीसनं इतका जोर लावून उपटलं, की तो खालीच बसला. तो म्हणाला, ''आजकाल अॅडनारेलची भेट झाली नाही किंवा दुसरा कुणी सेराफही भेटला नाही.''

सँडीनं ते रोप जवळच्या बांबूच्या दांड्याला बांधलं. त्याच्या डोळ्यांसमोर स्कॅरब किडा, पेलिकन, उंट, सिंह ही सगळी चित्रं एकदम तरळून गेली.

ॲडनारेलच्या सहवासात त्याला नेहमीच चांगलं वाटायचं. तो जेव्हा स्कॅरब किड्याच्या रूपात असायचा, तेव्हा तो नेहमी लेमेकआजोबांच्या कातडी बिछान्यापाशी किंवा हिगेयॉनच्या कानावर बसलेला असायचा. सँडीला त्याच्या सहवासात नेहमी सुरक्षित वाटायचं. तो म्हणाला, ''त्या सेराफिम लोकांना आपण आवडतो, असं मला वाटतंय.''

डेनीस म्हणाला, ''पण त्या बाकीच्या दुसऱ्या लोकांना नाही आवडत. म्हणजे, ते दुसरे लोक रे... ते नेफिलिम लोक. आपल्याकडे अगदी निरखून पहात असतात ते. मी बघितलंय ना. त्यांना वाटतं, आपलं लक्षच नाहीये. ती टिग्ला इथे येऊन गेली ना, त्या दिवशी एक डास सतत माझ्याभोवती घोंगावत होता. तो साधा डास नसणार, असंच मला वाटतंय.''

''रोफोकेल,'' सँडी सांगू लागला. ''मी तिला एका नेफिलला रोफोकेल अशी हाक मारताना ऐकलंय.''

''त्यांना आपण मुळीच आवडत नाही,'' डेनीस म्हणाला.

• • •

घरातलं काही सामान संपल्यावर, ते आणण्यासाठी सँडी अन् डेनीस, त्यांच्या बगीच्यात पिकवलेले खजूर, अंजीर, आणि इतर शेतीमाल घेऊन, लेमेकआजोबांच्या तंबूतून बाहेर पडले. दुकानात हा शेतीमाल देऊन त्याच्या बदल्यात ते तांदूळ किंवा डाळी घेणार होते. धूळभरल्या रस्त्यावरून जाताना त्यांना मरुवनातले बरेच लोक ये-जा करताना दिसले. ते सगळे लोक थांबून सँडी आणि डेनीसकडे निरखून बघत होते. अगदी उघडउघड बघत नसले तरी हळूच, चोरट्या नजरांनी नक्कीच पहात होते.

जेव्हा नेफिलिम त्यांच्या जवळून जायचे, तेव्हा त्यांचे चमकदार पंख थरथरायचे. पण त्या नेफिलिम लोकांनी या दोघांकडे पूर्ण दुर्लक्षच केलं. अधूनमधून ते आपलं प्राणिरूप धारण करायचे, अन् मग तो चमकदार पंखांचा, उंच माणूस अचानक गायब होऊन तिथे एखादी सापसुरळी अवतरायची आणि रस्त्यावरून सरसरत निघून जायची... मधेच एखादी लाल मुंगी किंवा मार्गावर चिकट खुणा मागे ठेवत जाणारी गोगलगायदेखील अवतरत होती.

तरुण वयाच्या मुली सँडी अन डेनीसकडे उघडउघड प्रशंसेच्या नजरांनी बघत होत्या. त्यांच्या नजरांमधलं कौतुक त्या दोघांना स्पष्ट जाणवत होतं. आपले छोटेछोटे हात उंचावून त्या दोघांना स्पर्श करायचा प्रयत्न करत होत्या. त्यांच्याकडे बघून छानसं हसत होत्या. कसं कोण जाणे, पण त्यांना तांदुळाची,

कडधान्यांची किंवा डाळींची गरज असल्याचं टिग्लाला कळायचं, आणि ते ज्या दुकानात जाणार असतील. तिथे ती आधीच जाऊन उभी राहायची.

प्रौढ बायका आणि पुरुष मात्र वेगळेच वागत होते. कधीकधी ते या दोघांना शिव्याशाप देत होते, तर कधी त्यांच्याकडे बघून थुंकत होते. हे सगळं त्यांनी लेमेकआजोबांना सांगितलं नाही. त्यांना वाईट वाटून त्रास झाला असता. आतापर्यंत त्यांनी काही प्रामाणिक आणि सुस्वभावी दुकानदारांचा परिचय करून घेतला होता, त्याच दुकानदारांकडे ते जायचे. तिथे त्यांची फसवणूक व्हायची नाही.

एक दिवस डेनीस म्हणाला होता, "ए सँड, तुला जर त्या टिग्लाबरोबर फिरायला जायचं असेल तर तू जा हं. माझ्या विरोधाकडे लक्ष देऊ नकोस."

"नाही, मला नाही जायचं," सँडीनं रस्त्याच्या कडेला बघत म्हटलं. तिथे एक गिधाड एका लहानशा प्राण्याच्या मृतदेहातून चोचीनं मांस टोकरून काढत होतं.

"म्हणजे मला म्हणायचंय की, तिच्या बाबांनी आणि भावानं मला कचऱ्याच्या खड्ड्यात फेकून दिलं होतं, निव्वळ एवढ्यासाठी मी तुला रोखणार नाहीये हं... तसं काही समजू नकोस."

"ठीक आहे रे, तसं काही नाही," सँडीला त्याचं म्हणणं पटलं.

ते दोघे एकमेकांशी अत्यंत काळजीपूर्वक वागत-बोलत होते... याआधी ते असे कधीच वागले नव्हते.

आणि अजूनही यलिथचा उल्लेख दोघांनीही मुळीच केला नव्हता.

• • •

यलिथ आणि ओहोलिबामा दोघी मिळून मॅट्रेडला त्या भल्यामोठ्या तंबूची साफसफाई करण्यात मदत करत होत्या. अचानक तंबूचा पडदा ढकलून फिक्कट जांभळ्या पंखांचा नेफिल आत आला. कुठल्याही प्रकारचं अभिवादन, किंवा कसलीही प्रस्तावना न करता तो बोलू लागला, "आता माह्लाचे दिवस भरत आले आहेत. बाळंतपणासाठी तिला तुमच्या मदतीची गरज भासेल."

पाम वृक्षाच्या एका तुटलेल्या फांदीचा झाडूसारखा वापर करून मॅट्रेड तंबू झाडत होती. ती फांदी हातात घट्ट धरून तिनं विचारलं, "अशा वेळी मदत करायला तुमच्यापैकी कुणीच नाहीये का?"

युजिएलनं अर्धमिटल्या डोळ्यांनी ओहोलिबामाकडे बघितलं, आणि आपलं लांबसडक बोट तिच्या दिशेनं रोखून तो म्हणाला, "ही उपयोगी पडेल, आणि माह्लाला तिच्या आईची अन् बहिणीची गरज भासेल."

एक पाऊल मागे सरकून ओहोलिबामानं विचारलं, "आम्ही तुमच्याकडे

केव्हा यायचं, ते कसं समजणार आम्हाला?''
''आज रात्री. चंद्र उगवण्याच्या वेळेला. मी... नेफिलिम लोकांपैकी युजिएल... ही गोष्ट तुम्हाला सांगतो आहे.''
मॅट्रेडनं सांगून टाकलं, ''ठीक आहे, आम्ही येऊ. माझी मुलगी बाळंतपणाच्या वेदना सोसत असताना मी तिला एकटी सोडणार नाही.''
''हं, छान. मी तुमची वाट बघीन.''
''आम्ही नक्की येऊ,'' मॅट्रेडनं पुन्हा एकदा सांगितलं. ती पुढे म्हणाली, ''पण तुला मात्र बाहेरच थांबावं लागेल.''
खांदे उडवून युजिएल म्हणाला, ''ठीक आहे. तुमच्या पद्धतीनुसार काय करायचं ते करा. नाहीतरी ते भळाभळा वाहणारं रक्त, बाळंतपणाचा तो सगळा सावळा गोंधळ, हे सगळं निस्तरण्याचं काम बायकांचंच असतं.'' तो बाहेर जायला निघाला, पण मधेच वळून त्यानं यलिथवर त्याची जळजळीत नजर रोखली.
तिनंही नजर झुकवली नाही, खालचा ओठ चावत ती त्याच्या नजरेला नजर भिडवून उभी राहिली.
''तुला एकाच वेळी दोघं मिळणार नाहीत, .तुलाही माहितीये,'' युजिएल म्हणाला.
आणि मग तो निघून गेला.

• • •

यलिथ आणि ओहोलिबामा उन्हात बुटक्या जातीच्या स्क्रब पामच्या झाडांवर कातडी पसरून टाकत होत्या. खूपच जास्त खराब झालेली कातडी त्या फेकून देणार होत्या. इतर चांगली कातडी छान घासून आणि धोपटण्यानं धोपटून त्या स्वच्छ करणार होत्या.
''काय म्हणत होता गं तो?'' ओहोलिबामानं विचारलं.
''कोण?''
''युजिएल.''
''कशाबद्दल?''
''तो म्हणाला ना... तुला एकाच वेळी दोघं मिळणार नाहीत.''
एका कातड्यावर खूप जास्त प्रमाणात काहीबाही सांडल्यामुळे ते चांगलंच खराब झालं होतं. ते कातडं फेकण्यासाठी वेगळं ठेवून यलिथ म्हणाली, ''अगं, नेफिलच्या बोलण्याचा अर्थ कुणालातरी कळतो का?''

ओहोलिबामा म्हणाली, “हे बघ, त्याचा अर्थ तुलाही कळलाय, अन् मलाही. तो आपल्या त्या जुळ्यांबद्दल बोलत होता.”

यलिथनं दुसरं कातडं उचललं. त्याची बारकाईनं तपासणी करत ती म्हणाली, “मी सगळ्यात आधी त्या सँडला भेटले होते. त्या डेनला आपण उष्माघाताच्या तडाख्यातून वाचवलं होतं.”

“आणि ते दोघे वेगवेगळे आहेत, एकच नाहीत,” ओहोलिबामानं तिला आठवण करून दिली.

“माहितीये गं ओहोली, मला माहीत आहे. त्यांना आपण नीट ओळखायला लागलो ना, की त्यांच्यांतला फरक समजतो.”

“आणि तुला दोघांबद्दल अगदी सारखंच प्रेम वाटतं, हो ना? म्हणजे दोघांपैकी फक्त एकावरच तुझं जास्त प्रेम नाहीये, बरोबर?”

डोकं हलवून यलिथ म्हणाली, “हो, पण जाऊ दे. ते फार लहान आहेत गं.”

“त्यांच्या काळात ते इतकेच लहान मानले जात असतील का गं?”

“अगं, त्यांच्या काळाबद्दल आपल्याला काहीही माहीत नाहीये.”

ओहोलिबामा तिथल्याच एका वठलेल्या झाडाच्या बुंध्यावर बसली. आपल्या मांडीवर स्वच्छ केलेल्या कातड्यांचा गठ्ठा ठेवत ती म्हणाली, “माझं माझ्या जॅफेथवर खूप प्रेम आहे. मी त्याच्यासोबत खूप सुखी आहे. तूसुद्धा अशीच सुखी व्हावीस असंच मला वाटतं गं.”

यलिथ शहारली, म्हणाली, “आपली माह्ला नेफिलशी लग्न करून सुखी असल्यासारखी दिसते की गं!”

“अगं, पण आपले जुळे काही नेफिलिम नाहीयेत.”

“पण वेगळे आहेत ना? ते आपल्यासारखे नाहीयेत.”

“आणि तू त्यांच्यावर प्रेम करतेस.”

“हो.”

“तू त्या दोघांवर प्रेम करतेस.”

यलिथ फेकून द्यायच्या कातड्यांचा गठ्ठा उचलून म्हणाली, “मी हे फेकून येते. मग आपण काम थांबवू. सूर्य डोक्यावर यायला लागलाय, आणि जास्त उन्हात असं काम नको करायला.”

• • •

मॅट्रेड इलिशेबाला म्हणाली, “काय गं, दोन पौर्णिमा होऊन गेल्या...पण तू बायकांच्या त्या खास तंबूत गेलेली नाहीयेस.”

इलिशेबानं मान डोलावली, आणि लाजून लाल झालेले गाल हातांनी झाकून घेतले.

मॅट्रेडनं तिला मिठीत घेतलं, आणि विचारलं, "अगंबाई, खरंच का गं?"

"हो. आता तुम्हाला आणखी एक नातवंड होणार आहे." त्या दोघी एकमेकींना मिठी मारून आनंदानं नाचू लागल्या.

• • •

यलिथ पाणी भरायला विहिरीपाशी गेली, तेव्हा ड्रॅगन/सरड्याचं रूप धारण करणारा एब्लिस यलिथची वाट बघत तिथे उभा होता. तो प्राणिरूपात नव्हता. एका पाम वृक्षाच्या खोडाला टेकून तो उभा होता. त्याचे जांभळे पंख त्यानं स्वत:भोवती लपेटून घेतले होते, त्यामुळे सावलीत तो पटकन दिसून येत नव्हता.

यलिथला पाहून तो पुढे आला. त्याला बघून ती इतकी दचकली, की तिनं खांद्यावरून आणलेला मातीचा घडा तिच्या हातून निसटला.

पटकन धाव घेऊन एब्लिसनं तो घडा पकडला, आणि खाली ठेवला. तो तिला म्हणाला, "तू तर दिवसेंदिवस जास्तच सुंदर दिसायला लागली आहेस हं!" त्यानं हळूच तिच्या गालाला हात लावला.

लाजून यलिथनं खाली ठेवलेला घडा उचलायला वाकून हात पुढे केला.

"थांब गं, मला मदत करू दे ना," एब्लिस म्हणाला. पाण्यानं घडा भरल्यावर त्यानं पुन्हा तिच्या चेहऱ्याला स्पर्श केला. त्यानं एक बोट हळूच तिच्या भुवईवरून फिरवलं, आणि म्हटलं, "युजिएल बरोबरच सांगतो, तुला माहितीये ते."

"तू कशाबद्दल बोलतो आहेस, मला काहीच कळत नाहीये."

"तुला कळतंय गं गोडुली. हो, तुला सगळं कळतंय, आणि मी तुझ्या समस्येचं एकमेव उत्तर आहे."

तिनं प्रश्नार्थक नजरेनं त्याच्याकडे पाहिलं.

"मला तू हवी आहेस गं सुंदरी. तू मला हवी आहेस, हे तुलाही माहीत आहे. तुझ्या बहिणीला, माह्लाला, युजिएल जे जे देतो ना, ते सगळं मी तुला देऊ शकतो. माह्ला किती सुखी आहे, ते तुला माहीतच आहे."

"मला माहीत आहे..."

"तुला त्या बावळट छोट्या राक्षसांनी त्यांच्या तारुण्याची भुरळ पाडली आहे. ते तुला दु:खाशिवाय दुसरं काहीही देऊ शकणार नाहीत. तू त्या दोघांमधून कुण्या एकाची निवड करू शकणार नाहीस, आणि समजा, जर तसं केलंस, तर मग उरलेल्या दुसऱ्या राक्षसाचं काय होईल गं?"

"त्यांनी मला तसं विचारलेलं नाहीये..." ती जराशी चाचरली.

"पण मी विचारलंय ना, मी विचारलंय तुला. मला तू हवी आहेस गं!"

तो तिच्यावर झुकला, आणि अचानक तिला फक्त खूप भीती जाणवली. तो एवढंच म्हणाला : त्याला ती हवी होती. त्याचं तिच्यावर प्रेम नव्हतं. तिनं पाण्याचा घडा उचलला, आणि पाणी हिंदकळून जमिनीवर सांडण्याची फिकीर न बाळगता ती पळून गेली.

९

माह्लाची वेळ, लेमेक आजोबांची वेळ

आत्तापर्यंत दुपारच्या वेळेस एवढी जास्त गर्मी सँडी अन् डेनीसनं अनुभवली नव्हती. त्या दुपारी पराकोटीची उष्णता जाणवत होती. सँडी झोपला होता.त्याला ज्वालामुखीचा उद्रेक झाल्याचं वाईट स्वप्न पडलं होतं. तो दचकून स्वप्नातून जागा झाला. त्याला कातड्याच्या बिछान्यावर उठून बसलेला डेनीस दिसला, घामानं त्याचं अंग तुकतुकीत दिसत होतं.

हिगेयॉन दुपारच्या झोपेच्या वेळी लेमेकआजोबांसोबतच रहायचा. रात्रीच्या वेळी मात्र अगदी कर्तव्य बजावल्यासारखा डेनीस अन् सँडीबरोबर असायचा. गेल्या काही दिवसांपासून मात्र रोज रात्रीसुद्धा तो आजोबांच्या पायांपाशीच बसत असावा, अशी सँडीला शंका वाटत होती. रक्ताभिसरण नीट होत नसल्यामुळे आजोबांच्या हातापायांचे तळवे आजकाल थंड पडायचे.

"काय रे, काय झालं?" सँडीनं विचारलं.

"अरे, किती प्रचंड उकडतंय."

दूरवर ढग गडगडल्याचा आवाज ऐकू आला.

"कदाचित पाऊस पडणार असेल," सँडी म्हणाला. पण हा पाऊस म्हणजे महापूर, हे तो क्षणभर विसरूनच गेला.

डेनीसही ते विसरून गेला होता. तो म्हणाला, "अरे वा! फळबागा आणि बगिच्यासाठी खूप चांगलं होईल. तसं आपण पाणी घालतो म्हणा..."

ढग पुन्हा कडाडून गरजले.

हिगेयॉन त्यांच्याजवळ आला, आणि तो रडके आवाज काढत झोपलेल्या आजोबांकडे बघू लागला.

दोन्ही मुलं घाईघाईनं आजोबांजवळ गेली. वारा आत यावा म्हणून तंबूचा पडदा बाजूला सारून खोचून ठेवला होता. बाहेरची गरम हवा किंचित पिवळसर

वाटत होती, आणि आकाशाला हिरवट पिवळसर छटा आली होती.

सँडी आजोबांच्या एका बाजूला उकिडवा बसला, अन् दुसऱ्या बाजूला डेनीस बसला. अनेक कातड्यांच्या घड्या घालून, त्यांचा गठ्ठा केला होता, आणि आजोबांचे खांदे आणि डोकं त्या गठ्ठ्यावर टेकवून त्यांना किंचित बसतं केलं होतं. डेनीसनं त्यांचा हात हातात घेतला. त्यांचा हात अतिशय थंड पडला होता. डेनीसला धक्काच बसला. त्यांच्या सुरकुतलेल्या बोटांत, निदान थोड्या प्रमाणात तरी रक्ताभिसरण सुरु व्हावं, म्हणून तो त्यांचा हात चोळायला लागला.

लेमेकआजोबांनी डोळे उघडले. ते आळीपाळीनं दोघांकडे बघून छान हसले. ते अगदी हळू आवाजात बोलू लागले. त्यांचा आवाज इतका बारीक होता, की त्या दोघांना तो अगदी जेमतेम ऐकू येत होता. ते विचारत होते, ‘‘तुमच्या ठिकाणी आणि तुमच्या काळात राहणं ... म्हणजे डोंगराच्या पलीकडे ... इथल्यापेक्षा चांगलं असतं का?’’

सँडी अन् डेनीसनं एकमेकांकडे पाहिलं.

सँडी म्हणाला, ‘‘तिथे सगळं खूप वेगळं असतं हो.’’

‘‘कसं?’’ कुजबुजत्या आवाजात आजोबांनी विचारलं.

‘‘अं... तिथले लोक जास्त उंच असतात. आणि आम्ही लोक तुमच्याएवढं जास्त जगत नाही.’’

‘‘किती असतं तुमचं आयुष्य?’’

खूप जुन्या काळच्या गणना करायच्या पद्धतीनुसार, आता विस्मृतीत गेलेल्या शब्दांत डेनीस सांगू लागला. ते शब्द म्हणजे त्याला जणू त्या जुन्या पद्धतीच्या शब्दांचा प्रतिध्वनीच वाटले, ‘‘तीन वेळा वीस, आणि दहा, म्हणजेच सत्तर वर्षं.’’

‘‘कधीकधी चार वेळा वीस, म्हणजेच ऐंशी,’’ डेनीसनं सुधारणा केली.

डेनीस सँडीकडे निरखून बघू लागला, उन्हामुळे सावळी झालेली कांती, निरोगी त्वचा, हातापायांचे पिळदार स्नायू, स्वच्छ निर्मळ डोळे. तो बोलू लागला, ‘‘आमच्या इथे आजारी माणसांची सेवाशुश्रूषा करण्यासाठी मोठे दवाखाने असतात. पण माझ्या उष्माघातावर यलिथ आणि ओहोलिबामानं ज्या प्रकारे उपचार केले, त्यापेक्षा चांगले उपचार मला मिळाले असते की नाही, याची खात्री मला स्वत:लाच वाटत नाहीये.’’

सँडीनं सांगितलं, ‘‘आमच्याकडे अंघोळीसाठी शॉवर्स असतात, कपडे धुवायला वॉशिंग मशीन्स असतात. झालंच तर रेडिओ, टेलिव्हिजन आणि रॉकेट्स असतात. शिवाय मोठाली विमानंसुद्धा असतात.’’

डेनीस हसून म्हणाला, "आणि तरीसुद्धा मी तुमच्या तंबूपाशी एका पांढऱ्या उंटावर बसून आलो, जवळजवळ पूर्ण प्रवास उंटावरूनच."

लेमेकआजोबा कुजबुजत्या आवाजात बोलू लागले, ते ऐकायला दोन्ही मुलं खाली वाकली. आजोबांनी विचारलं, "तिथल्या लोकांची मनं ... जास्त प्रेमळ आहेत का?"

सँडीला त्याला भेटलेला तो पहिलाच भामटा दुकानदार आठवला. तो लेमेकआजोबांनी सांगितल्यापेक्षा निम्म्याच डाळी देण्याचा प्रयत्न करत होता. सँडीनं विरोध केल्यावर तो त्याच्यावर चिडून ओरडला होता, अन् त्यानं त्याला शिव्याशापही दिले होते.

डेनीस विचारात पडला. आधुनिक काळातले विमानाचे अपहरण करणारे दहशतवादी, आणि त्याला कचऱ्याच्या खड्ड्यात फेकून देणारे टिग्लाचे वडील, भाऊ, यांच्यांत कितपत फरक असेल? त्याला प्रश्नच पडला.

सँडी आजोबांना सांगू लागला, "अहो, शेवटी लोक हे लोकच असतात, सगळीकडे सारखेच..."

त्याच वेळी डेनीसही बोलू लागला, "मला वाटतंय, मानवी स्वभाव सगळीकडे एकसारखाच असतो."

लेमेकआजोबांनी थरथरत्या हातानं दोघांना स्पर्श केला. ते म्हणाले, "पण तुम्ही तर माझ्याशी अगदी माझे स्वतःचे असल्यासारखेच वागता की!"

डेनीसनं त्यांचा थंड पडलेला हात हलकेच दाबला.

सँडी म्हणाला, "लेमेकआजोबा, आम्ही दोघं तुमच्यावर खूप प्रेम करतो."

"आणि मी तुम्हा दोघांवर, माझ्या बाळांनो!"

लेमेकआजोबा पुढे म्हणाले, "एलचे शब्द अनोळखी वाटू लागलेत. मला समजत नाहीत, मला एलचे विचार समजत नाहीत."

ते तर त्या जुळ्या मुलांनाही समजत नव्हते.

एकाच वेळी ढगांचा गडगडाट, आणि विजेचा लखलखाट झाला. तंबूच्या छताला असलेल्या भोकातून आणि उघड्या दारातून एकदम झगझगीत प्रकाश आत पसरला. प्रचंड मोठी मेघगर्जना झाली, आणि भूकंपाचा झटकाही बसला. त्यामुळे तंबूला हादरे बसू लागले.

पण पाऊस मात्र एक थेंबभरही पडला नाही.

• • •

सँडी अन् डेनीस, उगवणारे तारे बघण्यासाठी, झाडाच्या जमिनीवर आलेल्या

भल्यामोठ्या मुळावर बसले होते. हिगेयॉन आजोबांपाशी तंबूतच थांबला होता. आकाशात अजूनही पिवळट छटा दिसत होती; पण आता ढग गडगडत नव्हते किंवा वीजही लखलखत नव्हती. ज्वालामुखीच्या डोंगरातून आगीच्या ज्वाळा लपलपत वर उठत होत्या. झाडांच्या वरच्या फांद्यांवर बसलेली बबून माकडं अस्वस्थपणे चिरके आवाज काढत होती.

झाडाच्या मुळाशी असलेल्या मऊ शेवाळावर पायांच्या बोटांची उघडमीट करत सँडी म्हणाला, "आपण आजवर मृत्युशय्येवरच्या माणसापाशी कधीच थांबलो नव्हतो रे!"

"नाही. असलं काही आपण पाहिलं नव्हतं."

"आज दुपारीच काहीतरी घडेल, असं मला वाटलं होतं."

मान हलवत डेनीस म्हणाला, "मला वाटतंय, त्यांना ते प्रश्न आपल्याला विचारायचेच होते."

"महाप्रलय होणार आहे, हे त्यांना माहीत आहे का रे?"

"अं... मला वाटतंय, त्यांच्या त्या एलनं त्यांना सांगितलंय. ते बोलत असतात ना एलशी."

पाम वृक्षाची खाली पडलेली पानाची झावळी उचलून, सरत्या उजेडात निरखत सँडी म्हणाला, "पण तो महापूर ही तर एक नैसर्गिक घटना होती."

डेनीसची मान हलकेच हलली. तो म्हणाला, "अरे, संतापलेले देव नैसर्गिक संकटं पाठवतात, असाच ह्या आदिम लोकांचा विश्वास असतो."

"तुला काय वाटतं?" सँडीनं विचारलं.

पुन्हा डोकं हलवून डेनीस म्हणाला, "मला नाही माहीत. आपण इथे, मरुवनात आलो होतो, तेव्हा मला जेवढं कळत होतं, त्यापेक्षा आता मात्र कमीच कळतंय."

सपाट, अलिप्त स्वरात सँडी म्हणाला, "जाऊ दे, तसाही त्याचा काहीच उपयोग झाला नाही म्हणा!"

"कशाचा उपयोग झाला नाही?"

"तो महापूर रे! सगळे लोक नष्ट झाले, आणि पुन्हा नव्यानं सुरुवात झाली. लोकांची उंची वाढली, आणि मग आपण एकमेकांशी आणखीनच दुष्टाव्यानं वागायला लागलो. आपल्याला जास्त ज्ञान प्राप्त झालं, जास्तच अक्कल आली ना!"

त्याच्या हातातली झावळी आपल्या हातात घेऊन डेनीस म्हणाला, "जर मला निवड करायचं स्वातंत्र्य मिळालं ना, तर नव्यानं मानवजातीच्या निर्मितीसाठी, मी हॅम आणि ॲनाची निवड मुळीच करणार नाही."

“ए...तितकेही वाईट नाहीयेत हं ते. शेम आणि इलिशेबा तर तसे चांगले आहेत, अगदी फारच उत्तम नसले तरी कणखर आहेत. आणि जॅफेथ अन् ओहोलिबामा तर अगदीच मस्त आहेत, उत्कृष्टच अगदी.”

“ठीक आहे. पण तू म्हणालास तसंच. त्याचा काहीही उपयोग झाला नाही.”

“त्या महापुरातून कुणीच वाचायला नको होतं बहुतेक,” सँडीचा आवाज घोगरा झाला.

पुन्हा एकदा मान हलवून डेनीस म्हणाला, “मानवजात... लोकांनी फारच भयानक गोष्टी केल्या आहेत रे; पण तरीही तितकेसे वाईट नाही रे आपण... म्हणजे सगळेच लोक वाईट नाहीयेत.”

“म्हणजे कोण?”

“अरे, चांगले लोकही आहेत ना ... म्हणजे युक्लिडसारखे, पाश्चर, आणि टायको ब्राहे यांच्यासारखे.”

सँडीनं मान डोलावली. आता त्याचा आवाज जरा नेहमीसारखा येऊ लागला. तो म्हणाला, “त्या टायको ब्राहेला ब्रह्मांडाच्या निर्मात्याबद्दल एवढा आदर होता, तो फारच प्रभावित झालेला होता... तो त्याचा शाही पोशाख घालूनच त्याच्या दुर्बिणीतून ताऱ्यांचं निरीक्षण करायचा. मला खूप आवडलं ते.”

“हे सगळं तुला कुणी सांगितलं?”

“मेग.”

“मला पण आवडलं रे, खरंच आवडलं. ए, ऐक ना, आपण या यादीत मारिया मिचेलच्या नावाचा उल्लेख केलेला मेगला आवडेल. ती पहिली प्रसिद्ध महिला खगोलशास्त्रज्ञ होती ना?”

“ए, मला मेगची खूप आठवण येते रे! चार्ल्स वॉलेसची आणि आपल्या आई-बाबांचीसुद्धा खूप आठवण येते.”

डेनीस मात्र चांगल्या, सद्गुणी माणसांची यादी तयार करण्यात गढून गेला होता. तो म्हणाला, “आणि ती तीन माणसं रे... त्या ताऱ्याचा मागोवा घेत त्या दिशेनं गेलेली... ते लोकसुद्धा खगोलतज्ज्ञ होते. अरेच्च्या...!”

“काय रे?”

“अरे, जर त्या महाप्रलयात सगळेच लोक बुडून मेले असते, आणि पृथ्वीवर नव्या जिवांची निर्मिती झालीच नसती, तर येशू ख्रिस्ताचा जन्म झालाच नसता की!”

नुकताच ओळखीचा झालेला, पण तरी त्रासदायक वाटणारा वास सँडीला

जाणवला. ''श्श्श!''

''काय रे?''

''ते बघ.''

एक काळसर आकृती रस्त्यावरून वळून त्यांच्याकडे आली. ''टिग्ला, तू?''

''ही फार लोचट आहे, मुळीच माघार घेत नाही हं!'' डेनीस पुटपुटला.

कुठल्याही परिस्थितीत डेनीसला अजिबात स्पर्श करायचा नाही, हे आत्तापर्यंत टिग्लाला समजलं होतं. ती नम्रपणाचा आव आणून, डोळे झुकवून त्यांच्यापाशी आली. तिच्या खाली झुकलेल्या पापण्या छान दाट आणि चमकदार दिसत होत्या. तिनं तोल गेल्यासारखं दाखवून, जणू आधारासाठी सँडीला हळूच धरलं. ती म्हणाली, ''किती छान संध्याकाळ आहे ना?''

तिच्या घामाच्या वासात अत्तराचा वास मिसळला होता. तो वास असह्य होऊन डेनीस मागे सरकला.

''ठीकठाकच आहे,'' क्षितिजावर रेंगाळणाऱ्या पिवळट उजेडाकडे बघत सँडी म्हणाला.

टिग्ला म्हणाली, ''मला वाटलं, आज रात्री माह्लाच्या बाळाचा जन्म होणार असल्याची बातमी कळल्यावर तुम्ही खूश व्हाल.''

''हे तुला कसं माहीत गं?'' डेनीसनं प्रश्न विचारला.

''मला रोफोकेलनं सांगितलं.''

''आणि त्याला कसं कळलं?'' सँडीनं विचारलं.

''तो युजिएलचा मित्र आहे. यलिथ आणि ओहोलिबामा माह्लाला मदत करणार आहेत.''

सँडी अन् डेनीसनं, मांजरांना, कुत्र्यांना पिल्लं होताना पाहिली होती, आणि एकदा तर एका वासराचा जन्मसुद्धा पाहिला होता. त्यांच्या घराशेजारच्या शेतातल्या बकरीच्या, डुकराच्या पिल्लांशी ते खेळलेही होते. त्यांनी एकमेकांकडे पाहिलं. डेनीस म्हणाला, ''ओहोलिबामा अतिशय कुशल सुईण आहे, हे मी अगदी पैजेवर सांगायला तयार आहे.''

टिग्ला सांगू लागली, ''ओहोलिबामाच्या जन्माच्या वेळी तिच्या आईला खूप जास्त त्रास झाला होता, असं मी ऐकलंय. नेफिलची बाळं आकारानं बरीच मोठी असतात.'' ती चिंतेत पडल्यासारखी वाटत होती.

तिच्याकडे तीक्ष्ण नजर टाकून डेनीसनं विचारलं, ''म्हणून तुला काळजी वाटतीये?''

''कधीतरी तसं घडूही शकेल. माह्लाला जास्त त्रास होऊ नये, असंच

वाटतंय रे! किती लहानशी आहे ती, अगदी माझ्यासारखीच.''

''बरं ठीक आहे. सांगितल्याबद्दल धन्यवाद!'' डेनीसला तिच्याशी बोलायचं नव्हतं, हे त्याच्या आवाजातल्या तुटकपणावरून चांगलंच कळत होतं.

''आजची रात्र अगदी सुंदर असणार आहे,'' सँडीच्या हातावरून आपली बोटं फिरवत टिग्ला म्हणाली.

डेनीसनं वळून तंबूकडे पाहिलं. तंबूच्या दारावरचा पडदा अजूनही बाजूला खोचलेलाच होता. हिगेयॉन हलकेच सोंड हलवत दारात बसला होता, जणू वाऱ्याची झुळूक शोधत होता.

द्विधा मन:स्थिती होऊन सँडीनं टिग्लाकडे नजर टाकली.

लगेच ती त्याचं मन वळवू लागली. ''फिरायला जाण्यासाठी किती छान रात्र आहे. माह्लाच्या बाळाचा जन्म झाल्यानंतर यलिथ आणि ओहोलिबामा चालत- चालत घरी जातील, आणि कदाचित त्या आपल्याला भेटतीलही...''

ही मात्रा अचूक लागू पडली, आणि सँडी म्हणाला, ''ठीक आहे, पण जास्त लांब नाही हं... आणि लवकर परत येऊ...''

टिग्लानं त्याला सांगितलं, ''अर्थातच रे... जास्त लांब नाही, फक्त जरासंच फिरून येऊ.''

डेनीस त्याच्याकडे बघणं लक्षपूर्वक टाळतोय, हे सँडीला जाणवलं. त्यानं विचारलं, ''तू येतोस का?''

''नाही.''

''मी गेलो तर चालेल?''

''हो, चालेल की!''

''मी लवकर परत येईन.''

''तुला हवा तितका वेळ घे.''

त्यांच्यात मनमोकळा संवाद होत नव्हता. सँडीला ते आवडलं नाही, पण तो उठून उभा राहिला. टिग्लानं त्याचा हात आपल्या छोट्याशा हातात धरला. ते दोघे रस्त्यापाशी आल्यावर त्यानं मागे वळून पाहिलं. हिगेयॉन तंबूच्या दारातून उठून डेनीसशेजारी उभा राहिला होता.

रात्रीचं आकाश नेहमीपेक्षा जडशीळ, ढगाळलेलं वाटत होतं. तारे अंधूक दिसत होते, आणि जणू स्पर्श करता येतील, इतके जवळ आल्यासारखे भासत होते. बिनपावसाच्या वादळामुळे हवेतला उष्मा जास्तच वाढला होता. डोंगरातून धूर निघत होता.

''चल, वाळवंटात जाऊन चंद्रोदय बघू या,'' टिग्लानं सुचवलं.

मरुवनातून बाजूला होऊन वाळवंटात जाणं, म्हणजे जणू चालत्या जहाजातून

समुद्रात उडी घेण्यासारखं होतं. पायांना वाळू थंडगार लागत होती. सँडीच्या पायांना तप्त वाळूची, दगडांवर, वाळक्या अणकुचीदार गवतावर चालण्याची सवय झाली होती.

टिग्ला त्याला एका खडकापाशी घेऊन गेली, त्या खडकाच्या पुढे आलेल्या सपाट कट्ट्याकडे निर्देश करत ती म्हणाली, "चल, आपण इथे बसू या."

घराकडच्या चंद्रोदयापेक्षा या वाळवंटातला चंद्रोदय फार वेगळा होता. घराकडे क्षितिजरेषेवरून चंद्र वर आल्यावर तो पिवळा दिसायचा. कधीकधी तर त्याला लालसर छटादेखील असायची. इथे मात्र हवा अतिशय स्वच्छ, शुद्ध, प्रदूषणविरहित असल्यामुळे चंद्र जणू कैक हिऱ्यांच्या तेजानं झगमगत वर आला.

उगवत्या चंद्राच्या तेजस्वी प्रकाशाकडे सँडी डोळे भरून बघत होता. अकस्मात तो प्रकाश एका चेहऱ्यामुळे झाकला गेला, टिग्लानं त्याच्या ओठांवर ओठ टेकवले होते. त्याच्या चेहऱ्यापर्यंत पोचण्यासाठी ती गुडघ्यांवर ओणवली होती. तिच्या ओठांना बेरीसारख्या फळाचा वास येत होता. तिच्या पारोशा अंगाच्या आणि सुवासिक तेलाच्या संमिश्र वासात तो गुरफटला गेला.

तिची इच्छा त्याला चांगलीच कळत होती, आणि त्यालाही ते हवं होतं. तिच्या दिमाखदार सौंदर्याची भुरळ त्यालाही पडली होती, पण तरीही त्याला ती गोष्ट टिग्लासोबत करायची नव्हती. ते केलं असतं तर, एकशिंगी घोड्याला स्पर्श करता येण्याची त्याची क्षमता तो गमावून बसला असता, आणि तिची तेवढी लायकी नव्हती.

पण यलिथ...

ती कथा किंवा इतिहास बदलून जाईल अशा गोष्टी त्यानं अन् डेनीसनं करायला नकोत, हे सँडीला चांगलंच कळत होतं. अगदी यलिथबरोबरही नाहीत...

तो फारच पुढचा विचार करत होता. यलिथ म्हणजे टिग्ला नव्हे. ती त्या दोघांशी एकसारखीच वागायची, दोघांकडे बघून तसंच गोड हसायची.

चंद्रप्रकाशात टिग्लाचे लाल केस सोनेरी-चंदेरी दिसत होते. त्याच्या चेहऱ्यावर पसरले होते ते केस. त्या केसांच्या वासात तो बुडून गेला होता. तिनं त्याच्या डोक्यावर, मानेवर मसाज केल्यागत हात फिरवला. तिचा श्वास त्याच्या श्वासात मिसळला. त्याच्या लक्षात आलं, आता जर तो तिच्यापासून दूर झाला नाही, तर नंतर तो दूर होऊ शकणार नाही. एक खोल श्वास घेऊन तो दूर झाला, आणि बाजूला उभा राहिला.

टिग्ला धडपडत उठली. त्याच्याकडे तिरस्कारानं भरलेली नजर टाकून तिनं विचारलं, "तुला आवडलं नाही? मी जे काही करत होते, ते तुला

आवडलं नाही का?''

"आवडलं ना," त्यानं घोगऱ्या आवाजात सांगितलं. "मला ते जरा खूपच जास्त आवडलं."

"खूपच जास्त? अरे, कुठलीही गोष्ट अशी खूपच जास्त कशी होऊ शकते? आयुष्यात सुखाशिवाय महत्त्वाचं दुसरं काय असतं? आणि जितकं जास्त सुख, तितकंच चांगलं की रे! असं 'खूपच जास्त' कसं म्हणू शकतोस रे तू?"

हसायचा प्रयत्न करत तो म्हणाला, "तू खूपच जास्त आहेस. आता मी परत जायला हवं. तेच बरं होईल. लेमेकआजोबा आजारी आहेत."

फटकळपणे टिग्ला म्हणाली, "मरायला टेकले आहेत ते. रोफोकेलनं सांगितलं मला."

"प्रत्येकच गोष्ट रोफोकेलला माहीत नसते."

"आपल्यापेक्षा जास्तच कळतं त्याला, कुठल्याही मर्त्य जिवापेक्षा जास्त माहीत असतं."

सँडी एकदम स्तब्ध झाला. त्याला डासाची गुणगुण ऐकू आल्याचा भास झाला, आणि मग मात्र शांतता. तो वळून मरुवनाच्या दिशेनं चालायला लागला. टिग्ला खडकावरून खाली उतरली, आणि पळत त्याच्या मागोमाग गेली. थोड्याच वेळात तिनं त्याला गाठलं, आणि त्याचा हात धरला.

ती म्हणाली, "तूसुद्धा... तूसुद्धा नक्की रोफोकेलच्याच जातीचा असशील... किती उंच आहेस, किती ताकदवान. तू मला उचलून तुझ्या खांद्यावरही टाकू शकशील. तू कुठून आला आहेस रे?"

त्याचत्याच प्रश्नांची उत्तरं देऊन तो कंटाळून गेला होता. तरी त्यानं सांगितलं, "या ग्रहाच्या दुसऱ्या भागातून. दुसऱ्या काळातून."

"इथे कशाला आला आहेस तू?"

"अगं, ती एक चूक होती," त्यानं थोडक्यात सांगितलं.

"पण इथे येणं ही चूक होती, असं का बरं म्हणतोस? तू इथे आला आहेस, ही किती छान गोष्ट आहे! तू इथे किती दिवस राहणार आहेस?"

"मला नाही माहीत."

"पण तू काहीतरी ठरवलं असेलच ना? आता तू काय करणार आहेस?"

"लेमेकआजोबांच्या बगीच्याची आणि वृक्ष-वाटिकांची नीट देखभाल करणार आहे."

"बस? फक्त एवढंच? इतक्या दुरून तू फक्त एवढंच करायला आलेला नाहीस! तुझ्या इथे येण्यामागे नक्की काहीतरी वेगळं कारण असेलच."

"नाही," एवढंच बोलून त्यानं तिच्या हातातून आपला हात सोडवून घेतला.

• • •

टिग्ला सांगत होती, "नाही, मला काहीही समजलं नाहीये. तू सांगितलेले सगळे प्रश्न मी त्याला विचारले, पण त्यानं काहीच सांगितलं नाही."

टिग्लाच्या तुलनेत ताडमाड उंच असलेला रोफोकेल तिच्या अगदी जवळ उभा होता. त्याचे पंख त्या चंद्रप्रकाशातही आगीसारख्या धगधगत्या लाल रंगाचे दिसत होते. तो म्हणाला, "अगं, त्यानं काहीतरी तर नक्कीच सांगितलं असेल ना?"

"त्यानं एवढंच सांगितलं, की तो खूप लांबून आला आहे, आणि इथे येणं ही एक चूक होती."

"चूक?" रोफोकेलनं प्रश्न केला. त्याचे पाचूच्या रंगाचे हिरवेगार डोळे गढुळले होते. तो म्हणाला, "एलनं आणखी एखादी चूक केली असेल का?"

"एलनं त्यांना पाठवलं असेल, असं तुला वाटतंय का?"

"अगं, मग दुसरं कोण? ते नक्कीच इथले रहिवासी नाहीयेत. ते आपल्याप्रमाणे सेराफिमसाठीसुद्धा तितकेच धोकादायक असू शकतात. ते सेराफिम, निदान कुठलेही बदल होऊ न देण्याची, काळजी तरी घेतात."

"आणि हे छोटे राक्षस बदल घडवतील, असं तुला वाटतंय?"

"कोणास ठाऊक? तू त्याच्याकडून आणखी जास्त माहिती काढू शकली नाहीस का?"

टिग्लाच्या हनुवटीवरची खळी आणखी खोल झाली. हसतहसत ती म्हणाली, "अरे बाबा, या वेळी तो निदान माझ्यासोबत आला तरी."

"हो, तेही बरोबर आहे. तू त्याचं चुंबन घेतलंस?"

तिनं मान डोलावून म्हटलं, "हो. अरे तो इतका लहान आहे ना. पहाटेसारखी कोवळी चव वाटली त्याची."

"त्याला आवडलं ते?"

"हो, आवडलं. तो आणखी पुढची पायरी गाठण्यासाठी तयार असल्याचंही मला जाणवलं, पण त्याच क्षणी तो दूर झाला. मला जरा आणखी वेळ दे रोफोकेल. आत्ता पहिल्यांदाच तो माझ्यासोबत यायला तयार तरी झाला."

रोफोकेल अगदी पटकन गुडघ्यांवर बसला. त्यामुळे तो तिच्या बरोबरीला आला. तो म्हणाला, "माझ्या पिटुकल्या टिग्ला, हे काम पटकन करायला हवं

हं. घाई करायलाच हवी गं.''

''का? एवढी काय घाई आहे?''

आपला तळव्याची पालथी बाजू कपाळावर घासत रोफोकेल म्हणाला, ''आमच्या काही शक्ती क्षीण झाल्या आहेत. आता आम्हाला पूर्वीसारखं सांगता येत नाही... पण नोहाला मात्र काहीतरी कळलंय. त्याच्या सगळ्या मुलांची फारच लहान वयात लग्नं झाली, आणि तीदेखील अगदी घाईघाईनं झाली. जरासं विचित्रच होतं ते. नोहा अजूनही त्या देवाशी बोलत असतो. मी तर त्या देवाकडे पाठ फिरवलेली आहे. कदाचित आता आणखी शंभर वर्षं नसतीलही.''

''अरे पण, मी त्याला... त्याला माझ्या शरीराच्या मोहात पाडायला हवं, असं तुला का वाटतंय?''

''मग त्यामुळे तो तुझ्या ... आणि पर्यायानं माझ्या... शक्तीच्या प्रभावाखाली येईल ना!'' त्यानं तिला जवळ ओढलं. तो पुढे म्हणाला, ''त्या उघड्यावाघड्या राक्षसासोबत तू काहीही केलंस, तरीही तू माझीच असशील गं सुंदरी. त्यात कमतरता येणार नाहीये. तसंही मला शरीरसंबंधांच्या बाबतीत अनुभवी असलेली बाई आवडते.''

''मी तुला कधी तुझं बाळ देईन का रे?''

''लवकरच,'' असं म्हणून त्यानं तिच्याभोवती आपले पंख लपेटून घेतले, ती जणू लाल ज्वालांमध्ये गुरफटली गेली.

• • •

''लवकरच,'' ओहोलिबामा म्हणाली. ''आता लवकरच हं. कळ दे माह्‌ला, खाली ढकल ... जोरात.''

यलिथही तिच्या सुरात सूर मिसळून, माह्‌लाला दिलासा देत म्हणाली, ''हो, लवकरच. लवकरच येईल हं बाळ.''

माह्‌ला काहीच बोलली नाही.

अनेक कातड्यांच्या मोठ्या गठ्ठ्यावर पाठीवर आडवी झालेली माह्‌ला वेदनेनं ओरडली. तिचे हात इकडेतिकडे आधार शोधू लागले, मॅट्रेडनं ते तिच्या हातात घट्ट पकडून धरले. माह्‌लानं तिची बोटं घट्ट आवळली.

''किती वेळ होऊन गेलाय, बिचारी आणखी किती वेळ सहन करेल?'' यलिथ कुजबुजली.

''ऊठ गं,'' मॅट्रेडनं माह्‌लाला फर्मावलं.

रडत माह्‌ला म्हणाली, ''नाही उठू शकत गं, मला नाही येत. आह...

लवकर होऊ दे... लवकर येऊ दे...''

मॅट्रेड पुन्हा म्हणाली, ''ऊठ, आणि उकिडवी बस.''

''अगं, मी केलं ना तसं, किती उठाबशा काढल्या... मी अगदी दमून गेलेय गं... आता नाही जमत.''

''हो, पण त्यानंतर पुरेसा आराम झालाय आता,'' कठोर शब्दांत मॅट्रेड म्हणाली. तिनं यलिथ अन् ओहोलिबामाला फर्मान सोडलं, ''धरून उठवा गं तिला.''

विरोध करणाऱ्या माह्‌लाला, कातडी बिछान्यावरून खेचून उठवताना त्या दोघींना पूर्ण ताकद लावावी लागली.

''हां... चल उकिडवी बस आता. कळ दे... आता... आत्ता... हं... ढकल खाली,'' मॅट्रेड म्हणाली.

''चंद्र मावळेल आता,'' यलिथ म्हणाली.

ओहोलिबामानं मॅट्रेडकडे नजर टाकत तिला दिलासा दिला, ''माझी आईसुद्धा यातूनच गेली होती. ती जिवंत आहे अजून.''

''हो गं बाळा, धन्यवाद!'' आपले बाबा एक नेफिल असल्याचं ओहोलिबामानं पहिल्यांदाच उघडपणे कबूल केलं. मॅट्रेडनं तिचा खांदा कृतज्ञतेनं हलकेच दाबला.

चंद्र मावळला, सूर्य उगवला. त्या मातीच्या लहानशा पांढऱ्या घरात गुदमरायला होत होतं. चारी बायका घामानं न्हाऊन निघाल्या होत्या. माह्‌लाचे केस घामानं ओलेचिंब झाले होते, जणू पाण्यात बुचकळून काढावे तसे. वेदनेनं तिचे डोळे विस्फारले होते. ती कण्हत होती, ओरडत होती, किंचाळत होती. वेदनांच्या दोन लाटांमधल्या काळात अधूनमधून तिचं तोंड ढिलं पडून उघडं पडायचं, पापण्या अलगद मिटू लागायच्या आणि तिला दमून झोप लागायची. वेदनेच्या लाटेनं पुन्हा हल्ला चढवला, की बिचारीला जाग यायची.

आता हळूहळू सूर्य वर येऊ लागला होता.

''उकिडवी बस,'' मॅट्रेडना आदेश दिला. ''तुला पुन्हा उकिडवं बसायला हवं.''

तीन दिवस, तीन रात्री सतत चालू होतं ... उकिडवं बसणं, जरा आडवं होणं, किंचाळत ओरडणं.

''... अशानं मरून जाईल बिचारी... आता तरी थांबायला हवं हे सगळं... असंच चालू नको राहायला,'' यलिथच्या मनात आलं.

''लवकरच होईल हं,'' ओहोलिबामा गांजून गेलेल्या माह्‌लाला सतत दिलासा देतच होती. ती म्हणाली, ''आता अगदी लवकर बाहेर येईलच.

खाली ढकल, जोर लाव गं. आणखी जोरात.''

चिंतेनं मॅट्रेडचा आवाज चढला, ''कळ दे गं माह्ला, तुलाच करायला हवं ना. तुझ्यासाठी आम्ही बाळाला जन्म नाही देऊ शकणार गं. जोर लाव... ढकल खाली.''

चौथी रात्र. चंद्र उगवला.

''ढकल,'' मॅट्रेडनं फर्मावलं.

माह्लानं कण्हत, विव्हळत, रेकल्यासारखा आवाज काढून जोर लावला. हा आवाज तिच्या ओरडण्यापेक्षा भयंकर वाटत होता.

''हं... आत्ता... आत्ताच.''

ती रेकून कण्हत होती, तो आवाज जणू तिला फाडून टाकेल असा वाटत होता.

''हं, आत्ताच,'' असं म्हणून, सरतेशेवटी मॅट्रेडनं माह्लाच्या दोन पायांमध्ये हात घालून तिच्या शरीरातून बाळ बाहेर ओढून काढलं.

बाळाचं डोकं इतकं मोठं होतं, की बाळ बाहेर येताना, माह्लाच्या शरीराचा तो मांसल भाग फाटल्याचा आवाज यलिथला ऐकू आला. मॅट्रेडनं बाळाला धरून हलवलं, आणि त्याच्या कुल्ल्यांवर चापट्या मारल्या. बाळाच्या फुफ्फुसांमध्ये हवा शिरली, आणि मग ते भोकाड पसरून रडायला लागलं.

• • •

सँडी टिग्लासोबत गेल्यावर डेनीस लेमेकआजोबांपाशी गेला. त्याला त्यांची काळजी वाटत होती. आजोबा झोपले होते, तो त्यांच्या बिछान्याजवळ गेला.

''बेटा?''

''मी डेनीस आहे आजोबा.''

आजोबा हातानं चाचपडत त्याचा हात शोधू लागले. डेनीसनं त्यांचा हात हातात घेतला, अत्यंत थंडगार पडला होता तो. त्यानं विचारलं, ''आजोबा, मी काय करू तुमच्यासाठी?''

आजोबांच्या चेहऱ्यावर प्रसन्न, शांत हसू पसरलं. ते म्हणाले, ''एल बोलला.''

त्यांच्या पुढच्या वाक्याची वाट पहात डेनीस गप्प बसून राहिला.

आजोबा बोलण्यासाठी पुरेसा श्वास घेण्याचा प्रयत्न करू लागले. जरा वेळानं ते बोलले, ''सगळंच नष्ट होणार नाहीये. डेन, माझ्या बाळा, एलला पश्चात्ताप होतोय. तुम्ही दोघं बागेत होतात ना, तेव्हा इथेच, याच तंबूत, एल माझ्याशी बोलला. याआधी मी कधीही एलचा आवाज इथे, तंबूत, ऐकला

नव्हता. ए बाळा, डेन, माझ्या बाळा, ऐक बाळा! अरे नोहा जिवंत राहणार आहे. तो आणि त्याचं कुटुंब बचावणार आहे रे! एलनं सांगितलंय."

"लेमेकआजोबा, ते कशातून बचावणार आहेत?"

"आं?"

"नोहा आणि त्याचं कुटुंब कशातून बचावणार आहे?"

डेनीसच्या हातातली आजोबांची वृद्ध बोटं थरथरली. ते म्हणाले, "एल काहीतरी अमाप, खूपखूप पाण्याबद्दल बोलत होता. हे मात्र मलाही समजलं नाही, पण ते जाऊ दे. माझा मुलगा बचावणार आहे, माझ्यासाठी हे एवढंच पुरेसं आहे." त्याची बोटं घट्ट धरून त्यांनी विचारलं, "पण तू रे बेटा? तुझं काय होईल? मला माहीत नाही रे!"

"मलासुद्धा माहीत नाही हो आजोबा," डेनीस त्यांचा सुरकुतलेला थंडगार हात जराशी ऊब येईपर्यंत चोळत राहिला.

• • •

तिकडे, युजिएल माह्लाच्या छातीवर झोपलेल्या बाळाकडे एकटक बघत उभा होता. नुकतीच आई बनलेली माह्ला निस्तेज, आणि थकलेली दिसत होती; पण त्याचबरोबर आनंदानं उजळूनही निघाली होती.

बाळंतपणासाठी तिला पूर्ण वेळ मदत करणाऱ्या, सतत तिच्यासोबत असणाऱ्या त्या तिघीजणी माह्लाइतक्याच थकल्या होत्या. ओहोलिबामाच्या डोळ्यांखाली काळी वर्तुळं उमटली होती, आणि तिच्या गालांचा रंग जणू उडाला होता. माह्लाच्या शरीरातून होणारा प्रचंड रक्तस्राव तिनंच कसाबसा रोखला होता. नाहीतर त्या वाहत्या रक्ताबरोबर माह्लाचा जीवही गेला असता. ओहोलिबामानंच बाळ बाहेर आल्यावर सुरक्षितपणे नाळ बाहेर काढली होती. त्यामुळे तिचे दंडापर्यंतचे हात पूर्णपणे रक्तानं माखले होते. वाहतं रक्त बऱ्यापैकी थांबेपर्यंत तिनंच माह्लाच्या शरीराचा फाटलेला भाग एकत्र घट्ट धरून ठेवला होता. तिच्यामुळेच खूप मोठ्या प्रमाणात रक्तस्राव होण्याचा धोका टळला होता.

युजिएलनं इतर कुणाकडेही लक्षच दिलं नाही. तो फक्त बाळाकडे एकटक बघत उभा राहिला. काळ्याभोर केसांचं दाट जावळ होतं त्या बाळाला, अगदी माह्लाच्या केसांसारखंच. युजिएलनं बाळाला वळवून त्याच्या मऊमऊ खांद्यांच्या पाठीमागे हळूच बोट फिरवून बघितलं. "मी खूश झालोय," तो म्हणाला.

मॅट्रेड वैतागून म्हणाली, "हो हो, खूश असशीलच की! अरे, या बाळंतपणात जवळजवळ जीव गेलाच होता तिचा. ओहोलिबामा नसती ना, तर तिचा

खरोखर मृत्यूच झाला असता.'' तिनं युजिएलकडे पाठ फिरवली, आणि इलिशेबानं पाठवलेलं शक्तिवर्धक सूप माह्लाला थोडंसं भरवलं.

ती यलिथ अन् ओहोलिबामाला म्हणाली, ''तुम्ही घरी जा. घरी जा आणि काहीतरी खाऊन आराम करा. मी माह्लासोबत थांबते. नंतर मग इलिशेबा येईल इथे.''

युजिएलकडे दुर्लक्ष करून ओहोलिबामा नव्या आईकडे, बाळाकडे बघत म्हणाली, ''आता पुढचे अनेक दिवस तिची खूप काळजी घ्यावी लागणार आहे. जर पुन्हा रक्तस्राव सुरु झाला तर मला नक्की बोलवा.''

''हो, मी बोलवीन हं,'' मॅट्रेडनं मान्य केलं.

युजिएल माह्लाच्या अंगावर वाकला, आणि त्यानं बाळाच्या पापण्यांवरून, इवल्याशा नाकावरून आपलं लांबसडक बोट फिरवलं. ''मी खूश झालोय,'' तो पुन्हा म्हणाला.

• • •

ओहोलिबामा त्यांच्या भल्यामोठ्या तंबूत बसली होती. इलिशेबानं त्या दोघींना डाळींचं सूप दिलं होतं.

ओहोलिबामा म्हणाली, ''त्याला माह्लाची जरासुद्धा काळजी नाहीये. बाळाचा जन्म झाल्यावर, ती जिवंत आहे की मेली, याची फिकीरच नव्हती त्याला.''

सूपचा वाडगा तोंडापाशी नेतानेता यलिथ मधेच थांबली. तिनं विचारलं, ''तुला खरंच तसं वाटतंय?''

''तूसुद्धा ऐकलंस की! ऐकलं ना? तो म्हणाला होता, 'ती लवकर का आटोपत नाहीये?' असं म्हणाला होता तो. 'इतका वेळ का लागतोय?' असं म्हणायचा आणि तो निघून जायचा, आणि कित्येक तास परत यायचाच नाही.''

''आईनंच त्याला बाहेर थांबायला सांगितलं होतं ना...'' असं बोलून यलिथ एकदम गप्प झाली. मॅट्रेडच्या मोठ्या मुलींची प्रसूती झाली, त्या वेळी मॅट्रेड त्यांच्यासोबतच होती. तेव्हाही त्या मुलींच्या नवऱ्यांना तिनं तिथून बाहेर हाकलून दिलं होतं, पण प्रसूतीचा सगळा वृत्तांत त्यांना सांगितला होता. त्या मुलींचे नवरेसुद्धा जास्त लांब निघून गेले नव्हते, उलट, ते वैताग येण्याइतके तिथेच घुटमळत राहिले होते. ते युजिएलसारखे सगळं बायकांवर सोपवून गायब झाले नव्हते. यलिथनं मुकाट्यानं सूप संपवलं.

ओहोलिबामानंदेखील सूप पिऊन टाकलं. तिच्या काळ्याभोर भुवया तिनं एकत्र खेचून धरल्या होत्या. तिनं मागे बांधलेले काळेभोर केस सुटून तिच्या

खांद्यांवर रुळत होते.

यलिथनं तिला हळूच हाक मारली, "ओहोलिबामा..."

"काय गं?"

"ऐक ना, ते नेफिलिम लोक आपल्यातल्या मुलींशी लग्न करतात, आणि त्यांना बाळं देतात, पण ते सेराफिम लोक मात्र..."

"ते लग्न करतच नाहीत, किंवा बाळंही देत नाहीत."

"पण ते तर बऱ्यापैकी नेफिलिम लोकांसारखेच असतात ना?"

ओहोलिबामा दमली होती. तिनं मरगळल्यागत केस मागे सारले, आणि म्हणाली, "नाही. माझ्या मते, एके काळी नेफिलिमसुद्धा सेराफिमसारखेच होते."

"पण मग त्यांच्यात बदल कसा झाला? काय झालं होतं?"

"मला माहीत नाही गं."

यलिथला मधासारख्या पिंगट डोळ्यांचा, सिंहासारखा ऐटबाज एरियल आठवला, आणि मग एब्लिसचीदेखील आठवण आली. त्या जांभळ्या पंखांच्या नेफिलपासून पळून गेल्याबद्दल तिला आनंद झाला. तो जर त्या युजिएलसारखाच निर्दयी असेल, तर तिला त्या एब्लिसशी कसलेही संबंध ठेवायची इच्छा नव्हती. त्या युजिएलला तर आपली बायको जिवंत आहे की मेली, याची जराही फिकीर नव्हती. तो युजिएल कधीकाळी एरियलसारखा असेल का? एब्लिस असेल का एकेकाळी तसा?... तिच्या मनात विचार येत होते.

ओहोलिबामा म्हणाली, "ते सेराफिम लोक, त्यांच्या इच्छेनुसार केव्हाही आपल्याला सोडून ताऱ्यांमध्ये जाऊ शकतात, असं मला वाटतंय. नेफिलिम लोकांना मात्र तसं करता येत नाही. आता तर मुळीच नाही. ते आपल्याबरोबर इथेच राहतात. ही त्यांची स्वतःची निवड नाहीये, त्यांना इथे राहावंच लागतं."

नोहा आणि जॅफेथ तंबूत आले. त्यांच्या हातांवर द्राक्षांच्या रसाचे डाग पडले होते...ओहोलिबामाच्या हातांवर रक्ताचे डाग होते तसेच. जॅफेथनं बायकोला मिठीत घेतलं. यलिथ तिच्या बाबांकडे धावत गेली. तिनं सांगितलं, "माह्लाला बाळ झालं बरं का! सगळं ठीक आहे!"

नोहानं आपल्या सगळ्यांत लहान मुलीला जवळ घेतलं; पण त्याला तिच्या बोलण्यात काहीच रस नव्हता, असं वाटत होतं.

"बाबा, अहो तुम्ही ऐकलं की नाही? माह्लाच्या यमयातना, प्रसववेदना संपल्या एकदाच्या!"

"हं... ते छानच झालं," जड आवाजात नोहा बोलू लागला. "आम्हाला फारच काळजी वाटत होती."

"काय झालं? काही चुकीचं घडलंय का?" ओहोलिबामानं विचारलं.

जॅफेथनं आपली मिठी घट्ट केली.

नोहानं यलिथला आणखी जवळ घेतलं, आणि सांगितलं, "एल माझ्याशी बोलला. विचित्रच होते ते शब्द."

"चांगले होते ना ते शब्द?" यलिथनं विचारलं.

ओहोलिबामानं प्रश्नार्थक मुद्रेनं जॅफेथकडे पाहिलं, पण त्यानं मान हलवली.

"विचित्रच शब्द होते," नोहा पुन्हा तेच म्हणाला. "त्या शब्दांचा काय अर्थ काढायचा, मला तर काही समजत नाहीये."

"अहो बाबा, माह्लाच्या बातमीमुळे खूश व्हा. किती अवघड होतं तिचं बाळंतपण, आणि किती जास्त वेळ लागला... आपली ओहोली नसती ना तर मात्र..."

"माह्ला ठीक होईल आता. वयानं लहान आहे, मजबूत आहे, ती लवकरच बरी होईल," ओहोलिबामा म्हणाली.

"खूप मोठं बाळ आहे हं बाबा. मी पाहिलेलं सगळ्यात मोठं बाळ आहे ते. आपल्या माह्लासारखे काळेभोर केस, आणि बटणासारखं इवलंसं नाक."

"निदान ते तान्हं मूल तरी आहे," कडवटपणे नोहा म्हणाला.

"तुम्ही अस्वस्थ दिसताय," ओहोलिबामा म्हणाली.

"हो गं, मी अस्वस्थच आहे. एलनं मला फार विचित्र गोष्टी करायला सांगितल्या आहेत. मला काहीही समजत नाहीये. खूप मोठे बदल घडून येणार आहेत. भयंकर बदल होणार."

"जॅफेथ..." ओहोलिबामा कुजबुजली.

"श्‌श्‌श, नंतर सांगतो हं."

बाबांच्या सुखद कवेतही यलिथच्या अंगावर शहारा आला. तरीही ती म्हणाली, "अहो बाबा, पण आता आपण आनंद साजरा करू शकतो ना... माह्लाचं बाळंतपण अगदी सुखरूप पार पडलंय."

नोहानं तिला तसंच जवळ धरून ठेवलं होतं. त्यानं तिच्या चमकदार केसांवर ओठ टेकले, आणि म्हटलं, "माह्लासाठी लग्नाची मेजवानी दिलीच नाही ना आपण. त्यामुळे मॅट्रेड दुखावलीय. तुझ्या लग्नाची छानशी मेजवानी देता यावी अशी माझी इच्छा आहे गं."

"अहो बाबा, तशी मेजवानी नक्की द्याल हं तुम्ही!" यलिथ एकदम बोलून गेली. तिला माह्लाचं ते विचित्र लग्न आठवलं. तसं लग्न तिला मुळीच नको होतं, आपल्या कुटुंबाशिवाय, मित्रमैत्रिणींशिवाय केलेलं लग्न

तिला अजिबात आवडलं नसतं.

मग तिच्या मनात त्या जुळ्यांचा विचार आला. ते दोघेही नेफिलिम आणि सेराफिम यांच्याएवढेच परके होते, आणि तरीही ते मानवी होते... अगदी पूर्णपणे मानवी. तिचं प्रेम होतं त्यांच्यावर. तिनं बाबांच्या छातीवर आपला गाल दाबून धरला, त्यामुळे तिला बाबांच्या चेहऱ्यावरचे भाव दिसू शकले नाहीत.

पण ओहोलिबामानं ते पाहिले, पण ती काही बोलणार त्याआधीच जॅफेथनं तिला पुन्हा प्रेमानं मिठीत कवटाळलं.

• • •

अगदी हलक्या रडवेल्या आवाज़ात चाललेल्या किरकिरीमुळे सँडी अन् डेनीस झोपेतून जागे झाले. त्यांच्या कातडी बिछान्यापाशी हिगेयॉन दोघांना बोलावण्यासाठी आला होता.

डोळे उघडून सँडीनं विचारलं, "काय रे हिगी? काय झालं?"

डेनीसची झोप उडाली. खाडकन उठून बसत त्यानं विचारलं, "लेमेकआजोबा?" हिगेयॉनकडे बघत त्यानं विचारलं, "नोहाला बोलवायला हवं का?"

"लेमेकआजोबा..." भावनावश होऊन सँडी त्याचं वाक्य पूर्ण करू शकला नाही.

दोन्ही मुलं उठून पलीकडे झोपलेल्या आजोबांच्या बिछान्यापाशी गेली. आजोबांना धाप लागली होती. त्यांचा श्वासोच्छ्वास वेगळाच, अगदी उथळ होत होता. डेनीसनं त्यांना स्पर्श करण्यासाठी हात लांबवला, आणि त्याला तिथे जवळच स्कॅरब किडा दिसला. त्याला अगदी हायसं वाटलं. तो घाईघाईनं त्याला सांगू लागला, "ॲडनारेल, आम्हाला ॲडमिएलची गरज आहे. त्यानं उंटाचं रूप धारण केलं, तर तो आमच्यापैकी एकाला नोहाच्या तंबूपाशी पटकन घेऊन जाऊ शकेल. आम्ही दोघं कितीही वेगानं धावत गेलो, तरी तेवढ्या लवकर पोचू शकणार नाही." डेनीसनं त्या किड्याच्या तांबूस कवचाला अगदी हळुवार स्पर्श केला. त्याच्या बोटाखालचा तो किडा बारीक होऊ लागला, हळूहळू गायब झाला. त्याचं बोट आजोबांच्या कातडी बिछान्यावर टेकल्याचं त्याच्या लक्षात आलं. तिथे ॲडनारेल प्रकट झाला. तंबूच्या त्या उदासवाण्या अंधूक प्रकाशात तो सोनेरी पंखांचा सेराफिम चमचमत होता. तो म्हणाला, "मी ॲडमिएलला घेऊन येतो, तुम्ही दोघं आजोबांपाशी थांबा." त्यानं झुकून

अभिवादन केलं, आणि तो तंबूबाहेर पडला.

सँडी आणि डेनीसनं आजोबांचा एकेक हात आपल्या हातात घेतला. त्यांचे हात संगमरवरासारखे थंडगार आणि निर्जीव वाटत होते. सँडीनं त्यांना सांगितलं, "आपल्यासाठी अॅडनारेल अॅडमिएलला बोलावून आणतोय. आम्ही जमेल तितक्या पटकन नोहाला तुमच्याजवळ घेऊन येऊ हं!"

आजोबा अगदी हळूच श्वास घेऊन म्हणाले, "माझी गुणी मुलं!"

लेमेकआजोबांचा श्वास घेण्यासाठी चाललेला झगडा डेनीसच्या लक्षात आला. त्यानं आजोबांच्या लहानशा हडकुळ्या पाठीखाली हात घालून आधार देत त्यांना बसतं केलं. आजोबा डेनीसच्या अंगावर रेलून बसले. त्यांना जरा बरं वाटलं, त्यांचं श्वसनही जरा सुधारलं. डेनीस त्यांना म्हणाला, "आजोबा, मी तुमच्यासोबत इथे थांबतो हं," सँडीकडे पाहून त्यानं मान झुकवून तशी खूण केली.

सँडीनंही ते पटल्यागत तशीच मान खाली-वर हलवली.

"मी वाट पाहू शकतो... अगदी अखेरचा तारा मावळेपर्यंत थांबू शकतो," आजोबा कुजबुजले.

अॅडनारेल परत आला. तो आजोबांजवळ गुडघे टेकून बसला, आणि त्यानं त्यांना अगदी हळुवारपणे तपासलं. सँडी अन् डेनीसकडे वळून तो म्हणाला, "अॅडमिएल बाहेर तुमची वाट बघतोय. खूप जास्त घाई करायची गरज नाहीये सँड. तेवढा वेळ मिळेल आपल्याला."

खूप मोठा श्वास घेऊन आजोबा म्हणाले, "जोवर बबून माकडं..."

हलकेच हसून अॅडनारेल म्हणाला, "जोवर बबून माकडं पहाटेचं स्वागत करण्यासाठी, आनंदानं टाळ्या पिटून ओरडत नाहीत... तोवर"

डेनीसनं त्याला सांगितलं, "मी आजोबांसोबत इथेच थांबणार आहे'.

त्याच्या खांद्यावर हलकासा स्पर्श करून अॅडनारेलनं मान डोलावली. तो म्हणाला, "चांगलंय. गरज लागली तर मी इथेच आहे हं."

त्याचं तेजस्वी रूप धुक्यात विरून जायला लागलं आणि स्कॅरब किडा पुन्हा हिगेयॉनच्या कानावर चमकू लागला.

• • •

नोहाच्या तंबूतून आजोबांकडे येताना डेनीस उंटावर बसून आला होता. तो तेव्हा नुकताच उष्माघातातून बरा झालेला होता, आणि अशक्तच होता. सँडी आता पूर्ण बरा होता अन् ताकदही होती त्याच्या अंगात. त्याला उंटाची

सवारी करणं तितकंसं अवघड गेलं नाही, त्याच्या शरीरानं, उंटाच्या वेड्यावाकड्या चालीशी, त्याच्या अनियमित लयीशी, अगदी पटकन जुळवून घेतलं. कसलाही त्रास न होता त्या दोघांनी वाळवंट पार केलं. तिथेच एका पांढऱ्या खडकावर एक सिंह डौलदारपणे उभा राहून त्यांना जाताना बघत होता.

नोहाच्या तंबूपाशी शांतपणे घोरण्याच्या आवाजाशिवाय कसलाही आवाज ऐकू येत नव्हता. नोहाच्या भल्यामोठ्या तंबूचा पडदा सारून सँडीनं हाक मारली, "नोहा!"

"कोण आहे?" मॅट्रेडनं झोपाळू आवाजात विचारलं.

"मी, सँडी. मला लेमेकआजोबांनी नोहाला बोलावण्यासाठी पाठवलं आहे."

"हे एल देवा," नोहाचा भरदार आवाज आला. "मी लगेच बाहेर येतो."

सँडी बाहेर उभा राहिला. हॅम आणि इलिशेबाच्या तंबूतून घोरण्याचा आवाज येत होता, आणि त्या आवाजात रातकिड्यांचा आवाज मिसळत होता. त्यानं आकाशाकडे पाहिलं. ढगांमुळे अंधुकसे दिसणारे तारे त्याला काहीतरी सांगू पहात होते, पण त्याला काहीच समजलं नाही.

नोहा कमरेला स्वच्छ कातडं गुंडाळून बाहेर आला.

"डेनीस आणि हिगेयॉन आजोबांसोबत आहेत," सँडीनं सांगितलं.

नोहानं मान डोलावली.

"अजून वेळ आहे, असं अ‍ॅडनारेल म्हणालाय, पण तुम्ही एकटेच उंटावर बसून गेलात तर जास्त लवकर पोचाल. मी तुमच्या पाठोपाठ चालतचालत येईन."

नोहानं पुन्हा मान डोलावली, त्यालाही ते पटलं. उंट गुडघे टेकवून जमिनीवर बसला, त्यामुळे त्याच्यावर चढून बसणं नोहाला सोपं गेलं. दोन्हीकडे पाय टाकून तो उंटावर बसला, आणि त्यानं आपल्या काबाडकष्टांमुळे घट्टे पडलेल्या बोटांनी उंटाच्या मानेवरचे केस पकडले. तो पांढराशुभ्र उंट सावकाश उठला. त्यानं त्याची लांबसडक मान खाली वाकवून, हळूच डोक्यानं सँडीला मायेनं कुरवाळलं. मग तो उंट वाळवंटाच्या दिशेनं धावू लागला.

सँडी सावकाश त्याच्या मागोमाग चालू लागला. त्याला माहीत होतं, नोहा आजोबांच्या तंबूत पोचताच, डेनीस त्या तंबूतून लगेच बाहेर येईल. त्यामुळे आजोबांना अखेरचा काही वेळ त्यांच्या मुलासोबत एकांतात घालवता येईल. डेनीस त्याची वाट बघत बाहेर थांबला असेल. बहुधा त्या झाडाच्या वर आलेल्या मुळावर बसला असेल. कदाचित हिगेयॉनसुद्धा त्याच्यासोबत असेल. हे सगळं कळत होतं त्याला, पण तरीही सँडीला भराभर चालताच येईना. त्यानं वाळवंटात एक उडी मारली. त्याची पावलं वाळूत खुपसली गेली. त्यानं

त्याच्या पायांच्या बोटांमधून वाळू तशीच पाण्यासारखी घरंगळू दिली.

'लेमेकआजोबांचं निधन झाल्यानंतर काय? महापुराची वेळ जवळ आलेली असेल का? त्या दोघांना आजोबांच्या तंबूत राहून त्यांच्या बगीच्याची, वृक्षवाटिकांची देखभाल करण्याची परवानगी मिळेल का?' त्याच्या मनात प्रश्न उभे रहात होते.

आभाळातल्या मूक ताऱ्यांना हे प्रश्न विचारल्याचा काहीही फायदा झाला नाही. त्याच्या गळ्यात दुःखानं दाटून आलेला आवंढा मुळीच कमी झाला नाही. तो वाळूतून हळूहळू चालू लागला, आणि अचानक त्याच्या अंगठ्याला वाळूत दडलेल्या खडकाची ठेच लागली. तो मोठ्यानं कळवळला, "आई गं..". आणि तसाच पुढे चालू लागला.

त्या पांढऱ्या खडकावरचा सिंह आता शांतपणे पहुडला होता, सगळीकडे बारकाईनं लक्ष देत होता. सँडी त्याच्या जवळून पाय आपटत जात असताना त्या सिंहानं कान टवकारले.

क्षितिजावर अगदी मंद गुलबट छटा दिसायला लागली. तारे मंदावले होते. झाडांवरचे पक्षी जागे होऊ लागले होते. झोपाळू आवाजातली बबून माकडांची वटवट ऐकू आल्यासारखं त्याला वाटलं. तो मरुवनाच्या दिशेनं वळला. आता त्याला लवकर पोचायला हवं होतं.

डोकं खाली घालून तो पावलांकडे बघत चालत होता. त्याच्या मागून येणाऱ्या आवाजाकडे त्याचं लक्षच गेलं नाही. अचानक त्याच्या डोक्यावर काहीतरी विखारी गोष्ट भिरकावली गेली. त्याला काहीही दिसेना. त्याला खसकन उचलून घेतलं गेलं. दोन माणसं त्याला उचलून नेत होती. त्यानं ओरडू नये म्हणून, त्याच्या डोक्यावर टाकलेलं घाणेरड्या वासाचं कातडं त्याच्या तोंडावर घट्ट दाबून धरलं होतं. तो चुळबुळ करत, हिसके देऊन त्या लोकांच्या तावडीतून सुटायचा प्रयत्न करायला लागला. अचानक त्याच्या पोटात एक जोरदार गुद्दा हाणला गेला, असह्य वेदनेमुळे तो कळवळला. त्याच्या दंडात काहीतरी अणकुचीदार वस्तू जोरात टोचली गेली.

१०

ताऱ्यांचे गीत

यलिथ हळूच तंबूतून बाहेर पडली आणि वाळवंटात गेली. तो महाकाय सिंह ज्या खडकावर पहुडला होता, त्या खडकापाशी ती पोचली. ती जवळ आल्यावर त्या सिंहानं खडकावरून खाली उडी मारली. ती धावत त्याच्याजवळ गेली. त्याच्या भरदार आयाळ असलेल्या मानेभोवती हात टाकून ती हुंदके देत रडायला लागली. रडतरडत बोलू लागल्यानं तिचे शब्द नीटसे कळत नव्हते. ती सांगत होती, "लेमेकआजोबांच्या निधनाची वेळ जवळ आलीय." तिला रडू आवरत नव्हतं. तिच्या आसवांमुळे त्या सिंहाची आयाळ ओली झाली. तिचं रडणं ओसरत आल्यावर त्या सिंहानं आपल्या जिभेनं तिचे अश्रू पुसले. मग ती दोघं तिथेच शांत बसून राहिली. त्या सिंहानं यलिथला आपल्या पुढच्या पायांच्या पंजांमध्ये धरून ठेवलं होतं. दोघं अगदी शांत, स्तब्ध बसून राहिले...जणू दोघांच्याही मनात एकच दुःखाची भावना असल्यासारखी...दोघांची मनं समविचारी झाल्यासारखी...

संथ लयीत नृत्यमय हालचाली करणारे तारे मंदावले. यलिथ आणि तो सिंह अगदी स्तब्ध होते, कुणीही जराही हालचाल करत नव्हतं. यलिथ त्या सिंहाच्या पिवळसर तपकिरी छातीवर विसावली होती. ताऱ्यांच्या मंद संगीताच्या तालावर पडणारे त्याच्या हृदयाचे ठोके ऐकताऐकता ती शांत होत गेली.

डेनीस लेमेकआजोबांच्या तंबूबाहेर असलेल्या, अंजिराच्या झाडाच्या वर आलेल्या मुळावर बसला होता. हिगेयॉन त्याच्या पायांपाशी बसला होता. दोघे अगदी स्तब्ध बसले होते. वर आकाशातले तारेही मूक झाले होते.

तंबूत जाऊन नोहानं त्याच्या बाबांना धरून आणखी नीट बसतं केलं, त्यामुळे त्यांना श्वास घेणं जरा सोपं जाऊ लागलं.

कुजबुजत्या आवाजात आजोबा म्हणाले, "माझ्या मुला, तू मला आणि

या भूभागाला मिळालेलं वरदान आहेस...''

नोहाच्या डोळ्यांतून घळाघळा वाहणारी आसवं त्याच्या गालांवरून दाढीत शिरत होती. तो म्हणाला, ''मी फारच हट्टी आणि मूर्ख असल्यासारखा वागत राहिलो...''

अगदी हलक्या आवाजात हसून आजोबा म्हणाले, ''तू माणूस नाहीस, असं मी कधीही म्हणालो नाहीये रे! माणसाच्या हातून चुका होणारच. तू एलचं सांगणं ऐकतोस ना?''

''मी प्रयत्न करतो हो बाबा. मी प्रयत्न करतो तसा.''

''एलनं मला सांगितलंय, की तुझ्यामार्फत आशीर्वाद...'' आजोबांना श्वास घ्यायला त्रास होऊ लागला.

''श्श्श... बाबा, बोलायचा प्रयत्नही करू नका.''

''हे आता... हे आता आपलं अखेरचं...''

''मी ऐकतो हो बाबा, तुमचं, आणि एलचंही.''

''एल जे सांगेल ते तू करशील ना...''

''हो बाबा. एल जे काही सांगेल, ते सगळं मी करीन.''

''म्हणजे, जरी अगदी ...''

''एलचं बोलणं अगदी कितीही विचित्र वाटलं, तरी मी त्यानं सांगितलेलं सगळं करीन.''

''यलिथ...''

नोहाच्या अश्रूंना आता पारावारच उरला नाही. तो मोकळेपणानं रडू लागला, आणि म्हणाला, ''मला माहीत नाही हो बाबा...''

''घाबरू नकोस,'' एका क्षणासाठी आजोबांचा आवाज कणखर झाला, जणू सेराफिमपैकी कुणी बोलत असल्यासारखा आवाज वाटला तो. मग मात्र आवाज पुन्हा कमजोर झाला, आणि अगदी क्षीण, कुजबुजत्या आवाजात आजोबा म्हणाले, ''एल काळजी घेईल...''

''बाबा... बाबा... जाऊ नका ना...''

''आता मला मागे खेचू नकोस बेटा... माझ्या मुला...''

नोहाच्या डोळ्यांतून आसवांची संततधार कोसळू लागली.

''आपले आवडते जुळे...''

''काय बाबा?''

आजोबांनी खूप जोरात श्वास ओढून घेतला, आणि मग अचानक त्यांच्या चेहऱ्यावर आनंदाश्चर्यानं हसू उमललं... इतकं तेजस्वी हास्य होतं ते... जणू

त्या अंधारलेल्या तंबूत उजेड पसरल्यासारखं वाटलं. ते हास्य नीट दिसावं म्हणून वीज चमकली असेल का?

“बाबा... बाबा...” नोहा मोठ्यानं ओक्साबोक्शी रडू लागला. त्याचे हुंदके वाळवंटातल्या कोरड्या वाळूतून लाटांसारखे सरसरत दूरवर पसरले.

तारे त्यांचं गीत गात नव्हते. आकाश मूक झालं होतं. हिगेयॉन ताठ बसला होता, त्याचे कान टवकारलेले होते. डेनीसनं मान वर करून पाहिलं, तारे मंदावल्यासारखे वाटले त्याला.

अकस्मात त्याच्यासमोर सेराफिमचं झगमगतं अस्तित्व पुढ्यात उभं ठाकलं, आणि ताऱ्यांचा प्रकाश पुन्हा त्याच्या वर उचललेल्या चेहऱ्यावर पडला.

• • •

जॅफेथ अन् ओहोलिबामा त्यांच्या पद्धतीनं लेमेकआजोबांच्या शरीराकडे लक्ष ठेवून होते. ते वाळवंटातल्या त्यांच्या नेहमीच्या खडकापाशी गेले आणि एकमेकांचे हात धरून शांत बसून राहिले.

खूप वेळानंतर जॅफेथ बोलू लागला, “माझे बाबा आणि आजोबा यांच्यात समेट झाला आणि दोघं पुन्हा मनमोकळेपणानं एकत्र आले, याबद्दल एलचे आभार मानायला हवेत. तसं झालं नसतं, तर या प्रसंगी ते सहन करणं किती कठीण गेलं असतं...”

हळूच हसून ओहोलिबामा म्हणाली, “दोन हट्टी म्हातारे. हो, ते खरंच चांगलं झालं. आपण त्या डेनचे आभार मानले पाहिजेत.”

“मला पहिल्यांदा आपले छोटे राक्षस वाळवंटात भेटले ना, तो खूप छान दिवस होता असंच म्हणावं लागेल. त्यांनी आजोबांची खूप चांगली काळजी घेतली.”

एक सुस्कारा टाकून ओहोलिबामा म्हणाली, “आपल्याला आजोबांची खूप उणीव भासणार आहे. विशेषत: यलिथला; ती त्यांची सगळ्यांत लाडकी होती.”

“हो, खरंय,” तिच्या मानेवरून हात टाकून जॅफेथनं तिचं डोकं आपल्या खांद्यावर टेकवलं. तो म्हणाला, “बाबा मात्र म्हणत होते, आत्ता या वेळी त्यांचा मृत्यू झाला, हे बरंच झालं. ते खूप म्हातारे आणि अशक्त झाले होते, त्यांना ती सफर सहन झाली नसती.”

“कुठली सफर?” ओहोलिबामानं विचारलं.

जॅफेथच्या डोळ्यात खेद दाटून आला. तो म्हणाला, “अगं राणी, तुला ते सांगण्याचं वचन दिलंय मी. बाबा म्हणतात, की त्यांना एलनं काही विचित्र गोष्टी सांगितल्या आहेत. एलनं त्यांना अगदी विशिष्ट आणि स्पष्ट सूचना दिल्या आहेत.”

"कसल्या सूचना?"

अस्वस्थपणे जॅफेथ म्हणाला, "अगं ते सगळं खरंच फार विचित्र आहे. एलनं माझ्या बाबांना एक जहाज बांधायला सांगितलं आहे, एक भव्य नौका बांधायला सांगितलीय."

त्याच्या अंगावर रेलून बसलेली ओहोलिबामा खाडकन ताठ बसली, तिनं विचारलं, "जहाज? आणि तेही वाळवंटात?"

"तुला सांगितलं ना, विचित्र आहे ते सगळं."

"त्यांनी काही चूक केली असेल का?"

"एलनं?"

"नाही नाही, एलनं नाही, तुझ्या बाबांनी. एल जे सांगत होता, त्याचा चुकीचा अर्थ लावला असेल का त्यांनी? त्यांना नीट समजलं नसेल का?"

जॅफेथ मान हलवत म्हणाला, "नाही, बाबा अगदी खात्रीनं सांगत होते. ते तर असंही म्हणाले, की एलनं लेमेकआजोबांनादेखील पुढे येऊ घातलेल्या प्रसंगाची कल्पना दिली होती."

ओहोलिबामाच्या काळ्याशार दाट भुवया आक्रसून जवळ आल्या. विचारात पडून ती म्हणाली, "जहाज...वाळवंटी प्रदेशात जहाज... याला कसलाही अर्थच नाहीये. तुझ्या बाबांनी ही गोष्ट इतर लोकांना सांगितली आहे का?"

"अजून तरी नाही," जॅफेथनं ओहोलिबामाला पुन्हा जवळ ओढलं. "ते म्हणतात, इतर लोक हसतील."

"हसणारच." ओहोलिबामाला ते पटलं, पण तिला हसू आलं नाही.

"त्यांना इतकं गंभीर झालेलं मी कधीही पाहिलं नव्हतं," जॅफेथ म्हणाला.

"या जहाजाच्या बांधणीसाठी काय वापरणार आहेत?" ओहोलिबामानं प्रश्न केला.

"गोफर लाकूड. निदान ते आपल्याकडे भरपूर आहे, आणि नंतर त्या जहाजाला आतून-बाहेरून डांबराचा लेप लावून ते जहाज जलरोधक बनवणार, त्यामुळे जहाजाचं पाण्यापासून रक्षण होईल."

"अरे कुठल्या पाण्यापासून रक्षण?" जॅफेथ गप्पच राहिला. त्याच्या नजरेला नजर भिडवण्यासाठी ती त्याच्याकडे वळली. "तुझे बाबा कधी असं विचित्र बोलत नाहीत. हे त्यांचं बोलणं वाटत नाही."

खालच्या आवाजात जॅफेथ म्हणाला, "ते एलचं बोलणंही वाटत नाही."

त्याचा चेहरा कुरवाळत ती म्हणाली, "एलचं बोलणं कसं असतं, किंवा कसं नसतं, ते आपल्याला काहीच माहीत नाहीये. एल म्हणजे एक मोठं रहस्यच आहे, अतिशय गूढ."

जॅफेथला हसू आलं. तो म्हणाला, "मग, वाळवंटात मोठं जहाजसुद्धा रहस्यमयच आहे की!"

"किती मोठं जहाज?" ओहोलिबामानं विचारलं.

जॅफेथनं आपले हात पसरून सांगितलं, "तीनशे क्यूबिटस (हात) लांब, पन्नास क्यूबिटस (हात) रुंद आणि तीस क्यूबिटस (हात) उंच."

कुतूहल वाटून ओहोलिबामानं विचारलं, "एलनं इतक्या काटेकोरपणे अचूक मोजमापं सांगितली आहेत?"

"बाबा तरी तसंच सांगतायत."

ओहोलिबामा म्हणाली, "मला कळतच नाहीये... तुला लेमेकआजोबांशी याबद्दल बोलायची संधी मिळायला हवी होती रे!"

मान हलवत जॅफेथनं डोळ्यांतलं पाणी पुसलं.

ती पुढे बोलू लागली, "आणि आपले ते जुळे... आता त्यांचं काय होईल रे?"

"कदाचित ते दोघे आजोबांच्या बागेची, वृक्षराजीची तशीच देखभाल करत राहतील, तेही शक्य आहेच. पण मला कसलीच खात्री नाहीये गं. आजोबांचं निधन होणं, ही घटना एका फार मोठ्या बदलाची सुरुवात आहे."

ओहोलिबामा म्हणाली, "ताऱ्यांच्या संगीतातही आता विसंवादी सूर उमटू लागले आहेत."

"तू ऐकलंस?" जॅफेथनं विचारलं.

तिनं होकारार्थी डोकं हलवून सांगितलं, "हो, मी ऐकलं. त्या गीत-संगीतात बदल झालाय. अरे, पण लेमेकआजोबांच्या मृत्यूची घटना बदलाची सुरुवात का बरं असेल? ते अगदी वृद्ध झाले होते रे!"

जॅफेथ म्हणाला, "हो. त्यांचा मृत्यू होणं तसं अगदीच विचित्र किंवा अनपेक्षित नव्हतं."

विचारमग्न झालेली ओहोलिबामा म्हणाली, "लेमेकआजोबांच्या मुलाला एलनं असा असामान्य आदेश देणं, आणि त्याच सुमारास आजोबांचा मृत्यू होणं... कदाचित ही गोष्ट विचित्र असू शकेल."

"तू किती हुशार आणि शहाणी आहेस गं राणी... मला कधीकधी वाटतं, तू इतकी हुशार नसतीस तर बरं झालं असतं."

त्या दोघांनी एकमेकांना मिठी मारली. जॅफेथनं तिच्या ओठांवर ओठ टेकले, आणि दोघे प्रणयात रंगून गेले. त्यातच जरा भावनिक विसावा मिळाला त्यांना.

•••

सँडी लेमेकआजोबांच्या तंबूत परत आलेलाच नाहीये, आणि तो त्या रात्री नोहाच्या तंबूतही थांबलेला नव्हता, हे जेव्हा सगळ्यांच्या लक्षात आलं, तेव्हा मात्र सगळ्यांचीच त्रेधातिरपीट उडाली, सगळे खूप चिंताग्रस्त झाले.

नोहाची मुलं, सुना, मॅट्रेडसोबत वाळवंट पार करून लेमेकआजोबांपाशी आले होते. ते सगळे शोकाकुल होऊन तंबूबाहेर उभे होते.

काळजीत पडलेला जॅफेथ म्हणाला, "तो आम्हाला दिसलाच नाहीये. आम्हाला तर वाटलं, तो तुमच्या मागोमाग जातोय."

यलिथनं भावाला समजावलं, "आपण आपल्याच दुःखात इतके बुडून गेलो होतो ना, त्याचा विचार आपल्या मनातही आला नाही..."

आपली दाढी ओढत नोहा म्हणाला, "माझ्या मागोमाग येतो, असंच म्हणाला होता तो."

हॅम म्हणाला, "काहीही झालं, तरी आपण त्याला आत्ता शोधू शकत नाही... म्हणजे पहाटेच्या वेळी, सूर्य उगवत असताना नाही..." खरंतर तो निर्दय नव्हता.

शेमनं डेनीसला हॅमचं म्हणणं समजावून सांगितलं, "आमच्या देशात, अशा उष्ण हवामानात, मृत व्यक्तीच्या शरीराचं खूप लवकर दफन करावं लागतं."

सँडी गूढ रीत्या गायब झाल्यामुळे डेनीस अत्यंत घाबरून गेला होता, पण तरी तो आपली भीती लपवण्याचा प्रयत्न करू लागला. 'सँडी फार जबाबदारीनं वागणारा मुलगा होता. तो नोहाच्या मागोमाग आजोबांच्या तंबूपाशी येऊ शकला नसता, तर त्यानं जमेल त्या प्रकारे तसा निरोप पाठवला असता.

'पण कसा पाठवला असता निरोप? या काळात टेलिफोन नव्हतेच. तरीपण एखाद्या सेराफला शोधायचा प्रयत्न करू शकला नसेल तो? कोणालाही न सांगता असाच कुठेतरी तो नक्कीच निघून गेला नसेल...' डेनीसच्या मनात विचारांनी थैमान घातलं होतं.

मॅट्रेडनं आईच्या मायेनं त्याला जवळ घेतलं. ती म्हणाली, "आता आपण लेमेकआजोबांच्या शरीराला तेल लावण्याचा धार्मिक विधी पार पाडून त्यांच्या दफनविधीची तयारी करायला हवी. सूर्य मावळण्याच्या वेळेस दफनविधी होईल. मग त्यानंतर आपण आपलं दुःख बाजूला सारून त्या सँडला शोधायला जाऊ हं! त्याच्या गायब होण्यामागे काहीतरी ठोस कारण नक्कीच असणार, मला खात्रीच आहे तशी."

ॲनानं सुचवलं, "अरे, तो कदाचित माझ्या बहिणीसोबत कुठेतरी गेला असेल. मला वाटतंय, ती दोघं एकमेकांना आवडतात."

डेनीसनं डोकं नकारार्थी हलवलं. त्याचा तिच्या बोलण्यावर विश्वास बसला नाही. लेमेकआजोबा मृत्युपंथाला लागल्याचं माहीत असताना, सँडी टिग्लासोबत कुठेही जाणं शक्यच नव्हतं.

यलिथनं त्याला दिलासा देण्यासाठी हळूच त्याचा हात आपल्या हातात घेऊन हलकेच दाबला. तिनं त्याच्या गालाचं अगदी ओझरतं चुंबन घेतलं, जणू एखादं फुलपाखरू अलगद येऊन बसल्यासारखं. मग ती तिच्या आईसोबत आणि इतर स्त्रियांसोबत तंबूमध्ये गेली. सगळे पुरुष बाहेरच थांबले होते. लेमेकआजोबांच्या शरीरावर तेल आणि काही विशिष्ट मसाले चोळण्यात आले. मग त्यांचं शरीर स्वच्छ, पांढऱ्या कातड्यांमध्ये गुंडाळण्यात आलं.

आता सूर्य डोक्यावर आला होता. जणू पितळी घंटा जोरजोरात बडवावी, त्याच त्वेषानं आग ओकत होता.

जॅफेथ म्हणाला, "डेन, या इतक्या कडाक्याच्या उन्हात त्याला शोधायला जायचा विचारदेखील मनात आणू नकोस हं. सूर्याच्या तडाख्यातून वाचणार नाहीस तू, आणि त्यामुळे तुझ्या भावालाही काही मदत होणार नाहीये."

जॅफेथनं अडवलं म्हणून... नाहीतर तो मॅट्रेडनं दिलेली गवती हॅट घालून सँडीला शोधायला जाणारच होता. पण जॅफेथ बरोबरच सांगतोय, हे डेनीसला माहीत होतं.

ते सगळे पाम वृक्षांच्या वनराईत जाऊन बसले होते. त्या झाडांची घनदाट सावली त्यांचा उन्हापासून बचाव करत होती. शेम म्हणाला, "तो कुठेतरी सावलीतच असेल, काळजी करू नकोस डेन. तो सँड अगदी विचारपूर्वक वागणारा समंजस मुलगा आहे."

"हो, खरंय. तरीपण..." डेनीसनं बोलायला सुरुवात केली, पण तो एकदम थांबला. नोहाच्या कुटुंबातली माणसं शोकाकुल झाली होती. हिगेयॉन सगळ्या बायकांसोबत आणि काही वृद्धांसोबत तंबूतच होता. त्या मॅमथनं आपल्याला एकटं सोडून दिल्याची भावना मनात येणं अत्यंत वेड्यागत आहे, हे डेनीसला समजत होतं. सरतेशेवटी तो लेमेकआजोबांचा मॅमथ होता.

तंबूचा पडदा बाजूला सारून हिगेयॉन पाय ओढत बाहेर आला. त्यानं डेनीसजवळ येऊन सोंड उंचावली, जणू दुःखी होऊन तो कडेवर उचलून घ्यायची डेनीसला विनंती करत होता... एखादं छोटं मूल त्याला उचलून घ्यावं म्हणून हात वर करतं, अगदी तसंच.

डेनीसनं त्याला उचलून छातीशी धरलं. त्याच्या डोळ्यांतलं पाणी त्या मॅमथच्या केसाळ डोक्यावर पडत होतं.

सूर्य मावळण्याच्या वेळी, नोहा आणि त्याच्या मुलांनी मिळून लेमेकआजोबांना

उचलून एका अरुंद गुहेत नेलं. ती जागा वाळवंटापासून फार लांब नव्हती. सगळ्या स्त्रिया त्यांच्या मागोमाग गेल्या. डेनीस यलिथ अन् ओहोलिबामाच्या मध्ये उभा राहिला. शेम, हॅम आणि जॅफेथ मिळून गुहेतल्या वाळूत त्यांच्या कबरीसाठी खड्डा खणू लागले. डेनीसला आजोबांबद्दल प्रेम होतंच, शिवाय सॅंडीविषयी वाटणाऱ्या चिंतेकडे किंचित दुर्लक्ष व्हावं म्हणून, डेनीसनं त्यांना या खणण्याच्या अवघड कामात मदत देऊ केली होती.

नोहानं त्याला सौम्यपणे समजावलं होतं, की फक्त मृत व्यक्तीच्या कुटुंबातले मुलगेच हे प्रेम दर्शवणारं अखेरचं काम करू शकतात. त्यांची तशीच प्रथा आहे, पण कुटुंबातल्या बायका आणि जावयांसोबत डेनीस तिथे थांबू शकतो. तो आता त्यांच्या कुटुंबाचंच मूल बनलाय.

सूर्य क्षितिजावरून खाली सरकला. आकाशात गडद किरमिजी रंगाची उधळण झाली. सूर्य पूर्णपणे दिसेनासा झाल्यावर दूर क्षितिजावर मंद प्रकाश दिसू लागला आणि ग्रहाच्या किनारीवरून चंद्रकोर डोकावू लागली. ती चंद्रकोर वर आल्यावर मात्र मंदावल्यासारखी दिसायला लागली होती. बाजूला उभ्या असलेल्या डेनीसला, अगदी हलक्या आणि व्याकूळ आवाजात, अंत्यसंस्काराच्या वेळी गायलं जाणारं शोकगीत ऐकू आल्यासारखं वाटलं. एक तारा थरथरत अस्तित्वात आला...मग दुसरा...अनेक तारे हळूहळू उगवले. तेही चंद्राच्या गायनात सामील झाले...लेमेकआजोबांसाठी गात होते ते. आजोबा खूप मोठं आणि अतिशय समृद्ध आयुष्य जगले होते, आणि शेवटी त्यांच्या मुलाशी त्यांचा समेटही झाला होता, दोघांमधले सगळे गैरसमज दूर होऊन ते एक झाले होते.

नोहा अन् मॅट्रेडच्या मोठ्या मुली, सीरा आणि होग्ला, त्यांच्या नवऱ्यांच्या आणि मुलांच्या सोबत घोळका करून मोठ्यानं रडत उभ्या होत्या. एका बाजूला माह्ला तिच्या बाळाला घेऊन एकटीच उभी होती. युजिएल तिथे येऊ शकला नव्हता, त्याबद्दल तिनं माफी मागितली होती. ती कुतूहलानं डेनीसकडे बघत होती.

सॅंडी येऊ शकला नसल्याचं नोहानं माह्लाला सांगितलं.

"का?" माह्लानं विचारलं; पण कुणीच उत्तर दिलं नाही.

ओहोलिबामा फक्त जॅफेथ, डेनीस आणि यलिथ यांनाच ऐकू येईल इतक्या हळू आवाजात बोलली, "आता माह्ला परत घरी गेली ना, की ती नक्की सॅंडीबद्दल युजिएलला विचारेल."

कुजबुजत्या स्वरात यलिथनं विचारलं, "पण त्याला माहीत असेल का?"

डोकं हलवत ओहोलिबामा म्हणाली, "त्याला माहीत असलं तरी तो

मुळीच सांगणार नाही.नेफिलिमचा या प्रकाराशी नक्कीच काहीतरी संबंध असेल, मला संशय आहे तसा.''

डेनीसची भीती आणखी नव्यानं वाढली, त्यानं घाबरून त्या तिघांकडे पाहिलं.

आजोबांच्या कबरीचा खड्डा खणून तयार झाला.

आजोबांच्या मुलानं आणि नातवांनी मिळून त्यांना उचलून कबरीत ठेवलं. डेनीसला त्याच्यामागे कुणीतरी असल्याचं जाणवलं, किंवा कुणाचीतरी चाहूल लागली. त्यानं मागे वळून पाहिलं तर अनेक सोनेरी सेराफिम अर्धगोलाकार रचनेत उभे होते. त्याला पुन्हा एकदा चंद्र-ताऱ्यांचं गायन स्पष्टपणे ऐकू आलं.

एरियलनं हाक मारली, ''यलिथ!''

दचकून तिच्या तोंडातून एक अस्फुट किंकाळी बाहेर पडली.

एरियलनं त्याचे हात आणि पंख आकाशाच्या दिशेनं उंचावले. त्या गीताची उत्कटता तीव्र झाली. तो तिला म्हणाला, ''लेमेकआजोबांसाठी गा.''

आज्ञाधारकपणे यलिथनं डोकं वर केलं, आणि ती गायला लागली...शब्दहीन मधुर संगीत...अत्यंत सुंदर, पण दर्दभरं... डोक्यावरच्या आकाशातले चंद्र-तारेही तिच्यासोबत गात होते, आणि तिच्या मागोमाग, सगळे सेराफिम आपल्या ऑर्गनसारख्या आवाजात, तिच्या सुराशी सुसंगत असे स्वरमेळ गात होते.

जॅफेथनं ओहोलिबामाचा हात धरून तिला बाहेर वाळूवर आणलं. त्या संगीताच्या तालावर ते दोघे नृत्य करू लागले. थोड्याच वेळात हॅम आणि ॲनाही त्यांना सामील झाले आणि ते चौघे विविध प्रकारचे पदन्यास करत एकत्र नाचू लागले. जवळ येऊन एकमेकांच्या हातांना स्पर्श करत होते, दूर जात होते, गिरक्या घेत होते, उड्या मारत होते. मग शेम आणि इलिशेबासुद्धा त्यांच्यात सामील झाले, आणि मग नोहा अन् मॅट्रेडही. त्यांच्या लग्न झालेल्या मोठ्या मुली आपापल्या नवऱ्यांबरोबर सामील झाल्या. यलिथनं डेनीसचा हात ओढून त्यालाही त्यांच्या नृत्यात समाविष्ट करून घेतलं. नाचऱ्या शरीरांचं सतत बदलतं मनोहारी दृश्यच जणू... आनंद, दुःख आणि विस्मयानं भारलेलं ईशस्तवन... डेनीसला हळूहळू सँडीच्या चिंतेचा विसर पडू लागला. लेमेकआजोबा आता पुन्हा कधीही त्यांच्या तंबूत दिसणार नाहीत या गोष्टीचा विसर पडला. शिवाय त्याला घरी परत जाण्याची जी आस लागली होती, तिचाही त्याला विसर पडला होता. क्षितिजावरची किरमिजी छटा आता मंद गुलबट-राखाडी रंगाची झाली होती. जरा वेळानं ती छटासुद्धा बदलली, आणि फिक्कट जांभळा रंग क्षितिजावर पसरला. आणखी काही वेळानं खूपसे तारे तेजानं चमकू लागले आणि मग ती छटा गडद निळ्या रंगाची झाली. सगळ्या ग्रहगोलांचा सुसंगत

स्वरमेळ आणि सगळ्या आकाशगंगांचं नर्तन त्या तेजात गुंफलं गेलं. नृत्य करणारे सगळेजण एकमेकांपासून दूर होऊन थांबले. तीव्र दुःख आणि आनंदाच्या संमिश्र भावनेनं डेनीसनं डोळे मिटून घेतले. मृतात्म्यासाठी चालू असलेली ती शांतिप्रार्थना संपल्यानंतरच त्यानं डोळे उघडले. आकाश चंद्र-ताऱ्यांच्या प्रकाशामुळे लखलखत होतं. सगळे सेराफिम लोक निघून गेले होते. त्याच्या शेजारी यलिथ उभी होती. तिच्या गालांवरून आसवं ओघळत होती.

नोहा आणि त्याच्या मुलांनी मिळून लेमेकआजोबांच्या कबरीवरची माती चांगली ठाकूनठोकून पक्की बसवली.

• • •

पळवून नेलेल्या सँडीनं डोळे उघडले, पण त्याला काहीही दिसत नव्हतं. त्याचे हातपाय बधिर झाले होते. त्याच्या अंगात जे काही टोचलं होतं, त्यामुळे तो तात्पुरता बधिर झालेला होता. त्याच्या संवेदना जसजशा जागृत व्हायला लागल्या, त्याला त्याच्या हातापायांमध्ये विचित्र झिणझिण्या जाणवू लागल्या. जॅफेथ, यलिथ आणि नोहाच्या कुटुंबातले काही लोक वापरत असलेल्या अगदी छोट्याशा बाणांबद्दल त्याला माहिती होती. आत्ताही त्याच्यावर तशाच शस्त्राचा वापर केला गेला असेल, असा अंदाज त्यानं बांधला.

'पण का? कशासाठी?' त्याला प्रश्न पडला.

त्याला तिथे घामाचा, बकरीचा, मूत्राचा वास जाणवू लागला. तिथल्या काळोखाला त्याचे डोळे जरासे सरावल्यावर, तो एका लहानशा तंबूत असल्याचं त्याच्या लक्षात आलं. धूर बाहेर जाण्यासाठी केलेलं छपरावरचं भोक झाकून टाकलेलं होतं. त्यामुळे त्यातून फारच कमी उजेड आत येत होता. त्यानं हातपाय हलवण्याचा प्रयत्न केला, अन् त्याचे हात चामड्याच्या वादीनं घट्ट बांधून टाकलेले असल्याचं त्याच्या लक्षात आलं. त्याचे पायही तसेच बांधलेले होते.

पूर्ण जागृतावस्थेत आल्यावर तो चुळबुळत कसाबसा उठून बसला. तंबूच्या खरखरीत कातडी भिंतीला त्यानं पाठ टेकवली. त्यानं आपले एकत्र बांधलेले हात उंचावून तोंडापाशी नेले, आणि हातांना बांधलेली चामड्याची वादी दातांनी चावून तोडायचा प्रयत्न केला. चामड्याच्या चवीमुळे त्याला मळमळायला लागलं. त्याच्या मनगटांभोवती त्या वादीचे इतके घट्ट वेढे आवळले होते, की ती वादी चावूनचावून तोडणं अशक्यच होतं. शिवाय त्या वादीची बांधलेली गाठही त्याला सापडत नव्हती, नाहीतर फक्त तेवढी गाठ चावून तोडली असती, तरी

तो त्याचे हात सोडवू शकला असता.

सगळे निरर्थक प्रयत्न थांबवून तो विचार करू लागला...

'नोहाच्या तंबूतून लेमेकआजोबांच्या तंबूकडे जात असताना त्याचं अपहरण करण्यात आलं होतं. क्रा बरं? जेव्हा दहशतवादी एखाद्या विमानाचं अपहरण करतात, तेव्हा त्यांची काहीतरी मागणी असते. त्याला ओलीस ठेवल्यानं कुणाला आणि काय फायदा झाला असता? या जगात तर अजून पैशांची संकल्पनाही नाहीये, किंवा राजकीय कैदीसुद्धा नसतात इथे. त्याच्या माहितीनुसार लेमेकआजोबा किंवा नोहाला विरोध करणारंदेखील कुणी नव्हतं, त्यांना कुणीही शत्रू नव्हता.

मग का बरं?'

त्याच्या पोटात गुरगुरलं. त्या विषारी बाणामुळे किती वेळ झोपून राहिला होता तो? किती वाजले? प्रकाशाचा बारीकसा किरणही त्याला दिसत नव्हता, त्यामुळे तंबूच्या दाराचा पडदा कुठे असेल, हे त्याला कळत नव्हतं. छपराच्या झाकलेल्या भोकातून येणारा उजेड इतका अंधूक होता, की तो ताऱ्यांचा मंद प्रकाशसुद्धा असू शकला असता.

'या तंबूला पडदा नक्कीच असणार...' त्याच्या मनात आलं. तो खुरडत खुरडत पाठीमागे वळला, त्यामुळे त्याचे पाय तंबूच्या कातड्याला टेकले. तो पुन्हा तसाच खुरडत, पाय तंबूच्या कातड्याला टेकलेले ठेवून, सरकत राहिला. पायाच्या बोटांनी चाचपडून अदमास घेत राहिला. काही वेळानं तो दमून गेला. अजून त्याला बाहेर जायचा मार्ग सापडलेला नव्हता. त्यानं जराशी विश्रांती घेतली, आणि मग पुन्हा खुरडणं सुरु केलं. सरतेशेवटी त्याच्या पायांना एक खरखरीत सरळ रेषा जाणवली. खुरडतच त्यानं जरासा धक्का दिला, आणि दाराचा पडदा किंचित हलला. तो खुरडत अगदीच थोडासा पुढे गेला. बाहेर खरंच रात्र होती. तारे दिसत होते. एक उंचाडा पाम वृक्ष त्या लखलखत्या ताऱ्यांच्या पार्श्वभूमीवर काळ्याशार सावलीसारखा दिसत होता. तो कुठे आहे, याची त्याला काहीच कल्पना येईना. तो अजूनही त्याच्याच मरुवनात आहे की नाही, हेदेखील त्याला कळेना.

दमून गेला होता तो. त्याला तिथेच झोप लागली. त्याचं डोकं किंचितसं तंबूबाहेर आलं होतं. सकाळ झाल्यावर, बंद डोळ्यांवर पडणाऱ्या तळपत्या उन्हामुळे, तो जागा झाला. कसाबसा वळवळत, सरपटत तो तंबूच्या आत आला. तंबूच्या दारापाशी असलेल्या कणखर कनातीला टेकून बसला. भुकेनं त्याच्या पोटातून मोठ्यानं गुरगुरल्यासारखे आवाज येऊ लागले. या क्षणाला तर तो लेमेकआजोबांनी बनवलेल्या पॉटेजसाठी काहीही द्यायला तयार झाला असता.

आजोबा...

तो या तंबूतून आपली सुटका करून घेऊन, आजोबांच्या तंबूत जाईल, तेव्हा मात्र तिथे चुलीपाशी बसलेली आजोबांची जीर्ण काया दिसणार नव्हती.

'ठीक आहे सँडी, आजोबा फारच वृद्ध झाले होते. सातशे सत्त्याहत्तर वर्षं... आणि नोहादेखील सहाशे वर्षांचा आहेच की!' याला काहीच अर्थ नव्हता...अर्थात, एवढं सोडलं, तर त्याला त्यांच्याबद्दल पूर्ण विश्वास होता. प्रलयानंतर लोक इतकं जास्त जगणारही नव्हते... म्हणजे निदान त्यालातरी तसंच वाटत होतं.

सँडीच्या मनात विचारचक्र सुरू असताना त्याला हाक ऐकू आली.

"जुळ्या मुला!"

एका मुलीचा आवाज होता तो. त्याच्या काळजानं जणू कोलांटी मारली. यलिथ...त्याला शंका आली.

मग आवाजासोबत वासही आला. यलिथ नाही, टिग्ला होती ती.

तिनं पुन्हा हाक मारली, "ए जुळ्या!"

"हॅलो टिग्ला," तो म्हणाला. पण त्याच्या आवाजात मुळीच आनंद नव्हता. टिग्लाच्या तंबूमधल्या लोकांबद्दल डेनीसनं जे सांगितलं होतं, ते सगळं त्याला आठवलं. 'अच्छा...म्हणजे त्या लोकांनी माझं अपहरण केलंय, ते लोक दहशतवादी आहेत. दहशतवाद निव्वळ आधुनिक, विसाव्या शतकातच नव्हता तर! तो तर मानवी स्वभावाचा भाग आहे, हेच सिद्ध होतंय. त्या महाप्रलयात दहशतवाद मात्र नष्ट झाला नाही. त्या प्रलयाचं उद्दिष्ट साध्य झालेलंच नाहीये,' त्याच्या मनात आलं.

"तू माझा आवाज ओळखलास!" तिनं आनंदानं हसत म्हटलं.

'...नाही, तुझा वास ओळखला गं, गलिच्छ फालतू पोरगी...' तो मनातल्या मनात बोलला.

ती पडदा दूर सारून आत आली. उजेड आत यावा म्हणून तिनं पडदा सारून खोचून ठेवला. तिनं तिचे केस चमकदार दिसावेत, म्हणून बरेच कष्ट घेतल्याचं जाणवत होतं. बकरीचं पांढरं कातडं तिनं कमरेभोवती गुंडाळलं होतं. "अं...डेनीस ना?" तिनं अंदाज घेत विचारलं.

"सँडी."

"ओहो...बरं झालं तूच आहेस ते! मला इतका आनंद झालाय ना! डेनीसला मी फारशी आवडत नाही, आणि तुला बहुतेक आवडते मी, हो ना?"

"माझं अपहरण करणारे, मला बांधून ठेवणारे, उपाशी ठेवणारे लोक मला कसे आवडतील?"

"अरे, पण ते मी नाही केलं!"

"तुला त्याबद्दल नक्कीच माहीत होतं की!"

"पण ते मी नाही केलं रे! माझ्या बाबांनी अन् भावानं केलंय. अरे, काहीही झालं तरी मी तुला दुखावणार नाही रे!"

"तुझ्या बाबांनी आणि भावानं मला दुखापत केली, तर ते मात्र चालतं का तुला?"

"ओह.. तू लाडका आहेस रे माझा...ए सँड... मी त्यांना थांबवू शकत नाही रे! हे बघ, मी तुझ्यासाठी खाणं आणलंय. तुझ्या आरामाची सोयही करणार आहे मी."

त्यानं वास घेतला. त्या तंबूमधल्या वासाला, टिग्लाच्या पारोशा आणि अत्तर चोपडलेल्या अंगाच्या वासाला मागे सारून रश्श्याचा सुवास दरवळत होता. त्या लोकांनी त्याच्यावर आधीच विषारी बाणाचा प्रयोग केला होता, मग आता हा रस्सा खाणं ठीक होईल का? त्याला शंका वाटली.

जणू ते ओळखून टिग्ला म्हणाली, "ए, हा रस्सा मी स्वत: बनवलाय हं. तो चांगला आहे हे मला माहितीय. आणि चवीलाही छान आहे."

"माझे हात बांधलेले आहेत. मला खाता येणार नाही."

ती विचारात पडली. जरा वेळानं म्हणाली, "मी तुला भरवते!" मनमोकळं हसू आल्यानं तिच्या गालांना खळ्या पडल्या.

"अजिबात नाही. मी लहान बाळ नाहीये. माझे हात सोडव." त्यानं थेट फर्मावलंच, मुळीच प्लीज म्हटलं नाही. या असल्या मुलीकडे तो कसा काय आकर्षित होऊ शकला? त्याला प्रश्न पडला.

जरा वेळ विचार करून ती म्हणाली, "बरं, ठीक आहे. मी तुझे बांधलेले हात सोडवते, आणि तुझं खाणं संपेपर्यंत इथेच तुझ्याबरोबर थांबते."

"माझे पायसुद्धा सोडव," सँडीनं फर्मावलं. "मला बाथरूमला जायचं आहे."

"काय? कुठे जायचंय?"

"मला लघवी करायची आहे."

"अरे बापरे... अरे, पण तू इथेच तंबूत करू शकणार नाहीस का?"

"अजिबात नाही. हवं तर तू माझ्याबरोबर ये. मला काही फिकीर नाही...पण मला जायचंच आहे."

ती त्याच्याजवळ गुडघे टेकवून बसली, आणि त्याच्या मनगटांना बांधलेली चामड्याची वादी सोडवू लागली. आधी तिनं त्याचे हात सोडवले, आणि मग पाय. सगळी बंधनं सोडवल्यावर तो उभा राहिला. पाय लटपटत होते त्याचे.

तो तंबूही लेमेकआजोबांच्या किंवा नोहाच्या तंबूएवढाच उंच होता. त्याचं डोकं छपराच्या कातड्यावर आपटलं.

तिनं त्याचे हात हातात घेतले. त्याच्या मनगटांवर त्या वादीचे वळ उमटले होते. तिनं त्या जागी जरा चोळलं.

"ए, चल गं," तो म्हणाला.

"कुठे?"

"अगं, तुला सांगितलं ना. मला शू लागली आहे."

"बरं, चल माझ्याबरोबर." तिनं त्याला तंबूबाहेर ओढलं. तिथून काही फूट अंतरावर असलेल्या अगदी लहानशा गवताळ टेकाडाजवळ ती त्याला घेऊन गेली. तिथे एकांत मिळेल अशी झाडी नव्हती, आणि स्वच्छतेचा तर लवलेशही नव्हता. "जा," ती म्हणाली.

"तू पाठ वळवून उभी रहा. तोंड फिरव मागे."

"तू पळून जाशील."

त्यानं इकडेतिकडे पाहिलं. मरुवनाचा हा भाग त्याच्या ओळखीचा वाटत नव्हता. तिथे फक्त हा एकमेव तंबू होता. काही यार्ड अंतरावर थोडीशी पामची झाडं होती, आणि खडकाळ माळरान होतं. त्या माळरानात काळ्या अन् पांढऱ्या बकऱ्या चरत होत्या. लांबून पाहिल्यावर तांबूस आकाशाखाली त्या बकऱ्या जणू काळ्या-पांढऱ्या ठिपक्यांसारख्याच दिसत होत्या. कुठल्या दिशेनं जायचं त्याची त्याला कल्पना येत नव्हती. शेवटी तो म्हणाला, "मी पळून जाणार नाही. तू पाठीमागे वळ."

"नक्की? वचन देतोस?"

'हो, वचन देतो," टिग्लाच्या कुठल्याही वचनापेक्षा त्यानं दिलेलं वचन अधिक खरं होतं, असा विचार त्याच्या मनात आला. त्याचा कार्यभाग आटोपल्यावर तो म्हणाला, "हं, ठीक आहे, झालंय माझं."

तिनं गरकन वळून पुन्हा त्याचा हात पकडला, आणि म्हटलं, "आता चल, आणि मी बनवलेला बकरीच्या मांसाचा रस्सा खा."

ते दोघे परत तंबूकडे आले आणि खाली वाकून आत शिरले. तिनं त्याच्या हातात एक लाकडी वाडगा दिला. मंद आचेवर छान शिजवलेल्या भाज्या आणि मटणाच्या रश्श्यानं तो वाडगा भरला होता. आतापर्यंत तो बोटांनी खायला शिकला होता. त्याला अगदी यलिथसारखं नजाकतीनं खाता येत नसलं, तरी अंगावर अन्न न सांडता नीटपणे खाता यायला लागलं होतं. टिग्लानं बनवलेला रस्सा वाईट नव्हता. बकरीचं मांस जरासं उग्र वाटत असलं, तरी तिनं ते अगदी मऊ शिजवलं होतं. खाऊन झाल्यावर त्यानं बोटांनी तो

वाडगा चाटूनपुसून स्वच्छ केला. त्याला जरा बरं वाटलं.

दिलगिरी व्यक्त करून टिग्ला म्हणाली, "ए, मला तुला पुन्हा बांधून ठेवावं लागेल हं. तुला मोकळं केलेलं त्यांना अजिबात आवडणार नाही."

"हे 'ते' कोण?"

"अरे, माझ्या बाबांच्या तंबूतले पुरुष."

"हे सगळं काय चाललंय गं?"

"काय?"

"अगं, माझं अपहरण. मला या घाणेरड्या वासाच्या तंबूत बांधून ठेवणं... कशासाठी सगळं?"

खांदे उडवून ती खिदळत म्हणाली, "मला कसं माहीत असेल? त्यांचं असलं काहीबाही नेहमीच चालू असतं."

"आणि तू तसलं काही करत नाहीस?"

"ए...मी एक मुलगी आहे रे फक्त," ती चिडून म्हणाली. "तू आवडतोस मला! तुला बांधून ठेवावं असं मला का वाटेल?"

"मग नको बांधू."

तिनं ती चामड्याची वादी हातात घेतली, अन् सांगितलं, "पण मला तसं करावंच लागेल."

"का?"

"अरे, ते प्रचंड संतापतील. ते मला मारतील, कदाचित ठारही करतील."

खरंच करतील असं? त्याला खात्री पटेना, पण टिग्लाशी संबंधित असं काहीही करायला डेनीस का नेहमीच नकार द्यायचा, त्यामागचं कारण सँडीला आता चांगलंच समजलं. आता मात्र पुन्हा कधीच नाही...त्यानं मनाशी ठरवलं. त्यानं तिला विचारलं, "ते मला इथे किती वेळ बांधून ठेवणार आहेत? आणि त्यातून त्यांना काय मिळणार आहे? माझं अपहरण करून काय मिळेल असं वाटतंय त्यांना?"

"नोहाच्या द्राक्षांच्या बागा," ती म्हणाली.

"काय?"

"नोहाच्या द्राक्षांच्या बागा. सगळ्यांत उत्तम आहेत त्या. कुठेही अशा बागा नाहीयेत."

"हा तर शुद्ध मूर्खपणा आहे. नोहा त्याच्या द्राक्षांच्या बागा अजिबात देणार नाही. त्या बागा त्यांच्या उपजीविकेचं साधन आहेत."

टिग्लानं सांगितलं, "त्यानं बागा देऊन टाकल्या, तर चांगलंच आहे. नाहीतर ते तुला ठार मारून टाकतील."

अतिशय चिडून सँडी ताडकन उभा राहिला. त्याचं डोकं छपराच्या कातड्यांवर आपटलं. चिडून त्यानं विचारलं, "लेमेकआजोबाचा मृत्यू जवळ आलाय...त्यांचं निधन झालंय... हे त्यांना माहीत आहे का?"

"हो, अर्थातच."

"किती अधम, नीच, आसुरी स्वभावाचे आहेत ते!"

"ते हुशार आहेत. त्या वेळी सगळे लोक त्या वेडपट म्हाताऱ्या लेमेककडेच लक्ष देत असतील आणि तू गायब झाल्याचं कुणाला समजणारही नाही, हे त्यांना कळत होतं. ते फारच हुशार आहेत."

सँडी म्हणाला, "नाही हं, मुळीच नाही. दहशतवादी लोकांपुढे कुणीही नमतं घेत नाही. नोहा कुणालाही त्याच्या द्राक्षांच्या बागा देणार नाही."

"मग ते तुला मारून टाकतील."

"आणि मग त्यामुळे काय होईल? त्यांना नोहाच्या बागा तर मिळणार नाहीतच, पण खून केल्याचा कलंक मात्र लागेल."

"ए सँड... खाली बस ना. हा तंबू राक्षसांसाठी बनवलेला नाहीये. तुला पुन्हा बांधून ठेवायला मला अजिबात आवडत नाहीये रे; पण मला ते करावंच लागेल. नाहीतर असं करता येईल..."

"काय करता येईल?"

"तू माझ्याबरोबर चल, आपण पळून जाऊ."

"अगं, पण तुझ्या कुटुंबीयांना काय वाटेल?"

"त्यांना ते अजिबातच आवडणार नाही...पण मला त्यांच्यापेक्षा तुझी जास्त काळजी आहे."

सँडीनं तिच्यावर विश्वास ठेवला नाही. हादेखील एखादा सापळा असू शकतो. ह्या डावपेचाशी नेफिलिमचा संबंध असणार, विशेषतः तो डास, रोफोकेल... पण नक्की काय संबंध, ते त्याला कळेना. ती आपल्या कुटुंबीयांच्या विरोधात जाण्याएवढं प्रेम त्याच्यावर नक्कीच करत नव्हती. तिचं त्याच्यावर मुळीच प्रेम नव्हतं, पण रोफोकेलच्या आज्ञेचं पालन मात्र अगदी मनापासून करील ती... त्याच्या मनात विचार आले.

काहीतरी टोचल्यासारखं वाटल्यानं त्यानं त्या जागी चापट मारली. डास होता तो, त्याची चापट चुकवून उडाला होता. तो डास घोंगावत तंबूबाहेर उडून गेला. चिडून त्यानं डास चावलेल्या जागेवर खाजवलं, आणि तिला सांगितलं, "मला बांध आणि मग निघून जा."

तिनं तिचा चेहरा त्याच्याजवळ आणत विचारलं, "मग, माझ्याबरोबर येणार नाहीस का तू?"

"नाही."

"तुला मारून टाकलं जाईल, तो धोका पत्करशील तू?"

हसल्यागत तोंड वाकडं करून तो म्हणाला, "अगं, मरणापेक्षाही भयानक असं भवितव्य असू शकतं." मग तो मोठ्यानं हसला. तो ज्या भवितव्याबद्दल बोलत होता, त्याची किंचितही कल्पना टिग्लाला नव्हती.

"मी तुला अजूनही बांधलेलं नाहीये..." ती कुजबुजत म्हणाली.

"नाही."

"अरे, तू महाकाय राक्षस आहेस. तू मला उचलून पळून जाऊ शकतोस, आणि त्यांना सांगू शकतोस, की जर त्यांनी तुला पुन्हा पकडण्याचा प्रयत्न केला तर तू मला मारून टाकशील."

हा पर्याय फारच आकर्षक होता. त्यानं डोकं हलवलं. अत्यंत खेद वाटला त्याला. जणू खेदाची एक मोठी लाट त्याच्यावर आदळली. भाले, बरच्या, तलवारी, मोठाले धनुष्यबाण लीलया वापरणाऱ्या योद्ध्यांबद्दल टिग्लानं कधी ऐकलंही नव्हतं. तरीदेखील त्याला तसं बनवण्यासाठी ती लालूच दाखवत होती. त्याची इच्छा असेल, तर तो काय बनू शकतो, याची छोटीशी झलकच जणू!

हा आकर्षक प्रस्ताव अमान्य करावा, असा आग्रह त्याचं मन धरत होतं का? नकार देण्यास कोण सांगत होतं त्याला? हा सगळा प्रकार म्हणजे नेफिलिम लोकांनी रचलेला सापळा असेल, या त्याच्या शंकेपेक्षाही जास्त असं काहीतरी त्याला रोखत होतं.

खिन्नतेची लाट पुन्हा त्याच्यावर आदळली. हिंसा हा पर्याय उरलाच नव्हता. अणु-विभाजनाने तो पर्याय नष्ट करून टाकला होता. अगदी सगळ्या जगाला ते समजायला उशीर लागत असला, तरीही...

हो, टिग्लाचा अडसर तो सहज दूर करू शकला असता. ती त्याला जाळ्यात पकडण्यासाठी उघड आमंत्रण देत होती, आणि जरी तिचं आमंत्रण हा एक सापळा नसला, तरी तो तसलं काहीही करणार नव्हताच मुळी! हिंसेला हिंसेनं प्रत्युत्तर दिल्यानं, फक्त आणखी जास्त हिंसाच तेवढी उत्पन्न होते. त्याच्या पोटात विचारांनी गोळा आला.

"नक्की? तू पक्कं ठरवलंयस?" टिग्लाचा आवाज किंचितसा गुणगुणल्यासारखा वाटत होता.

"कशाबद्दल?"

"हेच की तू माझ्याबरोबर येणार नाहीयेस."

तो अतिशय नीरस हसला. टिग्लाचा प्रस्ताव विखारी असल्याची त्याला

खात्री होती. तो म्हणाला, ''नाही. टिग्ला, मी तुझ्यासोबत मुळीच येणार नाहीये. तुझ्यासाठी मी एक राक्षस आहे, खरंय. मी तरुण वयाचा आणि ताकदवान आहे. पण म्हणून काय झालं? मी वाळवंटात जिवंत राहू शकणार नाही. मी तिथे हाडं बघितली आहेत, आणि त्यांतली सगळीच हाडं फक्त प्राण्यांची नव्हती.''

लाडिकपणे ओठांचा चंबू करून ती म्हणाली, ''तुला मी आवडते, असं मला वाटलं होतं.''

''तू एखाद्या चमचमीत चवदार पदार्थासारखी आहेस टिग्ला. आता मात्र मला पुन्हा बांधून टाक, पण आधी बांधलं होतं, तितकं करकचून घट्ट बांधायची गरज नाहीये.''

ती अपमानित झाली होती. तिनं चामड्याच्या वादीनं जमेल तितकं घट्ट आवळून बांधायला सुरुवात केली. वेडेवाकडे हिसके देत करकचून बांधत होती ती; पण सँडीनंही पुरेसा जोर लावून तिला यश मिळू दिलं नाही. मग ती तरातरा बाहेर निघून गेली, जाताना तिनं तंबूच्या दाराचा पडदा जोरात फटकारून बंद केला.

तंबूमधल्या अंधाराचं त्याला फारसं काही वाटेनासं झालं. छपरावरचं भोक झाकलेलं असलं, तरी त्याच्या फटींमधून पुरेसा उजेड आत येत होता. त्याला नीट विचार करायची गरज भासत होती. स्वत:च्याच प्रतिक्रियांमुळे गोंधळून गेला होता तो. लहानपणी त्यानं अन् डेनीसनं भरपूर मारामारी केली होती. त्यांच्या बहिणीनं, मेगनं मात्र कदाचित त्यांच्यापेक्षा जास्त मारामारी केली असेल. खूपदा ते दोघे बॉक्सिंग किंवा कुस्ती न खेळता, सांघिक खेळच खेळायचे. तो घाबरट बनत चालला होता का? त्याला माहीत होतं, टिग्लाचे वडील आणि भाऊ त्याच्यावर धनुष्य-बाण, दगडी चाकू, भाले यांचा प्रयोग करायला मुळीच मागेपुढे पाहणार नाहीत. तो तिथून पळून गेला तरी, किंवा तिथेच राहिला तरीही ते त्याला सहजपणे मारू शकतील. खरंतर, जर त्यानं तिथेच राहून, पळ काढायचा एखादा मार्ग शोधून काढला, तर जिवंत राहण्याची शक्यता थोडी जास्त असेल. जर कसलाही विचार न करता तो त्या वैराण वाळवंटात पळत सुटला, तर मात्र तशी शक्यताही उरणार नाही. त्याच्या मनात विचारचक्र सुरूच होतं. तो घाबरण्यापेक्षा संतापला होता. तो मुळीच भेकड, घाबरट नव्हता. त्याला कळत होतं ते.

मग, आता काय करायला हवं? हिंसेनं समस्या सुटणार नव्हती. ही लहानखुरी माणसं हिंसेचाच अवलंब करत होती, आणि त्याला त्यांच्यासारखं बनायचं नव्हतं.

त्याला प्रश्न पडला, ते लोक नोहाकडे त्याच्या द्राक्ष-मळ्यांची मागणी करण्यासाठी गेले असतील का? डेनीस नोहाला जितकं चांगलं ओळखत होता, तितकं सँडी ओळखत नव्हता. तरीही नोहा त्यांच्या धमकीपुढे नमतं घेणार नाही असंच त्याला वाटत होतं. सँडीनं हिंसाचारास नकार दिला असला, तरी त्या नकाराचा नमतं घेण्याशी अजिबात संबंध नव्हता.

• • •

त्या अरुंद आणि छोट्या गुहेत लेमेकआजोबांचं दफन केल्यानंतर, त्यांच्या निधनानिमित्त गायल्या जाणाऱ्या शोकगीताचे सूर विरल्यानंतर, आणि सगळे सेराफिम तिथून गेल्यानंतर नोहा आणि त्याचे कुटुंबीय हळूहळू त्यांच्या भल्यामोठ्या तंबूकडे चालत जाऊ लागले. चालताचालता मधेच एखादा उंचवटा, एखादा खडक किंवा गुहा समोर दिसताच त्या क्षणी, हातात छोटंसं धनुष्य आणि बाण घेतलेला जॅफेथ घाईघाईनं तिथे पाहणी करायला जात होता. त्याच्या पाठोपाठ डेनीसही धाव घेत होता.

"मला हे आवडलेलं नाहीये," नोहा म्हणाला.

डेनीस आणि जॅफेथ नुकतेच एका लहानशा अंधाऱ्या गुहेत डोकावून आले होते. लख्ख चांदणं पडलेलं होतं, त्यामुळे सावल्याही गडद झाल्या होत्या. "या वाळवंटात सँडी हरवला असेल का?" अत्यंत चिंताग्रस्त झालेल्या डेनीसचा आवाज जास्तच चिरकला.

दूरवरून त्यांना एक आरोळी ऐकू आली, "भूक लागली!"

यलिथनं डेनीसचा हात हातात घेऊन दाबला.

शेम म्हणाला, "तो मँटिकोर भुकेलेला असेल तर त्याला अजून काहीही खायला मिळालेलं नाहीये, असाच त्याचा अर्थ."

ओहोलिबामा म्हणाली, "त्या मँटिकोरची भीती बाळगू नकोस. लेमेकआजोबांच्या तंबूतून सँडीनं त्याला पिटाळून लावलं होतं. तो खूप घाबरला होता सँडीला."

तो मँटिकोर सँडीला या उजाड वाळवंटात भेटला, तर सँडी त्याला पुन्हा घाबरवू शकेल का? डेनीसला प्रश्न पडला. त्याला तशी खात्री वाटत नव्हती, त्या बेढब पशूशी झालेल्या त्याच्या सामन्यानंतर तर मुळीच नाही.

इलिशेबा म्हणाली, "सँडी कधीही असा आपणहून एकटाच भटकत जाणार नाही."

मान डोलावत यलिथ म्हणाली, "तो तुमच्या मागोमागच लेमेकआजोबांच्या तंबूकडे येत होता."

आपली दाढी चोळत नोहा म्हणाला, "हो हो, आपल्याला तसंच वाटलं

होतं. तो जेव्हा तिथे पोचला नाही, तेव्हा असं वाटलं, की तो आपल्या मोठ्या तंबूतच थांबला असेल.''

ॲना म्हणाली, ''हो, पण तो तिथेही नव्हताच ना, तेच खरंय. मला तर वाटतंय, तो नक्कीच माझ्या बहिणीसोबत, म्हणजे टिग्लासोबत गेलाय कुठेतरी... म्हणजे मला तरी तसंच वाटतंय.''

कुणीही काहीही बोललं नाही. आकाशात तारे संथ गतीनं मार्गक्रमण करत होते. त्यांचं गायन ऐकण्याचा प्रयत्न डेनीसनं केला, पण त्याला काहीच ऐकू आलं नाही. लेमेकआजोबांसाठी ती दिव्य शांतिप्रार्थना गायल्यानंतर तारे जणू मूक झाले होते.

नोहाच्या तंबूपाशी सगळे पोचेपर्यंत चंद्र क्षितिजाआड जाऊ लागला होता. सगळेच दमले होते, दु:खी होते, काळजीत पडलेले होते.

''बरं, आता दुसरं काहीही करण्याआधी आपण सगळ्यांनीच काहीतरी खाल्लं पाहिजे,'' मॅट्रेड म्हणाली.

नोहा म्हणाला, ''ती बरोबरच सांगते आहे. ये रे डेन.''

मॅट्रेडनं दिलेला सूप भरलेला वाडगा डेनीसनं हातात घेतला. पुढे नंतर जे काही सामोरं येईल त्याचा सामना करायला शक्तीची गरज आहे, हे त्यालाही समजत होतं.

आपल्या भक्कम दातांनी शेमनं एका मटणाच्या हाडाला चिकटलेलं मांस सोलून काढलं. इलिशेबानं त्याला सूपचा वाडगा देत विचारलं, ''तू त्या सँडला शोधायला जाशील का?'' शिकार करणाऱ्या शेमला मरुवनाचा आणि वाळवंटाचा सगळा भाग अगदी उत्तम माहीत होता. जॅफेथ आणि हॅम नेहमी घराजवळ असलेल्या द्राक्ष-मळ्यांमध्ये काम करायचे. सँडीला शोधायला शेमच अगदी योग्य होता. डेनीसनं इलिशेबाकडे कृतज्ञतेची नजर टाकली. सेला, तिची सोंड डेनीसच्या गुडघ्यांवर ठेवून, त्याला चिकटून बसली होती. तो नकळत सेलाला थोपटू लागला.

डेनीसनं सूप संपवल्याचं शेमनं पाहिलं, आणि त्यानं डोकं हलवून त्याला खूण केली. तंबूच्या कातडी भिंतीला टेकवून ठेवलेल्या भाल्यांपैकी एक लांबलचक भाला त्यानं उचलला. हातात तोलून मग डेनीसला दिला. डेनीसनं आत्तापर्यंत कधीही भाला वापरला नव्हता, पण तरी त्यानं तो हातात घेतला. शेमनं त्याच्या लहानशा भात्यातले ब्लो डार्ट्स नीट तपासून घेतले (एका फुंकणीत बाण ठेवून जोरदार फुंकर मारून बाण फेकले जातात.) आणि मग दुसरा भाला उचलला. काहीही न बोलता त्यानं डेनीसला मानेनं खुणावलं. बुटक्याशा, पिळदार शरीराच्या शेमच्या मागोमाग डेनीस तंबूबाहेर जाऊ लागला. आता

त्याला किंचितशी आशा वाटू लागली होती. शेमच्या व्यक्तिमत्त्वात असं काहीतरी खास होतं, की त्यामुळे त्याच्यासोबत असताना डेनीसचा आत्मविश्वास नेहमीच जागा व्हायचा.

नोहा म्हणाला, "जॅफेथ आणि मी आम्ही दोघं मरुवनातल्या रस्त्यांवर शोध घेतो."

हॅम म्हणाला, "मी आणि अॅना मिळून बाजारात शोधून येतो."

मॅट्रेडही उत्साहानं म्हणाली, "आणि तो सँड तंबूत परत येण्याची शक्यताही आहेच ना, मग जर तो परत आलाच तर आम्ही सगळ्यांना तसं कळवू."

शेम अन् डेनीस तंबूचा कातडी पडदा ढकलून बाहेर पडले. आता तारे मंदावत होते. पूर्वेचं क्षितिज जरासं उजळू लागलं होतं. वाळवंटातलं मृगजळ चमकायला लागलं होतं. डेनीसनं डोक्यावर मॅट्रेडनं विणलेली गवती हॅट घातली होती. सूर्य वर आल्यावर तेवढी हॅट पुरेशी होईल, असं त्याला वाटत होतं.

त्याच्याकडे बघत शेम म्हणाला, "सूर्य डोक्यावर आल्यानंतर तू तंबूत परत जायलाच हवंस हं!"

डेनीसनं मान डोलावली. हे मात्र जॅफेथप्रमाणेच शेमही अगदी बरोबर सांगत होता. उष्णतेमुळे आणि चिंतेमुळे आत्ताच त्याच्या त्वचेवर काटा उभा रहात होता. त्याच्या जुळ्या भावाचं काय झालं असेल, या गोष्टीचा विचार करणं थांबवायचा तो प्रयत्न करत होता. तो शेमच्या मागोमाग जात राहिला...जातच राहिला. आता उष्णता आणखी वाढली होती. त्यांचा शोध घेण्याचा अयशस्वी प्रयत्न जणू संपणारच नाही, असं वाटत होतं. जवळपास अनेक तासांनी डेनीसनं विचारलं, "हिगेयॉन कुठे आहे?"

शेमनं सांगितलं, "तो आजचा दिवस लेमेकआजोबांच्या कबरीपाशी बसून शोक व्यक्त करत राहील. मग नंतर तो आमच्याकडे येईल. त्याचं दुःख कमी करण्यासाठी सेलाची मदत होईल."

"हिगेयॉनला वासावरून पाण्याचा सुगावा लागतो. त्याला सँडीचा सुगावा लागू शकेल का? तुला काय वाटतं?" डेनीसच्या मनात अचानक आशा निर्माण झाली.

शेम आपल्या भाल्याला टेकून विचार करत उभा राहिला. तो म्हणाला, "मॅमथ जरासे विचित्र प्राणी असतात. ते अनेक विचित्र गोष्टी करू शकतात. आपण प्रयत्न करून बघू."

शेम चालू लागला. तो खूप भराभर चालत असला तरी, लांबटांग्या डेनीसनं चालताना त्याला सहज मागे टाकलं असतं, पण तो मात्र शेमसोबतच

चालत राहिला. आजोबांचं दफन केलेली गुहा नोहाच्या आणि त्यांच्या तंबूच्या अर्ध्या अंतरावर होती. ते त्या गुहेपाशी पोचले तेव्हा सूर्य बराच वर आला होता. हिगेयॉन वाळूवर पसरला होता. जवळ येणाऱ्या पावलांच्या आवाजाने त्यानं त्याचे पंख्यासारखे कान टवकारले.

घाईघाईनं त्याच्याजवळ जाऊन डेनीस म्हणाला, "हिग्गी, तुला वासावरून सँडीचा सुगावा घेता येईल का? तू जमिनीखालच्या पाण्याचा सुगावा घेतोस ना, तसा?"

त्या मॅमथच्या छोट्याछोट्या डोळ्यांमध्ये दुःखाची छटा होती. डेनीसचं बोलणं ऐकून त्याचे डोळे चमकले. शेम त्याच्याशेजारी गुडघ्यांवर बसला. वाकून त्याच्या जवळ जाऊन, अगदी हळुवारपणे बोलत, त्याच्याशी अगदी आत्मीयतेनं संवाद साधू लागला.

हिगेयॉननं सोंड उंचावून लहानसा आशादायक चीत्कार केला.

डेनीसच्या डोळ्यांतही आशा झळकू लागली. तो म्हणाला, "ए शेम...काय झालं असेल रे सँडीचं?"

जड आवाजात शेम म्हणाला, "काही लोक फार दुष्ट असतात रे! त्यांची मनं फक्त अभद्र दुष्टावा करायची कल्पनाच करत असतात."

"आजोबांचं काय?" डेनीसनं विचारलं.

शेम अगदी नोहासारखी दाढी कुरवाळत म्हणाला, "आजोबांना माहीत होतं. खूप दुष्टावा आहे जगात. त्याचासुद्धा वास लक्षात येतो हं! डेन, तुझ्या अंगाला मात्र दुष्टाव्याचा, बदमाशीचा वास मुळीच येत नाही, त्या सँडच्या अंगालासुद्धा नाही येत. तुम्हा दोघांच्या मनात खूप आपुलकीची प्रेमळ ऊब जाणवते, असं आजोबांनी सांगितलं होतं, आणि तो सुखद सुगंध असतो," शेम पहिल्यांदाच डेनीसशी एवढं जास्त बोलला होता.

डेनीस म्हणाला, "धन्यवाद! चल, जाऊ या."

सूर्याकडे नजर टाकून शेमनं डोकं हलवलं. तो म्हणाला, "या वेळेपर्यंत तो आपल्याला सापडेल, असं मला वाटलं होतं."

"ए, चल ना रे," डेनीस त्याला विनवू लागला.

"डेन, अरे आपल्याला आज रात्री जेवायचं असेल, तर मला आता शिकार करावी लागेल."

"अरे पण..."

"हे बघ, माझ्या बहिणी आणि त्यांच्या कुटुंबीयांना अगदी भरपूर जेवण लागतं रे! आत्ताही खूप खाल्लंय त्यांनी. तुझ्या लक्षात आलं नाही का?"

"... अंतिम संस्कारानंतर लगेचच भाजलेलं मांस... अरे, नुकतंच निधन

झालंय ना आजोबांचं...'' डेनीस चिडून म्हणाला.

"हे बघ डेन, आपल्याला ताकद हवी असेल तर आपण खायलाच पाहिजे... नाहीतर पुढे येणाऱ्या...''

डेनीस हिगेयॉनकडे वळून त्याला म्हणाला, "ए, चल रे हिगी.''

"डेन, मी एकटा असताना उत्तम प्रकारे शिकार करता येते मला. मी एकीकडे सँडीचा शोध चालूच ठेवीन हं. तू जॅफेथ कुठे आहे ते बघ.''

"पण तो तर...''

"अरे, तो आणि बाबा आपल्या तंबूच्या आसपासच सँडीचा शोध घेत असतील. हिगेयॉनसोबत तू एकटाच जाऊ नकोस. ते धोकादायक आहे.''

शेमच्या चिंताक्रांत चेहऱ्याकडे डेनीस बघतच राहिला. धोकादायक. धोकादायक... कारण सँडीबरोबर जे काही झालं, ते डेनीसच्या बाबतीतही घडू शकतं...

"तो सापडेपर्यंत, आपण त्याचा शोध घेणं थांबवणार नाही. जा, जॅफेथला शोध. तू अन् हिगेयॉन दोघं जा.''

• • •

नोहा त्याच्या भल्यामोठ्या तंबूत पायांवर पाय टाकून बसला होता. हातांचे कोपर गुडघ्यांवर टेकवून डोकं खाली घालून बसला होता तो. मॅट्रेड त्याच्या शेजारी येऊन बसली.

"तो कुठे आहे, मला तर कळतच नाहीये. कुठे गेला असेल तो?'' नोहा म्हणाला.

"शांत व्हा बरं...'' मॅट्रेडनं विनवलं. "तो सापडेल हं!''

मान डोलावत नोहा म्हणाला, "दुःखानं माझं अंतःकरण फार जड झालंय. बाबांच्या निधनाचं खूप दुःख वाटतंय.''

"ते म्हातारे होते, वय झालं होतं ना,'' मॅट्रेडनं सांत्वन केलं.

"पण तो सँड म्हातारा नाहीये.''

"त्याच्याबाबत काहीतरी अघटित घडलं असेल, असं वाटतंय तुम्हाला?''

"नाहीतर मग माझ्या बाबांच्या तंबूपाशी मला येऊन भेटला नसता का तो? तो काही या मरुवनातल्या इतर तरुण मुलांसारखा नाहीये. दुसऱ्या कुणाचाही विचार न करता फक्त स्वतःचाच विचार करणारा स्वार्थी मुलगा नाहीये तो.''

"तो सँड आणि तो डेन इतर कुणाच्याहीसारखे नाहीयेत. काहीतरी भयानक गोष्टच घडलीय का, हे आपल्याला माहीत नाहीये,'' मॅट्रेड म्हणाली.

नोहा काहीच बोलला नाही, त्यानं तिच्याकडे पाहिलंदेखील नाही. तो म्हणाला, "आणि जहाज बांधायची सुरुवात करायलाच हवी आहे."

मॅट्रेड म्हणाली, "याआधी एलनं तुम्हाला असं काहीतरी विचित्र करायला कधीही सांगितलं नव्हतं."

"इतकं विचित्र वाटतंय का ते? एल सांगतो त्याप्रमाणे जर पावसानं धरणीला झाकून टाकलं, तर आपलं एक जहाज असणं ही गोष्ट विचित्र वाटणार नाही."

मॅट्रेड म्हणाली, "निदान आत्ता लगेच तरी पावसानं जमीन झाकून टाकू नये. तुम्हाला अजून जहाज बांधायचं आहे, सगळ्या प्राण्यांना शोधून एकत्र गोळा करायचं आहे."

"मी अगदी लगेचच जहाज बांधायला सुरुवात करीन."

"लोक तुम्हाला हसतील. पूर्ण मरुवनात तुम्ही थट्टेचा विषय व्हाल."

"मलातरी त्यात थट्टा करण्यासारखं काहीच वाटत नाही. माझ्या बाबांचं निधन झालंय, आणि तो सँड कुठे आहे ते एललाच माहीत."

"तुम्ही त्याच्याबद्दल एलला का विचारत नाही?"

"विचारलंय गं. एल फक्त एवढंच सांगतो की मी आता जहाज बांधायची सुरुवात करायलाच हवी. एल सँडबद्दल काहीही बोलत नाही."

"किंवा त्या डेनबद्दलही नाही?"

नोहानं हुंकार दिला.

"तुम्ही त्यांना जहाजावर घेऊन येणार का?"

"अगं, माणसांपैकी फक्त तू, आपले मुलगे आणि सुना. बस. बाकी कोणीही नाही."

"गलिथ..." मॅट्रेडनं बोलायला सुरुवात केली, आणि लगेच ती थांबली. कसलीही पूर्वसूचना न देता, दोन माणसं उघड्या ठेवलेल्या दारातून तंबूत घुसली.

टिग्लाचे वडील आणि भाऊ होते ते.

११

अमाप पाणी प्रेमभावना शमवू शकत नाही

यलिथ तंबूबाहेर पडून वाळवंटात गेली. ती फार चिंताग्रस्त झाली होती आणि त्यामुळे तिला मुळीच झोप येत नव्हती. खरंतर तिला छोट्या मुलीगत स्वतःचं अंग मॅट्रेडच्या मांडीवर झोकून द्यायचं होतं, खूपखूप रडायचं होतं... रडतरडत झोपून जायचं होतं.

पण आता ती लहान मुलगी राहिली नव्हती. तिचे डोळे कोरडे पडले होते अन् चुरचुरतही होते. दिवसाच्या या वेळी घराबाहेर राहण्याची तिला सवय नव्हती. कुठल्या अनाम ओढीनं ती या वाळवंटात आली... तिलाही नक्की कळत नव्हतं. तिला एरियल भेटण्याची मुळीच आशा नव्हती. तो त्याच्या गुहेत झोपलेला असेल, हे तिला माहीत होतं.

तरीही ती त्या दिशेनं चालू लागली. त्याच्या गुहेजवळ पोचल्यावर, तिला तो गुहेच्या तोंडाशी असलेल्या सावलीत झोपलेला दिसला. तिला आश्चर्यच वाटलं. तो एरियलच असल्याची तिला खात्री होती, पण तरी सावध झाली. यापूर्वीदेखील, तिला तो एरियल असल्याची खात्री असूनही, त्या सिंहाचं रूपांतर त्या ड्रॅगन/सरडारूपी एब्लिसमध्ये झालं होतं.

तिनं हळूच कुजबुजत्या आवाजात हाक मारली, "एरियल..."

तो सिंह उठला, त्यानं आपलं अंग ताणून एक जांभई दिली, आणि मग तो तिच्याजवळ आला.

"ओह एरियल!" तिनं त्याच्या पिवळसर तपकिरी मानेभोवती हात टाकले. तिचे अश्रू आटले होते, तरी रडवेल्या आवाजात ती त्याला सांगू लागली, "तो सँड कुठे आहे ते आम्हाला माहीत नाहीये! लेमेकआजोबांनी त्याला माझ्या बाबांना बोलवायला पाठवलं होतं. आजोबा मृत्युपंथाला लागले आहेत, हे त्या सँडला माहीत होतं. त्यानं, माझे बाबा पटकन आजोबांपाशी पोचावेत

म्हणून, त्यांना उंटावरून जायला सांगितलं, आणि तो त्यांच्या मागोमाग लेमेकआजोबांच्या तंबूपाशी चालत पोचेल असंही सांगितलं. आजोबांचा मृत्यू झाला, सगळे आजोबांच्याच विचारात मग्न झाले होते. त्यामुळे सँड आमच्यात नाही, हे सुरुवातीला कुणाच्या लक्षातच आलं नाही. मग त्यानंतर आजोबांचं दफन करायचं होतं आणि मग... ओह एरियल... अरे नेमकं काय झालं, ते आम्हा कुणालाच माहीत नाहीये रे...''

एरियलनं तिचं बोलणं पूर्ण होऊ दिलं. तिचा आवाज मंदावत गेला. तिनं तिचा चेहरा पुन्हा त्याच्या आयाळीत दडवला. मग तो अगदी हळूहळू त्याच्या मूळ सेराफ रूपात आला, आणि ती त्याच्या पंखात लपेटली गेली. तो म्हणाला, ''हिगेयॉन वासावरून त्याचा मागोवा घ्यायला गेला आहे.''

''म्हणजे? हिगेयॉन आजोबांच्या गुहेपासून दूर गेला?''

''हो, जिवंत असलेल्या माणसांसाठी गेला. हिगेयॉनसोबत तो डेन आणि जॅफेथ जाणार आहेत.''

''अरे वा! हे छान झालं. मी खूप खूश झालेय! आनंद झालाय! हिगेयॉन त्याला नक्की शोधून काढेल आणि मग काय करायचं ते जॅफेथला कळेलच, आणि त्या डेनलासुद्धा कळेल.''

एरियलनं तिला त्याच्या गुहेच्या तोंडाशी असलेल्या सावलीत खेचलं.

''एरियल... अं... माझे बाबा ना...ते एक जहाज बांधणार आहेत, अतिशय भलंमोठं जहाज.''

''अगदी सुजाण आहेत ते,'' एरियल गंभीरपणे म्हणाला.

''माझ्या भावांसाठी आणि त्यांच्या बायकांसाठी... आणि सर्व प्रकारच्या प्राण्यांसाठीही.''

''हो, बरोबर आहे. प्रत्येक जातीचं जतन करण्यासाठी.''

''पण ते जहाज माझ्या सीरा आणि होग्ला या बहिणींसाठी नाहीये, त्यांच्या नवऱ्यांसाठी किंवा मुलांसाठीसुद्धा नाही. माह्‌ला आणि तिच्या नेफिल बाळासाठीही नाही. अगदी...माझ्यासाठीसुद्धा नाही.''

एरियलनं तिला जवळ घेतलं. तो अत्यंत शांत, सौम्य आवाजात म्हणाला, ''अमाप पाणी प्रेमभावना शमवू शकत नाही, किंवा ती भावना महापुरात बुडून जाऊ शकत नाही.''

''त्या जुळ्यांचं काय होईल?'' तिचे डोळे पुन्हा भरून आले.

त्यानं तिला आपल्या मजबूत मिठीत गोळा करत म्हटलं, ''मला माहीत नाही.''

''पण तुला हे तर माहितीये ना, की एलनं माझ्या बाबांना एक जहाज

बांधायला सांगितलं आहे?''

"हो, तेवढं माहितीये.''

"आणि तुला जुळ्यांबद्दल माहीत नाहीये?''

"अगं, आपल्याला प्रत्येक गोष्ट समजायची गरज नाहीये.''

"पण तू विचारू शकला...''

"विचारलं होतं.''

"तारेदेखील मूक झाले होते का?''

"तारे मूकच आहेत.''

"एरियल, मला भीती वाटतेय.''

"घाबरू नकोस. मी तुला धरून ठेवीन हं!'' त्यानं कबूल केलं.

"अरे, मला माझ्यापेक्षा त्या सँडचं आणि त्या डेनचं काय होईल, याची भीती वाटतेय. माझं खूप प्रेम आहे त्यांच्यावर.''

"आणि त्यांचंही तुझ्यावर खूप प्रेम आहे.''

"त्यांचा मृत्यू होऊ नये, हीच माझी इच्छा आहे ... ते मरण पावतील का रे?''

एरियलनं तिच्याभोवती पंख लपेटून घेतले. तिची नजर चुकवत तो म्हणाला, "मला माहीत नाही.''

• • •

सँडी झोपून गेला होता. टिग्लाबद्दल आणि तिच्या तिथून पळून जाण्याच्या प्रस्तावाबाबतची त्याची प्रतिक्रिया त्याला अजूनही गोंधळून टाकत होती. थोड्या वेळानं त्यानं विचार करणं, स्वतःला प्रश्न विचारणं थांबवलं. जेव्हा काही करायची वेळ येईल, तेव्हा काय करायला हवं ते आपोआप समजेलच, असा विचार त्यानं केला.

दिवसाउजेडी पळून जाणं योग्य नव्हतं.कदाचित रात्रीच्या अंधाराचा फायदा...

"ए जुळ्या!''

टिग्लाचा आवाज आणि तिचाच गंध.

तिनं तंबूचा पडदा बाजूला सारून खोचून ठेवला, आणि त्याला सांगितलं, "तुला भेटायला कुणीतरी आलंय.''

सँडी ताबडतोब सावध होऊन उठून बसला. त्याला वाटलं, बहुतेक तिचे वडील आणि भाऊ त्याला ठार करायला आले असावेत.

त्याऐवजी रोफोकेल तंबूत आला. आत शिरताना त्याला खाली वाकावं

लागल्यामुळे त्याचे लालभडक पंख जमिनीवर लोळू लागले, आणि त्यासोबत खूप धूळ आत आली. सँडीसारखाच तोही खूप उंच होता, त्यामुळे त्यालाही त्या बुटक्याशा तंबूत ताठ उभं राहणं अवघड होतं. तो पटकन सँडीसमोर खाली बसला आणि त्यानं त्याच्यावर आपली हिरवीगार नजर रोखली. त्याचे चमकदार केस त्यानं मागे बांधले होते. शुभ्र हिमासारखे आरस्पानी गोरे गाल होते त्याचे.

त्यानं एक हात लांबवून सँडीच्या गुडघ्यांना स्पर्श केला. त्याचा हात इतका बर्फाळ, थंडगार होता, की त्वचा त्या थंडाव्यामुळे बाधित व्हावी... जणू फ्रॉस्टबाइट. सँडीचा चेहरा पिळवटला, पण तरी तो ओरडला नाही. रोफोकेलनं विचारणा केली, "तू अजूनही इथे का आहेस?"

सँडी शक्य तितक्या शांतपणे म्हणाला, "माझं अपहरण केलंय, आणि मला ओलीस ठेवलंय. मी जर इथून निसटून तंबूबाहेर पळून गेलो, तर मी अगदी सहज दिसू शकेन. मी एखाद्या घोळक्यात लपूही शकणार नाही, कारण तुझ्याएवढाच उंच आहे ना मी. मी अगदी सहजगत्या पकडला जाईन."

"पण मुळात तू इथे आलासच कशासाठी?"

"मी आलो? मी स्वत:हून आलो नाहीये. टिग्लाच्या वडिलांनी अन् भावानं मला पळवून आणलंय, आणि मला तर संशय आहे, की तूच त्यांना असं करायला लावलंस."

रोफोकेल म्हणाला, "अरे, तू इथे... म्हणजे या तंबूत कशासाठी आहेस, हे विचारत नाहीये मी. तू अन् तुझा भाऊ या मरुवनात का आला आहा, असं विचारतोय मी."

"हां... ती एक चूक होती," सँडीनं सांगितलं. हेच त्यानं टिग्लालाही सांगितलं होतं.

रोफोकेलनं पुन्हा हात लांबवून सँडीच्या गुडघ्यांवर ठेवला. पूर्वी, एका हिवाळ्यात सँडीला फ्रॉस्टबाइट झाला होता, तेव्हाही त्याला अशीच वेदना झाली होती. रोफोकेलनं प्रश्न केला, "इथे येणं ही जर चूक होती, तर तुम्ही दोघं इथून निघून का नाही गेलात?"

सँडी मुद्दामच सावकाश बोलू लागला, "जेव्हा निघून जाण्यासाठी योग्य वेळ येईल, तेव्हा आम्ही जाणार आहोत."

"बरं, आणि मग कसं जाणार आहात? तुम्ही काय ठरवलं आहे?"

त्याच्या मनात आलं, 'खरंच...कसं?' पण तो उघडपणे म्हणाला, "योग्य वेळ आली, की आम्हाला कळेलच."

"तुम्ही मूळचे इथले नाही आहात; तुमचा काहीही संबंध नाहीये."

"नाही. मी नोहा आणि त्याच्या कुटुंबाशी संबंधित आहे, त्या कुटुंबाचा घटक आहे."

रोफोकेलनं डासाच्या कर्कश घोंगावण्याचा आवाज काढला. त्या आवाजात तो म्हणाला, "या मरुवनाशी तुझा काहीही संबंध नाहीये. या काळात आणि या ठिकाणी राक्षस नसतात. तुला पंख का नाहीयेत?"

"आम्ही विमानातून, अंतराळयानातून उडत प्रवास करतो."

"काय?"

सगळ्याच गोष्टी नेफिलिम लोकांना माहीत नव्हत्या. सँडीनं सांगितलं, "आमच्याकडे उडणारी यंत्रं असतात."

"तुम्ही तुमचा ग्रह सोडून दुसरीकडे जाऊ शकता का?"

"आम्ही चंद्रावर गेलो होतो. आम्ही ताऱ्यांमधून उडतो."

"तू?"

"अरे, मी खूप लहान आहे. माझ्या वडिलांनी मात्र अनेकदा अवकाश-प्रवास केलेला आहे," सँडी म्हणाला.

"तुला एलनं आमचा छळ करण्यासाठी पाठवलं आहे का?"

"तुला काय वाटतं?" सँडीनं विचारलं.

"तू आमच्यापैकी नाहीयेस...म्हणजे नेफिलिमपैकी. आणि माझ्या मते तू सेराफिम लोकांपैकीसुद्धा नाहीस."

"नाही. आम्ही मानव आहोत."

"मर्त्य जीव?"

"हो."

"मग इथे कशाला आलात?"

"चूक झाली होती ती," सँडीनं पुन्हा सांगितलं.

"मी जर तुला इथून बाहेर काढलं, म्हणजे या लहानशा तंबूतून बाहेर काढलं, तर चालेल तुला?"

"नाही."

"अरे, मग ते इथे येऊन तुला मारून टाकतील."

"कदाचित मारतीलही."

"नोहा त्याचे द्राक्ष-मळे द्यायला तयार नाहीये."

"अगदी बरोबरच आहे. दहशतवाद्यांपुढे कुणीही नमतं घेऊन त्यांच्या मागण्या मान्य करतच नाही."

"तू मूर्ख आहेस. जर तुझी इच्छा असेल, तर मी नोहाला तुझा संदेश देईन. तू विनंती केलीस, तर तो त्याचे द्राक्ष-मळे देईलही."

“मी त्याला मुळीच तसं सांगणार नाही.”

“मग तू मरशील.”

“तुला तर ते आवडेलच, हो ना?” सँडीनं विचारलं. “बहुतेक तुला स्वत:च मला मारून टाकायला आवडेल, खरं ना?”

“मी निघून जातो आता. तू फारच मस्तवाल आणि उद्धट आहेस.”

“माझा भाऊ आणि मी, आम्ही दोघं तुला का आवडत नाही रे?”

“तुम्ही दोघं आमच्या जगातले नाही आहात. तुमच्यामुळे फक्त त्रासच होणार आहे. माझ्या मते तरी तुम्हाला नेफिलिम लोकांना त्रास देण्यासाठीच इथे पाठवलंय,” असं म्हणून रोफोकेल उठला. हवेत एवढी ऊर्जा सळसळली, की सँडीच्या अंगावर काटा आला. एक डास उडतउडत तंबूबाहेर निघून गेला.

काही मिनिटांतच टिग्ला आत आली. हसतहसत तिनं विचारलं, “त्यानं तुला सांगितलं का?”

“तुझे वडील आणि भाऊ मला मारून टाकायच्या तयारीत आहेत, हेच ना? हो, ते त्यानं सांगितलं मला.”

“ते नाही रे!” तिला हसण्याच्या उकळ्या फुटत होत्या.

त्याला काहीही मजेदार, विनोदी वाटत नव्हतं. त्यानं विचारलं, “मग काय?”

“नोहाबद्दल रे!”

“त्यानं सांगितलं, नोहा त्याच्या द्राक्षांच्या बागा देऊन टाकण्यास तयार नाहीये.”

“नाही नाही, तेही नाही.”

“अगं, मग काय?” तिच्या खिदळण्यामुळे तो चिडचिडला.

“नोहा एक नाव बांधतो आहे. एक नाव!” ती पुन्हा हसायला लागली.

सँडी ताडकन उठून बसला. सावधपणे त्यानं विचारलं, “नाव? कशासाठी नाव बांधतो आहे तो?”

“तो जहाज म्हणतोय,” तिला वेड्यासारखं हसू येत होतं. “अरे, इथून सगळ्यात जवळचा समुद्र किंवा नदी तर कित्येक पौर्णिमा दूर अंतरावर आहे.”

“मग तो का बांधतोय जहाज?” सँडीनं विचारलं.

“कोण जाणे!”

“तो फक्त एकटाच बांधतोय का?”

“नाही रे! खूप मोठं जहाज आहे ते. म्हणजे प्रचंडच मोठ्ठं. त्याची मुलं त्याला मदत करतायत. पाऊस येणार आहे, असं सांगतोय तो!” ती खदखदून हसत सुटली. तिचं हसणं सँडीच्या कानांवर आघात करत होतं. ती पुढे

म्हणाली, "अरे, आमच्या इथे फक्त वसंत ऋतूत पाऊस पडतो, आणि तोही अगदी थोडासाच. सगळ्या मरुवनात नोहा म्हणजे थट्टेचा विषय बनलाय."

सँडी सावध होऊन तिच्याकडे बघत तिचं बोलणं ऐकत होता.

"रोफोकेलला वाटतंय, नोहा बहुतेक तुमच्यापासून सुटका करून घेण्यासाठी ते जहाज बांधत असेल. पाणीच नसलेल्या जागी जहाज बांधणं हा मूर्खपणाच आहे."

"मला भूक लागली आहे," सँडी म्हणाला.

"अरे हो, मी तुझ्यासाठी खायला आणलंय."

"मग ते इथे माझ्याजवळ ठेवून दे."

ओठांचा चंबू करून तिनं विचारलं, "तू खात असेपर्यंत मी इथे तुझ्यासोबत बसून गप्पा मारल्या तर तुला चालणार नाही का? मी तुझे हात आणि पाय सोडवून मोकळे करीन."

"नको, मी जमवीन कसंतरी. मला विचार करायचा आहे," सँडीनं त्याचे बंधनात असलेले स्नायू थोडेसे फुगवले त्यामुळे चामड्याची वादी घट्ट बांधलेली असल्यासारखं दिसलं.

"त्या जहाजाबद्दल?"

"इतरही बऱ्याचशा गोष्टींबद्दल."

"बरं... ठीक आहे," असं म्हणून ती तंबूबाहेर गेली, आणि रश्श्याचा एक वाडगा घेऊन परत आत आली. "मी इथे थांबायला नको असं खरंच नक्की वाटतंय तुला?"

सँडीनं ठामपणे सांगितलं, "हो, अगदी नक्की. तू जा गं टिग्ला."

ओठांना मुरड घालत ती बाहेर गेली.

त्यानं त्या रश्श्याचा वास घेतला. छी... खराब झाला होता तो. त्यानं तो दूर ढकलून दिला. वळवळ करत त्यानं हात सोडवून घेतले आणि मग पायही सोडवले. नोहानं जहाज बांधायला सुरुवात केली असेल, तर आता थांबून वाट पाहायलासुद्धा वेळ नव्हता. पुढे काय करायचं, ते सगळं मनाशी ठरवतच होता तो. अंधार पडल्यापडल्या सँडी त्या तंबूतून बाहेर पडून वाळवंटाच्या दिशेनं जाणार होता. त्याला नक्की कुठे बांधून ठेवलं होतं, ते शोधायचा प्रयत्न करून, नोहाच्या किंवा लेमेकआजोबांच्या तंबूपैकी जो तंबू जास्त जवळ असेल, त्या दिशेनं तो जाणार होता.

आराम करण्यासाठी तो आडवा झाला आणि रात्र होण्याची वाट बघू लागला.

• • •

"आपल्या सँडला घेऊन ते फारच लांब गेलेत," नोहा म्हणाला.

सगळं कुटुंब तंबूत जमा झालं होतं. बाहेर रणरणतं ऊन तळपत होतं.

हॅम म्हणाला, "तुम्ही त्या लोकांना द्राक्षांच्या बागा मुळीच द्यायच्या नाहीत हं!"

मान हलवून नोहा म्हणाला, "मी सांगितलं त्यांना, मी मुळीच माझ्या बागा देणार नाही. आता मात्र... अरे, आपली सगळ्यात जुनी आणि पडीक जमीन आहे ना, तिचं रूपांतर मी आधीच लाकडे ठेवायच्या गोदामात केलंय. नाहीतरी पाण्याखाली बुडून गेल्यावर द्राक्ष-बागांचा काय उपयोग? देऊन टाकल्या तर काय फरक पडेल?"

हॅम म्हणाला, "हे बघा बाबा, तुम्ही मदत मागितलीत म्हणून आम्ही तुम्हाला तुमच्या या मूर्खपणात मदत करतो आहोत. अहो, पण एवढा जास्त पाऊस पडेल, या गोष्टीवर तुमचा तरी विश्वास आहे का?"

"मलातरी तसंच सांगण्यात आलं आहे."

शेम शिकार करून परत आला होता आणि कातड्यांच्या एका गठ्ठ्यावर बसला होता. त्याच्याशेजारी सेला येऊन बसली होती. त्यानं विचारलं, "तो एलचाच आवाज असल्याची खात्री आहे का तुम्हाला?"

"हो, अगदी पक्की खात्री आहे."

इलिशेबाला प्रश्न पडला, "अं... कदाचित तो आवाज एखाद्या नेफिलचा असू शकेल का?"

"मला नेफिलचा आणि एलचा आवाज नीट ओळखता येतो. त्या दोन आवाजांतला फरक मला अगदी नीट कळतो."

"अहो, ते लोक फारच उत्तम आणि हुबेहूब नक्कल करू शकतात."

"एल हा एल आहे. जर एखाद्या नेफिलनं एलच्या आवाजात बोलायचा प्रयत्न केला, तर एल मला तसं सांगेल."

उकळत्या रश्श्याच्या भांड्यावरून वर बघत मॅट्रेडनं विचारलं, "पाऊस कधी सुरू होणार आहे?"

"जहाज बांधून तयार झालं की मग."

शेमनं विचारलं, "आमच्या बहिणी, त्यांचे नवरे, आणि मुलं या सगळ्यांचं काय?"

आपले हात दाढीला पुसत नोहा म्हणाला, "मला जहाजात खिडकी बनवायची आहे, आणि बाजूला दारही बसवायचं आहे. तीनमजली जहाज असणार आहे ते. एलनं मला प्रत्येक प्रकारच्या प्राण्यांना, माझ्या बायकोला, मुलांना आणि सुनांना जहाजावर आणायला सांगितलं आहे."

तीव्र स्वरात ओहोलिबामानं विचारलं, "यलिथचं काय?"

नोहानं दु:खानं डोकं हलवलं.

शेमनं विरोध केला. "अहो बाबा, पण ते केवढं मोठं जहाज असणार आहे. त्या जहाजावर आपण आठ जणांपेक्षा जास्त जागा असेलच की."

"प्राणी... अगदी सर्व प्रकारचे प्राणीसुद्धा जहाजावर घ्यायचे आहेत रे!" नोहानं पुन्हा सांगितलं. "जेव्हा महापुराचं पाणी ओसरेल, तेव्हा पृथ्वीवर सर्व प्रकारचे प्राणी आणि माणसं शिल्लक राहतील आणि पृथ्वीवर पुन्हा नव्यानं प्राणिमात्रांची निर्मिती होईल. पृथ्वी पुन्हा नव्यानं वसेल."

"माझा या कशावरही विश्वास नाहीये; पण जर मी अदलाबदल करू शकलो तर मी माझी जहाजावरची जागा यलिथला देईन," हॅम म्हणाला.

ओहोलिबामानं सुखद आश्चर्य वाटून त्याच्याकडे कृतज्ञ नजरेनं पाहिलं.

ॲना म्हणाली, "मूर्खपणा आहे नुसता. तुम्ही हे जहाज बांधून पूर्ण केलं, आणि पुढे काहीच घडलं नाही तर तुम्ही लोकांचा सामना कसा करणार आहात?"

नोहानं दाढी कुरवाळत सांगितलं, "मी एलच्या आज्ञेचं पालन करतो."

ओहोलिबामानं विचारलं, "आणि आपले ते जुळे? त्यांचं काय?"

"आणि तो सँड कुठे आहे?" इलिशेबाचा प्रश्न.

"जॅफेथ आणि तो डेन त्याला नक्कीच शोधून काढतील," नोहा म्हणाला. सेलानं सोंड उंचावून तुतारीसारखा चीत्कार केला. नोहा पुढे म्हणाला, "सूर्य उगवेपर्यंत त्या सँडला घेऊन ते दोघे जर परत आले नाहीत, तर मात्र मी माझा निर्णय बदलीन. मीं त्यांना माझे द्राक्ष-मळे देऊन टाकीन. पुराचं पाणी ओसरलं, की मग मी नव्यानं रोपं लावीन."

नवल वाटून हॅम म्हणाला, "अहो, महापूर येईल असा भरोसा तुम्हाला खरंच वाटतोय? आपल्या इथे अगदी वसंत ऋतूतसुद्धा पुरेसा पाऊस पडत नाही, आणि जेवढा पडतो त्याचा काही उपयोग नसतो. आपल्या विहिरी नसत्या, तर हे मरुवनसुद्धा नसतं."

शेमनं विचारलं, "आपल्या बाबांनी याआधी कधी मूर्खपणा केलाय का?"

ॲनानं उत्तर दिलं, "नाही ना. पण प्रत्येक गोष्ट केव्हातरी पहिल्यांदा घडतच असते की!"

• • •

पांढऱ्या उंटाच्या रूपातल्या ॲडमिएलनं मरुवन पार केलं आणि तो सँडीला कैद करून ठेवलेल्या ठिकाणापाशी आला. हे त्या मरुवनाचं सगळ्यात लांबचं

अखेरचं टोक होतं. त्याच्यापासून नोहाचा तंबू जेवढ्या लांब अंतरावर होता, तेवढ्याच अंतरावर लेमेकआजोबांचा तंबू होता. पण नोहाचा तंबू एका दिशेला होता, तर आजोबांचा तंबू दुसऱ्याच दिशेला होता. ॲडमिएल तंबूजवळ गेला नाही, पण तिथून काही यार्ड अंतरावर पाय दुमडून वाट बघत खाली बसला.

जिराफ रूपातला ॲडनाचिएल त्याची लांबसडक सोनेरी मान लांबवून थोडीशी कोवळी पालवी खात होता. झाडावर, अगदी उंचावर, घुबडरूपी ॲर्क्ट्रिएल बसल्याबसल्या झोपला होता. तो नेहमीच दिवसा झोपत असे. त्यानं आपलं डोकं पंखांमध्ये खुपसलं होतं.

ते सगळे मिळून वाट बघत होते.

• • •

जॅफेथ आणि डेनीस हिगेयॉनच्या मागोमाग चालत होते. हिगेयॉन दुडक्या चालीने तिरका-तारका चालत होता. तो मागे यायचा, पुन्हा पुढे जायचा. हुंगत- हुंगत मरुवनाच्या बाहेरील सीमेवरून वाळवंटात जायचा, पुन्हा मागे यायचा. तो दरवेळी डोकं हलवायचा, त्यामुळे सूर्यकिरण त्याच्या बाहेर आलेल्या सुळ्यावर पडून चमकायचे. सतत एकदा मरुवनात, पुन्हा वाळवंटात... मागे-पुढे.

''सूर्य आता चांगलाच वर आलाय. तू सावली शोधून तिथे जायला हवं हं डेन,'' जॅफेथ म्हणाला.

डेनीसनं हट्टानं डोकं हलवून नकार दिला. घाम आल्यानं त्याचं अंग चमकत होतं.

जॅफेथनं काळजी वाटून त्याच्याकडे पाहिलं. तो म्हणाला, ''आपण लेमेकआजोबांच्या तंबूच्या जवळ आलो आहोत. आपल्याला तिथे कदाचित ॲडनारेल भेटेल. आपण त्याला मदत मागू शकतो.''

हायसं वाटून धापा टाकत डेनीस म्हणाला, ''ठीक आहे, चांगलंय.'' खूप दमल्यामुळे हिगेयॉनचे पाय डगमगायला लागले होते. सँडीची कुठेही खूणसुद्धा दिसत नव्हती.

हिगेयॉन पुन्हा चालतचालत मरुवनात आला. कुठे जायचं ते नक्की झाल्यावर त्याला एकदम ताकद आली. जॅफेथ मात्र अजूनही दमला नव्हता. तो सहज श्वास घेत हिगेयॉनच्या बाजूनं धावू लागला. डेनीसला त्याचे पाय चांगले लांबलचक असल्याचा आनंद वाटला, नाहीतर तो त्यांच्या बरोबरीनं धावू शकला नसता.

ते लेमेकआजोबांच्या वनराईपाशी पोचले. आजोबांच्या तंबूची काळसर सावली दिसायला लागली होती. हिगेयॉननं चीत्कार केला आणि तो आणखी वेगानं धावत सुटला. जॅफेथही वेगानं धावू लागला. ते जेव्हा तंबूपाशी पोचले, तेव्हा गर्मी आणखी वाढली होती, त्यांच्या काळसर सावल्या गडद आणि बुटक्या दिसत होत्या. हिगेयॉन थांबला. त्यानं त्याची सोंड, तंबूच्या पडद्याजवळच्या वाळूत अर्धवट पुरल्या गेलेल्या, एका चमचमत्या गोष्टीवर रोखली.

"ॲडनारेल! ओह, ॲडनारेल!" डेनीस ओरडला.

जॅफेथ खाली वाकला आणि त्यानं वाळूतून तो चमकता स्कॅरब किडा उचलून घेतला. त्या किड्यावरून त्यानं अगदी हलकेच एक बोट फिरवलं, आणि जणू त्याच्या हातातच लहानसा विस्फोट झाल्यासारखं दिसलं. त्यांच्या पुढ्यात लखलखत्या सोनेरी वर्णाचा ॲडनारेल उभा ठाकला.

"ओह, ॲडनारेल!" डेनीस ओरडला. "सँडीनं नोहाला उंट दिला आणि मग तो परत आलाच नाही! त्याचं काय झालं, आम्हाला काहीच माहीत नाहीये!"

ॲडनारेलनं गंभीरपणे झुकून अभिवादन केलं आणि तो काहीही न बोलता फक्त ऐकू लागला.

जॅफेथ म्हणाला, "तो जिथे कुठे गेलाय, तिथे स्वत:च्या इच्छेनं मुळीच गेलेला नसेल. मला तर काळजी वाटतेय."

जॅफेथकडे वळून ॲडनारेल म्हणाला, "तुझ्या मनात काय विचार चालले आहेत, मला नीट समजावून सांग."

"तो माझ्या बाबांच्या मागोमाग आजोबांच्या तंबूपाशी आलाच नाही. त्यानं सांगितलं होतं, तो चालत येईल असं. त्यामुळे मला भीती वाटतेय, की कदाचित त्याला कुणीतरी ..." त्याचा आवाज मंदावत गेला.

ॲडनारेलचे पंख चमकले. त्यानं विचारलं, "तुला टिग्लाचा संशय येतोय का?"

"अं...म्हणजे ॲना तसं म्हणाली..."

"नाही," डेनीसनं ठाम नकार दिला.

"अरे, ती लोकांना मोहात पाडणारी, भुलवणारी आहे रे! आम्हाला माहीत आहे."

"नाही," डेनीसनं पुन्हा ठामपणे विरोध केला. तो पुढे म्हणाला, "आजोबा मृत्युशय्येवर असताना सँडी त्या टिग्लासोबत अजिबात जाणार नाही...कधीच नाही."

ॲडनारेल मान डोलावत म्हणाला, "हो, अर्थातच नाही जाणार. तो स्वत:च्या

इच्छेनं, आपणहून असा गायब झाला नसेलच.''

''मग तो कुठे आहे?'' डेनीसनं विचारणा केली.

ॲडनारेलनं त्याचे पंख उंचावले, आणि सावकाश खाली आणले. त्यानं विचारलं, ''त्याला शोधायचा प्रयत्न करण्यासाठी तुम्ही काय करता आहात?''

टिग्लाचे वडील आणि भाऊ नोहाच्या तंबूत जाऊन त्याला भेटल्याचं जॅफेथला माहीत नव्हतं. त्यानं सांगितलं, ''आम्ही सगळेच त्याचा शोध घेतोय, पण आम्हाला कुठेही त्याचा काहीच सुगावा लागत नाहीये.''

ॲडनारेलनं त्या दोघांकडे निरखून पाहिलं... डेनीसच्या नजरेला नजर भिडवून, आणि जॅफेथकडे पाहताना मान खाली झुकवून...बुटकासा, सडपातळ आणि ताकदवान होता जॅफेथ.

जॅफेथ पुढे सांगू लागला, ''सँडीला लेमेकआजोबांविषयी माया, काळजी वाटते, त्याला त्याच्या भावाची काळजी आहे. अशा प्रसंगी असं निघून जाणं त्याच्या स्वभावातच नाहीये.''

''नेफिलिम,'' ॲडनारेल हळूच म्हणाला.

चिंतेमुळे हिगेयॉनची कंबर थरथरली. जॅफेथ म्हणाला, ''आम्हाला तीच काळजी वाटत होती. तरीपण ते लोक त्याला असं पूर्णपणे गायब करू शकणार नाहीत, हो ना?''

''ते लोक भ्रम निर्माण करण्यात अगदी वाकबगार आहेत. मरुवनाचा कुठलाही भाग ही दुसरीच कुठलीतरी जागा असल्याचा भ्रम ते कुशलतेनं निर्माण करू शकतात. त्यांना वास लपवता येतात. म्हणूनच हिगेयॉनचे हुंगून, वासावरून सँडीला शोधण्याचे प्रयत्न अयशस्वी ठरले,'' ॲडनारेल म्हणाला.

''पण तुला काय वाटतंय? कुठे असेल तो?'' चिंतेनं डेनीसचा आवाज चढत गेला.

''माझ्या मते, नेफिलिम लोकांनी मानवी स्वभावातल्या हव्यासाचा, लालसेचा वापर करून घेतलाय. मला दाट शंका आहे, मरुवनातल्या काही वाईट माणसांनी, त्याला पळवून नेलंय, आणि एखाद्या वापरात नसलेल्या तंबूत कैद करून ठेवलं असेल. ते लोक कदाचित टिग्लाच्या तंबूतले पुरुषसुद्धा असतील. आता ते एखाद्या खंडणीची मागणी करतील. त्या लोकांना फार हव्यास आहे सगळ्याचा. पण त्यांना जे हवं असतं, ते मिळवण्यासाठी कष्ट करण्याची तयारी मात्र नाहीये. अशा लोकांना लालूच दाखवून त्यांच्याकरवी जे हवं ते करून घेणं, नेफिलिम लोकांना फार सोपं पडलं असेल.''

पंखांची जोरदार फडफड ऐकू आल्यानं डेनीसनं वर पाहिलं. आकाशातून एक पेलिकन पक्षी झपकन खाली आला, आणि मग ॲलारिड त्यांच्या बाजूला

उभा राहिला. त्यानं सांगितलं, "नेफिलिम या जुळ्यांना घाबरतात." त्याचे चंदेरी पंख फडफडले.

जॅफेथनं विचारलं, "पण का? ते जुळे तर चांगले आहेत."

ॲलारिड आणि ॲडनारेलनं आपापल्या पंखांची टोकं एकमेकांना भिडवली. मग ॲडनारेल म्हणाला, "नेफिलिम लोकांना जे समजत नाही, त्या गोष्टींची त्यांना भीती वाटते. हिगेयॉननं हुंगतहुंगत सगळ्या मरुवनात शोध घेतला होता का?"

जॅफेथनं होकारार्थी मान डोलावली.

"अगदी दूरवरच्या टोकापर्यंत?" ॲलारिडनं विचारलं.

"हो."

"परत एकदा प्रयत्न करा. आता या वेळी, मरुवनाच्या लांबीच्या कडेकडेनं जात राहा, आणि सगळ्यांत दूरच्या टोकावर लक्ष केंद्रित करा. त्यांनी त्याला नोहाच्या तंबूपासून शक्य तेवढं दूर नेलेलं असेल."

"आणि ते लेमेकआजोबांच्या तंबूच्या दिशेनं नक्कीच गेले नसतील," ॲलारिडनं आणखी जास्त माहिती दिली.

हिगेयॉनची दोरीसारखी छोटीशी शेपूट जोरात हलली.

जॅफेथ म्हणाला, "आता सूर्य डोक्यावर आलाय. तो डेन इतक्या भर दुपारी मरुवन पार करू शकणार नाही, तसं केलं तर त्याला पुन्हा उष्माघाताचा त्रास होईल."

दोन्ही सेराफिम डेनीसला निरखून पाहू लागले. तो आधीच लालबुंद होऊन घामानं निथळत होता. "तू बरोबर सांगतोयस. तो डेन इथेच, लेमेकआजोबांच्या तंबूत थांबेल, आणि दुपारी आराम करेल. आमच्यापैकी एकजण त्याच्यासोबत इथे थांबू, म्हणजे जर..." ॲडनारेलनं वाक्य अर्धवटच सोडलं.

ॲलारिड म्हणाला, "आणि सूर्य मावळण्याआधी तो नोहाच्या तंबूत पोचेल, याची काळजी आम्ही घेऊ. तो सॅंड तुम्हाला सापडो किंवा न सापडो, तुम्ही त्या वेळेपर्यंत घरी पोचायला हवं."

हिगेयॉननं अधीरपणे सोंड उंचावून तुतारी फुंकली.

"आम्ही जातो," जॅफेथ म्हणाला. दोन्ही सेराफिमकडे बघत त्यानं त्यांना हलक्या आवाजात विचारलं, "तुम्हाला चिंता वाटतेय का?"

अतिशय गंभीरपणे दोघांनी होकार दिला.

• • •

कैद करून ठेवलेल्या अंधाऱ्या तंबूत सँडी झोपला होता. हवेत प्रचंड उष्मा होता. झोपलेला असला तरी त्याला सारखी जाग येत होती. अगदी निरर्थक स्वप्नं पडत होती त्याला. त्याच्या स्वप्नात टिग्ला त्याचे हातपाय करकचून बांधत होती आणि त्याच्या पुढ्यात खराब झालेलं नासकं मांस भरलेला वाडगा ढकलून देत होती. त्याच्या नाकपुड्या झोपेत वाकड्या झाल्या.

टिग्लाचा गंध नव्हता तो. बकरीच्या नासलेल्या मटणाचादेखील नव्हता. त्यानं डोळे उघडले. फक्त एक लहानशी काळी सावली दिसली त्याला. काहीतरी मऊमऊ त्याला हलकेच ढोसत होतं. त्यानं हात लांबवून चाचपलं, तर त्याच्या हाताला काहीतरी कणखर, वक्राकार आकार लागला. त्यानं हात तसाच चाचपडत वर नेला त्याच्या बोटांना खरखरीत स्पर्श झाला. हत्तीचा एक सुळा होता तो, टोकापाशी मोडलेला होता. अंधुक प्रकाशाला त्याचे डोळे हळूहळू सरावले आणि तो एक मॅमथ असल्याचं त्याला दिसलं. हिगेयॉन किंवा सेला नव्हता तो. ते दोन्ही मॅमथ खूप गोंडस होते. त्यांना पोटभर खाणं मिळत होतं, आणि छान तुकतुकीत सुळे होते त्यांचे. हा मॅमथ मात्र अगदी हडकुळा, उपाशी वाटत होता. दोरीसारखे केस होते त्याला आणि त्याचा एक सुळा अगदी टोकापाशी तुटला होता. दुसरा सुळा किंचित वरच्या बाजूला होता. तोच मॅमथ सोंडेच्या टोकानं सँडीला ढुशी देत होता.

त्या मॅमथला त्याच्याकडून काय हवं होतं किंवा त्याला काय सांगायचं होतं, सँडीला समजेना. त्याला सँडीला काहीही इजा करायची नव्हती, ही गोष्ट मात्र स्पष्ट होती. त्याचा एकूण आविर्भाव मैत्रीचाच होता. सँडी त्याच्या खरबरीत केसाळ डोक्यावरून हात फिरवू लागला, मग त्यानं त्याच्या हस्तिदंती सुळ्यांवरून हात फिरवला. त्या छोट्याशा प्राण्याला खूप मारझोड करण्यात आल्याचं अगदी स्पष्ट दिसत होतं, त्यावरून तो टिग्लाच्या तंबूतूनच इथे आला असावा, असं त्याला वाटलं. सोबत मिळाल्याबद्दल सँडीला बरं वाटलं. अगदी हडकुळा असला तरी हा मॅमथ रात्रीच्या वेळी उपयोगी पडू शकेल, असं त्याला वाटलं. अर्थात, प्रत्यक्ष पळून जाण्यासाठी किंवा नोहाचा तंबू शोधून काढण्यासाठी फारसा उपयोग झाला नसता म्हणा!

त्या मॅमथचे पंख्याच्या आकाराचे कान कुरवाळत सँडी त्याला म्हणाला, "आता जर माझ्याकडे एकशिंगी घोडा असता ना, तर मी इथून पळून जाऊ शकलो असतो," तो एकदम थांबला. मग म्हणाला, "ए... अरे, मला याआधी एकशिंगी घोड्याचं सुचलंच नाही रे! मुळात माझा त्यावर विश्वास नाहीये ना, म्हणून कदाचित नसेल सुचलं."

त्याला आठवलं, टिग्लाच्या वडिलांनी आणि भावानं डेनीसला कचऱ्याच्या खड्ड्यात फेकून दिलं होतं, तेव्हा त्यानं एकशिंगी घोड्याला बोलावलं होतं. त्या लोकांनी जवळजवळ मारून टाकलं होतं त्याला. एकशिंगी घोड्यांवर सहजगत्या विश्वास ठेवणं डेनीससाठीसुद्धा सोपं नव्हतं, पण ते करणं भाग पडल्यावर मात्र त्यानं ते केलं.

'तो अन् डेनीस खरोखरच महाप्रलयाच्या आधीच्या काळात येऊन पोचलेत, आणि नोहाच्या कुटुंबाशी, विशेषतः यलिथशी, त्यांचे इतके घट्ट भावबंध जुळले आहेत, की ते दोघे त्यांच्या कुटुंबाचाच घटक बनले आहेत, आणि आत्ता तो एका मॅमथला मायेनं कुरवाळतो आहे, या सगळ्या हास्यास्पद किंवा अवाच्या सवा गोष्टींवर जर सँडीचा विश्वास बसू शकतो, तर एकशिंगी घोड्यावर विश्वास ठेवणं इतकं अवघड का असेल? अगदी जरी त्या घोड्यांना ते आभासी घोडे म्हणत असले तरीही? त्याच्या आईचा आभासी कणांवर विश्वास आहे, आणि ती एक नोबेल पारितोषिकविजेती शास्त्रज्ञ आहे. हे नोबेल पारितोषिक तिला कल्पनातीत अशा अत्यंत सूक्ष्म कणांच्या शोधाबद्दल मिळालं आहे...' त्याच्या डोक्यात विचारांचं थैमान चालू होतं.

"ए, मी काय करू रे?" त्यानं त्या मॅमथला विचारलं. उत्तरादाखल तो सँडीला आणखीनच चिकटला.

जर सँडी तंबू सोडून एकटाच बाहेर पडला, तर ते तर त्याचीच वाट बघत बाहेर थांबले असतील. समजा, टिग्लाचे वडील आणि भाऊ तिथे नसले, तरी रोफोकेल तर नक्कीच असेल... आणि मग त्याला मारून टाकायला ते जराही मागे-पुढे पाहणार नाहीत. रात्रीच्या अंधाराचंसुद्धा फारसं संरक्षण मिळणार नाही, लखलखत्या ताऱ्यांचा उजेड मरुवनात पडेलच.

तो त्या मॅमथशी बोलू लागला, "खरा प्रश्न असा आहे, की एखादी गोष्ट मी स्वतः पाहिलेली नसेल, तर मी त्या गोष्टीवर विश्वास ठेवू शकत नाही...पण काही असलं तरी मी एकशिंगी घोडे पाहिले आहेत, आणि म्हणून मी त्यांच्यावर विश्वास ठेवू शकतो."

मॅमथनं सोंड लांबवून त्याच्या गालावर टेकवली. सँडीला त्याच्या अंतर्मनात ऐकू आल्यासारखं वाटलं, "काही गोष्टी बघता येण्यासाठी त्यांच्यावर विश्वास ठेवावा लागतो."

"एकशिंगी घोडा!" तो कुजबुजला आणि त्या मॅमथनं त्याची सोंड सँडीच्या तळव्यावर ठेवली. सँडी कुजबुजत म्हणाला, "एकशिंगी घोड्या, प्लीज मूर्त रूपात ये रे. प्लीज अस्तित्वात ये."

त्या तंबूतल्या अंधारात अचानक लखलखाट झाला आणि एक घोडा त्याच्या शेजारी थरथरत उभा असलेला दिसला.

"ओह, तू आहेस! खरंच धन्यवाद हं!" सँडी आवेगानं म्हणाला, आणि त्यानं एक हात पुढे केला. तो एकशिंगी घोडा चंदेरी पावलं टाकत त्याच्याजवळ आला, आपले निमुळते पाय दुमडून, सँडीच्या मांडीवर डोकं ठेवून आडवा झाला. त्याच्या शिंगातला प्रकाश त्या छोट्याशा हडकुळ्या मॅमथच्या अंगावर पसरला. त्यानंही डोकं उचलून आभार मानले. सँडीनं त्या घोड्याची चंद्रकिरणांसारखी रुपेरी मऊ आयाळ कुरवाळली "आता पुढे काय?" त्यानं त्या दोन पूर्णपणे वेगळ्या असलेल्या प्राण्यांना विचारलं.

घोड्याच्या शिंगातला प्रकाश चमचमला, पण दोघांपैकी कुणीही उत्तर दिलं नाही.

सँडी मनातल्या मनात घोड्याशी बोलू लागला, 'जर मला झोप लागली किंवा मी एकशिंगी घोड्यांवर विश्वास ठेवणं बंद केलं, तर तू अस्तित्वरूप सोडून देशील आणि माझ्यासोबत गायब होशील. डेनीसला घेऊन तू गायब झाला होतास ना, तसाच. आता मात्र माझा तुझ्यावर विश्वास बसलाय, आणि जोपर्यंत माझा विश्वास आहे, तोपर्यंत तू अस्तित्वात, म्हणजेच मूर्तरूपात असशील, हो ना?'

एकशिंगी घोड्यानं त्याचं तोंड त्याच्यावरून मायेनं फिरवलं.

कुजबुजत्या आवाजात सँडी म्हणाला, "मी जोपर्यंत तुझ्याबरोबर राहीन तोपर्यंत मी सुरक्षित असेन, असं मला वाटतंय. टिग्ला, तिचे वडील आणि भाऊ तुझ्याजवळ मुळीच येऊ शकणार नाहीत, याची मला पूर्ण खात्री आहे. त्यांनी जर तसा प्रयत्न केला तर तू अस्तित्वहीन होशील. मग अशा वेळेस तू मला आणि या मॅमथला तुझ्यासोबत गायब करशील का? मॅमथला आपल्यासोबत घेतलं नाही ना, तर ते त्याला पुन्हा मारहाण करतील. मग तू नेशील ना आम्हाला तुझ्यासोबत?"

हा जरासा भीतिदायक विचार होता. डेनीस दोनदा एकशिंगी घोड्यासोबत गायब झाला होता, तेव्हा सँडीनं त्याला त्या अनुभवाबद्दल विचारलं होतं. डेनीसनं सांगितलं होतं, की त्याला काहीच जाणवलं नव्हतं. सँडीला वाटलं, तेव्हा डेनीसला उष्माघाताचा त्रास होत होता आणि खूप तापही चढला होता. त्यामुळे कदाचित त्याला काही वेगळं जाणवलं नसेल. मग त्याला लेमेकआजोबांचं बोलणं आठवलं...का जॅफेथ म्हणाला होता ते?... त्याला सांगितलं होतं...एकशिंगी

घोड्यांनी आत्तापर्यंत कुणालाच वाळवंटात हरवू दिलेलं नाहीये.

त्यानं एक हात त्या एकशिंगी घोड्याच्या गळ्यात टाकला आणि दुसऱ्या हातानं मॅमथला कुशीत घेतलं. तो तसाच बसून राहिला. टिग्लाबरोबर जाण्यापेक्षा, किंवा स्वत:च एकट्यानं वाळवंटातून पळून जाण्यापेक्षा हा पर्याय कितीतरी चांगला होता.

ते दोन्ही प्राणी त्याला चिकटून बसले होते. तो त्यांना म्हणाला, ''बघितलं ना, जेव्हा काहीतरी करायची वेळ आली, तेव्हा काय करायला हवं, ते मला समजलं, आणि ते मी केलंही.''

त्यानं मॅमथला आणि त्या घोड्याला जवळ घेतलं, आणि तसंच धरून ठेवलं.

• • •

सगळे नेफिलिम गोळा झाले होते... गर्विष्ठ, उद्दाम... बोलताना आपापल्या प्राणिरूपी यजमानशरीरातून ये-जा करत होते.

डास असलेला रोफोकेल म्हणाला, ''त्या तंबूच्या सभोवती मी भ्रामक परिसर तयार केला आहे. खरंतर तो तंबू वाळवंटाच्या किनाऱ्यावर, मरुवनाच्या अगदी सगळ्यात अखेरच्या टोकाला आहे, पण भ्रम निर्माण केल्यामुळे तो वनराईनं, गुरांच्या कळपानं वेढलेला असल्यासारखा वाटतो.''

ड्रॅगन/सरडा असलेला एब्लिस म्हणाला, ''ते राक्षसरूपी जुळे एवढा त्रास घेण्याच्या लायकीचे आहेत का?''

रोफोकेलनं उत्तर दिलं, ''आपल्याला माहीत नसलेलं असं काहीतरी त्यांना माहीत आहे, असं मला वाटतं. टिग्लानं माझ्यासाठी पकडून आणलेल्याला मी प्रश्न विचारले, तर त्यानं उडवाउडवीची उत्तरं दिली.''

नागरूपी युजिएल म्हणाला, ''मला हवेत धोक्याची चाहूल लागते आहे. तारे मागे हटू लागले आहेत. मला माझ्या बाळाची काळजी वाटते.''

गिधाडरूपातला नामा म्हणाला, ''क्कीर्र... आपण एलसोबत न बोलण्याची निवड केली आहे. आपण तो आवाज कधीही न ऐकण्याची निवड केली आहे. त्याचं अस्तित्व नाकारून कधीही न बोलण्याची निवड केली आहे.''

उंदीर असलेला एरट्रॅएल म्हणाला, ''आपण सेराफिम लोकांना विचारू शकतो.''

''नाही हं, कधीच नाही,'' झुरळरूपी एस्टॅइल म्हणाला.

''पण ते अजूनही एलसोबत बोलत असतात. तारेही त्यांच्याशी बोलतात,''

एरट्रॅएल म्हणाला.

"मला ताऱ्यांचं बोलणं ऐकण्यात मुळीच रस नाहीये, मी त्यांची पर्वा करत नाही," सुसररूपातला एयशेथ म्हणाला.

लाल मुंगीरूपी रुमजल म्हणाला, "ते तारे आपण संकटात सापडलो आहोत की नाही, हे आपल्याला कदाचित सांगतीलही."

"अरे, आपल्याला कसला धोका? आपल्याला अमरत्व प्राप्त झालेलं आहे," एब्लिस म्हणाला.

"तो आपण पकडलेला आहे ना, त्यानं मला तो मर्त्य मानव असल्याचं सांगितलं. अर्थात, त्याच्यावर विश्वास ठेवायचा असेल, तरच ते खरं मानू या," रोफोकेल म्हणाला.

गिधाडरूपी नामानं त्याच्या चोचीतून खटखट आवाज काढला. "आता लवकरच आपल्याला खूप खायला मिळणार आहे, मला वास येतोय तसा."

"कसं? काय होणार आहे?" रोफोकेलनं प्रश्न केला.

ड्रॅगन/सरडा असलेल्या एब्लिसनं विचारलं, "तो नोहा काय बांधतो आहे ते मला कुणी सांगेल का?"

"चांगला प्रश्न आहे," गोगलगाय रुमएलनं म्हटलं.

किंचाळल्यासारखं हसून रोफोकेल म्हणाला, "एक ज़हाज! माझ्या टिग्लानं असंच सांगितलंय मला. तो एक जहाज बांधतोय!"

"जहाज? तो कशासाठी जहाज बांधेल?" एयशेथनं विचारलं.

अळीरूपातल्या रग्झिएलनं विचारलं, "आपल्याला माहीत नसलेलं असं काहीतरी त्या जुळ्या राक्षसांनी नोहाला सांगितलं असेल का?"

रोफोकेल म्हणाला, "आपल्याला त्यांचा नायनाट करायची गरज आहे. ते इथे आल्यापासून सगळंच बदलून गेलंय."

"हो रे! नोहानं त्याच्या बाबांशी समेट केला. क्क्कीर्र," नामा म्हणाला.

"आणि लेमेकचा मृत्यू झाला," झुरळरूपी एस्टॅइलला ते पटलं.

एब्लिस सांगू लागला, "माझ्या सुंदर यलिथला माझ्यापेक्षा ते छोटे राक्षस जास्त आवडायला लागले आहेत. त्यांच्यात नक्कीच काहीतरी अनोखी शक्ती असणार. त्यामुळेच ती मला सोडून त्या मऊ कातडीच्या, पंख नसलेल्या प्राण्यांकडे आकर्षित झाली आहे."

"आणि तो नोहा जहाज बांधतोय," रोफोकेलनं भर घातली.

"अन् ती मॅट्रेड सतत रडत असते," लाल मुंगीरूपी रुमजल म्हणाला.

युजिएलनं सुचवलं, "ते...ते छोटे राक्षस... खरोखरच मर्त्य मानव आहेत की नाहीत, हे आपण शोधून काढायला हवं."

पुन्हा किंचाळल्यासारखं हसून रोफोकेल म्हणाला, "तेच शोधून काढायचं काम, टिग्लाचे वडील आणि भाऊ करतीलच की आपल्यासाठी!"

• • •

सरतेशेवटी हिगेयॉनला सँडीला कैद करून ठेवलेला तंबू सापडला, एकशिंगी घोडा तिथे असल्यामुळेच त्याला तो तंबू सापडला होता. रोफोकेलच्या भ्रामक जाळ्याच्या ताकदीमुळे तो तंबू खरोखरच मरुवनाच्या मध्यावर असल्याचा भास होत होता. त्याशिवाय सँडीचा अंगगंधही बदलून टाकलेला होता. एकशिंगी घोडा मात्र भ्रामक जाल तयार केल्यानंतर तिथे आला होता. हिगेयॉननं हुंगून वास घेतला. त्याला चंदेरी गंध जाणवला आणि प्रकाशाचा वासही आला. त्यानं जॅफेथला हळूच ढुशी दिली.

बिचकतबिचकत जॅफेथनं तंबूचा पडदा ढकलला. कलत्या दुपारचा पुरेसा उजेड छपराच्या भोकातून येत असल्याने त्याला सँडी आणि एकशिंगी घोडा लगेचच दिसले. त्या दोघांची डोकी एकमेकांना मायेनं भिडली होती. सँडीच्या हाताखाली तो हडकुळा मॅमथ फक्त काळ्या सावलीसारखा दिसत होता.

"सँड!"

सँडीनं डोळे उघडले. "जे!"

त्याला मिठीत घेण्यासाठी जॅफेथ घाईघाईनं पुढे येऊ लागला, आणि अकस्मात थांबला... जणू एखादा अदृश्य अडथळा असल्यागत... घोड्याच्या शिंगातला प्रकाश आणखी तेजस्वी झाला.

हिगेयॉनही जॅफेथच्या मागोमाग तंबूत आला आणि बूड टेकून खाली बसला. सँडीला चिकटून बसलेला तो हडकुळा मॅमथ दिसल्यावर त्याला खूप आश्चर्य वाटलं. सँडीच्या कुशीतला मॅमथ घाबरून डोळ्यांची उघडझाप करत होता.

सँडीनं त्याला आणखी जवळ घेतलं. तो त्याला म्हणाला, "घाबरू नकोस, सगळं ठीक आहे. तुला कोणीही दुखापत करणार नाहीये." मग त्यानं जॅफेथला विचारलं, "ए 'जे', तू मला कसं शोधून काढलंस?"

"तू ठीक आहेस ना?" जॅफेथनं काळजीनं विचारलं.

"हो हो, मी ठीक आहे; पण टिग्लाचे वडील अन् भाऊ मला मारून टाकणार आहेत रे..."

जॅफेथ त्याच्या लहानशा धनुष्यावर बोटं टेकवत म्हणाला, "नाही. नाही हं सँड."

“आणि बघ ना, त्यांच्या या मॅमथचे किती हाल केलेत त्यांनी.” सँडी चिडून म्हणाला. “त्यांनी त्याची उपासमार केली आणि त्याचे सुळेही तोडलेत.”

“हो हो, ठीक आहे,” जॅफेथ घाईघाईनं बोलू लागला. “आपण त्याला आपल्यासोबत घेऊन जाऊ. आत्ता मात्र आपण घाई करायला हवी, ते लोक परत इथे येण्याआधी आपण इथून निघून गेलेलं जास्त चांगलं.”

“मला वाटतं, मी जोवर या घोड्यासोबत आहे, तोपर्यंत मी सुरक्षित असेन. ते लोक जवळ येऊच शकणार नाहीत,” सँडी म्हणाला.

हसत जॅफेथ म्हणाला, “मीसुद्धा येऊ शकलो नाही.” तो सँडीकडे अन् त्या एकशिंगी घोड्याकडे एकटक पहात राहिला. मग त्यानं विचारलं, “सँड, तुला आठवतंय का... मी तुला अन् डेनला वाळवंटात पहिल्यांदा भेटलो होतो... आणि मग आपण तेव्हा एकशिंगी घोड्यांना बोलावलं होतं... आणि मग तो डेन गायब झाला होता?”

“हो, अर्थातच आठवतंय.”

“मग आता तूसुद्धा घोड्यासोबत गायब होऊ शकणार नाही का?”

सँडी एक सुस्कारा टाकून म्हणाला, “हे बघ ‘जे’, आता माझा एकशिंगी घोड्यावर पूर्ण विश्वास बसला आहे.”

त्या हडकुळ्या अस्वच्छ मॅमथनं आपले कान टवकारले आणि तो रडक्या आवाजात कुरकुर करायला लागला. तंबूच्या दाराचा पडदा जोरात फटकन बाजूला सारला गेला. त्या क्षणी हिगेयॉन ताडकन उठून उभा राहिला, आणि जॅफेथनं गरकन वळून दाराकडे पाहिलं. दोन बुटकीशी धट्टीकट्टी माणसं आत आली. त्यांच्या हातात भाले होते. ते टिग्लाचे वडील आणि भाऊ होते.

“अरे बापरे, हे काय चालू आहे इथे?” त्यांच्यापैकी वयानं मोठ्या माणसानं विचारलं.

“एकशिंगी घोडा!” लहान वयाचा माणूस उद्‌गारला. “आणि नोहाच्या मुलांपैकी एक मुलगा! बरं बरं!” तो सँडी आणि एकशिंगी घोड्याच्या दिशेनं पुढे गेला आणि अचानक अडखळून त्यानं श्वास आत ओढला. “ए... तू रे...छोट्या राक्षसा, चल ये इकडे. आम्हाला तू हवा आहेस,” तो ओरडला.

“सॉरी, तू मला पकडू शकणार नाहीस,” त्यानं एकदा जॅफेथकडे आणि एकदा त्या दोन माणसांकडे नजर टाकली. किती लहानखुरे आहेत ते... त्याला पुन्हा एकदा नवल वाटलं. टिग्लाच्या वडिलांच्या पायांना धनुकलीसारखा बाक होता, त्यामुळे ते आणखीनच बुटके वाटत होते. त्यांनी त्याला विषारी बाण मारून पकडलं यात काहीच नवल नव्हतं. प्रत्यक्ष समोरासमोर झगडले असते तर ते त्याला पकडू शकलेच नसते.

जॅफेथचा प्रसन्न चेहरा रागानं वेडावाकडा झाला. तो ओरडला, 'तुम्ही आत्तापर्यंत खूपच हानी पोचवली आहे. बाहेर निघून जा इथून.''

तो तंबू इतका लहानसा होता, की ती तीन छोटीशी माणसं अगदी जवळजवळ उभी होती. घोड्याभोवती आणि त्या मॅमथभोवती हात टाकून बसलेला सँडी, त्या लोकांच्या वासामुळे मागे सरकत तंबूतून बाहेर पडता येईल एवढ्या अंतरावर होता.

''जा रे तू फडतूस माणसा... तुझं तळपट होईल,'' टिग्लाचा भाऊ म्हणाला.

जॅफेथनं पटकन सँडीकडे नजर टाकली, आणि अतिशय झपाट्यानं त्यानं त्याच्या भात्यातला एक बाण काढून तो सँडीच्या दंडात खुपसला.

टिग्लाचे वडील आणि भाऊ अत्यंत रागानं आणि आश्चर्यानं ओरडले. तिच्या वडिलांनी तर गर्जना केली, ''हे काय झालं?''

ज्या ठिकाणी सँडी, तो घोडा आणि मॅमथ होते, तिथे आता फक्त गलिच्छ कातड्यांचा ढीग पडला होता.

जॅफेथनं शांतपणे उत्तर दिलं, ''ते एकशिंगी घोड्यासोबत गायब झाले आहेत.''

हताश होऊन ते दोघे मोठ्यानं ओरडले. टिग्लाचे वडील म्हणाले, ''त्याला परत बोलव.''

''नाहीतर आम्ही तुला मारून टाकू,'' तिच्या भावानं धमकी दिली.

''मला मारून तुमचा काय फायदा होणार? तो सँड तुम्हाला माझ्याशिवाय परत मिळणारच नाही,'' जॅफेथ म्हणाला.

टिग्लाचा भाऊ घशातल्या घशात गुरगुरला, आणि त्यानं भाला उगारून जॅफेथकडे झेप घेतली. त्या क्षणीच हिगेयॉननं त्या दोघांच्या मध्ये उडी मारली आणि त्यामुळे तो लाल दाढीवाला भाऊ तोल जाऊन जमिनीवर कोसळला. तो त्याच्या वडिलांवर चिडून ओरडला, ''तुम्ही त्याला का थांबवलं नाही?''

''मी? अरे, मी काय करू शकणार होतो?''

''तुम्ही त्याला एकशिंगी घोड्यासोबत गायब होऊ दिलं. आणि आपला मॅमथही गायब झालाय.''

टिग्लाचा भाऊ धडपडत भाला उचलून उभा राहिला. तो म्हणाला, ''मग तुझ्या वडिलांच्या द्राक्षांच्या बागा दे आता आम्हाला.''

''नाही,'' असं म्हणत जॅफेथनं बाणांकडे हात नेला.

पण टिग्लाच्या म्हाताऱ्या बापानं भाला घेऊन त्याच्यावर झडप घातली. जॅफेथ अगदी चपळाईनं बाजूला झाला, पण तरी त्या भाल्यानं त्याच्या बरगड्यांपाशी जखम केलीच. रक्ताचा एक ओघळ त्याच्या कमरेवर वाहात आला.

प्रचंड संतापून हिगेयॉननं चीत्कार करत त्याच्यावर झेप घेतली.

तरीही भाला घेतलेल्या दोन माणसांशी लढणं जॅफेथ आणि हिगेयॉनसाठी अवघड जात होतं. जॅफेथनं जखम झालेली जागा आवळून धरली. हिगेयॉन पुन्हा झेपावला पण टिग्लाच्या भावानं खुनशीपणे त्याला लाथ मारली.

तेवढ्यात अचानक एक गर्जना ऐकू आली. "भूक लागली!" आणि त्या गर्जनेसोबतच मँटिकोरनं तंबूत त्याचं तोंड घुसवलं. "भूक लागली!"

"जा... इथून दूर जा," टिग्लाचे वडील ओरडले.

प्रचंड धास्तावलेला हिगेयॉन मागे सरकू लागला. तो त्या तंबूच्या कातडी भिंतीवर आपटला, तंबू हादरला. हिगेयॉनपर्यंत पोचायच्या प्रयत्नात असलेल्या जॅफेथला जाणवलं, की कातड्याचा तंबू उभारताना त्याचं कातडं नीट जमिनीत खुंट्या ठोकून पक्कं बसवलं नव्हतं. लेमेकआजोबा आणि नोहा ज्या प्रकारे व्यवस्थितपणे तंबू उभारत असत, त्या प्रकारे तंबू उभारायची कोणीही तसदी घेत नसे.

"पळ रे हिग... पळ!" जॅफेथनं फर्मावलं आणि हिगेयॉन मागे सरकून तंबूबाहेर निसटला.

"भूक लागली!" आता त्या मँटिकोरच्या चेहऱ्यामागोमाग त्याचं सिंहाचं शरीर आणि विंचवासारखी शेपूटदेखील तंबूत घुसली.

तंबूच्या दारापासून जॅफेथ त्या दोघांपेक्षा जरा लांब होता. त्यानं भात्यातून एक बाण काढला आणि पिटुकल्या धनुष्याने तो बाण मँटिकोरच्या दिशेनं मारला. तो बाण मँटिकोरच्या कपाळाला लागला.

"भूक लाग..." झेप घेऊन ओरडत असतानाच तो मँटिकोर बेशुद्ध होऊन टिग्लाच्या बाबांच्या अन् भावाच्या अंगावर कोसळला.

अतिशय चपळाईनं जॅफेथ गुडघ्यांवर खाली बसला आणि हिगेयॉन जिथून बाहेर गेला होता, तिथलं तंबूचं कातडं वर करून तोही रांगत तंबूबाहेर पडला.

हिगेयॉन त्याची वाट बघत बाहेरच थांबला होता. तो अत्यंत घाबरल्यामुळे रडके आवाज काढत होता; पण तरी जॅफेथला सोडून जायला तयार नव्हता तो.

"पळ," जॅफेथ बाहेर येऊन उभा राहिला आणि त्याच्याकडे बघून ओरडला. दोघे धावायला लागले. मागे न बघता धावत सुटले, वाळवंटात आले, आणि अचानक रोफोकेलनं पसरलेलं मायावी जाल भंगलं. ते नेमके कुठे आहेत हे जॅफेथला ताबडतोब समजलं. ते लेमेकआजोबांच्या तंबूच्या विरुद्ध दिशेला, मरुवनाच्या अखेरच्या टोकापाशी होते. त्याच्या कमरेतून रक्त वाहात होतं,

पण ते त्याच्या लक्षातच आलं नाही. घराच्या दिशेनं धावत सुटले ते दोघे.

उंट असलेला ॲडमिएल, जिराफरूपी ॲडनाचिएल, आणि घुबडाच्या रूपातला ॲक्ट्रिएल आपापल्या जागा सोडून, वाळवंटातून जॅफेथ आणि हिगेयॉनच्या मागोमाग धावत सुटले.

जॅफेथ आत्तापर्यंत एवढ्या जास्त वेगानं कधीच धावला नव्हता. अत्यंत वेगानं धावणाऱ्या जॅफेथला अचानक चक्कर येऊ लागली. त्याच्या डोळ्यांसमोर अंधारी आली, सगळा आसमंत अस्पष्ट होत गेला. तो हळूच वाळूवर कोसळला. हिगेयॉननं त्याचा वेग कमी करण्यासाठी एका खडकावर आपले पाय घट्ट रोवले.

उडतउडत त्यांच्या मागोमाग येणारा ॲक्ट्रिएल झपकन जमिनीवर आला, आणि त्यानं आपलं सेराफरूप धारण केलं. तो म्हणाला, "त्याच्या अंगातून बरंच रक्त वाहून गेलंय. अजूनही रक्त वाहतंच आहे."

जिराफरूपी ॲडनाचिएलनं मान खाली वाकवून जॅफेथची जखम निरखून पाहिली. मग तो जखमेपर्यंत पोचता यावं म्हणून त्याच्याजवळ बसला. तो ती जखम जिभेनं काळजीपूर्वक चाटू लागला.

उंट असलेला ॲडमिएल दौडत दौडत निघून गेला.

हिगेयॉन, रडवेले आवाज काढत, जॅफेथच्या आणि जिराफाच्या शेजारी ठिय्या मारून बसला. भाल्याच्या वारामुळे वेडंवाकडं कापलं जाऊन जखम झाली होती. ॲडनाचिएल ती जखम अगदी काळजीपूर्वक चाटून स्वच्छ करत राहिला.

ॲडमिएल एक निवडुंगासारखं दिसणारं, लव असलेलं पान घेऊन आला. त्यानं ते पान जॅफेथच्या जखमेवर हलकेच दाबून धरलं, अगदी रक्त थांबेपर्यंत ते पान तसंच दाबून धरलं.

जॅफेथनं थरथरत डोळे उघडले. सेराफिम त्यांच्या यजमानप्राणिरूपातून बाहेर पडून, त्यांच्या मूळ सेराफरूपात आल्याचं त्याला दिसलं.

सुजाण डोळे असलेला ॲक्ट्रिएल त्याला म्हणाला, "तू अगदी ठीक आहेस हं. खूप रक्त वाहून गेलंय, तो भाला घाणेरडा असणारच, पण ॲडनाचिएलनं तुझी जखम स्वच्छ धुतली आहे. ॲडमिएलनं रक्त वाहणं थांबवलं आहे."

"आणि तू खूप वेगानं धावलास हं," ॲडनाचिएलनं मान डोलवत म्हटलं.

"हिग..."

हिगेयॉननं जॅफेथच्या हाताला सोंडेच्या टोकानं हळूच स्पर्श केला.

"सँड?"

ॲडनाचिएलनं विचारलं, "काय घडलं?"

"मी त्याला एकशिंगी घोड्यासोबत पाठवून गायब केलं," उठून बसायचा प्रयत्न करत जॅफेथनं सांगितलं.

ते आवडून ॲडमिएलनं मान डोलावत म्हटलं, "ते चांगलं केलंस तू."

"आता आपण सँडला परत बोलवूया का?" जॅफेथनं विचारलं.

"ते आणखी चांगलं," ॲडनाचिएल म्हणाला.

ॲडमिएलनं हिगेयॉनला अदबीनं विचारलं, "तू बोलावतोस? का मी बोलावू?"

"दोघेही," ॲडनाचिएलनं अधिकारवाणीनं सांगितलं.

क्षणभर सूर्यासारखा तेजस्वी प्रकाश लखलखला, सगळ्यांचे डोळे दिपले आणि एकशिंगी घोडा प्रकट झाला. त्याच्या गळ्यातली सँडीच्या हाताची मिठी सैलावली आणि तो घरंगळून वाळूवर खाली पडला. त्याच्यासोबत तो मरतुकडा मॅमथही खाली कोसळला.

जॅफेथनं सांगितलं, "मी माझ्या एका बाणाचा प्रयोग त्याच्यावर केला होता...पण त्याचा परिणाम फार काळ टिकणार नाही..."

सँडीनं डोळ्यांची उघडझाप केली, आणि मग तो उठून बसला.

ते तिन्ही सेराफिम जॅफेथ, सँडी आणि दोन मॅमथ यांच्याकडे आळीपाळीनं बघत उभे राहिले.

एक मोठ्ठा श्वास घेऊन सँडी म्हणाला, "धन्यवाद हं, 'जे'! खरंच खूप खूप धन्यवाद रे!"

जॅफेथनं लाजून खांदे उडवले.

"ए... अरे, पण तुला काय झालं? तुला तर जखम झाली आहे," सँडीनं विचारलं.

"मी ठीक होईन रे! सेराफिमनं माझी जखम स्वच्छ केलीय," जॅफेथनं त्याला दिलासा देत सांगितलं.

ॲडमिएलनं आदेश दिला, "घरी जा आता. सँडी, तू जॅफेथला मदत कर. त्याला कळत नाहीये, पण तो चांगलाच अशक्त झालाय."

"पण काय झालं? जखम कशी झाली तुला?" सँडीनं विचारलं.

मोठ्यानं हसून जॅफेथ म्हणाला, "मी मॅटिकोरचे आभार मानीन, असं मला कधीही वाटलं नव्हतं; पण आत्ता मला खरंच त्याचे आभार मानावेसे

वाटतात. तो तंबूचा पडदा ढकलून आत घुसला नसता, तर त्या लोकांनी मला मारूनच टाकलं असतं.''

तो लहानसा मरतुकडा मॅमथ सँडीला चिकटला. सँडीनं त्याला सांगितलं, ''ठीक आहे रे... आम्ही तुला कधीच परत पाठवणार नाही हं. ए, पण त्या लोकांचं पुढे काय झालं?''

जॅफेथनं खांदे उडवले.

''मला वाटतंय, काहीच नाही,'' ॲर्क्ट्रिएल म्हणाला, 'मी त्या मँटिकोरला रडत पळून जाताना पाहिलं. तो भूक लागल्याचं ओरडत रडत पळत होता. त्याच्या कपाळावरचा बाण गळून पडताना पाहिलं मी.''

जॅफेथ पुन्हा हसला. तो म्हणाला, ''मला त्या मँटिकोरबद्दल वाईट वाटतंय बहुधा.''

''ए, आता मात्र घरी जा हं,'' ॲडमिएल घाई करू लागला. ''जॅफेथला काहीतरी खाऊन आराम करण्याची गरज आहे.''

''आणि एकशिंगी घोडा? तुझं काय रे?'' सँडीनं विचारलं.

तो घोडा एखाद्या ज्योतीसारखा फडफडत हळूहळू विरून गेला... दिसेनासा झाला.

जॅफेथनं सांगितलं, ''आपल्याला त्यांची गरज उरली नाहीये, ही गोष्ट एकशिंगी घोड्यांना आपोआप कळते.''

तो एकशिंगी घोडा जिथे उभा होता, तिथे हवेत फक्त जरासं चमचमत होतं, चंद्रकिरणांचा आणि चांदीचा वास दरवळत होता.

• • •

त्या संध्याकाळी सगळे नोहाच्या भल्यामोठ्या तंबूत एकत्र जमा झाले होते. जॅफेथ मऊ कातड्यांच्या एका ढिगावर आडवा पहुडला होता. मॅट्रेड सतत जातीनं त्याच्यावर लक्ष ठेवत होती. जरासा निस्तेज दिसत होता तो, पण हसतहसत मॅट्रेडनं बनवलेलं पौष्टिक सूप पीत होता. ती ते सूप पिण्याचा त्याला सतत आग्रह करत होती.

त्या उपासमार झालेल्या मॅमथला भरपूर खाऊ घातलं होतं, तो हिगेयॉन आणि सेलाबरोबर झोपला होता.

संकटातून सुटका झाल्याने सँडी अन् डेनीस एकमेकांकडे बघून सारखे हसत होते. सँडी पुन्हापुन्हा जॅफेथ आणि हिगेयॉनचं कौतुक करत होता. ''हिगेयॉननं हुंगतहुंगत मला वासावरून शोधून काढण्याची कल्पना खरंच फार मस्त होती

हं... नाहीतर माझं काय झालं असतं, मला नाही माहीत.''

ॲना मात्र चांगलीच शरमली होती. नरमाईच्या सुरात ती म्हणाली, ''मला खरंच इतकी लाज वाटते आहे ना. माझे बाबा आणि भाऊ... आणि माझी बहीणसुद्धा... त्यांनी असा प्रयत्न केला ... मला तर वाटलं, तिला सँड आवडतो... मला खरंच कळत नाहीये, एकाएकी काय संचारलं त्या सगळ्यांच्या अंगात! ए, तू मला माफ करू शकशील का रे?''

''अगं मुली, ते तू केलं नव्हतंस,'' नोहा हळूच म्हणाला.

''अहो, पण त्यांनी तुमच्यावर द्राक्षमळे देऊन टाकायची जबरदस्ती करण्याचा प्रयत्न केला की! त्यासाठी सँडला ठार मारण्याची धमकी दिली आणि जॅफेथला...''

''आता त्या गोष्टीवर जास्त विचार करू नकोस,'' मॅट्रेड म्हणाली. तिनं ओहोलिबामानं दिलेलं मलम जॅफेथच्या जखमेवर हलकेच लावलं.

''आता धोका टळला आहे का? का ते दुसरं काहीतरी करायचा प्रयत्न करतील? ॲना, मी तुझ्या बाबांबद्दल किंवा भावाबद्दल बोलत नाहीये हं! मी नेफिलिम लोकांबद्दल बोलतेय,'' इलिशेबानं मनातला प्रश्न विचारला.

कुणीही उत्तर दिलं नाही.

सँडीला आणखी सूप हवं होतं, म्हणून त्यानं त्याचा वाडगा पुढे केला. तो म्हणाला, ''टिग्लानं माझ्यासाठी बनवलं होतं, त्यापेक्षा खूपच चांगलं आहे हं हे... तिनं बनवलेलं ताजं असलं तरी वाईटच होतं. मी ते कसं खाऊ शकलो, मलाच नवल वाटतंय.'' मग तो म्हणाला, ''त्या रोफोकेल नावाच्या नेफिलनं टिग्ला आणि तिच्या वडिलांचा, भावाचा वापर करून घेतला होता. ते चांगले लोक नाहीयेत... माफ कर ॲना... पण मला तरी वाटतंय, की माझं अपहरण करायचा विचार त्यांना स्वत:ला मुळीच सुचला नसता. तसा विचारही त्यांनी केला नसता. जर त्या नेफिलिमना मला अन्‌ डेनीसला पकडायचंच असेल, तर ते नक्कीच दुसरं काहीतरी करतील.''

''अरे, पण ते तुमच्या मागे का लागले आहेत?'' जॅफेथनं विचारलं.

सँडीनं त्याचा वाडगा चाटूनपुसून स्वच्छ केला. तो म्हणाला, ''आम्ही मूळचे इथले रहिवासी नाही आहोत, हे त्यांना कळलंय.''

नोहानं दाढीतून बोटं फिरवत म्हटलं, 'पण तुम्ही दोघंही इथले आहातच रे! हट्टी असणं हे शौर्याचं लक्षण नाहीये, ही गोष्ट मला त्या डेननं समजावली.''

त्यातच मॅट्रेडनंही भर घातली, ''आणि तुम्ही दोघांनी लेमेकआजोबांच्या अखेरच्या काही पौर्णिमा आनंदी आणि सुखावह केल्या.''

नोहाचे डोळे पाण्यानं भरून आले. ''तुम्ही दोघं त्यांच्या स्वत:च्या नातवंडांसारखे वागलात त्यांच्याशी. तुमच्या मदतीशिवाय ते त्यांच्या तंबूत

एकटे राहू शकले नसते. तुम्ही आमचे खूप लाडके जुळे आहात.''

तळव्याच्या पालथ्या बाजूनं डोळे पुसत मॅट्रेड म्हणाली, ''अच्छा? आणि मग तरीही त्या जहाजावर या मुलांसाठी जागा नाहीये, असं तुम्ही सांगितलं होतं.''

डेनीस पटकन म्हणाला, ''काही काळजी करू नका. जहाजावर आमच्यासाठी जागा नसेल, हे आम्हाला माहीत आहे. ते नेफिलिम आमच्याबद्दल जे बोलतात, ते अगदी सगळंच चुकीचं नसतं.''

सँडी म्हणाला, ''पण आम्हाला ते जहाज बांधण्यासाठी मदत करायला नक्कीच आवडेल. तुमच्यासाठी निदान तेवढंतरी केल्याचा आनंद मिळेल आम्हाला. तुम्ही सगळे आमच्याशी खूप मायेनं, आपुलकीनं वागला आहात.''

यलिथ आणि ओहोलिबामा एकमेकींजवळ हात धरून बसल्या होत्या. ओहोलिबामा म्हणाली, ''अजून बराचसा वेळ आपण एकत्र घालवू शकतो. ते जहाज पूर्ण व्हायला आणखी कमीतकमी दोन पौर्णिमा लागतील. आपली मनं जुळली आहेत ना, आपण सगळे एकमेकांपासून कधीही पूर्णपणे अलग होऊ शकणार नाही...''

जॅफेथ म्हणाला, ''ज्याप्रमाणे आपण लेमेकआजोबांपासून पूर्णपणे अलग होऊ शकत नाही ना, अगदी तसंच.''

यलिथनं मान डोलावली. डोळ्यात येऊ पाहणारे अश्रू मागे परतवले. सँडी अगदी सुखरूपपणे त्यांच्याकडे परत आला होता. जॅफेथ जखमी झाला होता, पण तो ठीक होण्याची खात्री होती. आता आसवं गाळत बसायला वेळ नव्हता.

डेनीसनं सँडीकडे बघून मान हलवली. तो म्हणाला, ''लेमेकआजोबांचा मृत्यू झाला ना, त्या रात्री ... खरंच किती दिवस उलटून गेल्यासारखं वाटतंय ना... तेव्हा नोहा तंबूमध्ये गेलेला असताना, सँडीची वाट बघत मी अन् हिगेयॉन बाहेर ताऱ्यांखाली बसलो होतो.'' त्याला पुढे बोलताना जरा संकोच वाटू लागला, पण तरीही तो बोलू लागला, ''ज्या क्षणी लेमेकआजोबांचं निधन झालं, त्या क्षणी ताऱ्यांनी आपले श्वास रोखून धरले होते. त्यावरूनच मला कळलं होतं. मग ॲडनारेल आमच्याजवळ आला. त्याला हिगेयॉनचं सगळंच समजत असतं म्हणून, आणि मला गरज भासली म्हणूनही तो तिथे आमच्याजवळ आला. त्यानं आम्हाला 'घाबरू नका' असं सांगितलं. मग त्यानं पुन्हा स्कॅरब किड्याचं रूप धारण केलं आणि हिगेयॉनच्या कानावर जाऊन बसला...इतर सेराफिमबरोबर गेला नव्हता तो. आजकाल मात्र तो इतर सेराफिमसोबतच असतो.''

क्षणभर शांतता पसरली. मग नोहा वाइनची नवी कातडी पखाल उघडत म्हणाला, "तुम्हा सगळ्यांवर माझं इतकं जास्त प्रेम आहे ना...शब्दांत सांगू शकणार नाही मी. माझ्या लाडक्या जुळ्यांनो, तुम्ही आमच्याकडे आलात याचा आम्हाला खूप आनंद झालाय. आता तुम्ही इथून निघून जाण्याची वेळ जवळ आली आहे, हो ना?"

सॅंडीनं ठामपणे सांगितलं, "आम्ही आधी तुमचं जहाज बांधायला मदत करू, त्याआधी नाही जाणार."

• • •

सॅंडी आणि डेनीस त्या मोठ्या तंबूतच राहू लागले. त्यांना नोहा अन् मॅट्रेडच्या समोरच्या बाजूला झोपायला स्वतंत्र जागा करून दिली होती. झोपण्यासाठी स्वच्छ कातडीही दिली होती. हिगेयॉन आणि सेला त्या लहानशा मॅमथसोबत झोपत असत. आता भरपूर खायला मिळू लागल्यावर त्याची हाडं तितकीशी ठळकपणे उठून दिसत नव्हती, आणि त्वचाही तुकतुकीत दिसायला लागली होती.

• • •

डेनीसला जाग आली. तंबूमध्ये मिट्ट काळोख पसरला होता. आजूबाजूला मंद स्वरातलं घोरणं ऐकू येत होतं. खास वाळवंटातले रात्रीचे आवाजही ऐकू येत होते. त्यानं सॅंडीला ढोसलं, आणि विचारलं, "तू जागा आहेस का रे?"

"बऱ्यापैकी."

"आता पुढे काय?"

सॅंडीनं चुळबुळ करून कूस पालटली. तो म्हणाला, "आपण नोहाला जहाज बांधण्यासाठी मदत करू या."

"आणि त्यानंतर?"

सॅंडी आता पूर्ण जागा झाला. तो डेनीसजवळ सरकून त्याच्या कानात कुजबुजला, "आपण क्वांटम लीप घेऊ."

"आणि ते आपण कसं करणार आहोत?"

"त्या घाणेरड्या तंबूवजा तुरुंगात असताना, मी आणि त्या मॅमथनं एकशिंगी घोड्याला मूर्त रूपात बोलावलं होतं ना, तेव्हाच मला हे सुचलं. नेफिलिम लोक ही पृथ्वी सोडून जाऊ शकत नाहीत, पण सेराफिम मात्र जाऊ शकतात."

"सगळ्यांत महत्त्वाचा प्रश्न म्हणजे... आपण जाऊ शकू का? किंवा

आपण या काळातून निघून आपल्या स्वत:च्या काळात जाऊ शकू?'' डेनीसला प्रश्न पडला. तो पुढे म्हणाला, ''मला आता पुन्हा चुका करून कुठेतरी मध्ययुगात, किंवा सरळ ३००३ या वर्षात जाऊन धडकायचं नाहीये.''

''मला ॲडनारेलशी याबद्दल पुन्हा एकदा बोलावं लागणार आहे.''

''म्हणजे? तू याआधी बोलला होतास त्याच्याशी?''

''थोडंसं. आपण इथे पहिल्यांदा आलो होतो ना, तेव्हा. मला वाटतंय, आपण एकशिंगी घोड्यांना बोलावू, त्यांच्यावर स्वार होऊ, आणि ॲडनारेल किंवा सेराफिमपैकीच दुसरं कुणीतरी आधी आपल्या काळात जाऊन घोड्यांना तिथे बोलावतील. एकशिंगी घोड्यांसोबत आपणही आपल्या काळात पोचू. मग अशाच प्रकारे ते घोड्यांना परत इथे बोलावून घेतील. ही कल्पना प्रत्यक्षात येऊ शकेल, असं वाटतंय मला.''

''विलक्षणच आहे,'' डेनीसनं शिट्टी वाजवली.

''हो. अरे, पण जेव्हा जॅफेथ आणि हिगेयॉन माझी सुटका करायला आले होते, तेव्हा अखेरीला त्या तिन्ही सेराफिमनी त्या घोड्यासकट मला वाळवंटात परत बोलावून घेतलं होतं. तेव्हा ते जमलं होतं की!''

''अरे, तेव्हा फक्त ठिकाण बदलायचं होतं, काळ नाही. आणि अंतरही जास्त नव्हतं रे!'' डेनीसनं त्याच्या लक्षात आणून दिलं.

''हो, अगदी खरंय, पण उदाहरण द्यायचं झालं तर, प्रकाशकणांबद्दल झालेले प्रयोग असं सूचित करतात, की हे प्रकाशकण अत्यंत वेगानं एकमेकांशी संपर्क साधू शकतात. अत्यंत वेगानं म्हणजे प्रकाशाच्या गतीपेक्षाही अधिक वेगानं. त्यामुळे 'अंतर' ही समस्या उद्‌भवतच नाही.''

''अरे बाबा, आपल्याला काळ बदलायचा आहे. त्याची काळजी करायला हवी.'' डेनीस कुजबुजला. नोहा मोठ्यानं घोरला आणि कूस पालटून पुन्हा झोपून गेला. डेनीस पुढे बोलू लागला, ''मला आईच्या प्रयोगांमधून जे काही समजलं आहे, त्यानुसार क्वांटम मेकॅनिक्सच्या विश्वात निरीक्षक आवश्यक असतो. म्हणजे मला म्हणायचं आहे, की ते कण किंवा क्वांटा वास्तवात आणण्यासाठी निरीक्षकाची गरज असते.''

सँडी अस्वस्थ होऊन चुळबुळत म्हणाला, ''मला ते काही समजत नाही. आईला समजतं आणि कणभौतिकी विषयातल्या अनेक शास्त्रज्ञांना समजतं. माझ्यासाठी तेवढंच पुरेसं आहे. मी ॲडनारेलशी बोलीन.''

गहन शांतता पसरली. मग जरा वेळानं डेनीस म्हणाला, ''आता तर काहीही शक्यच वाटतंय. हेसुद्धा शक्य होईल, अशी आशा बाळगू या.''

पुन्हा शांतता. मग सँडीनं विचारलं, ''ए, आपण यलिथला आपल्यासोबत

नेऊ शकू का रे? तुला काय वाटतं?''

थोडा वेळ डेनीस काहीच बोलला नाही. मग म्हणाला, ''नाही. मला तसं वाटत नाही. आपण इतिहास बदलायचा नाहीये.''

''पण मग ती बुडून जाईल रे!''

''हो, माहितीय. माझंसुद्धा प्रेम आहे रे तिच्यावर!'' तो सरतेशेवटी बोलला एकदाचा.

''पण आपण जर तिच्यावर प्रेम करतो...''

उदासवाण्या आवाजात डेनीस म्हणाला, ''माझ्या मते आपल्याला तिला आपल्यासोबत नेता येणार नाही.''

सँडीनं हात लांबवून आपल्या जुळ्या भावाचा हात पकडला. तो म्हणाला, ''खूप लोक बुडून जाणार आहेत. यलिथचा जीव वाचवण्यासाठी इतिहास बदललेला चालेल ना तुला?''

डेनीस म्हणाला, ''मला चालेलच रे; प्रयत्न करायची माझी तयारी आहे. अगदी कुठल्याही प्रकारचे प्रयत्न करायची माझी इच्छा आहे, पण मला अगदी आतून वाटतंय, की आपण तसं करू शकणार नाही.''

''मला हे अजिबात आवडत नाहीये!''

''श्श्श... हळू. मलासुद्धा मुळीच आवडत नाहीये.''

हलक्या आवाजात कुजबुजत सँडी म्हणाला, ''क्वांटम लीप घेणं फार धोकादायक असेल हं!''

''या गोष्टी शक्य आहेत असं बाबांना तर वाटणारच. ते तर क्वांटम लीप किंवा टेसर यासंबंधीच संशोधन करत होते... आणि आपण त्यांच्या चालू प्रयोगात ढवळाढवळ करून गोंधळ घातला. हो ना?''

''बाबांचा त्यावर विश्वास आहे ना? मग आपण तसं करणं, तितकंसं जास्त विलक्षण किंवा विचित्र नाहीये.''

वेड्यासारखं हसून सँडी म्हणाला, ''आपले बाबा त्यांच्या प्रयोगात एकशिंगी घोडे वापरणार नव्हते.''

हिगेयॉन झोपेतच दचकला. स्वप्न बघत होता बहुधा. त्यानं कुरकुर केली. सेला झोपेत काहीतरी पुटपुटली, आणि तो टिग्लाचा मॅमथ त्या दोघांच्या आणखी जवळ सरकला.

सँडीला प्रश्न पडला, ''या सगळ्या मॅमथचं काय होईल रे?''

डेनीसनं हात लांबवून हळूच हिगेयॉनच्या केसाळ त्वचेवर बोटं फिरवली. तो म्हणाला, ''पोहता येत असेल का त्यांना?''

''अरे, पण पोहता येत असलं तरीही काही उपयोग होणार नाही. चाळीस

दिवस आणि चाळीस रात्री पोहत राहणं...कसं शक्य आहे?''

डेनीसनं डोळे बंद केले. तो ऐकत राहिला. तंबूच्या वरून वाहणारे उंच आकाशातले वारे काहीतरी सांगू पहात होते, पण त्याला शब्द नीट कळले नाहीत. कुजबुजत त्यानं विचारलं, ''यलिथ... ती जहाजावर जाणार नसल्याचं यलिथला माहीत आहे का?''

''हो बहुतेक. मला वाटतंय, नोहानं तिला सांगितलंय.''

''महापुरासारख्या नैसर्गिक आपत्ती येतच असतात हे मलाही समजतंय रे; पण जर हा महाप्रलय खरोखरच एलनं पाठवलेला असेल ना...''

सँडी म्हणाला, ''जर तो महापूर एलनं पाठवलेला असेल, तर मला तो एल आवडत नाही; आणि यलिथ त्यात बुडून जाणार असेल, तर अगदी मुळीच नाही.''

वारा खसफसला. ''आपल्याला अजूनही खात्री नाहीये, हो ना?'' डेनीसनं म्हटलं. तो पुढे म्हणाला, ''म्हणजे मला म्हणायचं आहे, अजून ती घटना घडली नाहीये. आपण वाचलेल्या कथेत यलिथ नाहीये, त्यामुळे तिचं काय झालं, हे आपल्याला आत्ता माहीत नाहीये. लेमेकआजोबांनी मात्र या एलवर खरोखरच मनापासून प्रेम केलं. त्यामुळे आपण खात्रीपूर्वक असं काहीच सांगू शकत नाही. आजोबांचं यलिथवर खूप प्रेम होतं. ती सगळ्यात लाडकी होती त्यांची.''

सँडी अलिप्तपणे म्हणाला, ''आजोबांचं निधन झालंय. आपल्याला जर जहाज बांधायला मदत करायची असेल, तर आता आपण झोपायला हवं. तेच बरं होईल.''

वाऱ्यानं तंबूभोवती स्वत:ला लपेटून घेतलं. सँडीला पटकन झोप लागली. डेनीस मात्र आडवा पडून ऐकत राहिला...ऐकतच राहिला. वारा सौम्य, शांतवणारं गीत गात होता. त्याला शब्द कळत नसले, तरी वारा त्याला शांत करत असल्याचं जाणवलं. शांत झोप लागली त्याला.

• • •

''मूर्ख, महामूर्ख,'' युजिएल, माह्लाचा नवरा, फूत्कार टाकत होता.

रोफोकेलचा संताप डासाच्या घोंगावण्यासारखा व्यक्त झाला. ''त्या बावळट लोकांनी मँटिकोरला स्वत:वर हल्ला करू दिला. जवळजवळ पकडलंच होतं त्यानं.''

''टिग्लानं एकटीनं जास्त चांगलं काम केलं असतं,'' एब्लिस म्हणाला. त्याला यलिथची लालसा होती.

उंदीररूपी एरट्राएलनं विचारलं, "आता काय करायचं आपण?"

काळोख्या वाळवंटात सगळे नेफिलिम एकत्र जमले होते. कधी नव्हे ते आपली ऊर्जा, ताकद राखून ठेवण्याचा प्रयत्न करत होते. नामा गिधाडासारखा आवाज काढत म्हणाला, "क्कीर्र. खरंतर टिग्लानं तिच्या बापापेक्षा किंवा भावापेक्षा काहीही फारसं चांगलं काम केलं नाहीये. तिनं काहीही माहिती मिळवली नाही. तो छोटा राक्षस तिचं मुळीच ऐकत नव्हता."

"तिनं प्रयत्न केला होता. त्या सँडला ती अत्यंत आकर्षक वाटेल, तिचा मोह तो टाळू शकणार नाही, असंच वाटलं होतं मला. त्यानं तिला का नाकारलं?" सुसरीच्या रंगाचे हिरवट पंख असलेला एयशेथ म्हणाला. त्याचे पंख चांदण्यात चमकत होते.

"यलिथमुळे," एब्लिसचे सुंदर लालबुंद ओठ अत्यंत तुच्छतेनं मुरडले गेले.

युजिएलनं त्याची मान नागासारखी लयबद्ध डोलावली. तो म्हणाला, "बरोबर सांगतो आहेस तू. यलिथमुळेच."

"अरे पण तिला काहीही अनुभव नाहीये. ती तर लहान मुलगी आहे. टिग्ला मात्र..." रोफोकेल कर्कश आवाजात गुणगुणत बोलला.

एब्लिसचे जांभळट डोळे चमकू लागले. त्यानं विरोध केला, "नाही हं. आता यलिथ लहान मुलगी राहिली नाहीये," त्यानं त्याचे जांभळे पंख स्वत:भोवती लपेटून घेतले.

"आपण तिचाच वापर करून घ्यायला हवा होता का?" झुरळरूपी एस्टॅइलला प्रश्न पडला.

"जर युजिएलनं माह्लाशी लग्न केलं नसतं, तर आपण माह्लाचा वापर करू शकलो असतो. यलिथची बहीण आहे ती," सापसुरळी इझेक्वेन म्हणाला.

फूत्कार टाकत युजिएल म्हणाला, "ती यलिथची बहीण आहे, हे सगळ्यांनाच माहीत आहे. माझी बायको आहे ती, आणि माझ्या बाळाची आई."

सूर्यास्तासारख्या गुलबट-जांभळ्या रंगाचे पंख स्वत:भोवती लपेटून घेत एब्लिस म्हणाला, "आता आपण स्वत: काहीतरी कृती करायची वेळ आली आहे. फक्त आपणच. आपण स्वत:च करू काहीतरी."

रग्झिएलला ते पटलं. तो म्हणाला, "खरंच आहे. आपण आता दुय्यम लोकांचा वापर थांबवण्याची वेळ आली आहे."

रुमजल तोंड वाकडं करून म्हणाला, "तुला काय सुचवायचं आहे?"

नामानं त्याची गिधाडासारखी उघडी मान ताणली, पंख पूर्ण पसरले आणि तो गोऱ्यापान कांतीचा आणि गडद निळी पिसं असलेल्या पंखांचा नेफिल बोलू लागला,"विनाशकारी वर्तुळ. आपण ज्याला पूर्णपणे घेराव घालू तो पूर्णपणे

आपल्या ताब्यात असेल. क्कीर्र. आपण त्या जुळ्या राक्षसांभोवती घेराव घालू या.''

युजिएलनं फूत्कार टाकून होकार दर्शवला.

रोफोकेलनं कर्कश सहमती दिली.

एब्लिसनं सुचवलं, ''आणि त्या यलिथलासुद्धा घेराव घालू या. तिनं आपला डाव उधळून लावला ना, म्हणून.''

''क्कीर्र,'' नामानं त्याला तंबी दिली. ''सगळ्यात आधी ते राक्षस,'' तो म्हणाला.

१२

महापूरदेखील ते प्रेम बुडवून टाकू शकत नाही

यलिथ त्या दोघांपासून दूर, तंबूच्या दुसऱ्या टोकाला झोपली होती. तिला त्यांची कुजबुज ऐकू येत होती, आणि जेव्हा त्यांनी बोलणं थांबवलं, तेव्हा त्या तिन्ही मॅमथचं घोरणं तिच्या कानांवर पडलं. अगदी पूर्णपणे जागी होती ती.

ती तिच्या बिछान्यातून उठली आणि हळूच वाळवंटात गेली. तिथल्या मोठ्या खडकावर कोणीच दिसलं नाही तिला. सिंहही नव्हता, आणि सिंह असल्याची बतावणी करून तिला फसवणारा ड्रॅगन/सरडादेखील नव्हता. ती तिथल्या एका लहान खडकावर बसली आणि तिनं गुडघ्यांभोवती आपले हात वेढून घेतले. तिनं वर ताऱ्यांकडे पाहिलं.

त्यांचा किणकिणाट तिला ऐकू आला. त्यांच्या गीतात चिंतेचा लवलेशही नव्हता.

ती शहारली. तिचा तिच्या बाबांवर विश्वास होता. पाऊस पडणार आहे, या गोष्टीवर विश्वास होता. एलची खरोखरच तशी इच्छा असेल, तर मृत्यू आला तरी तिची तयारी होती.

पण त्या जुळ्यांचं काय?

काय घडणार होतं?

तारे किणकिणत तिला कानात सांगू लागले, ''घाबरू नकोस गं यलिथ.''

तारे कधीही खोटा धीर देत नाहीत.

आता तिची भीती जरा कमी झाली.

• • •

सगळा दिवस ते दोघे जहाजबांधणीच्या कामात मग्न असायचे. दुपारी

ऊन वाढलं. की कामातून सुट्टी घेऊन झोप काढायचे, आणि मग नंतर अगदी अंधार पडेतोवर काम करत राहायचे.

मॅट्रेड रोज संध्याकाळी, सणासुदीला करावा तसा, छानसा स्वयंपाक करायची. त्यामुळे शेम बऱ्याच वेळेस जहाजाचं काम करण्याऐवजी शिकारीसाठी गेलेला असायचा. सँडी अन् डेनीस, नोहा, हॅम आणि जॅफेथसोबत काम करत असायचे. हातोडा, खिळे किंवा इतर कुठलीही त्यांच्या सवयीची हत्यारं उपलब्ध नव्हतीच. लाकडी फळ्या एकत्र जोडून त्या सांध्यात खीळ ठोकून पक्क्या केल्या जायच्या. रात्र होईपर्यंत सगळे दमून जायचे, भूक लागलेली असायची. सगळे पोटभर जेवून गाढ झोपून जायचे. ते जहाज बांधत असले, तरी पावसाबद्दल मात्र कोणीही बोलत नसे.

एकदा डेनीस विचार करत इलिशेबा, ॲना आणि ओहोलिबामाकडे आळीपाळीनं पहात होता. त्या तिघी त्यानं वाचलेल्या कथेत होत्या, पण त्यांची नावं कथेत नव्हती. नोहा आणि मॅट्रेडसोबत या तिघी जहाजावर जाणार होत्या, शिवाय सगळ्या प्रकारचे प्राणीही. त्यानं यलिथकडे नजर टाकली. दिव्याच्या उजेडात तिचे केस मधासारखे पिंगट दिसत होते.

तो तंबूतून हळूच बाहेर पडला. जरासं विचित्र वाटत होतं त्याला. सँडी नेहमी पुढाकार घेऊन ठरवत असे, आणि डेनीस त्यानुसार वागत असे. आता मात्र तो सँडीला काहीही न सांगता बाहेर जात होता.

तो भरभर चालत नोहाच्या विहिरीपाशी आला. तिथल्या एका जुनाट वठलेल्या पाम वृक्षावर गिधाड बसलं होतं. डेनीस जवळ आल्यावर ते त्याच्याकडे लक्ष देऊन बघू लागलं. तो जिथे जाईल, तिकडे मान वळवून, ताणून, अर्धमिटल्या आणि साशंक नजरेनं एकटक बघत होतं.

आधी डेनीसला फक्त ते काळसर गिधाड तेवढं दिसलं. मग त्याला विहिरीजवळच्या एका अंजिराच्या झाडावर बसलेला पांढराशुभ्र पेलिकन दिसला. तो त्याचं डोकं पंखात खुपसून झोपला होता. त्यामुळे तो नुसताच एक शुभ्र गोळा दिसत होता. डेनीसला हायसं वाटून त्यानं एक निश्वास टाकला. तो सेराफिमपैकी कोणालातरी शोधायलाच तंबूबाहेर पडला होता. कोणत्या सेराफला भेटायचं, ते महत्त्वाचं नव्हतं; पण तरीही इतर सेराफिमपेक्षा ॲलारिडशी त्याची चांगली ओळख झालेली होती. डेनीस त्याच्याजवळ गेला.

"शुकशुक."

तो पेलिकन जरासा हललादेखील नाही.

"ॲलारिड!" डेनीसनं मोठ्यानं हाक मारून सांगितलं, "मला तुझ्याशी बोलायचं आहे!"

त्यानं त्याचं डोकं पंखाखाली आणखी खुपसलं, त्याची पिसं थरथरली.

"ए ॲलारिड!"

त्याची पिसं विस्कटली, त्यानं स्वत:ला आणखी गोळा करून घेतलं. त्याला जणू सुचवायचं होतं, "जा रे! मला बोलायचं नाहीये."

"अरे, पण मला तुझ्याशी बोलायचं आहे ना. यलिथबद्दल बोलायचं आहे."

आता निदान त्या पिसांच्या गोळ्यातून डोकं बाहेर आलं. त्याच्या मण्यांसारख्या काळ्याभोर डोळ्यांची उघडझाप झाली.

डेनीस गिधाडाकडे निर्देश करून म्हणाला, "प्लीज रे, प्लीज बोलूया ना ॲलारिड!"

तो शुभ्र पेलिकन फांदीवरून मोठ्या कष्टानं, कशीबशी उडी मारून खाली आला.

ते गिधाड जणू अचल काळोखातल्या शाईच्या गोळ्यासारखं दिसत होतं.

"प्लीज ना," डेनीस त्याला विनवू लागला.

पेलिकन पक्ष्यानं त्याचे पंख उंच उभारले...खूप उंच... आणि मग सेराफ अवतरला. काहीही न बोलता ॲलारिड विहिरीपासून वळला, आणि वाळवंटाच्या दिशेनं चालू लागला. डेनीस त्याच्या मागोमाग चालू लागला. मरुवन बरंच मागे पडलं. आता ते गिधाड दिसत नव्हतं. मग ॲलारिडनं त्याच्याकडे वळून विचारलं, "काय आहे रे?"

"हे बघ, तू त्या महापुरात यलिथला बुडू द्यायचं नाहीये. तू तसं करू शकत नाहीस."

"का नाही?"

"अरे, यलिथ चांगली आहे रे. खरंच खूप चांगली आहे ती."

डोकं झुकवून ॲलारिड म्हणाला, "चांगुलपणा कधीही सुरक्षित राहण्याची हमी नसतो."

"पण तू तिला बुडू देऊ शकत नाहीस."

"माझ्याकडे या विषयावर बोलण्यासारखं काहीही नाहीये."

"मी एरियलशीच बोलायला हवं होतं," हताश होऊन डेनीस म्हणाला. 'एरियलचं प्रेम आहे तिच्यावर"

"त्यालाही माझ्यापेक्षा जास्त अधिकार नाहीये," त्यानं डोकं वळवलं.

ॲलारिड दुखावला गेल्याचं डेनीसच्या लक्षात आलं, पण तरी तो पुढे म्हणाला, "तुम्ही सेराफिम आहात. तुमच्याकडे खास शक्ती असतात."

'हो, खरंय. पण मी सांगितलं होतं ना तुला, बदल करणं घातक ठरू शकतं. ठरवलेल्या योजनेत आम्ही लुडबुड करत नाही."

"अरे, पण यलिथ त्या योजनेत नाहीये ना?" डेनीसचा आवाज चढून चिरकला. "त्या कथेत यलिथ नाहीये. फक्त नोहा, त्याची बायको, त्याचे मुलगे आणि सुना आहेत."

ॲलारिडचे पंख किंचित थरथरले.

"ती त्या कथेत नाहीये ना? म्हणून मग जर तू तिला महापुरात बुडण्यापासून वाचवलंस, तर त्यामुळे काहीही बदल होणार नाही."

"मी काय करावं, असं तुला वाटतं?" ॲलारिडनं विचारलं.

"त्या महापुरात तू बुडणार नाहीयेस, हो ना? तू आणि इतर सगळे सेराफिम?" डेनीसनं प्रश्न केला.

"नाही बुडणार."

"मग पुरापासून वाचण्यासाठी तुम्ही जिथे कुठे जाणार असाल, तिथे यलिथलासुद्धा घेऊन जा."

"आम्हाला तसं करता येणार नाही," उदास होऊन ॲलारिड म्हणाला.

"का?"

"नाही नेता येणार," त्यानं पुन्हा चेहरा दुसरीकडे वळवला.

"मग तुम्ही कुठे जाणार आहात?"

तो पुन्हा डेनीसकडे वळला. मंदसा हसत म्हणाला, "आम्ही सूर्यावर जाणार आहोत."

नाही. यलिथ सूर्यावर जाऊ शकणार नाही. चंद्रावरसुद्धा नाही. तसं डेनीस ते सुचवणारच होता, मग त्याच्या लक्षात आलं, वातावरण नसलेल्या ठिकाणी यलिथ जिवंत राहू शकणार नाही. पण काहीतरी तर करायला हवंच ना! काहीतरी मार्ग नक्कीच असणार. चिडून गुरकावल्यासारखे आवाज काढत तो म्हणाला, "मी आणि सँडी, आम्हीसुद्धा त्या कथेत नाही आहोत. पण आम्ही इथे आहोत... आणि यलिथही इथे आहे."

"हो, तसं आहे खरं."

"आणि जर मी आणि सँडी महापुरात बुडालो, तर त्यामुळे ती कथा बदलेल, बरोबर ना? म्हणजेच आम्ही जर आत्ता, या काळात, बुडून गेलो, तर आम्ही आमच्या काळात जन्म घेऊ शकणार नाही. जरी त्यामुळे कथेमध्ये फारसा काही फरक पडत नसला, तरीही आमच्या कुटुंबासाठी तो फार मोठा फरक असेल. जर माझा अन् सँडीचा जन्म झालाच नाही, तर कदाचित चार्ल्स वॉलेसदेखील जन्माला येणार नाही. मग कदाचित मेग एकुलती एक असेल."

"कोण?"

"मेग, आमची मोठी बहीण, आणि चार्ल्स वॉलेस लहान भाऊ. मला

सांगायचं आहे, तसं झालं तर त्या कथेत बदल घडेल की!''

ॲलारिड म्हणाला, ''तुम्ही तुमच्या स्वत:च्या काळात परत जायलाच हवं.''

''बोलणं सोपं आहे, पण तेच करणं अवघड आहे. बरं ते जाऊ दे. मला तुझ्याशी यलिथबद्दलच बोलायचं होतं. ऐक ना... अरे, ती किती वेडपट कथा आहे. त्या कथेत फक्त पुरुषांचीच नावं आहेत. निव्वळ पुरुषी अहंकार गोंजारणारी कथा आहे ती. अत्यंत पुरुषप्रधान. बघ ना, मॅट्रेडला स्वत:चं नाव आहे. ती आई आहे. इलिशेबा, ॲना आणि ओहोलिबामा...अरे, ही खरीखुरी माणसं आहेत आणि त्यांना स्वत:ची नावं आहेत.''

''हो, हे बरोबरच आहे,'' ॲलारिडनं मान्य केलं.

डेनीस बोलतच होता, ''ते नेफिलिम... ते तर ही जहाजाची कथा ज्यानं लिहिली असेल ना, अगदी त्याच्यासारखेच आहेत. सगळ्याच गोष्टींचा ते नेफिलिम फक्त स्वत:च्याच दृष्टिकोनातून विचार करतात. लोकांचा वापर करून घेतात. उदाहरणार्थ, त्यांना टिग्ला किंवा माह्लाची अजिबातच फिकीर नाहीये. त्या फक्त बायका आहेत ना, मग त्या महत्त्वाच्या नाहीत, असंच वाटतं त्यांना. यलिथ बुडून मेली तरी त्यांना काही फरक पडणार नाही... पण तुला मात्र तशी फिकीर असायलाच हवी!''

हळुवार आवाजात ॲलारिडनं विचारलं, ''मला काहीच काळजी नाहीये, असं वाटतंय का तुला?''

सुस्कारा टाकून डेनीस म्हणाला, ''हो, ठीक आहे. तुलाही काळजी आहे ते मला माहितीये. अरे, पण तू काही न करता नुसताच बघत उभा राहणार आहेस का? अन् मग नंतर उडत सूर्यावर निघून जाणार?''

ॲलारिडचे पंख पुन्हा थरथरले. तो म्हणाला, ''ऐकत राहणं हासुद्धा कृतीचा भाग असतो. आम्ही सध्या फक्त ऐकून घेतोय. सूर्याचं ऐकतोय, ताऱ्यांचं, वाऱ्याचंदेखील बोलणं ऐकतोय.''

डेनीसला शरमल्यागत वाटलं. कित्येक दिवस त्यानं जरा थांबून ऐकायचा प्रयत्न केला नव्हता. त्यानं विचारलं, ''मग ते तुला काही सांगत नाहीत का?''

''ऐकत राहायला सांगतात.''

वाऱ्याची झुळूक डेनीसच्या अंगावरून गेली. त्याला फार दु:ख वाटू लागलं. तो म्हणाला, ''मला ती कथा अगदी मुळीच आवडत नाही.''

ॲलारिडला तिथेच सोडून तो परत फिरला. मरुवनाच्या जवळ आल्यावर तो जरासा थांबला आणि तिथल्याच एका लहानशा खडकावर बसला. स्वत:ला

शांत करायचा प्रयत्न करू लागला. त्याला लक्ष देऊन वाऱ्याचं बोलणं ऐकायचं होतं. वाऱ्याचे शब्द मात्र एकावर एक आदळणाऱ्या तरंगांच्या रूपात त्याच्यापर्यंत पोचत होते. हे असे एकमेकांत गुंतलेले शब्द त्याला कसे समजणार होते?

त्यानं डोळे बंद केले. त्यानं ताऱ्यांचा विस्फोट होऊन ते जीवित होत असल्याचं दृश्य डोळ्यांपुढे आणलं. ग्रहांच्या जन्माचं दृश्य बघत असल्याची कल्पना केली. माह्लाच्या बाळाचा जन्म किती उग्र, हिंस्र प्रकारे झाला, ते त्याला यलिथनं सांगितलं होतं. ग्रहांचा जन्मदेखील सौम्य प्रकारे, अलगद होत नाही. वाऱ्यांचं आणि पाण्याचं तुफानी वेगानं भोवऱ्यागत गरगरणं... पाण्यासारखी प्रवाही जमीन... ज्वालामुखीतून उंचच उंच उठणाऱ्या आगीच्या धगधगत्या ज्वाला... इतक्या उंच, की जणू सूर्याच्या तळपत्या तेजाला जाऊन भिडत आहेत, असं वाटणाऱ्या.

पृथ्वीच्या निर्मितीची प्रक्रिया अजूनही पूर्ण झाली नव्हती. खडकांची स्थिरता हा जणू भ्रमच वाटत होता. सतत होणारे भूकंप, चक्रीवादळं, ज्वालामुखी, पूर, हे सगळं ब्रह्मांडाच्या अखंडपणे सुरू असलेल्या निर्मितीचा भाग होते, निर्मितीच्या यातनांमुळे कण्हत होते.

आता वाऱ्याचं गीत सौम्य, मंद झालं. आकाशगंगांच्या, ताऱ्यांच्या आणि ग्रहांच्या उग्र तुफानी जन्मानंतर शांत सौम्य मधुर संगीत ऐकू येऊ लागलं, अगदी तरल प्रेमगीत होतं ते. निर्मितीचं उग्र तुफान, असंख्य सूर्यांवर होणारे हायड्रोजन-विस्फोट, ग्रहगोलांची खळबळ, हे सगळंच जणू संयमी, प्रतीक्षा करणाऱ्या प्रेमात गुरफटून गेलं.

वारा शांत झाल्यावर डेनीसनं डोळे उघडले. डोकं वर करून ताऱ्यांकडे पाहिलं. त्याच्या गालांवर जणू दवबिंदूंसारखं चांदणं पडत होतं. त्याला त्यांचे मंद किणकिणते शब्द ऐकू आले. "अर्थ समजून घेण्याची धडपड करू नकोस. सगळं ठीक होईल. प्रतीक्षा कर. संयम बाळग. वाट बघ. प्रत्येक वेळी तू काहीतरी केलंच पाहिजे, असं मुळीच नाही. वाट बघ."

डेनीसनं गुडघ्यांवर डोकं टेकवलं. एक अनोखी शांतता त्याच्या सर्वांगातून प्रवाहित होताना त्याला जाणवली.

एक पेलिकन तरंगत्या ताऱ्यांमधून हलकेच पंख हलवत त्याच्या डोक्यावरून उडत गेला.

• • •

जहाजाच्या कामात हळूहळू प्रगती होत होती. त्या प्रचंड उकाड्यात घामानं

निथळणाऱ्या डेनीसचं अंग चमकायला लागायचं. अशा वेळी कामात मग्न असताना ते सामंजस्याचं आणि आशेचं दृश्य त्याला नीट आठवायचंदेखील नाही. दुपारच्या किंवा रात्रीच्या झोपेच्या वेळी मात्र ते दृश्य पुन्हा नव्यानं त्याला आठवायचं. सूर्य मावळल्यावर, आकाशात तारे उगवल्यावर ते आठवायचं त्याला.

ठोकूनठोकून खीळ पक्की बसवायची. जहाजाला ताण सहन करता यावा म्हणून मोजमापं घ्यायची.

मिळालेल्या सगळ्या सूचनांचं अत्यंत काटेकोर पालन करण्याचा आग्रह नोहा सतत करत असायचा.

एकदा सँडी डेनीसला म्हणाला, ''हा एल आहे ना, मला त्याचं काही समजतच नाही.''

''एलला जहाजबांधणीची चांगलीच माहिती आहे. त्यानं ज्या सूचना दिल्यात आणि जी मोजमापं सांगितली आहेत ना, ती मोजमापं खूपशा प्रमाणात, आपली आधुनिक जहाजं बांधताना वापरल्या जाणाऱ्या प्राथमिक मोजमापांशी मिळती-जुळती आहेत. हे वेगवान जहाज नाहीये, त्याची तशी रचनाच नाहीये. अर्थातच, या जहाजाच्या रचनेचा तो हेतू मुळीच नाहीये.''

''अगदी झाडून सगळ्या प्रकारचे प्राणी... खरंच, नोहाला खूप जास्त शेण बाहेर फेकत राहावं लागणार आहे.''

''मी तर पैजेवर सांगतो, इथल्या कुणीही एवढं अवाढव्य जहाज कधीच बघितलेलं नसेल. कदाचित साधं जहाजसुद्धा कधी पाहिलं नसेल.''

• • •

सँडी यलिथला शोधायला बाहेर पडला. खरंतर डेनीसला न सांगता यलिथला भेटणं त्याला योग्य वाटत नव्हतं, पण तरीही तो गेला. यलिथला आपल्यासोबत घेऊन जाऊ, असं सुचवल्यावर डेनीसनं ते उडवून लावलं होतं, अगदी ठाम नकार दिला होता.

तंबूपासून जराशा अंतरावर तो तिची वाट बघत उभा होता. पहाट होण्यापूर्वीची शांतता पसरली होती. त्याला तिची बारकीशी निस्तेज अंधुक आकृती वाळवंटाच्या दिशेकडून येताना दिसली.

''यलिथ,'' त्यानं हाक मारली.

ती दचकून थांबली.

''यलिथ, अगं मी आहे, सँडी.''

"ओह... जुळा सँड," तिनं सुटकेचा निश्वास टाकून म्हटलं. "काय रे?"

तिचा हात हातात घेऊन त्यानं विचारलं, "यलिथ, तू काय करशील गं?"

"केव्हा?"

"महापूर येईल तेव्हा."

ती दबक्या आवाजात म्हणाली, "अरे, खरंच महापूर येणार आहे की नाही, हेच आम्हाला कळत नाहीये. फक्त माझे बाबाच तसं म्हणतायत."

"हो, पण तुला काय वाटतं? तुझा तुझ्या बाबांवर विश्वास आहे का?"

आता तर तिचा आवाज जेमतेम ऐकू येईल इतका बारीक झाला होता. "हो."

"मग तू काय करणार आहेस?"

'काही नाही. या प्रकारामुळे माझ्या आई-बाबांना आधीच फार दुःख झालंय. माझ्या आईला तर समजतच नाहीये; की एलनं मला इतरांसोबत जहाजावर जायला का सांगितलं नाही?"

"ते तर मलाही समजत नाहीये," सँडी सपाट स्वरात म्हणाला.

"पण मला ताऱ्यांनी घाबरू नकोस, असं सांगितलं आहे."

"तुझा ताऱ्यांवर विश्वास आहे?"

"हो."

"बरं, मग तुझे बाबा किंवा तारे, यांच्यापैकी एक कुणीतरी चुकीचं सांगतंय."

"माझा माझ्या बाबांवर विश्वास आहे, आणि ताऱ्यांवरसुद्धा विश्वास आहे."

"बरं. कोणीतरी काहीतरी करायलाच हवंय. म्हणजे आपण काहीही न करता, नुसतंच बघत राहून तुला बुडू द्यायला नको. ते योग्य नाही. तू आमच्याबरोबर आमच्या घरी येशील का? तसा विचार तरी करशील का?"

तिनं आश्चर्यानं त्याच्याकडे पाहिलं, आणि विचारलं, "पण तुमचं घर कुठे आहे? त्या डोंगररांगांच्या पलीकडच्या बाजूला आहे का?"

"काळाच्या पलीकडच्या बाजूला," सँडी म्हणाला.

त्याच्या हातातली तिची बोटं ताठरली. तिनं विचारलं, "तू अन् तो डेन निघून जाणार आहात?" आणि मग स्वतःच उत्तर दिलं, "हो, अर्थातच. तुम्हाला जावं लागेल. जहाज बांधून पूर्ण झाल्यावर...पाऊस सुरू झाल्यावर...जावंच लागेल."

"तू आमच्यासोबत येशील का?"

"तुम्हा दोघांसोबत?"

"अं...हो." त्याला जगाच्या अंतापर्यंत यलिथसोबत एकट्यानं जायला आवडलं असतं; पण डेनीसला सोबत न घेता, तिचं जग सोडून जायचा प्रयत्न तो करणार नाही, हे त्याला माहीत होतं.

"खूप दिवस प्रवास करावा लागेल का?"

"अगं...आम्ही इथे क्षणार्धात आलो, असंच म्हणावं लागेल. आपल्याला घरी कसं जाता येईल, याची साधारण कल्पना मला आहे; पण तू आमच्यासोबत येशील की नाही, हे मला आधी जाणून घ्यायचं आहे."

"ओह...जुळ्या सँड..." तिनं एक मोठा आणि खोल निश्वास टाकला. मग म्हणाली, "सगळंच इतकं विचित्र आहे ना. तुम्ही इथे आल्यापासून, पूर्वीसारखं काहीच राहिलं नाही. लेमेकआजोबांचा मृत्यू झालाय. जहाज बांधलं जातंय. मला बुडून मरायचं नाहीये, पण ...तुम्ही जिथून आलात, तिथे सगळं खूप वेगळं आहे का रे?"

सँडीनं ते मान्य केलं. तो म्हणाला, "हो, खूपच वेगळं. इतकं गरम नसतं तिथे, आणि आमच्याकडे खूप पाणी आहे. त्यामुळे आम्ही पाण्यानं अंघोळ करू शकतो आणि हवं तितकं पाणी पिऊ शकतो. अगं, आम्ही जेव्हा जहाजावर काम करत असतो ना, तेव्हा तर मी एक मोठा पेलाभर थंडगार पाण्यासाठी काय वाट्टेल ते देईन! आणि आम्ही वेगळ्या प्रकारचे कपडे घालतो." त्यानं यलिथच्या छोट्याशा पण सुडौल शरीराकडे निरखून पाहिलं. फक्त कमरेला गुंडाळलेल्या कातड्यानं तिचं शरीर अगदीच जेमतेम झाकलं जात होतं. नाजूक गुलाबाच्या गेंदासारखे उरोज होते तिचे. ती त्यांच्या शाळेच्या वर्गात आल्याची विचित्र कल्पना त्यानं क्षणभर करून पाहिली. पण बुडण्यापेक्षा दुसरं काहीही चांगलं, नाही का? त्यानं विचारलं, "मग तू आमच्यासोबत येण्याबद्दल विचार करशील; करशील ना?"

ती चांगलीच गंभीर झाली. "हो, अर्थातच. आता तुझ्याशिवाय आणि त्या डेनशिवाय मी कशी राहीन, याची कल्पनाही करता येत नाही मला. माझाच हिस्सा बनला आहात तुम्ही. अगदी दोघंही."

सँडी परत येऊन हळूच तंबूमध्ये शिरला. डेनीस जागाच होता, त्याची वाट पहात होता.

"तू कुठे गेला होतास?"

"मी यलिथला आपल्यासोबत घरी येण्याबद्दल विचारलं."

जरा वेळ गहन शांतता पसरली. शेवटी डेनीस म्हणाला, "नाही, नाही. सँडी, अरे आपण तिला आपल्याबरोबर घेऊन जाऊ शकणार नाही. म्हणजे

जरी ते शक्य झालं ना, तरीही आपण तिला नेऊ शकत नाही.''

''का नाही?''

''अरे, तिच्या अंगात कुठल्याही प्रकारची प्रतिकारशक्ती मुळीच नाहीये. इथे कुठल्याही प्रकारची रोगराई नाहीये, ही गोष्ट तुझ्या लक्षात आली नाही का? दक्षिण अमेरिकेच्या सगळ्यात खालच्या भागात राहणारे सगळेच्या सगळे स्थानिक लोक जर्मन मीझल्स, म्हणजेच रुबेला या रोगामुळे मृत्युमुखी पडले होते, ही गोष्ट तुला आठवत नाहीये का? आणि त्यांतल्या कुणालाही प्रतिकारशक्ती नव्हती, हे त्या मृत्यूचं कारण होतं. आठवतंय?''

''पण आपण तिला वेगवेगळ्या लसी देऊ शकणार नाही का?''

''प्रत्येक किरकोळ आजारासाठी नाही देऊ शकणार रे! तिला अगदी साधी सर्दी जरी झाली ना, तर तेसुद्धा तिच्यासाठी धोकादायक ठरू शकेल. तिचं मरणही ओढवू शकेल. तिच्या शरीरात संरक्षक प्रतिपिंडं, किंवा अँटिबॉडीज तयारच झालेली नाहीयेत. शिवाय ती आपल्या हवामानाशी जुळवून घेऊ शकणार नाही. खूप थंड, दमट हवामान असतं आपल्याकडे. तिला आपल्यासोबत नेण्याचा प्रयत्न करणं म्हणजे जणू तिचा खून करण्यासारखं होईल.''

''मग आता पुढे काय होणार आहे?''

''मला नाही माहीत.''

''ती जरी इथेच राहिली, तरी ती बुडून मरणार आहेच. मग तिला आपल्यासोबत घरी नेण्याचा धोका पत्करला तर काय बिघडेल? उलट; त्यातून काहीतरी चांगलंही घडू शकेल.''

डेनीस डोकं हलवत म्हणाला, ''आणि आपल्या शाळेतल्या मुलांशी कसं जुळवून घेईल ती?''

''पण तिला शाळेत जावं लागणारच नाहीये. अरे ती तर शंभर वर्षांची आहे ना.''

''हो, पण ती आपल्याच वयाची दिसते. आणि तिचं खरं वय आपण शाळेच्या अधिकारीवर्गाला कसं सिद्ध करून दाखवणार आहोत? ती इथे शंभर वर्षांची आहे. आपण जर तिला आपल्या काळात नेलं तर काय होईल? ती सुरकुतलेली जख्ख म्हातारी बाई बनेल आणि मरून जाईल, हीदेखील शक्यता आहेच ना?''

''अरे, पण तू फक्त सगळ्या नकारात्मक शक्यताच का विचारात घेतोयस?''

''आपलं यलिथवर प्रेम असेल, तर त्या शक्यतांबद्दल विचार करायलाच हवा.''

''कदाचित सगळं काही ठीक होईलही.''

"आणि कदाचित होणारही नाही. नाहीतर एक काम आपण करू शकतो. आपण इथेच यलिथसोबत थांबून महापुराची वाट बघू शकतो."

"मला इतक्या सहजपणे हार मानायची नाहीये."

"सोपं, सहज असं मुळीच नाहीये ते."

"पण आपण काहीतरी करायला हवं ना!"

'...कदाचित काहीच नको करायला...' डेनीसच्या मनात आलं. मात्र तो उघडपणे म्हणाला, "अजून वेळ आहे रे! बहुतेक काहीतरी मार्ग सुचेल आपल्याला; पण तो मात्र प्रत्यक्षात आणण्याजोगा, खराखुरा असायला हवा."

सँडी म्हणाला, "ए बाबा... मला आता काय खरं आणि काय खोटं, याची खात्रीच देता येत नाही. म्हणजे ते नेफिलिम आणि सेराफिम रे!"

"मीसुद्धा पूर्वीपेक्षा बऱ्याच जास्त प्रमाणात विश्वास ठेवायला लागलो आहे. आपल्याला त्या कथेत बदल करण्याची मनाई असली, तरी आपण मात्र बदललो आहोत रे... म्हणजे तू अन् मी."

"हो, खरंच रे! आपण बदललो आहोत. तरी यलिथचं काय?"

"वाट बघू," डेनीस म्हणाला. त्यानं सँडीला ॲलारिडसोबत झालेल्या बोलण्याविषयी काहीही सांगितलं नाही. वाऱ्यानं त्याला जे दाखवलं होतं, त्याबद्दलही नाही. ताऱ्यांनी त्याला संयम बाळग, वाट पहा असं सांगितलं होतं, तेदेखील तो बोलला नाही. वाट बघायची होती आता.

• • •

आकाशात पुन्हा नव्यानं प्रतिपदेची चंद्रकोर उगवली. पौर्णिमेचं पूर्ण गोलाकार चंद्रबिंब हळूहळू आकारानं कमीकमी होत गेलं, सरतेशेवटी नाहीसं झालं. पुन्हा नव्यानं जन्म मिळाल्यागत नाजूकशा चंद्रकोरीच्या रूपात प्रकट झालं.

मरुवनातील इतर लोकांना महापुराविषयी सावधगिरीचा इशारा देण्यासाठी नोहानं जॅफेथ आणि ओहोलिबामाला पाठवलं होतं.

हॅमनं विचारलं होतं, "कशाला पाठवताय त्यांना? तुम्ही एवढं मोठं जहाज बांधताय हे सगळ्यांना माहीत आहे. पावसाचे दिवस मुळीच नसतानाही, तुम्हाला पाऊस पडेल असं वाटतंय, तेसुद्धा सगळ्यांना माहीत आहे."

पण नोहा मात्र अडून बसला होता, "सावधगिरीचा इशारा मिळण्याचा त्यांनाही हक्क आहे. त्यांनाही तयारी करता येईल. आणि जर त्यांना पश्चात्ताप झालाच तर, कोण जाणे...पण एल कदाचित महापूर पाठवणारदेखील नाही."

हॅम म्हणाला, "महापूर आलाच नाही ना, तर लोक तुम्हाला आत्तापेक्षाही

खूप जास्त हसतील.''

ॲना चिंतेत पडली होती. ती म्हणाली, ''माझ्या बाबांच्या तंबूतल्या लोकांना पश्चात्ताप होईल, असं मला तरी वाटत नाही. ते सगळे फार संतापले आहेत.''

नोहा म्हणाला, ''त्या सगळ्यांना संधी मिळायलाच हवी.''

मरुवनात सगळीकडे फिरून जॅफेथ आणि ओहोलिबामा परत आले. लोकांनी त्यांची टर उडवली होती, त्यांच्या अंगावर थुंकले होते. एकदा तर कुणीतरी रागानं जॅफेथला दगड फेकून मारला होता. त्यामुळे त्याच्या गालावर चांगलाच मोठा ओरखडा उमटला होता.

नोहा अन् मॅट्रेडच्या मोठ्या मुली आणि त्यांचे नवरेसुद्धा त्यांच्याशी रागानं वागले होते. जॅफेथनं दिलेल्या इशाऱ्याची त्यांनी खिल्ली उडवली होती. नोहाच्या मूर्खपणामुळे लोक त्यांनाही मूर्ख म्हणू लागले असल्याची तक्रारही त्यांनी केली होती. सीरानं तर त्यांच्या अंगावर वाडगाभर कुस्करलेलं आंबोण भिरकावलं होतं. ओहोलिबामाच्या अंगावर ओरडून ती म्हणाली होती, ''इथून निघून जा गं. आणि ए...नेफिलबाई... माझ्या बाळांच्या जवळ जाण्याचं धाडस करू नकोस हं!''

जॅफेथनं तिचा बचाव करण्यासाठी तिच्याभोवती हात लपेटून घेतला आणि तो तिला तिथून लांब घेऊन गेला.

होग्लाच्या नवऱ्यानं तर धमकीच दिली... जर ते दोघे महापुराच्या आणि जगबुडी होण्याच्या कहाण्या असेच मरुवनात पसरवत राहिले, तर तो त्यांचा गळा आवळणार होता. तो म्हणाला होता, ''आमच्यावरही परिणाम होतोय. तुमच्यामुळे लोक आम्हालादेखील मूर्ख समजायला लागतील, हे समजत नाही का तुम्हाला? त्या नोहाला भ्रम झालाय तर तुम्ही त्याबद्दल गप्प राहू शकत नाही का? त्याचा भ्रम का पसरवताय सगळीकडे?''

शेवटी जॅफेथ अन् ओहोलिबामानं मरुवन सोडून, वाळवंटातून परत घरी जाण्याचं ठरवलं. ओहोलिबामा मूकपणे रडायला लागली. जरा अनोखंच होतं तिचं रडणं.

जॅफेथनं थांबून तिला मिठीत घेतलं. त्यानं विचारलं, ''काय झालं माझ्या राणीला?''

ओहोलिबामा आपली आसवं परतवण्याचा आटोकाट प्रयत्न करत म्हणाली, ''एलनं तुझ्या बाबांना जे सांगितलंय, ते सगळं जर खरं असेल ना, म्हणजे खरंच महापूर येणार असेल तर ...तर आपलं बाळ त्यानंतर जन्माला ...'' तिचा गळा दाटून आला.

जॅफेथचा चेहरा आनंदानं उजळला. ''आपलं ...''

त्याच्या मजबूत खांद्यावर डोकं टेकवून ओहोलिबामा म्हणाली, "हो, जॅफेथ, आपलं बाळ." अचानक तिचं रडू कमी होऊन तिच्या चेहऱ्यावर हसू फुललं. "आपलं बाळ!"

• • •

लोकांना सावध करण्याच्या प्रयत्नांमुळे आता लोक नोहाच्या घराजवळ गर्दी करायला लागले. नोहाच्या आवाराच्या परिघापाशी मरुवनातले लोक गोळा होऊ लागले.

वाळवंटातले गरम वारे जराशा वेगानं वाहू लागले. नोहाचे डोळे जहाजावर खिळले होते. तो लोकांच्या आरोळ्यांकडे, आरडाओरड्याकडे दुर्लक्ष करायचा प्रयत्न करू लागला.

मॅट्रेड गंभीरपणे वाइन उकळू लागली. ती स्वत:शी बोलत होती, "एरवी मी ही उकळती वाइन मँटिकोर आला तर त्याच्यावर फेकण्यासाठी वापरते; पण त्या लोकांनी जर माझ्या नवऱ्याला इजा पोचवण्याचा नुसता प्रयत्नही केला ना, तर मी त्यांना चांगलाच धडा शिकवीन."

हॅम गुपचूप मान खाली घालून तंबूत आला.

"अरे, तू इथे काय करतो आहेस?" त्याच्या आईला विचारलं.

"लोक खिल्ली उडवतायत, मला कंटाळा आला गं."

मॅट्रेडनं त्याला फटकारलं. "तू आत्ताच्या आत्ता बाहेर जा आणि तुझ्या बाबांना मदत कर."

"त्यांना वेड लागलंय."

"काहीही असलं तरी तू त्यांच्या बरोबरच राहायला हवं, आणि तुझ्या बायकोच्या सोबतही. तुझं बाळ पोटात सांभाळून कामं करायला लाजत नाही ती," मॅट्रेड हसली. आता तीनतीन बाळं येणार होती. तिचा आनंद ओसंडून जात होता.

"आई, अगं तू त्यांना थांबवू शकणार नाहीस का? झपाटल्यागत वागतात ते. त्यांचे डोळे लाल झालेत, दाढी वाऱ्याने उडते आहे, त्यांचं...अगं, पण तू त्यांच्याशी बोलत का नाहीस?"

"माझं त्यांच्याशी बोलून झालंय. बाहेर त्यांच्याजवळ जा आता, अगदी आत्ताच," मॅट्रेडनं आदेश दिला.

अत्यंत नाखुशीनं हॅम बाहेरच्या रणरणत्या उन्हात गेला. अंग भाजून काढतील एवढे गरम वारे वाहात होते. आता टोमणे मारत आरडाओरडा करणाऱ्या

लोकांचा घोळका वाढला होता. मरुवनातले लोक तिथेच गोळा होऊन गंमत बघत होते.

नोहा जहाजाला हातानं डांबर फासत होता. त्यामुळे त्याचे हात काळेकुट्ट झाले होते.

एक दगड त्या घोळक्यातून भिरभिरत आला. पण त्याचा निशाणा चुकला आणि तो दगड नुसताच जहाजाच्या डांबर फासलेल्या काळ्या लाकडाला चाटून गेला.

सँडी अन् डेनीस जहाजापासून दूर झाले आणि त्या बुटक्याशा लोकांच्या घोळक्याकडे मुद्दाम धमकावल्यागत पावलं टाकत चालू लागले. डेनीस एका फळीला घासून गुळगुळीत करत होता, ती फळी तशीच हातात घेऊन तो त्या घोळक्याजवळ जाऊ लागला. सँडी एक मोठा दगड हातोडा म्हणून वापरत होता. तो दगड त्यानंही तसाच हातात धरून ठेवला. दोन्ही मुलांपैकी कुणीही धमकीचा शब्दही काढला नाही, पण तरीही लोक किंचित मागे सरकले.

सँडीनं अत्यंत अधिकारवाणीनं आदेश दिला, "दगड फेकायचे नाहीत."

डेनीस शक्य होईल तितका ताठ झाला होता. त्या छोट्याछोट्या माणसांच्या घोळक्याच्या पार्श्वभूमीवर तो जास्तच उंच भासत होता. तो भरदार पुरुषी आवाजात दरडावून म्हणाला, "घरी जा. तुमच्या तंबूत परत जा. आत्ताच्या आत्ता."

ते लोक दोन्ही मुलांना राक्षस समजायचे, त्याचे असे फायदेही होते. हळूहळू सगळे लोक निघून गेले.

• • •

यलिथ चांदण्यात न्हायलेल्या तिच्या आवडत्या खडकावर अंगाची जुडी करून बसली होती. ओहोलिबामा तिथे आली, पण यलिथचं लक्षच नव्हतं. ओहोलिबामानं तिच्या खांद्यांभोवती हात टाकला, तेव्हा तिचं लक्ष गेलं.

यलिथचे डोळे पाण्यानं भरून आले. "जुळा सँड आणि जुळा डेन..." तिला पुढे बोलता येईना.

तिचं वाक्य ओहोलिबामानं पूर्ण केलं. "जहाज बांधून पूर्ण झाल्यावर त्या दोघांना इथून जावं लागेल. जिथून ते इथे आले ना, त्याच ठिकाणी परत जातील ते."

हुंदका दाबून यलिथनं सांगितलं, "जुळा सँड मी त्यांच्यासोबत जावं असं सुचवत होता. त्यानं मला विचारलं तसं."

आश्चर्यानं ओहोलिबामा चमकली. ती म्हणाली, "ह्या शक्यतेचा तर मी

विचारही केला नव्हता.''

''मग...तुझं काय मत आहे?''

ओहोलिबामा लक्षपूर्वक आकाशाकडे बघत होती. कान देऊन ऐकत होती. मग नंतर तिनं मान हलवली.

यलिथनंसुद्धा आकाशाकडे बघत सांगितलं, ''ताऱ्यांनी मला कधीच चुकीचं सांगितलेलं नाहीये.''

विचार करत ओहोलिबामा म्हणाली, ''जुळ्यांसोबत जाणं हा तुझ्यासाठी योग्य उपाय का नसावा, हे मला कळत नाहीये. तारे जे सांगतात, आणि जे मला मान्य असतं, फक्त तेवढंच मला कळतं. आणखीही असं काहीतरी आहे, जे आपल्याला समजत नाहीये. तू ताऱ्यांचं बोलणं ऐकलंस ना? ते तुला घाबरू नकोस, असं सांगतायत.''

वाऱ्याची हलकीशी झुळूक त्यांच्या गालांना स्पर्श करून गेली. जाताजाता ती झुळूक कानात सांगत होती, ''घाबरू नको. घाबरू नकोस. सगळा घटनाक्रम अगदी परिपूर्ण आणि अचूक बनवला जाईल.''

कुजबुजत्या आवाजात यलिथ बोलू लागली, ''लेमेकआजोबा जिवंत असायला हवे होते गं. एलनं माझ्या बाबांना जहाज बांधायला सांगितलंच नसतं, किंवा प्रचंड पाऊस पडणार असल्याचंही सांगितलं नसतं, तर किती बरं झालं असतं...''

''आणि ...आपले जुळे?''

यलिथच्या गालांवरून अश्रू ओघळू लागले. ''ते इथे यायलाच नको होते...असं मी म्हणणार नाही. किंवा मी तरी बाई बनायला नको होतं, असंही म्हणणार नाही.''

ओहोलिबामानं तिला मिठीत घेतलं. तिला लहान बाळासारखं झुलवत ती म्हणाली, ''हो गं... मीसुद्धा... माझी छोटी बहीण गं ती... अगं, माझ्या पोटात जॅफेथचं बाळ वाढतंय, आणि मला भविष्याची चिंता सतावते आहे. मला त्या भयंकर प्रलयाची, त्यासोबत येणाऱ्या मृत्यूची, क्लेशदायक दुःखाची भीती वाटतेय. कधीकधी तर मला नोहाचीसुद्धा भीती वाटते गं...किती झपाटल्यासारखे झालेत ते... पण माझा जॅफेथवर विश्वास आहे. त्याच्यावर आणि ताऱ्यांवर, एलवर पूर्ण विश्वास आहे. जे काही घडेल ते सगळं चांगल्यासाठीच घडेल, यावरही माझा विश्वास आहे.''

हळूहळू तारे क्षितिजाकडे सरकले. आकाश अगदी किंचित उजळलं, मंद रंगांची शिंपण झालेली दिसू लागली. पक्ष्यांचं आनंदगान आसमंतात निनादलं. झाडांवरची बबून जातीची माकडं टाळ्या पिटू लागली.

• • •

आता ते जहाज जवळजवळ पूर्ण बांधून झालं होतं.

दोघे जुळे भाऊ रात्रीच्या अंधारात, तंबूत एकमेकांशी कुजबुजत बोलत होते. दिवसा सतत कोणीतरी त्यांच्यासोबत असायचंच, आणि दुपारी सगळेजण एकाच वेळेला झोपत नसत.

सँडी म्हणाला, ''आपण कित्येक दिवसांत सेराफिमना पाहिलंच नाही रे!''

''नेफिलिमसुद्धा दिसले नाहीत,'' डेनीस म्हणाला.

''मला तरी ते नेफिलिम दिसायला नकोच आहेत...विशेषत: तो रोफोकेल.''

डेनीस म्हणाला, ''पण अधूनमधून मला एखादा नेफिल तरी दिसतोच. किंवा निदान मला जेव्हा एखादी मुंगी किंवा अळी दिसते ना, तेव्हा माझ्या डोळ्यांच्या मागच्या बाजूला लाल, केशरी, निळे, जांभळे रंग फडफडतात. ते मात्र मूर्त रूपात साकारत नाहीत.''

''मला सेराफिमपैकी कुणालातरी भेटायचं आहे. मला अॅडनारेलला भेटायचं आहे. मला वाटलं होतं, तो स्कॅरब किडा हिगेयॉनसोबत नोहाच्या तंबूत येईल, पण मला तो दिसलाच नाहीये,'' सँडी म्हणाला.

डेनीस विचार करत म्हणाला, ''अरे, त्याचा अर्थ असा नाही ना, की अॅडनारेल कायम लेमेकआजोबांच्या तंबूत रहात होता. मी फक्त एकदाच आजूबाजूला माणसं असतानादेखील एखादा सेराफ तिथे हजर असलेला पाहिलाय... आणि ते म्हणजे लेमेकआजोबांच्या दफनविधीच्या वेळी, आणि तेव्हा तर सगळे सेराफिम तिथे आले होते. शिवाय जहाज बांधताना, किंवा नोहाच्या तंबूत राहताना आपल्यासोबत नेहमीच कितीतरी माणसं असतात. आपण कदाचित उद्या तंबूतून हळूच निसटू आणि थोडा वेळ वाळवंटात जाऊ या. फक्त तू आणि मीच.''

''चांगला विचार आहे,'' सँडी म्हणाला. ''पण उद्याची वाट कशाला पहायची? दिवसा खूप ऊन असतं, आणि त्या उकाड्यात आपल्यालाही जायला नको वाटेल. महत्त्वाचं म्हणजे आपण दिवसा गेलो तर ते पटकन कुणाच्या ना कुणाच्या लक्षात येईल. नोहा अन् मॅट्रेड नेहमी आपल्यावर लक्ष ठेवून असतात. आपल्यापैकी एकाला पुन्हा कुणीतरी पळवून नेईल, अशी भीती त्यांना सतत वाटत असते. म्हणून आपण आत्ता जायचं का?''

''आत्ताच?''

''का नको? आपण दोघंही चांगले जागेच आहोत.''

''चल, जाऊ या.''

''हिगेयॉनला उठवू नकोस.''

''किंवा सेलालाही.''

“किंवा...”

“श्श्श.”

ते हळूच तंबूबाहेर निसटले.

यलिथला मात्र त्यांची कुजबुज ऐकू आली होती. तिला जरा अस्वस्थ वाटलं. तीसुद्धा उठून त्या दोघांच्या मागोमाग गेली.

• • •

“क्कीर्र... ते आलेत.”

“...आले एकदाचे!”

सगळ्या नेफिलिमनं प्राणिरूप सोडून मूळ नेफिलरूप धारण केलं. रात्रीच्या वेळी काळसर झालेले पंख उंचावले, त्यामुळे तारे झाकले गेले.

• • •

नोहाच्या तंबूत छोटा मॅमथ दचकून जागा झाला. टिग्लाचा भाऊ मारत असल्याचं स्वप्न पडलं होतं त्याला. त्यानं सेलाला ढुशी दिली, सेलानं हिगेयॉनला, आणि हिगेयॉन जुळ्यांना ढुशी देऊ लागला, तर त्याला तिथे फक्त झोपण्याची कातडी जाणवली. तो काहीतरी वेगळंच वाटून पूर्ण जागा झाला आणि फुरफुरत यलिथच्या झोपण्याच्या कातड्याकडे गेला. तीसुद्धा तिथे नव्हती. त्यानं नोहा अन् मॅट्रेडकडे नजर टाकली. दोघेही शांतपणे झोपले होते.

सेलानं अगदी हळूच तुतारीचा चीत्कार केला, फक्त मॅमथनाच ऐकू यावा असा. तिनं तिची सोंड हिगेयॉनच्या कानाकडे रोखली. त्याच्या कानावर तो चमकदार स्कॅरब किडा होता. हिगेयॉनच्या काळपट राखाडी कानावर एखाद्या रत्नासारखा चमकत होता.

“आता आम्ही काय करायला हवं?” हिगेयॉनच्या डोळ्यांमध्ये प्रश्न उमटला. काहीतरी ऐकत असल्यागत त्यानं डोकं वाकडं केलं होतं. जरा वेळानं त्यानं दोन्ही मॅमथना सोंडेनं खुणावलं, आणि तो घाईघाईनं तंबूबाहेर पडून वाळवंटाकडे पळत सुटला. सेला आणि तो छोटा मॅमथदेखील त्याच्या मागोमाग धावले.

• • •

काय होतंय, हे समजण्याच्या आधीच सँडी अन् डेनीसभोवती वेढा घातला जाऊ लागला होता. त्यांना मध्ये ठेवून नेफिलिमचं विनाशकारी वर्तुळ जवळजवळ

पूर्ण होत आलं होतं. हळूहळू... अगदी व्यवस्थित ठरवून...सहेतुक घेराव. दगडाचा आणि थंडीचा वास दोघांच्या नाकात भिनला.

एक अदृश्य हात आपल्या छातीवर अगदी जोरात दाबला जात असल्याचं सँडीला जाणवलं. त्यानं डेनीसला ओरडून सांगितलं, ''पटकन!'' आणि अजून पूर्णपणे बंद न झालेल्या त्या जीवघेण्या वर्तुळातून तो बाहेर झेपावला. त्याच्या पाठोपाठ डेनीसही गुदमरून टाकणाऱ्या गडद जांभळ्या पंखांमधून बाहेर झेपावला. ''ए.. पळ रे!''

ते दोघे अत्यंत चपळाईनं वर्तुळातून बाहेर पडले होते, पण नेफिलिम मात्र त्यांच्यापेक्षाही चपळ होते.

पुन्हा त्या दोघांभोवती वर्तुळं तयार व्हायला सुरुवात झाली. त्या दोघांचा श्वासच कुणीतरी पिळवटून काढून घेत असल्यासारखं वाटायला लागलं. मेंढ्यागत डोकं खाली घालून सँडी धावत सुटला, आणि रोफोकेल अन् युजिएलमध्ये धडकला. डेनीसनं एब्लिसला धडक दिली.

पण ते फक्त दोघेच होते, आणि नेफिलिम तर खूप होते. हेतुपूर्वक, कुठलीही घाई न करता, ते दुष्कृत्य पार पाडण्याएवढी ताकदही होती त्यांच्याकडे. त्या जीवघेण्या वर्तुळातून बाहेर पडण्याच्या घाईत ही दोन्ही मुलं मरुवनाच्या विरुद्ध दिशेला पळाली होती. आता नोहाचे तंबू खूप लांब राहिले होते, त्यामुळे भरधाव वेगानं धावत तंबूपर्यंत पोचण्याचा विचारही शक्य नव्हता.

नेफिलिमचं वर्तुळ लहान होऊ लागलं. ते नेफिलिम त्यांच्या जवळ येऊ लागले.

यलिथनं पाहिलं.

ती किंचाळली, ''एरियल! एरियल!''

तो सोनेरी सिंह वाळूवरून झेपावत गेला, आणि त्यानं दोन नेफिलिमच्या मध्ये उडी घेऊन त्यांचं वर्तुळ पूर्ण होण्यापासून रोखलं.

अकस्मात टपटपत्या टापांचा आवाज ऐकू आला आणि उंटाच्या रूपातला ॲडमिएल वाळवंटातून दौडतदौडत त्या वर्तुळामध्ये घुसला. आकाशात पंखांची फडफड झाली आणि पेलिकन पक्ष्यानं सूर मारून ते वर्तुळ पुन्हा तोडलं.

मॅमथची तीन लहानशी राखाडी शरीरं धावत त्या वर्तुळात घुसली. ते तिघे नेफिलिमच्या चेहऱ्यांवर वाळू आणि पाणी उडवू लागले. नेफिलिम घाईघाईनं आपले चमकदार पंख फडकावत त्यांच्या वर्तुळाकार रचनेतून बाहेर फेकले गेले.

आकाशाच्या दिशेनं प्रकाशशलाका उसळून सिंह, उंट आणि पेलिकन आपल्या सुंदर, तेजस्वी सेराफिम रूपात प्रकट झाले.

सँडी अन डेनीस अत्यंत वेगानं त्यांच्याजवळ धावले. इतक्या वेगानं आधी ते कधीही धावले नव्हते. ॲलारिडनं सँडीला तर ॲडमिएलनं डेनीसला जवळ घेतलं.

सगळे नेफिलिम संतापून आकाशात झेपावले, त्यांना यलिथ दिसली.

"ती!" एब्लिस ओरडला, "मला हवीय ती!"

पण त्या नेफिलच्या आधी एरियल यलिथपाशी पोचला. एब्लिस चपळ होताच, पण तो सेराफ त्यापेक्षा जास्त चपळ होता. एरियलनं यलिथला आपल्या सोनेरी पंखांमध्ये लपेटून घेतलं.

तिन्ही मॅमथनं आनंदानं विजयी तुतारी फुंकली, आणि त्यांच्याभोवती जमा झाले.

हिगेयॉनच्या कानावर तांबूस रंग चमचमला आणि ॲडनारेल प्रकट झाला. "निघून जा!" त्यानं नेफिलिमना बिगुल वाजवल्यासारख्या आवाजात आदेश दिला.

"क्कीर्र. त्यांना आमच्यापासून हिरावून घेण्याचा तुम्हाला काहीही अधिकार नाहीये," नामा म्हणाला.

"तुमचाही त्यांच्यावर मुळीच अधिकार नाहीये," तीव्र शब्दात ॲडनारेलनं फर्मावलं. "चला, जा इथून."

वाळवंटाच्या चारी कोपऱ्यांतून इतर सेराफिमसुद्धा तिथे आले आणि ॲडनारेल, ॲलारिड, ॲडमिएल आणि एरियलच्या बरोबरीनं उभे ठाकले.

मग उंदराचं शरीर धारण करणाऱ्या एरट्रॅएलनं कुरकुरत म्हटलं, "काय घडणार आहे हे आम्हाला सांगा."

"तुम्हाला माहीत नाही?" ॲलारिडनं विचारलं.

"माझं असं मत आहे," युजिएल नागासारखं फुसफुसत म्हणाला, "नोहा जहाज बांधतो आहे, म्हणजे त्याला पाण्याचीही अपेक्षा असणारच."

"तुझं मत बरोबर आहे," ॲडमिएल डेनीसच्या खांद्यावर हात टाकून म्हणाला.

"क्कीर्र...आणि मग काय?" नामानं विचारलं.

ॲलारिडनं सांगितलं, "पाऊस...प्रचंड पाऊस." त्यानं त्याचा हात आकाशाच्या दिशेनं उंचावला, जणू एका तेजस्वी ताऱ्याला स्पर्श केल्यासारखं वाटलं. अचानक तिथे विजेचा लखलखाट होऊन जणू त्या विद्युत्शलाकेमुळे आकाश दुभंगलं, आणि क्षणार्धात कडाडत ती वीज पृथ्वीवर कोसळली.

"आत्ता," ॲलारिडनं सगळ्या नेफिलिमना फर्मावलं, आणि एकेक करून सगळे नेफिलिम आपापल्या प्राणिरूपात परत गेले. सँडीला पावसाचा एक थेंब

पडल्याचं जाणवलं.

मग गंभीरपणे ते सेराफिम दोन्ही जुळ्यांना आणि यलिथला वाळवंटात आणखी दूर घेऊन गेले... नेमकं कुठे जायचं ते मात्र त्यांनी सांगितलं नाही.

सँडीनं विचारण्यासाठी तोंड उघडलं, ''कुठे...'' पण परत बंद करून घेतलं.

ते सगळे एका अखंड, चंदेरी खडकापाशी पोचले. सेराफिम त्या खडकाभोवती गोल करून उभे राहिले. एरियलनं यलिथला त्या गोलाच्या मध्यावर ओढून घेतलं.

ॲडनारेलनं सँडीचा आणि ॲडमिएलनं डेनीसचा हात धरून त्या दोघांना खडकाभोवतीच्या वर्तुळात सामील करून घेतलं. यलिथ प्रश्नार्थक चेहऱ्यानं एरियलकडे पहात होती, पण आता तिला अजिबात भीती वाटत नव्हती.

ॲलारिड म्हणाला, ''यलिथ, बाळा, तू तुझ्या ईनॉक या खापरपणजोबांना ओळखत नाहीस, किंवा त्यांना भेटली नाहीस.''

तिनं नकारार्थी मान हलवली.

''पण तू त्यांच्याबद्दल ऐकलं असशील, हो ना?''

''त्यांचा मृत्यू सामान्य माणसांसारखा झाला नाही. ते एलसोबत, त्याच्या मार्गावरून चालत होते, आणि मग लेमेकआजोबांनी सांगितल्यानुसार, ते नव्हतेच...नाहीसे झाले. म्हणजेच, मरुवनातल्या इतर लोकांची साथ दिली नव्हती त्यांनी. ते एलसोबत होते. मला एवढंच माहीत आहे,'' यलिथ म्हणाली.

सँडीच्या मनात अचानक आशा जागृत झाली. त्याला नोहा आणि लेमेकआजोबांनी ही गोष्ट सांगितल्याचं आठवलं.

यलिथकडे बघून हसत एरियल म्हणाला, ''एलनं आम्हाला, तुलाही अगदी तशाच प्रकारे घेऊन यायला सांगितलं आहे.''

ती बिचकली, मागे सरत म्हणाली, ''मला समजत नाहीये.''

तिच्याजवळ जाण्यासाठी डेनीस पुढे सरसावला, पण हिगेयॉननं त्याला ढुशी देऊन तिथेच स्थिर उभं राहायला सांगितलं.

एरियल म्हणाला, ''ए चिमुरडे, अगं, सगळं समजायची गरज नाहीये. मी तुला घेऊन जाणार आहे, आणि सगळं काही चांगलंच होणार आहे. घाबरू नकोस हं.''

ती खूप लहानशी, अगदी कमी वयाची वाटायला लागली. तिनं हळूच विचारलं, ''मला दुखेल का? इजा होईल का?''

''नाही गं. तुला त्या अनुभवातून अत्यंत आनंद मिळेल.''

तिनं विश्वासानं त्याच्याकडे पाहिलं.

"तुमचे पूर्वज, ईनॉक, तुला सगळं समजावून सांगतील."

पुढे जाऊ पाहणाऱ्या सँडीला अॅडनारेलच्या बोटांनी अडवलं. त्यानं सँडीला विचारलं, "तू हे सगळं नोहा आणि मॅट्रेडला सांगशील का?"

सँडी म्हणाला, "हो, मी सांगीन. ते खूप खूश होतील, असं मला वाटतंय."

डेनीसनं ईनॉकची ही विलक्षण गोष्ट ऐकली नव्हती. तो गोंधळून गेला होता, पण तरीही त्याच्या मनात आशा होती. एरियल जर तिला कुठेतरी घेऊन जाणार असेल, तर ती त्या महापुरात बुडणार नाही. सेराफिमवर विश्वास ठेवायला हवा, अशी त्याची पक्की खात्री होती. एरियल यलिथला सूर्यावर, चंद्रावर, किंवा जिथे ती जगू शकणार नाही अशा ठिकाणी मुळीच घेऊन जाणार नाही. तिला मानवी मर्यादा होत्याच.

एरियल म्हणाला, "चला, आता ती वेळ झाली आहे."

यलिथला एरियलचे ते शब्द आठवले. ती जेव्हा भर उन्हात वाळवंटात गेली होती, तेव्हा एरियल तिच्याशी बोलताना म्हणाला होता. तिनं ते शब्द कुजबुजत्या आवाजात उच्चारले, "अमाप पाणी प्रेमभावना शमवू शकत नाही, आणि महापूरही ते प्रेम बुडवू शकत नाही. जुळ्यांनो... लाडक्या जुळ्यांनो ... माझं तुमच्यावर प्रेम आहे."

सँडी अन् डेनीस, दोघे एकाच वेळी बोलले, "यलिथ...ओह यलिथ... माझंही तुझ्यावर प्रेम आहे," बोलताना त्यांचा आवाज चिरकत होता.

"आता तुम्ही दोघं जिथून आलात तिथे परत जाणार आहात का?"

सँडी अन् डेनीसची नजरानजर झाली.

"आम्ही प्रयत्न करणार आहोत," सँडी म्हणाला.

"सेराफिम आम्हाला मदत करतील, असं मला वाटतंय," डेनीस म्हणाला.

"जर आम्ही थोडे आणखी मोठे असतो ना..." सँडीनं बोलायला सुरुवात केली.

डेनीसनं मोठ्यानं हसून म्हटलं, "आम्ही जर मोठे असतो, तर आणखी जास्तच गुंतागुंत झाली असती, खरं ना?"

यलिथलाही हसू आलं. ती म्हणाली, "ओह... माझं तुम्हा दोघांवर प्रेम आहे! माझं दोघांवर प्रेम आहे!"

एरियल तिला हलकेच सांगू लागला, "चल यलिथ."

"मी माझ्या आई-बाबांना गुडबाय म्हणून त्यांचा निरोप घेऊ शकणार नाही का? जॅफेथ आणि ओहोलिबामाचासुद्धा निरोप घेऊ शकणार नाही?"

"अगं, असं निरोप न घेता जाणंच सगळ्यात उत्तम असतं. तुझ्या पूर्वजानं, ईनॉकनंसुद्धा तसंच केलं होतं."

यलिथनं मान डोलावली, आणि मग तिनं सँडीच्या जवळ जाऊन, टाचा वर करत पाय उंचावून, त्याच्या ओठांचं चुंबन घेतलं. मग डेनीसचंसुद्धा तसंच खोल, खूप वेळ चुंबन घेतलं.

एरियलनं तिला त्याच्या सोनेरी किनार असलेल्या शुभ्र पंखांमध्ये लपेटून घेतलं. मग त्यानं तिला हातांनी वर उचललं, पंख पसरून हलकेच हलवले. त्यानंतर मग तो हवेत झेपावला, उंच, उंच... आणखी उंच...

सगळे एकटक बघत राहिले. अखेरीस आकाशात फक्त किंचितसा प्रकाशाचा ठिपका दिसू लागला, जणू एखादा नवा तारा असावा तसा.

• • •

सँडी घरी येऊन नोहाशी बोलला, "तुम्हाला आठवतंय का... लेमेकआजोबा आणि तुम्ही त्या रात्री गप्पा मारत होतात आणि मीही तिथेच होतो ते?"

"हो, आठवतंय," नोहा म्हणाला.

"लेमेकआजोबा मृत्यूविषयी बोलत होते."

"हो, तेही आठवतंय."

"आणि ते त्यांच्या आजोबांबद्दल, ईनॉक आजोबांबद्दल सांगत होते. ईनॉकआजोबा एलसोबत चालत गेले, आणि मग ते नाहीसे झाले, कारण एल त्यांना घेऊन गेला... ते आठवतंय?"

"हो, तेसुद्धा आठवतंय. का रे?"

"यलिथसुद्धा तशीच नाहीशी झालीय. ती नाही आता."

"हे काय सांगतो आहेस तू?" नोहाचे डोळे विस्फारले.

मॅट्रेडनं तोंडावर हात ठेवला आणि ती सगळं लक्ष एकवटून ऐकू लागली.

सँडी पुढे बोलू लागला, "तो एरियल नावाचा सेराफ आहे ना, त्यानं सांगितलं, की तिला ईनॉकआजोबांसारखं घेऊन जाण्याचं ठरलंय. त्यानं तिला उचललं आणि तो थेट आकाशात उडून गेला. आम्ही पाहिलं ते."

डेनीसनं मान डोलावली.

नोहाचे डोळे अत्यानंदानं चमकले.

मॅट्रेडचे डोळे भरून आले. ती रडायला लागली.

"मला पावसाचा एक थेंब पडल्याचं जाणवलं," सँडीनं सांगितलं.

त्याच्याकडे पाठ वळवून नोहा म्हणाला, "उद्या जहाज बांधून पूर्ण होईल."

• • •

त्या रात्री सँडी अन् डेनीस नोहाच्या भल्यामोठ्या तंबूबाहेर बसले होते. तिन्ही मॅमथ त्यांच्याजवळ अंगाची जुडी करून बसले होते. बाकीचं सगळं कुटुंब तंबूत झोपलं होतं. फक्त यलिथ तेवढी नव्हती त्यांच्यात. यलिथची झोपण्याची कातडी नीट घडी करून ठेवून दिली होती.

"आपल्या घरी जाण्याबद्दल अॅडनारेलशी बोलायची संधीच मिळाली नाही मला," सँडी म्हणाला.

"पण यलिथ ठीक आहे. आत्ता या क्षणाला तेच महत्त्वाचं आहे," डेनीस म्हणाला. त्याच्या नाकावर पावसाचा एक थेंब पडला.

"पाऊस सुरू होतोय," सँडी हिगेयॉनला थोपटायला खाली वाकला. तो सँडीच्या पायांना जास्तीत जास्त चिकटून बसण्याचा प्रयत्न करत होता. "ती ते काय म्हणाली रे? ते अमाप पाणी की काय ते?" त्यानं विचारलं.

"अमाप पाणी प्रेमभावना शमवू शकत नाही. मला वाटतं, ती असंच म्हणाली बहुतेक."

हिगेयॉननं त्याची सोंड वर उचलून सँडीच्या हातावर स्पर्श केला. सँडी त्याला म्हणाला, "आता आमची घरी जायची वेळ जवळ आली आहे हिगी. मला अॅडनारेलशी बोलायचं आहे."

हिगेयॉननं सोंडेनं त्याच्या कानावर चाचपून पाहिलं. तिथे स्कॅरब किडा नव्हताच.

पुन्हा पावसाचा आणखी एक थेंब पडला. सुरुवातीचा अगदी शांत पाऊस होता तो, अधूनमधून बारकेसे थेंब पडत होते. विजेचा लखलखाट नाही, की ढगांचा गडगडाट नाही.

सँडीनं आकाशाला विचारलं, "खरंच देव हे सगळं करतो आहे? महाप्रलय आणून सगळ्यांचा नायनाट करणार आहे?"

डेनीसनंही मान वर करून आकाशाकडे पाहिलं. आता तारे दिसत नव्हते, ढगांच्या जाडजूड पडद्याआड दडले होते. तरीदेखील अजूनही त्याला ताऱ्यांची किणकिण ऐकू आल्यासारखं वाटत होतं. मंद, पण आश्वासक. "जेव्हाजेव्हा भूकंप होतो, भयंकर आग लागते, किंवा वादळी तुफान येतं, अशा संकटांचा त्रास सगळ्यांनाच सहन करावा लागतो. 'ओल्याबरोबर सुकंही जळतं' असं म्हणतात ना, तसंच वाईट लोकांसोबत चांगले लोकदेखील मृत्युमुखी पडतात."

सँडी हिगेयॉनच्या केसाळ कमरेवर पायांची बोटं फिरवत बसला होता. तो म्हणाला, "ठीक आहे. प्रत्येकाचा कधी ना कधी मृत्यू होणारच असतो. आधी, किंवा नंतर."

"अगदी तारेसुद्धा मरण पावतात," डेनीसनं त्याला दुजोरा दिला.

सँडी म्हणाला, "मला एन्ट्रॉपी हा प्रकार मुळीच आवडत नाही. जणू एखाद्या घड्याळातली घट्ट गुंडाळून ठेवलेली स्प्रिंग हळूहळू सुटत जावी, तसं ब्रह्मांड विस्तारत चाललंय."

"मला मात्र तसं वाटत नाही. मला वाटतं, ब्रह्मांडाची निर्मिती अजूनही सुरू आहे. अगदी महाप्रलयसुद्धा त्या निर्मितीचाच भाग आहे," डेनीस म्हणाला.

अलिप्तपणे, सपाट आवाजात सँडी बोलू लागला, "ते काही मला समजत नाही. सगळ्यांनाच माहिती आहे, की एन्ट्रॉपी..."

"सगळ्यांनाच माहीत नसतं... आणि एन्ट्रॉपीबद्दल प्रश्नचिन्ह उभं आहेच. आपण मागच्या वर्षी विज्ञान शिकताना हे शिकलो होतो, आठवतंय ना? कुठलाही शास्त्रीय नियम कधीतरी मोडला जाऊ शकतो. कधीतरी, कुणीतरी तसं सिद्ध करतंच. तो नियम मोडीत काढला जातो, किंवा कधीकधी बदलला जातो."

"लेमेकआजोबा म्हणाले होते, की हे अखेरचे दिवस आहेत," अधूनमधून पडणाऱ्या पावसाच्या थेंबांमुळे सँडी अस्वस्थ झाला होता, आणि वाद घालत होता.

पावसाची एक हलकी सर डेनीसच्या चेहऱ्यावर पडली. त्या सरीने तारेही मूक झाले. "अरे, आत्तापर्यंत कित्येकदा असे अखेरचे दिवस येऊन गेले आहेत, आणि ते दिवस फक्त अंत सूचित करत नाहीत, तर त्या क्षणापासून नवी सुरुवातही होते."

"या सगळ्याचा काही ठराविक घटनाक्रम असेल का? का नुसत्याच गोंधळ आणि योगायोगानंच घटना घडतात?"

"तुला काय वाटतं?" डेनीसनं विचारलं.

सेला आता हिगेयॉनच्या शेजारी येऊन लोळत होती. सँडीनं दुसरा पाय पसरून त्या पायाची बोटं तिच्या अंगावर घासायला सुरुवात केली. "आपण इथे, यलिथकडे, नोहाकडे, केवळ योगायोगानंच आलो का?" त्यांना विचारलं.

डेनीस हातानं चेहरा पुसून म्हणाला, "नाही. मला तरी तसं वाटत नाही."

सँडी म्हणाला, "आता जहाज बांधून पूर्ण झालंय. यलिथ ईनॉकआजोबांकडे, आणि कदाचित लेमेकआजोबांकडेही गेली आहे. आजोबा काय सांगत होते? अशा गोष्टींबद्दल आपल्याला खूप कमी माहिती असते..."

हवेत अचानक लखलखलं आणि ॲडनारेल त्यांच्या समोर उभा राहिला.

"ओह...ॲडनारेल..." सँडी टुणकन उडी मारत उभा राहिला, "मला तुझ्याशी कण-भौतिकी आणि क्वांटम-लीप याबद्दल बोलायचं आहे."

त्यांच्या शेजारी बसून ॲडनारेल ऐकू लागला...

“म्हणूनच...” सँडीनं आपलं बोलणं संपवत म्हटलं, “जर तू आमच्या काळात आणि आमच्या ठिकाणी जाऊ शकलास, आणि जर इथल्या एकशिंगी घोड्यांना आमच्यासकट तिथे बोलावू शकलास, तर तू टेसर करून आम्हाला आमच्या घरी नेऊ शकशील.”

“हं. मला तरी हे अशक्य वाटत नाहीये,” अॅडनारेल म्हणाला. तो पुढे बोलला, “ऊर्जा आणि भौतिक पदार्थ यांबद्दल आम्हाला असलेल्या ज्ञानाशी ते सुसंगत वाटतंय. मी त्याबद्दल इतर सेराफिमशी बोलीन.” तिथून जाण्यासाठी वळतावळता त्यानं सांगितलं, “तंबूपासून दूर भरकटत जाऊ नका.”

“नेफिलिम ...” डेनीसला ते पटलं. त्यानं मोठ्यानं सांगितलं, “आम्ही दूर भटकणार नाही. आम्हाला झोप येत नाहीये ना, म्हणून बाहेर बसलोय एवढंच.”

जरा थांबून अॅडनारेल म्हणाला, “तुमचं यलिथवरचं आणि तिचं तुमच्यावरचं प्रेम शाश्वत आहे, आणि म्हणूनच ते अगदी कायमस्वरूपी तसंच राहील,” एवढं बोलून तो निघून गेला.

टिग्ला दिसायच्या आधीच तिचा गंध सँडी अन डेनीसला जाणवला. ते दोघे पटकन उभे राहिले आणि तंबूकडे पळू लागले. तंबूच्या दारावरील पडदा अर्धवट उघडा होता.

“ए...अरे जाऊ नका ना... प्लीज जाऊ नका!” टिग्ला ओरडली, “मी एकटीच आलीये रे! खरंच... मी शपथेवर सांगते तसं.”

टिग्लाच्या शपथांना, वचनांना फारसा अर्थ नव्हता. ते सावध होऊन तंबूच्या दारापाशी उभे राहिले. ती जवळ आली, पण ती खरंच एकटी होती. तिचे वडील, भाऊ किंवा नेफिलिम तिच्यासोबत दिसत नव्हते.

ती म्हणाली, “पावसाची सुरुवात झाली आहे. आमच्याकडे वसंत ऋतूशिवाय कधीच पाऊस पडत नाही. आम्ही कुणीच कधीही बघितला नसेल एवढा जास्त पाऊस पडणार आहे, असं नोहाला खरंच वाटतंय का? आणि म्हणूनच त्यानं एवढं अवाढव्य जहाज बांधलं आहे का?”

सँडीनं मान डोलावली.

“अॅना तर माझी बहीण आहे. मग माझ्यासाठी जहाजावर जागा असेल का?”

“अगं, सँडीसाठी आणि माझ्यासाठीदेखील जागा नाहीये,” डेनीसनं सांगितलं.

“मग आता तुम्ही काय करणार आहात?”

“नक्की असं काही ठरवलं नाहीये,” सँडी सावध होऊन म्हणाला. “आमच्या घरी जाऊ बहुतेक, तशी आशा आहे.”

“मला पाऊस अजिबात आवडत नाही. फार थंडगार आणि ओलं असतं,”

टिग्लानं जोरात हुंगल्यागत श्वास घेतला.

"रोफोकेल तुझी काळजी घेईलच," सँडी म्हणाला.

"हो, घेईलच की! आता मी त्याला शोधायला जाते, तेच बरं. तुमची ओळख झाली... छान वाटलं."

"असं म्हणायची मुळीच इच्छा नाहीये, तरीपण ... धन्यवाद!" सँडी उद्धटपणे म्हणाला.

"मलाही तेच म्हणायचंय," डेनीस म्हणाला.

"ए...अरे, माझ्या बाबांनी आणि भावानं जे केलं, त्यासाठी तुम्ही मला दोष देत आहात का? नाही ना?"

"एकवेळ तुझ्या बाबांच्या आणि भावाच्या दुष्कृत्याबद्दल कदाचित तुला दोष देणारही नाही; पण तो रोफोकेल तुला जे काही सांगतो, ते सगळं तू करतेस ना... त्याबद्दल मात्र नक्कीच दोषी आहेस."

"तर मग त्याच्याकडेच जा," डेनीस म्हणाला. नेफिलिम त्यांचा काही स्वार्थ असल्याशिवाय माणसांना मदत करतील, यावर त्याचा विश्वास नव्हता. त्यांना मानवजातीची मुळीच पर्वा नव्हती.

"पण मला खरंच वाटतं, तुमची ओळख झाली, हे छान झालं," टिग्ला म्हणाली.

"मी तुमची आणखी चांगली ओळख करून घ्यायला हवी होती... म्हणजे अगदी चांगलीच...खरी ओळख."

"माफ कर टिग्ला. तू आमच्यापेक्षा वयानं खूप मोठी आहेस, आणि तुझा अनुभवही खूप जास्त आहे," सँडी म्हणाला.

"मी तुम्हाला शिकवू शकेन की..."

"नाही टिग्ला, आता योग्य वेळ नाहीये."

"बरं मग, गुडबाय!" ती म्हणाली.

"गुडबाय!" दोघे एका सुरात म्हणाले.

जॅफेथ त्यांच्यापाशी आला. "मला तुमची फार काळजी वाटते आहे रे," तो म्हणाला.

दूर जात असलेल्या टिग्लाच्या पाठमोऱ्या आकृतीकडे सँडी अजूनही बघतच होता. तो म्हणाला, "काळजी करू नकोस हं 'जे'. आम्हाला काहीही होणार नाही."

"कसं काय? आम्ही तुम्हाला जहाजावर घेऊ शकणार नाही, हे तुलाही माहीत आहे," जॅफेथ म्हणाला.

"हो, माहीत आहे," डेनीसनं कबूल केलं. त्यानं आकाशात पाहिलं. ढगांची दाटी झाली होती, आणि अधूनमधून पावसाचे थेंब पडत होते. त्यानं

ढगांमागे दडलेल्या ताऱ्यांचं बोलणं ऐकायचा प्रयत्न केला.

"तुम्ही जिथून आलेले आहात तिथे, तुमच्या घरी, जाऊ शकाल का?" जॅफेथनं विचारलं. त्यानंही आकाशाकडे पाहिलं, आणि जणू ताऱ्यांच्या मूकपणामुळे गोंधळल्यागत डोकं हलवलं.

"हो, आम्ही तसा प्रयत्न करणार आहोत," सँडी म्हणाला. "आमची काळजी करू नकोस. तुला तसंही खूप जास्त काम आहे, सगळ्या प्राण्यांना गोळा करायचं आहे, जहाजावर अन्न, धान्य, चारा अशा सगळ्याच गोष्टींची सोय करायची आहे."

जॅफेथनं मान डोलावली. तो म्हणाला, "अं...कदाचित..."

"कदाचित काय?" सँडीनं विचारलं.

जॅफेथनं त्याचा रुंद तळवा चेहऱ्यावरून फिरवला, डोळ्यात जमा झालेलं पाणी पुसलं. "ओह...जुळ्यांनो..." असे उद्‌गार काढत त्यानं त्यांच्याजवळ धाव घेतली. तिघांनी एकमेकांना मिठी मारली, आणि एकमेकांच्या मिठीत ते तिघे मागे-पुढे झुलू लागले.

• • •

पहाट होण्याच्या थोडंसं आधी ओहोलिबामा माह्लाच्या कमी उंचीच्या पांढऱ्याशुभ्र घरी भेटायला गेली.

माह्ला घरात एकटीच होती, तिच्या बाळाला दूध पाजत होती. चांगलंच मोठं बाळ होतं ते! अधाशासारखं दूध पीत होतं. माह्ला अगदी फिकुटलेली आणि नाजूक वाटत होती, पण बाळ दूध पीत असताना ती त्याच्याशी मंद आवाजात लाडेलाडे बोलत होती.

तिनं मान वर करून ओहोलिबामाकडे पाहिलं. तिच्या चेहऱ्यावर अगत्य आणि हसू फुललं. "तुला बघून छान वाटलं गं ओहोली, आत ये ना," ती म्हणाली.

ओहोलिबामा माह्लाकडे बघत तिच्याजवळ उभी राहिली. तिनं विचारलं, "युजिएल तुझ्याशी चांगला वागतो का गं?"

"हो, अगं खूप चांगला आहे तो," माह्लाच्या डोळ्यांत गाढ प्रेम दिसत होतं.

"तू त्याच्यासोबत खूश आहेस ना? म्हणजे अगदी खरंच खूश हं... मी जशी जॅफेथसोबत खूश आहे ना, तशी खूश आहेस?"

"अगदी खरंच खूप खूश आणि सुखी आहे मी. अर्थात, युजिएल आणि जॅफेथ वेगवेगळ्या स्वभावाचे आहेत, पण तरी खूप खूश आहे गं मी."

"तो तुला कधी दुखापत करत नाही ना?"

"नाही गं, कधीच नाही."

"तुझी काळजी घेतो?"

"खूप छान काळजी घेतो, आणि त्याचं आमच्या बाळावर खूप प्रेम आहे."

"छान. मला हेच माहीत करून घ्यायचं होतं," असं बोलून ओहोलिबामा परत तिच्या अन् जॅफेथच्या तंबूकडे निघून गेली.

• • •

सगळे सेराफिम एकत्र जमा झाले होते. पहाटेचा मोतिया रंगाचा प्रकाश वाळवंटात पसरू लागला होता. ढगांची दाटी वाढली होती, आणि झाडांवरचे पक्षी नेहमीपेक्षा हलक्या आवाजात गात होते. बबून माकडांची बडबडही आज बंद होती.

"माझ्या मते ते शक्य होईल, असं वाटतंय," ॲडनारेल म्हणाला.

मान डोलावत ॲलारिड म्हणाला, "आपण काही या काळात आणि या ठिकाणी जखडले गेलेलो नाही आहोत. आपल्यापैकी दोनजणं त्या जुळ्यांच्या जगात जातील आणि एकशिंगी घोड्यांना बोलावून घेतील."

ॲडमिएलनं विचारलं, "पण एकशिंगी घोड्यांची गरज आहे का? मी त्यांना माझ्या पाठीवर बसवून घेऊन गेलो तर ते जास्त सुरक्षित असेल, असं मला वाटतं."

क्षणभर ॲडनारेलचे डोळे विस्फारले, आणि मग विचारात गढून गेल्यानं बंद झाले. तो म्हणाला, "भौतिक पदार्थरूपातून ऊर्जारूपात, आणि पुन्हा ऊर्जारूप ते भौतिक पदार्थरूप, असा बदल त्यांना बहुतेक सहन होणार नाही असं मला वाटतंय. अगदी आपल्यालासुद्धा असा बदल थकवतोच की!"

जिराफरूपी ॲडनाचिएल म्हणाला, "पण एकशिंगी घोड्यांचा प्रश्नच आहे ना, जर ते मधेच अस्तित्वहीन झाले, गायब झाले, तर काय?"

ॲडनारेल म्हणाला, "ते जेव्हा इथे असतात, फक्त तेव्हाच ते 'असतात.' किंवा ते जेव्हा तिथे, दुसऱ्या ठिकाणी असतात, तेव्हाही 'असतात.' पण दोन ठिकाणांच्या मध्ये नाही. पदार्थ आणि ऊर्जा यांच्यात होणाऱ्या परिवर्तनासारखं नसतं ते."

मान डोलावून ॲलारिड म्हणाला, "त्यांचं नीट निरीक्षण करावं लागेल."

"विश्वास ठेवावा लागेल," ॲडनाचिएलला मान्य झालं.

"अंतर खूपच जास्त आहे, म्हणजे काळ आणि स्थान ह्या दोन्हींचा विचार

करता, अंतर खरंच जास्त आहे,'' ॲडमिएल म्हणाला.

''धोका तर आहेच, पण मला वाटतंय, आपण ही जोखीम पत्करायला हवी,'' ॲडनारेल म्हणाला.

''पण मुळात ते इथे कशासाठी आले?'' ॲक्सानं विचारलं. त्याचे पंख उंदरासारख्या फिक्कट राखाडी रंगाचे होते.

ॲडमिएल म्हणाला, ''तुला असं वाटतंय का, की एलनं त्यांना इथे पाठवलंय?''

ॲडनारेल सावकाश म्हणाला, ''एलनं त्यांना इथे पाठवलं असेल, असं मला नाही वाटत; पण एलनं त्यांना इथे येण्यापासून रोखलं नाही, हेदेखील तितकंच खरंय.''

''ते त्या ठराविक घटनाक्रमाचाच भाग आहेत का? त्यांचं इथे असणं, हे त्यांच्यासाठी तरी योग्य आहे का?'' ॲडमिएलनं विचारलं.

ढगांनी भरून आलेल्या आभाळाकडे बघत ॲलारिड म्हणाला, ''यलिथला घेऊन गेलेला एरियल परत आला, की कदाचित काहीतरी सांगू शकेल. पण माझ्या मते तरी, हो; ते दोघे त्या घटनाक्रमाचाच एक भाग आहेत.''

''घटनाक्रम काही अगदी नेमका, आधीच ठरवलेला नसतो. तो प्रवाही असतो, आणि त्यात सतत बदल होत असतात,'' ॲडनारेल म्हणाला.

''पण अखेरीस सगळं काही चांगलंच होणार आहे,'' ॲडमिएल म्हणाला.

ॲडनारेलनं विचारलं, ''मग, तुम्हाला पटतंय ना? ते सांगतायत त्या पद्धतीनं, आपण त्या दोघांना त्यांच्या काळात आणि त्यांच्या ठिकाणी जायला मदत करू या ना?''

''हो, हो. आम्हाला मान्य आहे,'' सेराफिमनं होकार दिला.

सूर्य हळूच क्षितिजाआडून वर आला. बबून माकडांच्या टाळ्या पिटण्याचा अगदी किंचितसा आवाज आला. दाटून आलेल्या ढगांमुळे आणि अधूनमधून पडणाऱ्या पावसाच्या थेंबांमुळे ती माकडं गोंधळून गेली होती.

अखेरच्या ताऱ्यांचा मंदावलेला उजेड ढगांमुळे अडलेला असला, आणि ते तारे कितीही दूर असले, तरीही त्यांच्या गीताच्या सुरांना सेराफिमचे कान चांगलेच सरावलेले होते.

''आपण त्यांच्यासोबत गाऊ या,'' ॲलारिडनं सुचवलं.

ढगांआड दडलेल्या ताऱ्यांच्या गायनात सेराफिमचे सूर मिसळले... आणि ढगाआड अदृश्य झालेल्या सूर्याची हाकही...

• • •

सँडी आणि डेनीसची झोपेत चलबिचल होत होती. पाऊस अजूनही नीटसा सुरू झाला नव्हता. अधूनमधून तंबूच्या कातडी छतावर पावसाच्या थेंबांची टिपटिप जाणवत होती. सँडी अन् डेनीसच्या पायांपाशी तिन्ही मॅमथ अंगाची जुडी करून झोपले होते.

मरुवनाचं पहाट-गीत आज नेहमीपेक्षा दबलेलं वाटत होतं. दोन्ही मुलं झोपेतून जागी झाली आणि त्यांनी एकमेकांकडे सहेतुक पाहिलं. दोघांनी एकमेकांना मानेनं खुणावलं.

त्या दोघांनी अगदी गुपचूप आपले मूळचे, घरचे कपडे घातले. डेनीसनं, कचऱ्याच्या खड्ड्यात पडल्यानंतर, त्याचे कपडे फेकून दिले होते, पण त्यानं स्वेटर घातला, आणि जीन्सदेखील चढवली. आता त्यांना पूर्ण कपड्यात जरासं विचित्र आणि बांधल्यासारखं वाटायला लागलं होतं. कमरेला फक्त कातडं किंवा फडकं गुंडाळून मोकळेपणानं फिरायची त्यांना सवय झाली होती. त्यांचे हिवाळी कपडे त्यांना अडचणीचे आणि गरम वाटत होते.

झोपलेले मॅमथ उठू नयेत याची पुरेपूर काळजी दोघांनी घेतली. त्यांनी पलीकडच्या भागाकडे नजर टाकली. नोहा आणि मॅट्रेड अजूनही गाढ झोपलेले होते. यलिथच्या झोपण्याच्या जागेकडेही नजर टाकली. आता ती जागा रिकामी होती.

मग हळूच, पाय न वाजवता, दोघे तंबूबाहेर पडले.

ॲडनारेल त्यांची वाट बघत बाहेरच उभा होता. तो म्हणाला, ''निरोप न घेता, गुडबाय न म्हणता जाणंच सर्वांत उत्तम असतं. निरोपाचे क्षण लांबवू नयेत.''

डेनीसनं विचारलं, ''पण तू आमच्या वतीनं गुडबाय म्हणशील का? ओहोलिबामा, जॅफेथ आणि इतर सगळ्यांनाच सांगशील ना?''

''हो, आम्ही सगळ्यांना तुमचा निरोप सांगू आणि गुडबाय म्हणू,'' ॲडनारेल म्हणाला. जवळच काही उंच आणि काही ठेंगण्याशा पाम वृक्षांची झाडी होती. तिकडे ॲडनारेलनं पाहिलं. त्या झाडीतून ॲडमिएल आणि ॲलारिड बाहेर पडले आणि त्यांच्याजवळ येऊ लागले. त्यांच्या मागोमाग एरियलसुद्धा आला. तो नुकताच यलिथला पोचवून परत आला होता.

ॲडनारेल म्हणाला, ''आता आम्ही एकशिंगी घोड्यांना बोलावणार आहोत.''

''एक मिनिट थांब हं. आणखी एक गोष्ट सांगायची आहे,'' सँडी त्याला थांबवत म्हणाला, ''तुम्ही त्या तिन्ही मॅमथची नीट काळजी घ्याल ना?''

''हो, आम्ही मॅमथची काळजी घेऊ... एकशिंगी घोड्यांनो!''

चंदेरी लखलखाट होऊन दोन एकशिंगी घोडे मूर्त रूपात त्यांच्यासमोर

उभे ठाकले.

"आता," ॲडनारेल म्हणाला.

दोन्ही मुलं त्या एकशिंगी घोड्यांच्या रुपेरी पाठीवर स्वार झाली. शिंगातला प्रकाश घोड्यांच्या पाठीवर पडला होता.

ॲडनारेल म्हणाला, "आता आम्ही तुम्हाला सोडून पुढे जातो. मी आणि ॲडमिएल. आम्ही दोघे जेव्हा तुमच्या काळात आणि तुमच्या ठिकाणी पोहोचू, तेव्हा आम्ही एकशिंगी घोड्यांना आणि तुम्हाला तिथे बोलावू."

"तुम्ही तिथे पोचल्यावर तुम्हाला आमचं घर ओळखता येईल का?" सँडीनं चिंतेत पडून विचारलं.

"तुम्ही अगदी व्यवस्थित खाणाखुणा सांगितल्या आहेत तिथल्या."

ॲलारिड आणि एरियल एकशिंगी घोड्यांपाशी उभे राहिले. पावसाचा थेंब जेव्हा त्यांच्या तेजाळलेल्या शिंगावर पडला, तेव्हा किंचितसा चर्र चर्र आवाज झाला.

एकशिंगी घोडे मरुवन पार करून वाळवंटात आले. ॲलारिड आणि एरियल त्यांच्या बरोबरीनं धावत आले.

एरियलच्या भव्य खडकापाशी पोचल्यावर दोन्ही सेराफिमनी एकशिंगी घोड्यांकडे आणि दोन्ही मुलांकडे पाहिलं.

"तुम्ही तयार आहात ना?" ॲलारिडनं विचारलं.

"हो, तयार," डेनीस म्हणाला.

एरियलनं दोन्ही घोड्यांच्या रुपेरी पुठ्ठ्यांवर थाप मारली, आणि ते घोडे खडकाळ वाळवंटातून धावू लागले. सोनेरी आवाजात एरियल ओरडला, "एकशिंगी घोड्यांनो! घरी जा!"

झोपेची प्रचंड लाट अंगावर आल्यानं डेनीसला झोप अनावर होतेय असं वाटू लागलं. पावसाची आणि घोड्यांची गती वाढली. सँडीलादेखील झोप अनावर होऊन त्याच्या मनाची दारं बंद होतायत असं जाणवलं. पाऊस कोसळू लागला, जणू चंदेरी पडदा असावा, तसा.

"ॲलारि..." सँडी पुटपुटला.

"एरि..." डेनीसही पुटपुटला.

दोन्ही एकशिंगी घोडे आणि दोन्ही मुलं मेणबत्तीच्या ज्योतीगत फरफरले, आणि मग दिसेनासे झाले.

एका पांढऱ्या लाकडी फार्महाउसला जोडलेल्या दगडी प्रयोगशाळेत उभे असलेले दोन एकशिंगी घोडे, हे फारच विचित्र दृश्य होतं. शिवाय उंच, चमकदार पंख असलेले दोन सेराफिमसुद्धा विचित्रच दिसत होते तिथे.

सँडी अन डेनीसनं इकडेतिकडे पाहिलं. ते घोडे आणि सेराफिम सोडल्यास, बाकीचं सगळं अगदी पूर्वीसारखंच होतं. खोली गरम ठेवण्यासाठी असलेल्या चुलीतली लाकडं अजूनही तशीच जळत होती. बन्सेन बर्नरवर शिजत ठेवलेल्या उकळत्या रश्श्याचा... 'बुफ बरगीन्यॉन'चा... सुवास दरवळत होता. तो वेगळाच दिसणारा संगणकसुद्धा त्याच, आधीच्याच जागी होता.

ॲडनारेल आईच्या वाचायच्या खुर्चीत बसला होता. त्याचे सोनेरी पंख मागे लोंबकळत होते. ॲडमिएल आईच्या एका सूक्ष्मदर्शक यंत्रात डोकावून पहात होता. पोक काढून उभं राहिल्यानं त्याचे फिक्कट निळे पंख वरच्या बाजूला उचलले गेले होते.

"आता तुमचा एकशिंगी घोड्यांवर विश्वास बसला आहे ना?" मिस्कीलपणे ॲडनारेलचे निळे डोळे हसत होते.

"कसा झाला प्रवास?" ॲडमिएलनं हसत विचारलं. दोन्ही सेराफिमच्या चेहऱ्यांवर अगदी हायसं वाटल्यागत भाव दिसत होते.

घराचं बाहेरचं दार धाडकन आपटलं.

ॲडनारेल झटकन खुर्चीतून उठला, ॲडमिएलही सूक्ष्मदर्शक यंत्रापासून मागे वळला. सँडी अन डेनीस दचकून ताठ झाले.

त्यांच्या आईचा आवाज ऐकू आला, "जुळ्यांनो! तुम्ही घरी आहात का?"

"ओह... अरे बापरे... एकशिंगी घोड्यांना आधी इथून बाहेर काढायला हवं," सँडी म्हणाला.

"अरे, त्यांच्यावरचा विश्वास उडाला, की ते आपोआपच नाहीसे होतील," ॲडनारेल म्हणाला.

डेनीस एकदम उद्‌गारला, "अरे, पण एकशिंगी घोड्यांवर मेग आणि चार्ल्स वॉलेसचा विश्वास आहे की!"

ॲडमिएलनं विचारलं, "आणि सेराफिमवर?"

"प्रयोग चालू असताना आम्ही प्रयोगशाळेत असायलाच नको खरं तर," सँडी काळजीत पडून ॲडनारेलकडे पाहू लागला.

"घाबरू नका. तुम्ही ठीक आहात ना?" त्यानं विचारलं.

"आईला आम्ही इथे सापडेपर्यंत तरी ठीकच आहोत."

डेनीस म्हणाला, "आणि आम्ही कसे दिसतोय... पूर्णपणे उन्हानं रापलेले..."

"अरे बाबा, तुमच्या इतर समस्यांशी तुलना केली तर..." ॲडमिएल बोलू लागला, पण तेवढ्यात पुन्हा आईची हाक ऐकू आली, "जुळ्यांनो! अरे कुठे आहात तुम्ही?"

"आता निरोप, गुडबाय, वगैरे काही नको," ॲडनारेल म्हणाला. त्यानं

ॲडमिएलकडे सहेतुक नजर टाकली, आणि आपले दोन्ही लांबसडक, मजबूत हात डेनीसच्या डोक्यावर ठेवले. ॲडमिएलनंदेखील तसेच सँडीच्या डोक्यावर हात ठेवले. हातांचं दडपण जाणवण्याऐवजी दोघांना आपला माथ्याची वरची बाजू उचलली जात असल्याचा भास झाला...प्राणिरूपातून सेराफिमरूपात जाताना ते प्राणी जसे उंचावतात... अगदी तसंच. दोघं एकमेकांकडे बघू लागले. अगदी पूर्वीसारखे दिसत होते ते. त्वचा वाळवंटातल्या उन्हानं सावळी झालेली नव्हती, केसही उन्हात विटलेले, पांढरट दिसत नव्हते.

सँडीचं लक्ष पटकन डेनीसच्या अनवाणी पावलांकडे गेलं, त्यानं बोलायला तोंड उघडलं, पण ॲडनारेलनं हात वर करून त्याला थांबवलं.

एका एकशिंगी घोड्याचं शिंग आपल्या हातात पकडून ॲडनारेल म्हणाला, "अमाप पाणी..." त्या शिंगातला प्रकाश त्याच्या हातात वाहात गेला, तिथून त्याच्या शरीरात, पंखांमध्येही वाहात गेला. त्या प्रकाशामुळे ॲडनारेल पूर्णपणे प्रकाशमय झाला. ॲडमिएलसुद्धा त्या वाहत्या प्रकाशाने भरून गेला.

"प्रेमभावना शमवू शकत नाही..." तो म्हणत असल्याचा भास झाला. आता तो प्रकाश अत्यंत प्रखर होऊन तेजानं तळपू लागला. सँडी अन डेनीसचे तर त्या तेजानं डोळे दिपले. मग हळूहळू तो तेजस्वी प्रकाश कमी होत गेला.

एकशिंगी घोडे आणि सेराफिम निघून गेले होते.

तपकिरी केसांची, गोरीपान जुळी मुलं एकमेकांकडे एकटक बघत होती.

सौ. मरी प्रयोगशाळेचं दार उघडून आत आल्या. त्यांच्या मागून मेग आणि चार्ल्स वॉलेसही कुतूहलानं आत डोकावले.

"सँडी, डेनीस, तुम्ही इथे काय करताय? तुम्ही दारावर लावलेली पाटी पाहिली नाही का?" त्या अत्यंत नाराज झालेल्या वाटत होत्या.

"अगं, खरंच पाहिली नाही गं," सँडी म्हणाला.

"आम्ही फक्त डच कोको घेण्यासाठी आलो होतो," त्यानं पुढे सांगितलं.

"तो बघ, तिथे जमिनीवरच आहे की, स्वयंपाकघराच्या दारापाशी. नशीब, सांडला नाही कोको," मेग म्हणाली.

"आम्ही आता थोडासा कोको बनवणारच होतो. तुम्हा तिघांसाठीसुद्धा बनवू का?" सँडीनं विचारलं.

"हो, प्लीज बनवा," आई म्हणाली, "थंडी खूपच वाढली आहे. ए पण सँडी, डेनीस, ए बाबांनो, मी विनंती करते रे तुम्हाला, प्रयोगशाळेत जाण्याची मनाई केलेली असताना तुम्ही तिथे जात जाऊ नका. तुम्ही नको त्या वस्तूंना हात लावला नसेल अशी आशाच फक्त करते आता मी."

सँडी अगदी सावकाश म्हणाला, "ते सगळं अनेक बाबींवर अवलंबून असतं. पण मला वाटतं, आम्ही ज्या गोष्टींना हात लावायला नको अशा गोष्टींना हात लावलेला नाहीये. तू लावलास का डेनीस?"

"आत्ताच्या परिस्थितीत, नाही," डेनीस म्हणाला.

"तू अनवाणी का फिरतो आहेस डेन?" चार्ल्स वॉलेसनं विचारलं.

"अरे देवा! डेनीस मरी, आत्ता या क्षणाला ताबडतोब पायात काहीतरी घाल हं. सर्दी होण्याआधीच घाल," सौ. मरी म्हणाल्या.

मेगनं स्वयंपाकघराचं दार उघडलं. तोच पूर्वीसारखा ताज्या भाजलेल्या पावाचा, ओव्हनमध्ये भाजल्या जात असलेल्या सफरचंदांचा ओळखीचा सुवास दरवळत होता. तीच ऊब, प्रकाश, आणि आपल्या घराची, आपुलकीची आश्वासक भावना.

इतरांच्या मागोमाग आत जाताना सँडी कुजबुजत डेनीसला म्हणाला, "स्वयंपाकघर सगळं जसंच्या तसं आहे, हे बघून आनंद वाटला रे! तुला माहितीये... मला घराची खूप ओढ वाटायला लागलीय आता."

"आपल्याला ती ओढ नेहमीच वाटत राहील... थोडीतरी नक्कीच," डेनीसला पटलं ते.

ताठ होऊन सँडी म्हणाला, "ठीक आहे रे! आपला वाढदिवस झाला ना, की आपल्याला वाहन चालवण्याचा परवाना मिळू शकेल."

"आणि ती वेळ जवळ आली आहे," डेनीस म्हणाला. "आता मात्र आपण तो कोको बनवू या."

❖

शब्दसूची

१. आईस हॉकी - बर्फावर खेळला जाणारा हॉकी या खेळाचा एक प्रकार. यात बर्फावर स्केटिंग करत खेळतात आणि चेंडूऐवजी एक काळी, रबरी चकती वापरतात.

२. पक - बर्फावरील हॉकीच्या खेळात चेंडूऐवजी जी काळी रबरी चकती वापरतात तिला पक म्हणतात.

३. पॉलिमर - अनेक छोटेछोटे रेणू एकत्र जोडले जाऊन बनलेला मोठा रेणू.

४. अमिनो अम्ल - नायट्रोजन आणि हायड्रोजनयुक्त रेणूंची साखळी. या साखळीची प्रथिने बनतात. प्रथिनांचा मूलभूत घटक.

५. क्वेझर (Quasar) - अंतराळातील खूपखूप दूर असलेली आणि अत्यंत तेजस्वी प्रकाश आणि रेडियो लहरी निर्माण करणारी वस्तू. या वस्तू आकाशगंगेच्या बाहेर असतात. प्रकाशाच्या, इन्फ्रारेड किरणांच्या किंवा तशाच इतर स्वरूपांत प्रचंड ऊर्जा निर्माण करत असतात.

६. डच कोको पावडर - कोकोच्या बियांची अल्कलीसोबत प्रक्रिया करून डच कोको बनवतात. त्यामुळे कोकोची अम्लता कमी होते, आणि त्याचा कडवटपणाही कमी होतो. मात्र नैसर्गिक कोकोपेक्षा या कोकोला चॉकलेटची चव कमी असते.

७. रेडशिफ्ट (Red-shift) - खगोल-वैज्ञानिकांसाठी महत्त्वाची संकल्पना. एखादा दूरवरचा तारा किंवा आकाशगंगा पृथ्वीच्या दिशेनं येत असेल, तर त्यातून बाहेर पडणारा प्रकाश निळसर दिसतो. अन्यथा त्याच ताऱ्याचा प्रकाश मूळ स्थितीत असताना लालसर दिसत असतो. पृथ्वीच्या जवळ असलेला तारा किंवा आकाशगंगा पृथ्वीपासून दूर जातेवेळी लालसर

प्रकाश फेकते. अन्यथा त्याच ताऱ्याचा प्रकाश मूळ स्थितीत असताना निळसर दिसत असतो. या प्रकाशाचे पृथक्करण करण्यासाठी स्पेक्ट्रोस्कोपीचा अवलंब केला जातो. त्यानुसार एखादा तारा, आकाशगंगा पृथ्वीपासून दूर जात आहे, किंवा जवळ येत आहे, हे समजते, आणि त्याचा वेगही समजतो. ताऱ्याच्या प्रकाशाच्या रंगातील अगदी किंचितसा बदल, खगोल-वैज्ञानिकांना ग्रह तारे शोधायला, तसेच आकाशगंगांच्या वेगाचं मोजमाप करायला, विस्तारणाऱ्या ब्रह्मांडाचं संशोधन करायला उपयोगी पडतो. खगोल-वैज्ञानिकांना रेडशिफ्टच्या मोजमापानुसार आपल्या आकाशगंगेच्या परिभ्रमणाची सर्वांगीण कल्पना येते.

८. स्पेस/टाइम कन्टिन्युअम (Space-Time Continuum) - आइनस्टाइनच्या विशेष सापेक्षतावादाच्या सिद्धान्तामुळे अवकाश (स्पेस) आणि काळ (टाइम) यांच्यात एक मूलभूत दुवा असल्याचे सिद्ध झाले. अवकाश आणि काळ हे दोन्ही अलग करता येत नाहीत. काळ ही चौथी मिती मानली जाते. अवकाश आणि काळ यांच्यातील अविभाज्यता म्हणजेच स्पेस/टाइम कन्टिन्युअम.

९. सीरिलिक - युरेशियाच्या भागात, मुख्यत्वे पूर्व युरोप, कॉकेशस, मध्य आणि उत्तर आशिया येथे, वापरली जाणारी लिपी.

१०. हिब्रू - ज्यू लोकांची प्राचीन भाषा.

११. अग्निशामक - आग विझवण्याचे गोल नळकांड्यासारखे यंत्र. नळकांड्यात अग्निरोधक द्रव्य असते. त्याचा दट्ट्या दाबल्यावर आतील रसायन उच्च दाबाने बाहेर येते आणि आग विझण्यास मदत होते.

१२. सूर्याची रेड जायंट अवस्था (Red Giant Phase) -सूर्यासारख्या ताऱ्याची अंतिम अवस्था. या अवस्थेत ताऱ्याचं तेज अनेक पटींनी वाढतं आणि उष्णतादेखील प्रचंड वाढते.

१३. सब ॲटॉमिक कण - कण-भौतिकी या भौतिकशास्त्राच्या शाखेतील महत्त्वाची संकल्पना. या शाखेत अणूपेक्षाही लहान असणाऱ्या मूलकणांविषयी संशोधन केले जाते. हे मूलकण अणूमध्ये असतात. उदाहरणार्थ, प्रोटॉन, न्यूट्रॉन, इलेक्ट्रॉन इत्यादी.

१४. आभासी कण - क्षणभंगुर अस्तित्व असलेले मूलभूत कण. ते एका कणाकडून दुसऱ्या कणाकडे बल संक्रमित करू शकतात. कण-भौतिकी शास्त्रातील महत्त्वाची संकल्पना.

१५. सेराफिम - ख्रिश्चन धर्मानुसार सेराफिम हे पहिल्या दर्जाचे, अत्यंत महत्त्वाचे

देवदूत असतात. सेराफिम हे अनेकवचन आहे, एकवचन - सेराफ. एक सेराफ, अनेक सेराफिम.

१६. नेफिलिम - ख्रिश्चन धर्मानुसार महाकाय राक्षस. सैतानाच्या नादी लागलेले दुष्ट प्रवृत्तीचे देवदूत पृथ्वीवर आले आणि त्यांनी पृथ्वीवरील सुंदर स्त्रियांशी लग्न केलं.

१७. गोफर लाकूड - नोहाचं जहाज या लाकडापासून बनवलं होतं. सायप्रस वृक्षासारखं असावं, असा समज आहे.

१८. एल - ज्यू किंवा अरबी भाषेत या शब्दाचा अर्थ देव असा होतो.

१९. मॅमथ - प्रागैतिहासिक काळात अस्तित्वात असलेला हत्तीसारखा प्राणी. त्यांच्यात हळूहळू बदल होऊन आधुनिक हत्ती निर्माण झाले.

२०. पॅराकीट - पोपटाची एक जात

२१. बरनूस - अरब लोक वाळवंटात घालतात ते डोक्यावरचे फेट्यासारखे वस्त्र.

२२. पेलिकन - जलाशयापाशी आढळणारे मोठे पक्षी. त्यांना खूप मोठी चोच असते आणि चोचीखाली, गळ्यापाशी एक छोटीशी पिशवी असते. पाण्यातील मासा पकडण्यासाठी त्या पिशवीचा उपयोग होतो. प्रामुख्यानं समुद्रकिनारी किंवा मोठ्या तळ्याकाठी असतात.

२३. बंक बेड - एकावर एक रचलेले दोन पलंग

२४. मँटिकोर - पुराणकथांमधला काल्पनिक प्राणी. सिंहाचं शरीर, माणसाचं डोकं, आणि विंचवासारखी शेपूट असते. तोंडात तीक्ष्ण दातांच्या रांगा असतात.

२५. स्कॅरब किडा - मोठा शेणकिडा. प्रामुख्यानं पूर्व मेडिटरेनियन भागात आढळतो. प्राचीन काळी ईजिप्तमध्ये हा किडा पवित्र मानला जायचा.

२६. बबून्स - खूप मोठी माकडं. त्यांना कुत्र्यासारखं पुढे आलेलं नाक आणि मोठमोठे दात असतात.

२७. बेडुइनस् - भटके आणि वाळवंटात तंबू उभारून राहणारे अरब.

२८. चर्च-बाजार - अनेक चर्चेस सुट्ट्यांमध्ये निधीसंकलनासाठी फन फेअरसारख्या जत्रा आयोजित करतात.

२९. सॅलॅमँडर - सरड्यासारखा दिसणारा उभयचर प्राणी. लांबुडकं शरीर, लहानसे पाय आणि शेपूट असते.

३०. चक्राकार आकाशगंगा (Spiral Galaxy) - एका मोठ्या केंद्रापासून अनेक चक्राकार भुजा निघतात, आणि केंद्राभोवती परिभ्रमण करत राहतात. आपली मिल्की-वे ही आकाशगंगादेखील याच स्वरूपाची आहे.

३१. संडे स्कूल - चर्चतर्फे लहान मुलांसाठी दर रविवारी धार्मिक शिक्षणाचे वर्ग चालवले जातात. त्यांत त्यांना धार्मिक शिक्षण आणि कथा शिकवल्या जातात.

३२. टॉवर ऑफ बेबल - बायबलमधील कथेनुसार आधी पृथ्वीवर एकच भाषा बोलली जायची. महापुरानंतर काही लोकांचा जमाव पश्चिमेकडे स्थलांतरित होत होत बॅबिलोनिया येथील शिनार येथे आला. त्यांनी तिथे एक मोठं शहर आणि अतिभव्य मनोरा बांधायचं ठरवलं, आणि तशी सुरुवात केली. हा मनोरा स्वर्गात पोचू शकण्यासाठी बांधला जाणार होता. ते बघून देवानं त्यांच्या बोलण्यात गडबड- घोटाळा निर्माण केला. त्यामुळे त्यांना एकमेकांचं बोलणं समजेना. मग देवानं त्यांना जगभर विखरून टाकलं, आणि म्हणून वेगवेगळ्या भाषा निर्माण झाल्या.

३३. ग्रेट ऑक - आता नामशेष झालेली, उडू न शकणाऱ्या मोठ्या पक्ष्यांची जात. हे पक्षी एकोणिसाव्या शतकाच्या मध्यावर नामशेष झाले. उत्तर अटलांटिक समुद्राच्या किनारी राहणारे, खूप मोठ्या आकाराचे पक्षी.

३४. गॉरगन - ग्रीक पुराणकथांमध्ये आढळणारे प्राणी. या तीन बहिणी असतात आणि त्यांचे केस म्हणजे विषारी साप असतात. त्यांच्याकडे टक लावून पाहणाऱ्याचं दगडात रूपांतर करण्याची शक्ती त्यांना असते.

३५. ग्रिफिन - पुराणकथांमध्ये आढळतात. त्यांचे पंख आणि डोकं गरुडाचं असतं, आणि बाकीचं शरीर सिंहाचं असतं.

३६. ॲररॅट पर्वत - महाप्रलय आल्यावर नोहाचं जहाज तरंगततरंगत या पर्वताच्या शिखरावर स्थिरावलं होतं. हा पर्वत पूर्व टर्कीमध्ये, इराण आणि आर्मेनिया यांच्या सीमारेषेच्या जवळ आहे.

३७. नेमेसिस - नेमेसिस ह्या सूर्याभोवती फिरणाऱ्या ताऱ्यामुळे अनेक धूमकेतू पृथ्वीवर आदळतात. त्यामुळे पृथ्वीवरील अखिल जीवसृष्टी एका फटक्यात नामशेष होते, असा सिद्धांत मांडला जातो. ही घटना २६ दशलक्ष वर्षांनी नियमितपणे घडते, असं मानलं जातं.

३८. क्वांटम लीप - कण भौतिकीमधील एक सिद्धांत. एखाद्या अणूतील किंवा रेणूतील इलेक्ट्रॉन हा अतिसूक्ष्म कण अचानक ऊर्जेच्या एका पातळीवरून दुसऱ्या पातळीवर उडी मारतो, किंवा झेप घेतो. अचानकपणे एका अवस्थेतून दुसऱ्या अवस्थेत झालेला बदल म्हणजे क्वांटम लीप.

३९. टायको ब्राहे (१५४६-१६०१) - फार मोठा डॅनिश खगोलशास्त्रज्ञ. त्याने खगोलशास्त्राच्या विश्वात फार महत्त्वाचे पायाभूत कार्य केले आहे.

४०. प्रकाशकण किंवा फोटॉन (Photon) - प्रकाशाचे अतिसूक्ष्म कण. या

अतिसूक्ष्म अशा प्रकाशकणांमुळे प्रकाश सगळीकडे पसरतो.

४१. एन्ट्रॉपी (Entropy) - ब्रह्मांडातील सुव्यवस्था सतत विस्कळीत होत असते. विस्कळीतपणा, अव्यवस्था, गोंधळ याचे मोजमाप म्हणजे एन्ट्रॉपी. ही भौतिकशास्त्रातील संकल्पना आहे. ब्रह्मांडातील एन्ट्रॉपी सतत वाढत असते. त्यामुळे कार्य करण्यासाठी उपलब्ध असणारी ऊर्जा सातत्याने कमी होत असते. कार्य करण्यासाठी उपलब्ध नसलेल्या ऊर्जेचे मोजमाप म्हणजे एन्ट्रॉपी.

४२. क्युबिट/हात (Cubit) - प्राचीन काळचे लांबीचे परिमाण. हाताच्या कोपरापासून मधल्या बोटाच्या टोकापर्यंत. पूर्वी 'हात' हेच लांबी मोजायचे साधन होते. आताचे साधारण १८ ते २१ इंच.

❖

लेन्गल यांच्या व्यक्तिरेखा

मरी कुटुंब आणि ओ'कीफ कुटुंब यांचा समावेश असलेली पुस्तकं

कालपटलावरील सुरकुती (WT)
ए विंड इन द डोअर (WD)
ए स्विफ्टली टिल्टिंग प्लॅनेट (STP)
मेनी वॉटर्स (MW)
द आर्म ऑफ द स्टारफिश (AS)
ड्रॅगन्स इन द वॉटर्स (DW)
ए हाउस लाइक ए लोटस (HL)
ॲन ॲक्सेप्टेबल टाइम (AT)

ऑस्टिन कुटुंबाचा समावेश असलेली पुस्तके आणि व्यक्तिरेखा पुस्तके

मीट द ऑस्टिन्स (MA)
द मून बाय नाइट (MN)
द ट्वेंटीफोर डेज बिफोर ख्रिसमस (TDC)
द यंग युनिकॉर्न्स (YU)
ए रिंग ऑफ एंडलेस लाइट (REL)
ट्रबलिंग ए स्टार (TS)

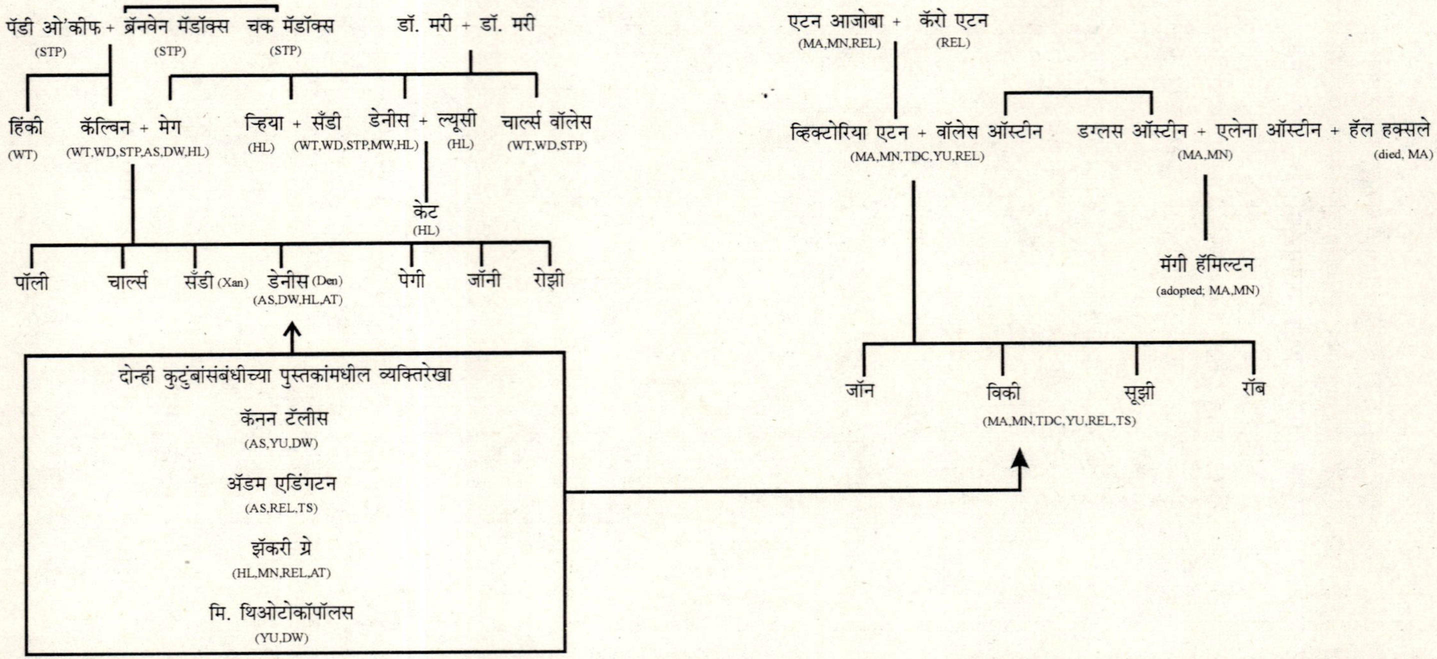